THIS IS WHO I AM !!

This is who I am, I'm an adolescent of today!
Everyone tries to control my behavior
Every minute, every hour, everyday!

I know I am rebellious, I Know I am stubborn
I know I am difficult and I'm always upto trouble!

But this is who I am, though I don't pay attention
To others, problems and experience.....
why do I need to take tension?

I want to enjoy my life, I will try anything
I want to be cool and popular in school,
in college, in everything!

And this is who I am, I may be confused and immature
Don't neglect me! Don't misunderstand me!
It is attention I seek for sure

I would lie, I would cry, I can be very impulsive
I might do things out of the ordinary
and may be even compulsive

So this is who I am, not a child! Not an adult! This I know!
So read this book to help me and understand how I grow!

– Reshma Valliappan
M. A. (Clinical Psychology)

अर्थात स्व-प्रतिमा!

शुभांगी खासनीस
केतकी काळे
प्रसन्न रबडे

HE VAYACH VEDE ASTA

by SHUBHANGI KHASNIS, KETAKI KALE, PRASANNA RABDE

हे वयच वेडं असतं! / मार्गदर्शनपर

शुभांगी खासनीस, प्रसन्न रबडे – दिशा सायकॉलॉजिकल काउन्सेलिंग सेंटर,
२१०, २रा मजला, महाडकर चेंबर्स, कर्वे रोड, कोथरूड, पुणे – ४११०२९.
मोबाइल : ९८२२३३१९५९ / ९४२२५३५७४५

website : www.dishacounselling.com

प्रकाशक : सुनील अनिल मेहता, मेहता पब्लिशिंग हाऊस,
१९४१, सदाशिव पेठ, माडीवाले कॉलनी, पुणे – ४११०३०.

मुखपृष्ठ : चंद्रमोहन कुलकर्णी

आतील चित्रे : चंद्रशेखर जोशी

प्रकाशनकाल : एप्रिल, २००९ / एप्रिल, २०१० /
सुधारित तिसरी आवृत्ती : ऑगस्ट, २०११

ISBN 978-81-8498-017-2

माझ्या प्रिय आईस,
जिथून पाहशील तिथून कौतुकानंच पाहशील,
अशा या माझ्या पहिल्याच पुस्तकाचा ठेवा
तुला मनापासून अर्पण!

—शुभांगी

प्रस्तावना

एका नाजूक प्रवासाची ही कहाणी! वेगवेगळ्या अंगांनी विचार करणारी! खरेतर पौगंडावस्था ही एक 'अडनिड्या वयाची समस्या' म्हणून जवळजवळ अखिल पालक समाजाकडून दुर्लक्षिलेली, हेटाळलेली गोष्ट. मुलगा किंवा मुलगी वयात यायला लागणे, ही समाजात तणावाची गोष्ट बनत चालली आहे. सध्याची जीवनपद्धती अतिशय तणावपूर्ण झालेली आहे. स्पर्धा, व्यावसायिक यश, स्वतंत्र कुटुंबपद्धतीमुळे येणारे ताण, वेळेची कुतरओढ आणि नात्यांमधील तणावपूर्ण संबंध सांभाळता-सांभाळता या वयात येणाऱ्या मुलांना अनेक आमिषांपासून, व्यसनांपासून आणि अश्लाघ्य गोष्टींपासून वाचवण्याच्या गडबडीत मुलांचा मोठे होण्याचा आनंदच पालक हरवून बसत आहेत. जागतिकीकरणाचाही एक परिणाम आपल्या समाजाच्या सर्व स्तरांवर झालेला आहे आणि तो म्हणजे, मनोरंजनासाठी आवश्यक सर्वच गोष्टींची सहजसुलभ उपलब्धता! बदलत्या काळाच्या गरजेनुसार किंवा बेगडी समाजमान्यता मिळवण्याच्या नादात आधुनिकीकरणाच्या कह्यात आपण येत आहोत. उशीर होत असेल तर वापरण्याकरिता दिलेला मोबाइल फोन मुले रात्रभर एस.एम.एस. करण्याकरिता वापरू लागतात, तेव्हा डोळे मोठे करून पालकांचे डोळे सुजतात! तर एकूणात काय, बहकणारे मन, खिशात खुळखुळणारा पैसा, अधिक तरबेज मित्रमैत्रिणींची संगत व त्यांचा प्रभाव, सिनेमाजाहिरातींमधील नट-नट्यांचा आदर्श आणि मुबलक साधनांचा गैरवापर; अशी अगदीच नको असणारी सांगड जुळते आहे.

खरेतर या पौगंडावस्थेत येणाऱ्या मुलांचा प्रवास म्हणजेच बाल्यावस्थेतून कुमारावस्थेत येण्याचा प्रवास! स्वतःचे वेगळे विश्व तयार करून त्यात रमण्याचा प्रवास. सभोवती घडणाऱ्या घटनांकडे कुतूहलमिश्रित नजरेने पाहत त्यातील नेमक्या स्वतःला आवडणाऱ्या घटनांचे अनुकरण करण्याचा प्रवास. भिन्न लिंगाबाबत वाटणाऱ्या सहजसुलभ आकर्षणाचा प्रवास. घरातील थोरामोठ्यांच्या बंधनांकडे बंडखोर वृत्तीने

बघत ती बंधने झुगारण्याचा प्रवास. भावी आयुष्याची स्वप्ने बघण्याचा प्रवास. तसेच उमलण्याचा, फुलण्याचा असा हा प्रवास म्हणजेच ही पौगंडावस्था! या सर्व प्रवासातून जात असताना रोजच्या दिवसागणिक बदलण्याचा मार्ग— तो शारीरिकरीत्या असेल, मानसिकरीत्या असेल वा सामाजिकरीत्या असेल— तो रोजच कसा बदलत जातो, हे समजावून घेणे आणि या सर्वांशी जुळवून घेणाऱ्या या कुमार वयातील मुला-मुलींना समजावून घेणे, हेच या प्रवासाचे उद्दिष्ट! प्रौढत्वामध्ये या सगळ्यांचा परिपूर्ण विकास झालेला असतो. त्यामुळे त्यावरील अभ्यास तुलनेने सोपा असतो, असे म्हणता येईल; पण आयुष्याच्या या विकसनशील टप्प्यांमधील उलथापालथींवर चर्चा करणे तितकेच अवघड आहे. म्हणूनच कुमार वय हे त्रासाचे असते, असे जर तुम्हाला वाटत असेल, तर प्रस्तुत पुस्तक खास तुमच्यासाठीच आहे, असा डोळे झाकून विश्वास ठेवायला हरकत नाही!

पुस्तकाची प्रस्तावना लिहायची म्हणजे लेखनाचे आणि ओघानेच लेखकांचे कौतुक करायचे, अशी रूढी-परंपरा असल्याकारणाने खूपदा काहीतरी चांगले लिहावे, असे अपेक्षित असते. परंतु 'हे वयच वेडं असतं!' वाचायला घेतल्यानंतर खरोखरच अगदी सहजगत्याच खरेतर त्रासदायक वाटणाऱ्या, तणावपूर्ण वाटणाऱ्या आयुष्याच्या टप्प्यांचा प्रवास किती मनोरम होऊ शकतो, याची जाणीव होते.

विषयाची नेमकी मांडणी, वैचारिक मंथनातून निर्माण होणारी अर्थगर्भता हे या पुस्तकाचे वैशिष्ट्य म्हणता येईल. पहिल्या ओळीपासून शेवटपर्यंत संवादात्मकता साधण्यात लेखक पुरेपूर यशस्वी झाले आहेत. पुस्तक वाचण्याचे ओझे न होता अगदी सहज गप्पा मारत-मारत एखाद्या विषयाचे आकलन होते. कोपरखळी देत आणि हसतखेळत आरसा दाखवला की, स्वत:मधील कमतरता स्वीकारणे सहज शक्य होते. तसेच काहीसे हे पुस्तक वाचताना होते.

या पुस्तकात प्रत्येक प्रकरणात वास्तवात घडलेल्या केसेसचे संदर्भ येत

राहिल्याने आणि त्या केसेसच्या माध्यमातून तो-तो विषय उलगडल्याने नेमके काय होते आणि काय करायला पाहिजे, याचा चटकन अंदाज येतो. या मुलांच्या भावविश्वाचे सर्व पदर उलगडत असताना आपणही आपल्या पौगंडावस्थेत या सर्व परिस्थितीतून नेमके कसे गेलेले आहोत, याची एक जाणीव पालकवर्गाला होत राहते आणि मुलांनाही आपले नेमके काय चालले आहे, याचे भान येत जाते. तसे पाहायला गेले, तर कळत सगळेच असते; पण जाणीवपूर्वक समजणे याची मजा काही वेगळीच असते.

'प्रेमप्रकरण' नावाचे प्रकरण आपल्याही आयुष्यात कधीतरी डोकावून गेलेले असते. आपलाच सोन्या शेजारच्या सारिकाला प्रेमपत्र लिहितो, त्या वेळी धांदलच उडते आपली! खरे म्हणजे 'प्रेमप्रकरण' आणि मैत्री यामध्ये एक छोटीशी अस्पष्ट सीमारेषा आहे. मैत्रीतून प्रेम घडू शकते आणि एखाद्या प्रेमप्रकरणातून पुन्हा मैत्रीची वाटचाल होऊ शकते. उदा. काही वेळेस प्रेमप्रकरण करत असताना एकमेकांच्या मर्यादा लक्षात आल्यानंतर त्याचे रूपांतर 'आता आपली फक्त 'मैत्री' राहील.' इथपर्यंत येऊन ठेपते आणि हे सर्व पौगंडावस्थेतच घडत असते; पण परिपक्व वयामध्ये (Adulthood) याचे सर्वच संदर्भ बदलतात. म्हणून लेखकांनी यामधील योग्य फरक छान रीतीने उदाहरणासहित दाखवला आहे.

'अहंगंड-न्यूनगंड' वाचताना आपल्या व्यक्तिमत्त्वाचे पैलू मनाला कुठेतरी स्पर्शून जातात. तसेच 'शिक्षकांची भूमिका' हे प्रकरण वाचताना तर अनेक गोष्टी जणूकाही आजच डोळ्यांसमोर घडत आहेत, असे वाटते.

एकंदरीतच पालक आणि मुलांनाही सर्व प्रकरणे वाचत असताना पुन:प्रत्ययाचा आनंद येणे शक्य आहे. तर असे जवळिकीचे नाते निर्माण करत आणि तितक्याच ताकदीने स्वत:ला कसे सांभाळावे, सावरावे याचा अदमास देत पुस्तक पुढे जात राहते. काही प्रकरणे वाचताना हे लेखन उगाचच शैक्षणिक पातळीवर जात आहे

की काय, अशी शंका येते; पण पूर्ण वाचल्यानंतर त्यातील व्यावहारिक भागावर जास्त भर आहे, हे आपल्या लक्षात येते.

तरुणाईचे वय बहकण्याचे, बेफाम बेफिकिरीचे! पण त्याला कुठेतरी एक बांध घालावा, असे वाटते. स्वत:ला, पालकांना आणि काही प्रमाणात शिक्षकांनाही!

अशा वेळी,

तू दिल्यासारखं केलंस
मी घेतल्यासारखं
तू झुलवल्यासारखं केलंस
मी झुलल्यासारखं
पण आता थांब...
झोका आभाळाला भिडतो आहे
आता पडेन, तर
मला सावरल्यासारखं
करता यायचं नाही!

असे त्या स्वप्नाळू मनाला सांगायला हवे. असा अगदी हवा तसा नरम, खुसखुशीत 'दृष्टिकोन' समोर ठेवण्याचा प्रयत्न लेखकांनी लिखाणाद्वारे स्तुत्यपणे केला आहे. तेव्हा फुलपाखरू ओंजळीतून उडून गेल्यानंतर अलगद उरणाऱ्या रंगांइतकेच सहज जगता येईल, असा आयुष्याचा हा टप्पा! अगदी बाबांच्या मांडीला मांडी लावून मुलांनी आणि आईच्या खांद्यावर रेंगाळत मुलींनी बिनधास्तपणे वाचावे, आनंद घ्यावा आणि स्वत:च स्वत:समोर उलगडत जावे; इतके सोपे आहे हे वाचन!

– डॉ. मोहन आगाशे *एम. डी. (मनोविकारतज्ज्ञ)*

विशेष आभार

या पुस्तकाची संकल्पना आणि त्याच्या प्रवासाबद्दल सांगताना या प्रवासातील प्रवासी म्हणून काही जणांचा उल्लेख इथे आवर्जून करावासा वाटतो. श्री. कौस्तुभ जोगळेकर यांनी विषयाची केलेली सुरुवात, त्यानंतर सौ. रेषा अभ्यंकर यांनी दिलेली साथ व त्या दोघांनी मिळून केलेले 'मानवी लैंगिकता' या प्रकरणांचे योग्य भाषेत भाषांतर व जबाबदार लैंगिक वर्तनाचे संदर्भ घेऊन केलेले लेखन याबाबत त्यांचे आभार मानणे साहजिकच आहे. त्यानंतर श्री. प्रकाश खाडिलकर यांच्याशी चर्चा करण्याचा योग आल्यावर त्यांची पुस्तकाची व्याप्ती वाढवण्याची कल्पना खूप प्रेरणा देऊन गेली. त्यानंतर जेव्हा पुस्तकाचे शीर्षक देण्याची वेळ आली, तेव्हा मा. श्री. राहुल सोलापूरकर यांनी समर्पक शीर्षक देऊन आमच्यावरचा ताण कमी केला. श्री. सचिन खासनीस यांनी लेखनाच्या वेळेस दिलेले प्रोत्साहन व वेळोवेळी दिलेली उत्तम साथही मोलाचीच आहे. सौ. शिल्पा काळे यांनी विशेष रस दाखवून केलेल्या मार्गदर्शनाबद्दल मी कृतज्ञ आहे.

चित्रकार श्री. चंद्रशेखर जोशींनी आमच्या डोक्यांतील कल्पना चित्ररूपाने उत्तमरीत्या प्रत्यक्षात आणल्या आणि चित्रकार चंद्रमोहन कुलकर्णी यांनी तितक्याच सुंदर मुखपृष्ठाने पुस्तक सजवले, त्याबद्दल त्यांचे आभार मानणे साहजिकच आहे.

'मेहता पब्लिशिंग हाऊस'च्या राजश्री देशमुख यांनी वेळोवेळी योग्य मार्गदर्शन करून आम्हाला उत्तम सहकार्य केले. प्रस्तावना दिल्याबद्दल आणि वेळोवेळी उत्तम मार्गदर्शन केल्याबद्दल डॉ. मोहन आगाशे यांचेही आभार मानायलाच हवेत.

सगळ्यात महत्त्वाचे म्हणजे श्री. सुनील मेहता यांनी आमच्या लिखाणाला योग्य तो प्रतिसाद देऊन ते प्रकाशित करण्याचे मान्य केले, याबद्दल त्यांचे आभार मानावेत तितके थोडेच आहेत!

विशेष आभार मानायचे म्हणजे कु. नम्रता रबडे हिचे. तिचा पौगंडावस्थेचाच काळ, त्यामुळे तिने अप्रत्यक्षपणे-प्रत्यक्षपणे लेखनात खूप मोलाची मदत केली याबद्दल कृतज्ञता मनात आहेच.

मनोगत

दिल है छोटासा, छोटीसी आशा
मस्ती भरी मन की, भोलीसी आशा
चाँद तारों को छूने की आशा
आसमानों में उडने की आशा

अशी अवस्था म्हणजे स्वप्नावस्था! म्हणजेच कुमारावस्था! बाल्यावस्था संपून एका सुंदर जगात प्रवेश करण्याची अवस्था! साधारण दहाव्या-अकराव्या वर्षी अशा प्रकारे स्वत:च्या मस्तीत, नशेत हरवून जाणं आणि मग त्यातूनच होणारी स्वतंत्र व्यक्तिमत्त्वाची जाणीव, लैंगिकतेविषयीच्या कोमल भावना जागृत होताना त्याबद्दलचं कुतूहल, लज्जा, रोमांच— सर्वकाही जाणवण्याचं वय! वयाच्या दहा ते अठरा वर्षांच्या टप्प्याला, परिस्थितीला पौगंडावस्था (Adolescence) वा कुमारावस्था म्हणतात. तसंच वय वाढेल तसे विचार, भावना, कृती या सर्वांमध्येच एक प्रकारचं नावीन्य येत जातं. मग थोडी-थोडी प्रगल्भता येते आणि आपलं कौटुंबिक स्थान, सामाजिक स्थान या गोष्टींचं भान येत जातं; त्याबद्दल जागरूकताही निर्माण होते!

मग या सर्व गोष्टींमधून घराघरांत चाललेले पालक आणि मुलं यांच्यातले संवाद –

"अगं नेहा, तू मोठी झालीस आता! व्यवस्थित कपडे घालणं, वागणं, बोलणं, उठणं, बसणं सगळं कसं नीट हवं."

"काय ताडासारखा नुसता वाढत चालला आहेस, अक्कल मात्र काडीची आलेली नाही."

"काय होणार आहे या मुलांचं, कोणास ठाऊक? इतका फ्री सेक्स बोकाळला आहे ना सिनेमात, जाहिरातींमध्ये की, विचारायची सोय नाही.

आपल्या वेळेस हे असं नव्हतं; पण आजकाल अतीच होत चाललंय. ही पिढी कुठे जाणार आहे, कुणास ठाऊक?"

"आजकालच्या पिढीसमोर कसले आदर्शच नाहीत. आमच्या आणि आधीच्या पिढीसमोर खूपच आदर्श होते. दोन्ही पिढ्यांच्या मध्ये आदर्श होते, पण असे फार अंगावर येणारे नव्हते. पण आत्ताची पिढी? सध्या मात्र सगळं झीरो आहे. नुसतंच ग्लॅमर आहे."

"अरे, कान फुटतील, बहिरेपणा येईल, अपघात होतील! बघावं तेव्हा तो मोबाइल कानाला! जरा माणसासारखे वागा. बघावं तेव्हा मोबाइलवर बोलणं, नाहीतर एसएमएस काय, कशाचंही भान नसतं. काय खातोय, काय वाचतोय, काय बोलतोय, उभे आहोत का चालतो आहोत; कशाचं म्हणून भान नाही!"

"तुमचं आयुष्य म्हणजे फक्त फेसबुक, ऑर्कुट बाकी काहीही नाही. अरे, जरा साहित्य, संगीत यांत काहीतरी गोडी असू देत की! सामाजिक भान काही आहे की नाही?"

आणि मग यावर आजकालच्या मुलांची उत्तरं –

"हे डॅड, हे असंच असतं. मोबाइल, नेटचॅटिंग, गेम्स, कॉलेज डेज! हेच सही आहे. तुमचे दिवस वेगळे होते डॅड. तेव्हा हे काही नव्हतं. This is gen-X. This is what life is."

"तुम्हाला ना, त्या जुन्या रूढींप्रमाणे जगण्याची सवय लागली आहे. नवीन, आधुनिक गोष्टी मान्य करण्याची, आत्मसात करण्याची तयारीच नाहीये तुमची."

"तुम्हाला जर टीव्हीवरचे नाच आवडत नाहीत, तर नका बघू! आम्हाला आवडतं ते. तुम्ही ती जुनी बोअर गाणी कशी बघता, कोण जाणे!"

वरच्या संवादांतून आलेला हा दोन पिढ्यांमधला आचार-विचारांचा संघर्ष पिढ्यान्‌पिढ्या चालत आलेला आहे. प्रत्येकाने जरा आठवून पाहिलं, तर प्रत्येकाच्याच पौगंडावस्थेतला हाच आणि हाच अनुभव! पण पिढीनुसार त्याचे आडाखे बदलत जातात.

पन्नास-साठ वर्षांपूर्वी 'सेक्स किंवा लैंगिकता' हा शब्दच निषिद्ध होता. तो

उच्चारणं म्हणजेसुद्धा पापच समजलं जायचं, पण आता एकविसाव्या शतकात तो इतका निषिद्ध नाही; पण त्यावर उघडपणे बोलण्याचे धाडस मात्र अजूनही नाही. का? तर अजूनही आपण त्याला संस्कार, संस्कृती या शब्दांखाली दडपतो. त्याच्या विषयीची अचूक, योग्य व शास्त्रीय माहिती घेणं, ही आजच्या काळाची गरज बनली आहे, हेही आपण नाकारतो. मग ही मुलं टीव्ही, इंटरनेट, ब्ल्यू फिल्म्स, अश्लील मासिकं यांतून चुकीची व अपुरी माहिती घेण्याचा प्रयत्न करतात आणि त्या बाबतीतला गोंधळ अजून वाढवून ठेवतात.

आणि मग यातून वादग्रस्त प्रश्न उभे राहतात –

* लग्नाआधी लैंगिक संबंध ठेवणं बरोबर की चूक?
* जर चूक, तर मग लैंगिक भावनांचा लग्नाआधी योग्य रीतीने निचरा कसा करावा?
* लैंगिक भावना जागृत ठेवण्यासाठी किंवा त्यातून समाधान मिळवण्यासाठी एखादं प्रेमप्रकरण करावं का?
* लैंगिक भावनांचं व्यवस्थित व्यवस्थापन न करता त्या भावना लग्न होईपर्यंत दाबूनच ठेवाव्यात का?
* आणि याही पुढे जाऊन जर लैंगिक शिक्षण घेतलं, तर करून बघण्याची उत्सुकता वाढते का?

या सर्व प्रश्नांची उत्तरं काय द्यावीत, असा प्रश्न पालकांना आणि एकूणच समाजाला पडणं साहजिक आहे. मग यावर तोडगा काय? या प्रश्नांची उत्तरं मुलांना प्रामाणिकपणे देणारे किती जण आहेत?

समुपदेशक हा एक व्यावसायिक तर नक्कीच आहे. 'समुपदेशन' ही साधारण पंचवीस-तीस वर्षांपूर्वी नव्याने आलेली कल्पना आहे. पूर्वी कदाचित हे समुपदेशनाचं काम कोण करायचं, तर घरातली ज्येष्ठ व्यक्ती; पण धाकदपटशा दाखवून. आता काळानुसार ही संकल्पना बदलत गेली. या मुलांचा सर्वांगीण विस्तार वाढत गेला, त्यामुळे व्यावसायिक नात्यामधून आणि सखोल वैज्ञानिक दृष्टिकोनातून (Profes-

sional & Scientific Approach) मानवाचे विचार, भावना योग्य रीतीने समजावून घेऊन त्याप्रमाणे योग्य कृती करायला लावणारी समुपदेशन ही प्रक्रिया संस्थात्मक पातळीवर प्रस्थापित झाली. म्हणूनच यामध्ये या वयातल्या मुलांसाठी, त्यांचं व्यक्तिमत्त्व फुलवण्यासाठी आणि त्यांच्यामध्ये योग्य प्रकारे मूल्य विकसित *(Value Education)* करण्यासाठी त्यांच्यातल्या शारीरिक / लैंगिक, मानसिक, आर्थिक, सामाजिक, सांस्कृतिक, बौद्धिक, कलात्मक व क्रीडात्मक स्व-प्रतिमा इ. वेगवेगळ्या पातळ्यांवर काम केलं जातं आणि विचार आणि भावना यांमध्ये प्रगल्भता आणण्याचंही काम केलं जातं.

या वयातल्या मुलांना हाताळणं पालकांना, शिक्षकांना किंवा ज्येष्ठांना कित्येकदा अवघड जातं. याचं कारण म्हणजे, या मुलांची सतत गोंधळलेली अवस्था, वेंधळेपणाचं वर्तन, लैंगिकतेविषयीच्या अप्रगल्भ कल्पना, उद्धट वर्तन, कुठेतरी हरवल्यासारखं त्यांचं वर्तन आणि मुख्य म्हणजे आयुष्याचं ध्येय काय असावं, याबाबतचा भरकटलेपणा! हे सर्व होत असतं, ते शरीरामध्ये होणाऱ्या संप्रेरकांच्या बदलांमुळे *(Hormonal Changes)*! ते धड मुलांनाही मान्य होत नसतं आणि आसपासच्या लोकांनाही! मग ही 'आजकालची मुलं अशीच का वागतात?' म्हणून या मुलांवर झालेला आरोप आणि या मुलांना आपलं नेमकं कुठं चुकतं, हे न कळाल्यामुळे त्यांच्यात आलेली अरेरावी असा अटीतटीचा सामना सुरू होतो.

पण हे सर्व उलगडत जाणार आहे या पुस्तकातून! सर्व पैलूंवर प्रकाश टाकून या मुलांनी नेमकं कोणत्या मार्गावर जावं आणि आपलं आयुष्य फुलवावं, या विषयीचं थोडक्यात केलेलं मार्गदर्शन!

तिसऱ्या आवृत्तीच्या निमित्ताने

'काय ही आजकालची तरुण पिढी!' हे वाक्य आजकाल कुठेही, कोणत्याही ग्रुपमध्ये, कुटुंबामध्ये चवीचा विषय म्हणून सुरू होते. यामधून असे लक्षात येते की, समाजाचा आजच्या तरुण पिढीकडे म्हणजेच या टीनएजर्सकडे बघण्याचा दृष्टिकोन बऱ्यापैकी नकारात्मक झालेला आहे. याची सुरुवात कुठेतरी कुटुंबापासून होते, कारण घरटी एकतरी टीनएजर सापडतोच. त्यामुळे घरामध्ये या टीनएजर्सचे वागणे, बाहेरच्या जगात वावरणे हे सर्वच थोडे नकारात्मक दृष्टीने पाहिले जातेय! यामध्ये या टीनएजर्सचा दोष कितपत आहे, हा चर्चेचाच विषय आहे.

या पार्श्वभूमीवर, गेल्या वर्षीपासून म्हणजेच २०१० जानेवारी-फ्रेबुवारीपासून अचानक टीनएजर्सच्या आत्महत्यांच्या घटना वर्तमानपत्रांमधून, न्यूज चॅनल्समधून समोर यायला लागल्या. खरेतर गेली काही वर्षे हे प्रमाण वाढतच आहे, पण मिडियाच्या फोकसमुळे या विषयावर एकदमच खळबळ उडाली. अनेक परिसंवाद, चर्चासत्रे, शिबिरे, मुलाखती या सर्व माध्यमांतून या टीनएजर्सच्या आत्महत्यांसंबंधी आणि त्याच्या कारणांसंबंधी धुरळा उडाला. आजही वर्तमानपत्र उघडले, तर एकतरी बातमी या संदर्भात असतेच आणि कारणे म्हणून आई-वडिलांचा दबाव, परीक्षेचा ताण, स्पर्धा-परीक्षांचा ताण, शिक्षकांकडून वाढलेल्या अपेक्षा आणि या मुलामुलींकडून होणारा अपेक्षाभंग यावरच केंद्रित असलेली चर्चा केली जाते.

हे सर्व पाहता, खरेच या मुलांचे विश्व खोलवर जाणून घेणे खूप महत्त्वाचे आहे. या टीनएजर्सच्या विश्वातच खूपकाही अभ्यासणे गरजेचे आहे. आणि थोड्याफार प्रमाणात सर्व बाजूंचा विचार करून, अनुभव घेऊन केलेला हा अभ्यास 'हे वयंच वेडं असतं!! – अर्थात स्व-प्रतिमा!' या पुस्तकात मांडण्याचा प्रयत्न केला आहे. समुपदेशक म्हणून काम करत असताना या मुलामुलींच्या एकूणच व्यक्तिमत्त्वांचा आणि त्यांच्या अनेकविध पैलूंचा बारकाईने अभ्यास करून, या मुलामुलींशी सतत संवाद साधून त्यांचा वैचारिक व भावनिक प्रवास समजावून घेण्याचा प्रामाणिक

प्रयत्न केला आहे. त्यांच्याशी संवाद साधताना वेगवेगळी कौशल्ये व तंत्रे वापरल्याचे अनुभव या पुस्तकाद्वारे कथन केले आहेत.

या पुस्तकामध्ये या मुलामुलींचे स्व-प्रतिमेचे अनेक पैलू म्हणून शारीरिक, लैंगिक, मानसिक, सामाजिक, सांस्कृतिक, बौद्धिक, आर्थिक, कलात्मक व क्रीडात्मक स्व-प्रतिमा या सर्व पैलूंचा अभ्यास करून, त्या-त्या व्यक्तिमत्त्वाच्या घटकांमध्ये कोणत्या प्रकारचा विकास आवश्यक आहे याचे सविस्तर विवेचन केले आहे.

हे पुस्तक महाराष्ट्राच्या कानाकोपऱ्यातील लोकांनी व काही तज्ज्ञ लोकांनी वाचून त्याबद्दल आम्हाला प्रामाणिक प्रतिक्रिया दिली. अर्थातच पॉझिटिव्ह प्रतिक्रिया जास्त आल्या, त्याबद्दल आम्ही सर्वांचेच ऋणी आहोत. त्यापैकीच हितचिंतक सौ. सुप्रिया दाते यांनी केलेल्या अनमोल सूचनांप्रमाणे आम्ही तिसऱ्या आवृत्तीत योग्य ते बदल केलेले आहेत आणि त्याबद्दल आम्ही त्यांचे ऋणी आहोत.

या पुस्तकाच्या पहिल्या व दुसऱ्या आवृत्तीच्या काळात म्हणजेच या दोन वर्षांत या पुस्तकाचे प्रकाशन झाल्यानंतर संपूर्ण महाराष्ट्रातून आम्हाला भरघोस प्रतिसाद मिळाला. मुंबई, नाशिक, औरंगाबाद, कोल्हापूर, परभणी, नांदेड, सोलापूर, जळगांव, सातारा, कऱ्हाड, जालना, नागपूर, वर्धा, अकोला, चंद्रपूर, पंढरपूर अशा अनेक ठिकाणांहून आपल्या मुलामुलींना घेऊन अनेक पालक समुपदेशनासाठी आलेले आहेत व येत आहेत. आता येणाऱ्या तिसऱ्या आवृत्तीच्या निमित्ताने या सर्वांच्या विश्वासाला आणि प्रेमाला पात्र ठरवण्याची ताकद आम्हांस लाभो, ही अपेक्षा!

— शुभांगी खासनीस - मानसोपचारतज्ज्ञ
— प्रसन्न रबडे - मानसोपचारतज्ज्ञ

अनुक्रम

शारीरिक स्व-प्रतिमा

शारीरिक स्व-प्रतिमा म्हणजे काय? / ५
वयात येण्याची चाहूल / ७
प्रणयचेष्टा, प्रेमप्रकरण, प्रेम, मैत्री यांतील फरक
एकतर्फी प्रेमातून हत्या / १३
लैंगिक शोषण (Child Sexual Abuse) / ३२
जबाबदार लैंगिक वर्तन / ४५
समलिंगी संबंध (Homosexuality) / ५२
मानवी लैंगिकता / ५६

मानसिक स्व-प्रतिमा

चिन्मयची व सेजलची गोष्ट / ९२
मानसिक व भावनिक बदल / ९८
ताण-तणावांचे नियोजन / १००
पालकांच्या चष्म्यातून! / ११३
व्यक्तिमत्त्व म्हणजे काय? व्यक्तिमत्त्वाचे प्रकार / १२०
शिक्षकांची भूमिका / १३६
भावंडांची भूमिका / १४४

पौगंडावस्था व मानसिक आजार / १४८
पौगंडावस्थेतील छिन्न विमनस्कता (स्किझोफ्रेनिया) व समुपदेशन / १५१
पौगंडावस्थेतील आत्महत्या व त्यामागील मानसिकता / १५५

सामाजिक स्व-प्रतिमा

मंदारची गोष्ट व स्व-संघर्ष / १६२
अहंगंड-न्यूनगंड / १६७
लक्षवेधीपणा / १७३
शालेय जीवन व त्याचा प्रभाव / नातेसंबंधांचा नेमका अर्थ /
मित्र–मैत्रिणींचा प्रभाव / १७८
अभ्यास म्हणजे काय? कशासाठी? / १८३
व्यसने / १९१
करिअर मार्गदर्शन / २००

सांस्कृतिक स्व-प्रतिमा

सांस्कृतिक स्व-प्रतिमा म्हणजे काय? / २०९
मॉडर्नायझेशनचे किंवा आधुनिकीकरणाचे परिणाम / २११
भारतीय संस्कृतीतून विवाहपद्धती / २१७

बौद्धिक स्व-प्रतिमा

बुद्धिमत्ता (Intelligence) म्हणजे नेमके काय? / २२२
भावना व त्याचे व्यवस्थापन / २३१

आर्थिक स्व-प्रतिमा

आकाश व आशनाची गोष्ट / २३८
आर्थिक स्वातंत्र्य
पैशाचे महत्त्व व पैशाची बचत

कलात्मक स्व-प्रतिमा

पौगंडावस्थेतील कलात्मक विकास / २४४

क्रीडात्मक स्व-प्रतिमा

पौगंडावस्थेतील क्रीडात्मक विकास / २४७
समुपदेशन म्हणजे काय? / २५२
पालकांचे समुपदेशन / २५८
पौगंडावस्थेतील मुलांचे समुपदेशन / २६५

स्व-प्रतिमा!

स्व-प्रतिमा!

या शब्दाचा स्वच्छ अर्थ म्हणजे स्वत:ची प्रतिमा (image). मूल जन्माला आल्यानंतर ते पूर्णत: पालकांवर अवलंबून असते. सगळ्याच दृष्टिकोनातून; म्हणजेच शारीरिकरीत्या, मानसिकरीत्या! या प्रक्रियेमधून पालक मुलांची एक ठरावीक संहिता (Parental Constitution) तयार करत असतात. त्यामध्ये त्याच्या बाबतीतील सर्व महत्त्वाचे निर्णय घेत असतात. पाल्याचा शारीरिक विकास हा पहिल्या वर्षातील महत्त्वाचा टप्पा! साधारण तिसऱ्या वर्षी ते पालकांपासून थोडे अलग (Detachment) होते. मग शाळेत म्हणजे बालवाडीमध्ये (Play group) जाण्याची तयारी सुरू होते. त्यामध्ये पालकांपासूनचा मानसिक विरह, त्यातून येणारी अस्वस्थता (Seperation Anxiety), अंथरुणामध्ये शू करणे, अंगठा चोखणे, रात्री झोपेतून दचकून जागे होणे, रडणे अशा अनेक समस्यांतून मुले जातात. हा प्रवास आठ वर्षांपर्यंत चालूच राहतो. आठव्या वर्षी साधारणपणे यालाच संक्रमणावस्था (Transit Period) असे म्हटले जाते. या वयाच्या मुलांचे अभ्यासातले लक्ष थोडे कमी होणे, चंचलता, रागीटपणा, हट्ट करणे, अजिबात न ऐकणे, नखे खाणे, शाळेमध्ये वेगळे वर्तन, शिस्त मोडणे अशा अनेक तक्रारी सुरू होतात, पण थोड्या प्रमाणात या सर्व विकासाच्या प्रक्रियेमध्ये मुले पालकांच्या आज्ञेत असतात किंवा बऱ्याच प्रकारे पालकांवर अवलंबून असतात.

साधारण दहाव्या-अकराव्या वर्षी या मुलांच्यात अचानक किंचित बदल व्हायला सुरुवात होते. त्यामध्ये एकदम घुमे होणे, स्वत:च्या डोक्याने गोष्टी करणे, विविध प्रश्न पडायला लागणे, थोडा आगाऊपणा वाढणे, हट्टीपणा वाढणे असे अनेक वर्तनात्मक बदलसुद्धा थोड्या प्रमाणात दिसू लागतात. हळूहळू पौगंडावस्थेकडे (Adolescence) वाटचाल करत असताना पालकांपासून दुरावा निर्माण व्हायला सुरुवात होते. अनेक शारीरिक बदल घडायला सुरुवात होते. मुलींमध्ये मासिक पाळी येते, मुलांमध्ये वृषण व शिश्न यांचे आकारमान वाढायला लागते. हे सर्व घडते संप्रेरकांच्या नैसर्गिक बदलांमुळे!

यातूनच निर्माण व्हायला लागते, ती स्व-प्रतिमा! आता 'स्व' याचा अर्थ 'स्वत:' आणि स्वत: म्हणजे 'आपले व्यक्तिमत्त्व'. व्यक्तिमत्त्व हे शारीरिक,

लैंगिक, मानसिक, वैचारिक, सामाजिक, बौद्धिक, सांस्कृतिक, क्रीडात्मक अथवा कलात्मक या अनेकविध अंगांनी बनलेले असते आणि त्याची एक प्रतिमा या वयामध्ये तयार होत असते. ही प्रतिमा स्वत:च्या शरीरापासूनच बनवायला सुरुवात होते. म्हणजे काय? तर स्वत:ची छबी आरशात तासन्‌तास न्याहाळणे, स्वत:च्या शरीराबद्दल संशोधन करणे, हा या मंडळींचा आवडता छंद! ती मुलगी असो वा मुलगा! नव्याने निर्माण झालेल्या लैंगिक भावनांतून स्वत:च्या शरीराकडे पाहणे, त्याची काळजी घेणे – मग त्यामध्ये कपडे, सौंदर्यप्रसाधने, केसांची स्टाईल, त्यामधून आपण कुणालातरी आवडावे ही निर्माण झालेली तीव्र भावना आणि त्यातून निर्माण झालेली लैंगिक स्व-प्रतिमा!

त्यातूनच मानसिक बदलांमुळे संशोधन करण्यासारखी मानसिक स्व-प्रतिमा! त्यामध्ये आपले विचार, अचानक उफाळून आलेल्या भावना यांचा विचार करत राहणे, हळूहळू स्वत:च्या सामाजिक स्व-प्रतिमेची जाणीव होणे – म्हणजे समवयस्कांत, आपल्या कुटुंबात, नातेवाइकांत, शेजारीपाजारी आपल्याबद्दल नेमके काय बोलतात, आपल्याबद्दल काय मते आहेत, हे जाणून घेण्याची उत्सुकता वाढते. त्यातून 'आदर्शां'च्या कल्पना, कुणाचेतरी अनुकरण करावेसे वाटणे, कुणाच्यातरी व्यक्तिमत्त्वाचा प्रभाव पडून त्याप्रमाणे उत्साह येणे, असे अनेक सामाजिक दृष्टिकोन तयार व्हायला सुरुवात होते.

यानंतर येते ती अर्थिक स्व-प्रतिमा! त्यामध्ये पैशाची किंमत, तो खर्च करण्याची ऊर्मी, मिळवण्याची ऊर्मी, पॉकेटमनी असे अनेक पैलू उलगडत जातात.

त्यानंतर शालेय जीवनामध्ये बौद्धिक स्व-प्रतिमा! ही तर टर्निंग पॉइंटच ठरते. कारण मार्क्स, परीक्षा, करिअर, दहावीचे-बारावीचे वर्ष, अभ्यासाचे महत्त्व आणि या सर्वांमध्ये माझी बुद्धिमत्ता आणि माझे सादरीकरण याची जणू स्पर्धा, चढाओढ सुरू होते. त्यामधून विफलता, नैराश्य, ढ, बुद्धू अशी मिळालेली विशेषणे आणि त्यातून निर्माण होणारी स्व-प्रतिमा. याला पूरक असणारी कलात्मक स्व-प्रतिमा! शालेय जीवनातील विविध गुणदर्शनांतर्गत स्वत:मधील वैशिष्ट्ये / कला शोधणे व त्याचा विकास, पण काही वेळा पालकांचा विरोध आणि अभ्यासाला महत्त्व दिल्यामुळे कलांचा विकास खुंटतो. तसेच क्रीडात्मक स्व-प्रतिमेविषयी! खेळामधील गती, त्याला मिळणारा वाव / संधी, शारीरिक क्षमता वापरण्याचा मार्ग, अशातून निर्माण होणारी स्व-प्रतिमा!

पुढचा टप्पा येतो तो आपली संस्कृती, संस्कार, कुटुंबातील धार्मिकता यांवर अवलंबून असलेल्या सांस्कृतिक स्व-प्रतिमेचा! यामध्ये सण-वार, लग्नसमारंभ, विवाहाबद्दलच्या संकल्पना यांवर प्राथमिक विचार, तसेच भारतीय आणि पाश्चात्त्य संस्कृतीची तुलना अशा अनेकविध उपलब्धतांमुळे प्राचीन आणि आधुनिक

संस्कृतींचा मेळ घालताना झालेला दोन पिढ्यांमधील संघर्ष! यांमधून सांस्कृतिक स्व-प्रतिमा उदयास येते.

या पुस्तकातून या सर्व प्रतिमांचा अनुभवांच्या आधारे अभ्यास करून त्यांचे विश्लेषण उदाहरणांसहित करण्याचा प्रयत्न केला आहे. पौगंडावस्था ही व्यक्तिमत्त्व विकासाची (Personality Development) पहिलीच पायरी आहे. तशीच अवघडही आहे. त्यामुळे या मुलांना हाताळताना पालक, शिक्षक, नातेवाईक अशा अनेकांना प्रश्न पडण्याची शक्यता असते. या सर्वांसाठीसुद्धा एक मार्गदर्शक म्हणून हे पुस्तक उपयोगी पडेल, असे प्रामाणिकपणे वाटते.

शारीरिक स्व-प्रतिमा म्हणजे काय?

मित्रमैत्रिणींनो, वरील शब्द वाचून तुमच्या मनात प्रश्न आलाच असेल ना की, 'स्व' किंवा 'Self' म्हणजे काय? हीच एक महत्त्वाची संकल्पना आपल्याला समजावून घ्यायची आहे. 'स्व'चा विकास होणे, हे तुमच्या कुमार वयाचे सर्वांत प्रथम येणारे वैशिष्ट्य आहे. मानसशास्त्रीयदृष्ट्या बघता व्यक्तीला 'स्व'ची ओळख दोन टप्प्यांत होते व हे दोन्हीही टप्पे पुढच्या विकासाच्या दृष्टीने अत्यंत महत्त्वाचे आहेत. यातील पहिला टप्पा वयाच्या तिसऱ्या वर्षी असतो, तर दुसरा टप्पा वयाच्या बारा / तेराव्या वर्षी असतो. कारण त्याच वयात व्यक्ती स्वत:कडे एक स्वतंत्र व्यक्ती म्हणून बघते. एक मुलगा किंवा एक मुलगी म्हणून स्वत:कडे कशी बघते, यावर त्या व्यक्तीची स्व-प्रतिमा तयार होते व त्या प्रतिमेला अनुसरूनच त्याचा म्हणजे त्या व्यक्तीचा स्वत:कडे आणि समाजाकडे बघण्याचा दृष्टिकोन तयार होतो. त्यामुळेच ही 'स्व-प्रतिमा' सकारात्मक (Positive) असणे अत्यंत महत्त्वाचे आहे. ती जर सकारात्मक नसेल, तर त्याचा विपरीत परिणाम तुमच्या व्यक्तिमत्त्वावर होतो व व्यक्ती म्हणून घडण्यास बाधा येण्याची शक्यता असते. याच वेळी दोन महत्त्वाचे धोके संभवतात. ते म्हणजे, स्वत:कडे बघण्याचा न्यूनगंडात्मक दृष्टिकोन (Inferiority Complex); स्वत:ला खूप कमी लेखणे. हे व्यक्तिमत्त्व विकासाला खूपच मारक आहे. तसेच स्वत:ला बघण्याचा अहंगंडात्मक दृष्टिकोन (Superiority Complex); हासुद्धा व्यक्तिमत्त्व विकासाला अत्यंत मारक आहे. त्यामुळेच स्वत:कडे बघण्याचा वास्तव दृष्टिकोन (Practical & Real Approach) निर्माण होणे गरजेचे आहे. त्यावरच तुमच्या पुढच्या आयुष्याची इमारत उभी राहणार असते व ती पक्की असावी असे वाटत असेल, तर स्वत:चा आहे तसा स्वीकार करणे (Acceptance of Self) अत्यंत आवश्यक असते. याची पहिली पायरी म्हणजे स्वत:च्या शारीरिक स्व-प्रतिमेचा स्वीकार करणे आवश्यक आहे. या वयातच तब्येत खूप चांगली असावी, आपण उंच व्हावे, सुडौल व्हावे, असे वाटणे जरी साहजिक असले, तरी प्रत्येक जण तसा असतोच, असे नाही. तसेच शरीर-प्रतिमेवर आपले राहणीमान, आई-वडिलांकडून येणारे आनुवंशिक घटक इ. अनेक गोष्टींचा परिणाम होत असतो. आणि त्याहूनही महत्त्वाचे म्हणजे,

शारीरिक सौंदर्य हे पुढच्या आयुष्यात महत्त्वाचे ठरत नाही, तर मनाचे आणि भावनांचे सौंदर्य वाढविणेच या वयात जास्त महत्त्वाचे आहे. त्यामुळे स्वत:च्या शरीराचा आहे तसा स्वीकार करावा, व्यायाम भरपूर करावा व चांगला पोषक आहार ठेवावा. खेळ, वाचन, मनन, एखादी नवीन गोष्ट किंवा कला आत्मसात करणे यातून तुमचे मानसिक सौंदर्य नक्कीच वाढेल.

आता आपण शारीरिक स्व-प्रतिमा सविस्तरपणे पाहू –

१) ''आजकाल घरात कमी लक्ष असतं तुझं! कसला विचार करत असतेस एकटी? पाहावं तेव्हा फोनवर. एवढं काय बोलता तुम्ही मैत्रिणी?''

''नुसतं नटणं-सवरणं, कपडे नि मेकअप यातच वेळ घालवा सगळा! काय झालंय हल्ली, कोणास ठाऊक? आधी तर असं नव्हतं. कोणाची संगत लागलीये?''

२) ''काय ते सिनेमे अन् गाणी पाहत बसतोस! काय बघण्यासारखं असतं त्यामध्ये? नुसते अंगविक्षेप आणि अश्लीलपणा! आणि म्हणे हे प्रेम! बंद कर ते आधी.''

''काय तर म्हणे, मसल्स डेव्हलप करायला जिममध्ये जायचंय! कुणी खूळ भरवलंय डोक्यात? घरी सूर्यनमस्कार घाला. बाकी काही नको!''

रोज उठून आई-बाबा, घरातले इतर मोठे, एवढेच काय, तर नातेवाईक, ओळखीचेसुद्धा अशाच सूचना (Instructions) का देतात; काही कळत नसते! बरे, काही महिन्यांपूर्वी तर सगळे व्यवस्थित असते आणि अचानक सगळ्यांनाच आपल्यामध्ये एवढ्या चुका का दिसायला लागल्या आहेत? मी आता मोठा झालोय / झालीये, हे का मान्य करत नाहीत हे सगळे? मला माझे वेगळे विचार आहेत, मते आहेत, हे का कळत नाही यांना? मी कसे उठायचे, बसायचे, काय कपडे घालायचे आणि कसे दिसायचे यावरसुद्धा यांचे नियंत्रण? आजच्या ट्रेंडप्रमाणे नको राहायला?

एकीकडे हा सगळा गोंधळ मनात खूप अस्वस्थता निर्माण करणारा असतो. सगळ्यांच्या आपल्याकडून अपेक्षा अचानक वाढल्याचे जाणवत असते, पण मोकळेपणाने जगायचे असते; तर दुसरीकडे मित्रांमध्ये जास्त मनमोकळे (Comfortable) वाटू लागते! आयुष्यात काहीतरी सॉलिड करून दाखवण्याची इच्छा प्रबळ होत असते, तर त्याच्या जोडीलाच आपल्या शरीराच्या माध्यमातून (Body Presentation) स्वत:ची छान आणि आकर्षक प्रतिमा (image) उभी करण्याची धडपड सुरू होते. बरोबर ना?

वयात येण्याची चाहूल

"अगं नेहा, तू मोठी झालीस आता! व्यवस्थित कपडे घालणं, वागणं, बोलणं, उठणं, बसणं सगळं कसं नीट हवं!"

"काय ताडासारखा वाढत चाललायस? किती थोराड दिसायला लागला आहेस!"

मुला-मुलींना घरच्यांच्या तोंडचे हे उद्गार नेहमीच चिडचिड निर्माण करणारे आणि गोंधळात टाकणारे वाटतात ना? तर मुलांच्या बाबतीतही वरील वाक्ये परिचित वाटतात ना? सगळे असे अचानकच का म्हणायला लागतात, हे कळत नसते; तर एकीकडे आपल्यामध्ये निश्चितच वेगळे काहीतरी घडत असल्याचे जाणवत असते. हो की नाही? पण सगळ्यांच्याच नजरा वेगळ्या झालेल्या असतात ना तुमच्याकडे पाहताना?

काय होते की, काही शारीरिक बदल घडत असतात, पण ते स्वीकारायची तयारी नसते. का बरं? पण तरीही या वयात मुलींना आपण 'सुंदर' दिसावे, तर मुलांना आपण आकर्षक (Handsome) दिसावे, हे प्रकर्षाने वाटत असतेच. मग आरशासमोर तासन्‌तास घालवणे, आपले कपडे छान दिसण्यासाठी निरनिराळ्या फॅशन करणे, तर प्रसंगी आई-बाबांचा विरोध पत्करून फॅशनच्या जगात वावरण्यापर्यंत मजल जाण्याचीही हिंमत येते.

हे सगळे अचानक कसेकाय होते? तर शरीरातील संप्रेरकांच्या बदलांमुळे (hormonal changes). मग फॅशन करणे, चांगले दिसणे (इतरांनी बघावे म्हणून) हे चुकीचे आहे का? अजिबात नाही! चांगले दिसण्याची इच्छा व त्यासाठी प्रयत्न करणे, ही सर्वसामान्य बाब आहे; परंतु सर्वकाही सोडून केवळ याच गोष्टीला अवास्तव महत्त्व देणे गैर आहे.

स्वत:च्या शरीराकडे लक्ष देणे, स्वच्छता राखणे, नटणे-मुरडणे व मुख्य म्हणजे ते 'आहे तसे स्वीकारणे', हे सगळ्यात महत्त्वाचे आहे! आपले शरीर (रंग, उंची, जाडी, लकबी) आहे तसे स्वीकारणे, त्याचा योग्य तो मान राखणे व योग्य ती काळजी घेणे या गोष्टींची सवय जर का या वयातच लावली, तर इतरांनी केलेल्या 'टीकेने' येणारी नाराजी व त्यातून निर्माण होणारा 'न्यूनगंड' सहज टाळता येऊ शकतो. नाहीतर मुलांचे जिम / हेल्थ क्लबमध्ये तासन्‌तास वेळ घालवणे आणि मुलींचे 'ब्युटी

पार्लर'मध्ये चकरा मारणे किंवा उंची वाढवण्यासाठी व वजन कमी करण्यासाठी (Slim & Trim) गोळ्या घेणे हा घरी वादाचा विषय होऊन बसतो आणि त्यातच आजकाल 'मिस वर्ल्ड / मिस युनिव्हर्स'चा प्रभाव असतो, तो वेगळाच! मुलांच्या बाबतीत 'सलमान खान / जॉन अब्राहिमची' सिक्स ॲब्ज पॅकवाली बॉडी म्हणजे केवळ आदर्शच!

या सर्व गोष्टींमागचा दृष्टिकोन म्हणजे 'माझ्याकडेच सर्वांनी पाहावे!' या वयात ही इच्छा प्रबळ होत असते. आणि असे घडत असेल, तर माझ्याकडे सगळे असे टकामका का बघतात, याचाही त्रास होत असतो. कदाचित अचानक झालेले शारीरिक बदल आणि पूर्वीपेक्षा आपण खरेच छान, गोड दिसतो आहोत, याची झालेली जाणीव त्यामुळे एक प्रकारचा चोरटेपणा येतो; नाही का?

"तुझी उंची काही आता वाढणार नाही. अशीच राहणार तू. कसं व्हायचं गं तुझं? लग्न कसं होणार तुझं?"

"तिची बहीण जास्त चांगली आहे ना दिसायला? ही म्हणजे अगदीच सुमार आहे."

बऱ्याचदा पालक, शिक्षक, भावंडे यांच्याकडून अशा चेष्टेखोर कमेंट्स येतात आणि त्या अशाकाही मनाला लागतात की, त्यातून स्वत:विषयीची नकारात्मक प्रतिमा निर्माण होण्यास सुरुवात होते.

"तू गॅदरिंगमध्ये भाग घेऊ नकोस. जाड मुलं स्टेजवर वाईट दिसतात." अशा प्रकारे शिक्षकांकडूनही येणाऱ्या कमेंट्स आत्मविश्वास कमी होण्यास कारणीभूत ठरतात.

"तू काय अगदी डिट्टो ऐश्वर्यासारखी दिसतेस बाई! या ॲंगलनं तिच्यासारखी दिसतेस. तुला कोणतेही कपडे शोभतात!"

"तू काय, व्यायाम वगैरे न करताच एकदम मस्क्यूलिन दिसतोस. पोरींची लाइन लागेल तुझ्यामागे!"

तर समवयस्कांकडून अशा आलेल्या कमेंट्स अतिआत्मविश्वासाचा अहंगंड निर्माण करण्यास कारणीभूत ठरू शकतात.

म्हणूनच, या सगळ्यांचे संतुलन असणे खूप आवश्यक आहे, असे वाटते ना? मग हळूहळू हे सगळे टप्प्याटप्प्यात पुढे उलगडत जाईल, अशी व्यवस्था आम्ही केली आहे या पुस्तकात!

मग आता हे शारीरिक बदल नेमके कोणते, हे जाणून घेऊ या. हे संप्रेरकांमुळे घडणारे शारीरिक बदल मुलींमध्ये दहाव्या / अकराव्या वर्षी, क्वचित त्याआधी दिसायला लागतात आणि मुलांमध्ये थोडे उशिरा, बाराव्या वर्षी दिसायला लागतात.

मुलांमध्ये होणारे बदल

- मिसरूड फुटते. दाढीचे थोडे खुंट यायला लागतात.
- छातीवर, हाता-पायांवर लव / केस यायला लागतात.
- मनगट व खांदे रुंदावायला लागतात.
- स्नायूंची ताकद वाढते, त्यांच्यात वाढ व्हायला सुरुवात होते.
- आवाज फुटतो, बदलतो, घोगरा होतो.
- उंची व वजन वाढायला लागते.
- जननेंद्रियावर व काखेत केस यायला सुरुवात होते. (Pubic Hair)
- वृषण (Testis) परिपक्व व्हायला लागतात व त्यांचा आकार मोठा होऊ लागतो.
- लिंगात (Penis) ताठरता (erection) यायला लागते.
- वृषणामध्ये (Testis) वीर्यनिर्मिती (Semen) व्हायला सुरुवात होते. वीर्यस्खलनाला सुरुवात होते. (Semen ejaculation)

मुलींमध्ये होणारे बदल

- चेहऱ्यावर गोडवा, तजेला येतो.
- उंची, वजन वाढू लागते.
- स्तनांची (Breasts) वाढ होऊ लागते. स्तनाग्रे घट्ट होऊ लागतात.
- नितंबाला गोलाई येते.
- मासिक पाळी (Menstruation) सुरू होते.
- जननेंद्रियावर व काखेत केस यायला लागतात.
- योनिमार्गाचा पडदा उघडतो आणि मूत्रमार्ग व गर्भाशयाचे मार्ग स्वतंत्र होतात.
- गर्भाशय (Uterus) परिपक्व व्हायला सुरुवात होते.
- क्वचित काळी योनिमार्गातून पांढरा स्राव (white discharge) स्रवतो.

कुमार वयात मुला-मुलींमध्ये होणारे शारीरिक बदल आपण पाहिले. या बदलांमुळे होणारा सार्वत्रिक परिणाम आपण पुढे पाहणारच आहोत, पण तत्पूर्वी आपल्या शरीरासंबंधी व्यवस्थित माहिती करून घेऊन त्याचा स्वीकार करणे खूप महत्त्वाचे आहे. त्याकरिता पुढे एक प्रश्नावली व त्यापुढे उत्तरासाठी काही मुद्दे दिलेले आहेत. मुलांनो, त्या प्रश्नांची उत्तरे शोधताना तुम्ही स्वत:शी प्रामाणिक राहिल्यास तुमचाच पुढचा प्रवास सुकर होणार आहे. काही प्रश्नांची उत्तरे देताना थोडा त्रास होण्याची शक्यता आहे, तर काही वेळा नवीन गोष्टी उलगडत जाण्याची

शक्यता आहे. पण यातूनच आपल्याला आपल्या शरीराबद्दल अचूक माहिती मिळेल. काही अडचणी असल्यास काय केले जाऊ शकते, हे कळेल व आपल्या शरीराचा स्वीकार करणे शक्य होईल. तर मग सोडवू या ही प्रश्नावली :-

आपल्या नियंत्रणात असणाऱ्या शारीरिक बाबी
(Physical aspects within our control)

१) आपली उंची किती आहे? अठरा वर्षांपर्यंत अजून किती इंच वाढण्याची शक्यता आहे?

२) आपले वजन किती आहे? उंचीनुसार प्रमाणात आहे का?

३) उंची व वजनानुसार आपले स्तन व नितंब प्रमाणात आहे का?

४) चेहऱ्यावरील हावभाव कसे असतात?
(हसरे / रडके / चिडके / आनंदी / उदासीन / उत्साही /....)

५) चेहऱ्यावर डाग, मुरमे, वांग, ॲलर्जी आहे का?

६) दात कसे आहेत?
(पांढरे शुभ्र / पिवळट / डाग पडलेले / वाकडेतिकडे / पडके /....)

७) वाणी कशी आहे?
(तोतरेपणा / सहज वाणी / स्पष्ट वाणी / जीभ जड असणे /....)

८) आपले आरोग्य कसे आहे? कोणता आजार आहे का?

९) आपले जननेंद्रिय आपल्याला आवडते का? का त्याची किळस, घाण वाटते?

वर दिलेल्या व याव्यतिरिक्त अजून काही शारीरिक बाबी जाणून घेऊन त्यामध्ये योग्य वैद्यकीय सल्ल्याने व्यायाम, योग इ. शास्त्रीयदृष्ट्या अचूक मार्गांनी सकारात्मक बदल घडवून आणता येतो; परंतु याकरिता पालकांशी मोकळेपणाने चर्चा करून या क्षेत्रातील तज्ज्ञ व्यक्तींचा सल्ला घेणे आवश्यक आहे.

आपल्या नियंत्रणात नसणाऱ्या शारीरिक बाबी
(Physical aspects beyond our control)

१) आपल्या त्वचेचा रंग कसा आहे?
(गोरा / सावळा / गव्हाळ / काळा /....)

२) डोळे कसे आहेत?
(लहान / मोठे / बोलके / चमकदार /....)
(रंग – काळे / ब्राऊन / निळे / घारे /....)

३) दृष्टी कशी आहे? चष्मा आहे का?
(स्पष्ट / अस्पष्ट / सदोष /....)

४) चेहऱ्याचा आकार / ठेवण कशी आहे?
(गोल / उभा / अंडाकृती / त्रिकोणी / चौकोनी /....)

५) केस कसे आहेत?
(लांब / आखूड / जाड / पातळ / खरखरीत / काळे /....)

आपल्या लक्षात आले असेलच की, वर नमूद केलेल्या शारीरिक बाबी बदलणे आपल्या हातात नाही. या गोष्टी जन्मत:च निश्चित झालेल्या असतात. तरी बळजबरीने यामध्ये बदल करून आणण्याच्या प्रयत्नात संप्रेरकांवर, शरीरावर व मानसिकतेवर विपरीत परिणाम होण्याची शक्यता असते. त्यामुळे त्यांचा आहे तसा स्वीकार करणे फार महत्त्वाचे आहे. तसे झाल्यास, स्वत:च्या शरीराबद्दल सकारात्मक दृष्टिकोन तयार होऊन पुढे जाऊन कोणत्याही प्रकारचा न्यूनगंड, अवास्तव अपेक्षा, कमीपणा, इतरांशी नकारात्मक तुलना, आत्मविश्वास कमी होणे इ. घातक गोष्टींपासून स्वत:ला नक्कीच लांब ठेवता / वाचवता येऊ शकते.

हे शारीरिक बदल, आपल्या शरीराची खरी ओळख आणि त्यांचा आहे तसा स्वीकार करणे का महत्त्वाचे आहे? तर यामधूनच आपल्यामध्ये शारीरिक न्यूनगंड निर्माण होण्याची शक्यता वाढते; पण त्याचबरोबर आपल्या शरीरात होणाऱ्या बदलांमुळे आपल्या आचारात-विचारांत खूप फरक जाणवायला सुरुवात होते.

वयाच्या दहाव्या वर्षापर्यंत आई-बाबा जे काही सांगत असतात, ते तसेच्या तसे ऐकणे व त्याप्रमाणे वागणे अशा सुरक्षित वातावरणात आपण वाढत असतो; पण पौगंडावस्थेत प्रवेश केल्यावर शारीरिक व संप्रेरकाच्या बदलांमुळे अचानक आपले एक वेगळे अस्तित्व आहे, असे जाणवू लागते. मग आई-बाबांपासून थोडे विलग होण्याची भावना निर्माण होते व बाहेरच्या जगाविषयी जास्त आकर्षण निर्माण व्हायला सुरुवात होते. मग त्यामध्ये मित्र-मैत्रिणींचा प्रभाव जास्तच वाढायला लागतो. कधी काळी चुलतभाऊ, मावसबहीण, मामेबहीण अशा नातेवाइकांशीही सूत जमायला लागते. समवयस्कांबरोबरचा सहवास जास्त भावायला लागतो. मग आई-बाबांचे ऐकणे, ते सांगतील त्याप्रमाणे करणे बंधनकारक व जाचक वाटायला लागते. घरामध्ये विचारांची देवघेव (Sharing) म्हणजेच मन मोकळे करणे कमी होते व घराबाहेर आधार शोधणे, मैत्री-प्रेम शोधणे यातून मित्र-मैत्रिणींचा प्रभाव वाढत जातो आणि यातूनच प्रेमप्रकरण, लफडी / भानगडी सुरू होतात. तर या शारीरिक किंवा मानसिक आकर्षणातून भिन्न लिंगी व्यक्तींविषयी वेगळ्याच भावना (कुछ कुछ होता है) निर्माण होतात. पण यातून जी नाती तयार होतात, ती कोणकोणत्या प्रकारची असतात, हे जाणून घेणे तितकेच गरजेचे आहे. या सर्व नात्यांमध्ये 'मैत्री' ही खूप कॉमन व महत्त्वाची बाब आहे. जेव्हा मित्रा-मित्रांमध्ये

किंवा मैत्रिणी-मैत्रिणींमध्ये ही मैत्री होते तेव्हा त्यामध्ये आपले असे कुणीतरी असावे; अगदी मनातल्या, आतल्या गोष्टी शेअर करायला मिळाव्यात, एन्जॉय करायला मिळावे, हसावे, खिदळावे, चेष्टा-मस्कऱ्या कराव्यात, एकत्र सिनेमाला जावे, हिंडावे, फिरावे, एकत्र बसून कॉफी पीत विविध विषयांवर गप्पा मारायला मिळाव्यात, मस्त टाइमपास करावा आणि यातून जास्तीत जास्त इंप्रेशन मारायला मिळावे, ही या वयातील गरज असते आणि हे सर्व करता-करता ही मैत्री जर जास्त काळ टिकली, तर एक प्रकारचा विश्वास निर्माण होतो. मनाला उभारी येते; प्रोत्साहन मिळते. कारण या सर्व गोष्टी करायला मिळतात म्हणूनच समवयस्क आवडत असतात. त्यातूनच मैत्रीची सुंदर भावना निर्माण होते व रुजते.

पण भिन्नलिंगी आकर्षणातून जेव्हा मैत्रीची ऑफर येते तेव्हा मुलगा असो वा मुलगी; त्याचे मन भिरभिरू लागते. एकीकडून मन सुखावतेही की, आपण कोणालातरी आवडतो; पण हे सर्व नेमके कसे हाताळावे याबद्दल अनभिज्ञता असते. तेव्हा आपले स्वत:चे आकर्षण कोणत्या प्रकारचे आहे, याचे भान असणे आवश्यक आहे. मग त्यातून निर्माण होणाऱ्या प्रणयचेष्टा, प्रेमप्रकरणे, प्रेम व मैत्री अशा वेगवेगळ्या नात्यांविषयी आपण आता जाणून घेणार आहोत. तसेच या सर्व नात्यांमध्ये नेमका फरक काय आहे, हे पाहणार आहोत.

प्रणयचेष्टा, प्रेमप्रकरण, प्रेम, मैत्री यांतील फरक

प्रणयचेष्टा
(Flirting)

"मला अचानक शेजारच्या राहुलविषयी असं वेगळं का वाटतंय? पण अभयशीपण बोलावंसं वाटतं!"

"मला ती श्रुती खूप खूप आवडायला लागली आहे. सध्या तिची छबी डोळ्यांसमोरून हलतच नाही!"

"टीव्हीवरची रोमँटिक दृश्यं पाहिली की, माझ्या शरीरात वेगळीच ऊर्मी उठते."

"माझं अभ्यासात का लक्ष लागत नाहीये? काल बघितलेला फोटोच सतत आठवतो आहे."

हे उद्‌गार वाचून थक्क झालात? पण असे विचार तुमच्याही मनात येतात का? तपासून बघा बरे! फक्त इतक्या उघडपणे कोणाला सांगता येत नाहीत. आणि अशा वेळी काय करावे; हे विचार थांबवावेत का, कोणाला सांगावेत काहीच सुचत नाही. बऱ्याचदा तर असे विचार आपल्या मनात येतात, म्हणजे आपण चुकीच्या मार्गाने जात आहोत, मोठा गुन्हाच करत आहोत, अशी ठाम समजूत होऊ लागते. त्यातून अपराधी भावना (guilty feeling) निर्माण होते.

संप्रेरकांमुळे मेंदूमध्ये बदल घडून अचानक भिन्न लिंगी व्यक्तीविषयी opposite sex) सुप्त आकर्षण निर्माण होते. ही किशोरवयीन मुला-मुलींमध्ये घडणारी नैसर्गिक व सर्वसामान्य गोष्ट आहे. या अवस्थेमध्ये मित्र-मैत्रिणी व समवयस्कांचा प्रभाव खूप जास्त असतो. गर्लफ्रेंड / बॉयफ्रेंड असण्याचे फॅड, हे याचे सर्वांत प्रचलित असे उदाहरण!

मग यातूनच पुढे फ्रेंडशिप डे, व्हॅलेंटाइन डे साजरा करणे व डिस्कोथेकमध्ये जाणे; त्यासाठी तात्पुरते 'पार्टनर्स' शोधणे, लव्हशिप मागणे इ. सुरू होते. मग हॉटेलिंग, सिनेमे बघणे, तासन्‌तास गप्पा मारणे, फिल्म स्टार्सबद्दल आकर्षण वाटणे या गोष्टी सुरू होतात. यातच थ्रिल वाटायला लागते. यातच टीव्हीवरील मालिका, चित्रपट व म्युझिक व्हिडिओच्या प्रभावाची भर पडतच असते. यातूनच 'Love at first sight' अशा स्वप्नाळू गोष्टींवर विश्वास बसायला लागतो. तसेच एकाबरोबर / एकीबरोबर फिरणे आणि मग खुन्नस म्हणून दुसऱ्याबरोबर / दुसरीबरोबर फिरणे; एवढेच नव्हे तर ज्याला गर्लफ्रेंड / बॉयफ्रेंड नाही, तो / ती अगदीच मिळमिळीत असे मानणे, ही रीतच होऊन जाते! परंतु या सगळ्यामध्ये भावनिक बंध किती तयार होतात, हाच विचार करण्याचा खरा प्रश्न! या शारीरिक आकषर्णातून समोरची व्यक्ती ही आपली झालीच पाहिजे अशी भावना निर्माण होते. मग समोरच्या व्यक्तीला आहे तसे स्वीकारण्याऐवजी अमुक अमुक छान आहे म्हणून स्वीकारले जाते. मग हळूहळू भेटींमध्ये, फोनवर बोलण्यामध्ये आपल्याला हवी तशी समोरची व्यक्ती वागली नाही, तर ती व्यक्तीच नको असे वाटायला लागते आणि त्यातून Break-ups होतात. मग त्याचा मानसिक त्रास होतो. जर दोघांपैकी एकच व्यक्तीची भावनिक गुंतवणूक अधिक झाली असेल, तर नकार पचवताना खूपच जड जाते. नकार देणाऱ्या व्यक्तीला वाईट वाटते, पण तितकेसे लक्षात राहत नाही. त्यामुळे हवा तिथे नकार द्यायला शिकणे आणि नकार पचवायला शिकणे अत्यंत महत्त्वाचे आहे. यातूनच 'प्रेमभंग' होतात. एकापेक्षा जास्तसुद्धा होऊ शकतात. अशा वेळेस समुपदेशन खूप उपयोगी ठरते.

सगळ्यांत महत्त्वाचे म्हणजे, हे सगळे होत असताना 'अभ्यासाकडे होणारे दुर्लक्ष' व त्याचा परीक्षेत मार्कांवर होणारा परिणाम, त्यातून 'आई-वडिलांना तोंड देणे', घरी सारखे खटके उडणे आणि यातून निर्माण होणारा ताण हे सगळे सहन होत नसते व हाताळताही येत नसते. मग घरी कोणी समजून घेत नाही, प्रेम करत नाही, म्हणून बाहेर ते शोधण्याचा प्रयत्न सुरू होतो. यातच लैंगिकतेविषयी (sex) जाणून घेण्याची प्रचंड उत्सुकता असते. प्रत्येक मित्र काहीतरी वेगळेच सांगत असतो. घरच्यांना तर विचारायचा प्रश्नच नसतो! मग प्रसंगी चोरून ब्ल्यू फिल्म्स बघणे, कॉम्प्युटर, इंटरनेटवरून अश्लील छायाचित्रे असलेल्या वेबसाइट्स बघणे,

मासिके, पुस्तके वाचणे इ. सुरू होते. लैंगिकतेविषयी अचूक शास्त्रीय माहिती मिळणे, ही या वयाची गरज आहे, हे जितके पालक व शिक्षकांनी जाणून घेणे आवश्यक आहे, तितकेच अशी अचूक माहिती वरील दिलेल्या माध्यमातून कधीच मिळू शकत नाही, हे तुम्ही मुला-मुलींनी जाणून घेणे आवश्यक आहे. अशी अश्लील माध्यमे उलट लैंगिकतेविषयी चुकीचे समज, अज्ञान, गोंधळ व भीती निर्माण करण्यास कारणीभूत ठरतात.

म्हणूनच या विषयीची अचूक सविस्तर माहिती आपण या पुस्तकात पाहणारच आहोत.

अशा प्रकारे शारीरिक आकर्षण वाटणे (भिन्न लिंगी, कधी काळी समलिंगी) ही शारीरिक क्रिया असून ते वाटणे आपल्या हातात नाही. ही एक सुंदर प्रक्रिया आहे. आणि आपल्याला ते केव्हाही, कोणाहीविषयी वाटू शकते; पण त्यावर भावनिक ताबा मिळवणे अत्यंत आवश्यक आणि सहज शक्यही आहे; पण त्यासाठी प्रणयचेष्टा, मैत्री, प्रेमप्रकरण व प्रेम यांमधला फरक नीट समजून घेतला तर? मग बघू या तर!

पंधरा वर्षांची श्रद्धा. अकरावीत कॉलेजमध्ये. दिसायला सुंदर, थोडी छानछोकीने राहणारी. आणि सतरा वर्षांचा यश. श्रद्धाला यशबद्दल एकदम काहीतरी वेगळे वाटू लागलेले. कारण यश तिच्याशी खूप बोलण्याचा प्रयत्न करायचा. मग सुरू झाले भेटणे, ग्रुपमध्ये चिडवाचिडवी. मग तिला तो आवडू लागला. पुढे एक-दोन वर्षे असेच रस्त्यात चोरून भेटणे, पिक्चरला जाणे, तासन्‌तास गुलुगुलु गप्पा मारणे चालू राहिले. मग तिच्या घरामध्ये कळाल्यानंतर तिच्या आई-बाबांनी तिला ताकीद दिली. त्यांचे भेटणे बंद केले, कारण तिच्या अभ्यासावर या सर्वांचा परिणाम व्हायला लागला होता. मुळातच श्रद्धाला मार्क्स कमी असायचे. तिला अभ्यासाबद्दल किंवा शैक्षणिक गुणवत्तेबद्दल न्यूनगंड होता. तिला असे वाटायचे की, जर शैक्षणिक करिअर चांगले असेल, परीक्षेत चांगले मार्क्स पडले, तरच हुशार नाहीतर फारकाही उज्ज्वल भविष्य नाही. त्यामुळे तिला वाटायचे, 'आपण अभ्यासात हुशार नाही, तर मग आपल्या बाह्य सौंदर्याच्या जोरावर मुलांशी बोलणे, लफडी करणे सहज जमेल.' त्यामुळे यशने थोडासा सॉफ्ट कॉर्नर दाखवल्यावर तिला ते आवडू लागले. पण घरामध्ये समजल्यानंतर तिच्या मम्मीने तिला तो कसा तिच्या लायकीचा नव्हता, हे समजावून सांगितले. तो खालच्या घराण्यातील होता, हे ऐकून तिला वाटले, 'आपल्याला हा योग्य नाही. आपल्याला आणखी चांगला मिळेल.' म्हणून मग तिच्याच गल्लीत राहणाऱ्या, कॉम्प्युटरचा क्लास घेणाऱ्या मिथिलेशकडे ती आकर्षित झाली. मग त्याच्याबरोबर गप्पा, दंगा सुरू झाला. मनात यशला दुखावल्याची भावना होतीच; पण तरीपण मिथिलेशशी बोलणे आवडू लागले. मग अभ्यासातून अजूनच लक्ष उडाले. तिला असे वाटू लागले की,

'आपल्याला यशबद्दल नेमके काय वाटत होते? आणि आता मिथिलेशविषयी काय वाटते? हे सर्व काय आहे? मी कितीही अभ्यासात लक्ष द्यायचा प्रयत्न केला, तरी मुलांविषयीचे विचार डोक्यातून जातच नाहीत. मग मी असेच करत राहणार का? माझे लग्न कसे होणार? मला योग्य जोडीदार मिळणार का? मला जे मुलांविषयी वाटते, ते चूकच आहे. त्याचे काय करायचे?' असे असंख्य प्रश्न तिच्या मनात यायचे. तिने मैत्रिणींशी बोलण्याचा प्रयत्न केला; पण सगळ्याच जणी तिच्या विरोधात गेल्या. तिचे कोणी ऐकूनच घेत नव्हते. हवालदिल झाली होती ती.

मग श्रद्धा घरातच जास्त वेळ घालवू लागली. कारण तिच्या मम्मी-पप्पांचा तिच्यावरचा विश्वास उडाला होता. खूपच कोमेजली श्रद्धा. मग मिथिलेशला तिने भेटणे सोडून दिले. दु:खात डुंबून गेली ती. मग तिच्याच वर्गातील बिपीन तिला या दु:खात साथ देऊ लागला, तशी ती त्याच्याकडे आकर्षित होऊ लागली. मग हसत-खेळत गप्पा सुरू झाल्या. एक उपकारभावना म्हणून त्याच्याशी शारीरिक संबंध ठेवायला ती नकार देऊ शकली नाही. मग कालांतराने तिला हळूहळू बिपीनच्या सहवासाचा कंटाळा येऊ लागला. तोचतोचपणाचा अनुभव तिला येऊ लागला. दरम्यान, कॉलेजमध्ये नुकत्याच प्रवेश केलेल्या हँडसम पार्थकडे तिचे लक्ष गेले. तो सगळ्यांमध्ये खूप ॲक्टिव्ह होता. त्याचे तिच्यावर खूप छान इंप्रेशन पडले होते. मग तिचे छान-छान कपडे घालून त्याच्यावर 'शायनिंग' करणे सुरू झाले. त्याने सुरुवातीला बिलकूल दाद दिली नाही, कारण त्याला बिपीन आणि श्रद्धाचे 'लफडे' माहीत होते; पण जसजसे या प्रकरणावरून बिपीन आणि श्रद्धाचा ब्रेकअप झाले तशी ती पार्थसाठी अजूनच झुरू लागली. तिला वाटले, 'हाच खरा आपला 'हीरो' आहे!' मग चौथे प्रकरण सुरू झाले.

वरील उदाहरणात काय दिसते? तर अभ्यासात हुशार नसल्याने आणि तिची ग्रेड कमी ठरवल्यामुळे श्रद्धामध्ये एक प्रकारचा न्यूनगंड तयार झाला आणि तिला मुलांचे आकर्षण वाटू लागले. यामध्ये शारीरिक आकर्षण हा भाग जास्त होता, जो तिला यशनंतर मिथिलेशबद्दल वाटू लागला. त्यांनी तिची केलेली क्षणिक स्तुती, शारीरिक जवळीकता यामुळे तिच्यातील न्यूनगंड थोड्याफार प्रमाणात कमी होऊ लागला होता; पण त्यातून तिच्या मनात आपल्याला सतत फसवले जात आहे की काय, अशीही भावना प्रबळ होऊ लागली. पहिले यशशी तिचे नाते तुटले, मग बिपीनशी नाते तुटले तेव्हा तिला असेच वाटले की, मी त्याला फसवले. मग तिचा स्वत:शी संघर्ष सुरू झाला की, आपल्याला मुलांबद्दल किंवा मुलांना आपल्याबद्दल वाटते ते फक्त लैंगिक आकर्षण आहे; ते प्रेम नव्हेच. कारण इतक्या सर्व मुलांविषयी 'प्रेम' कसे वाटू शकते याचा विचार ती करू लागली.

तर भावनावश होऊन, दुसऱ्या व्यक्तीच्या केवळ शारीरिक प्रतिमेला महत्त्व

देऊन त्या व्यक्तीच्या विचारात इतके मग्न होणे की, त्यामुळे इतर उद्दिष्टांकडे दुर्लक्ष होणे, हे प्रणयचेष्टेच्या बाबतीत घडते. त्या व्यक्तीच्या केवळ शरीराचा व अवयवांचा विचार सतत मनामध्ये घोळत असतो. उदा. शाळेमध्ये मुला-मुलींच्या जोड्या लावणे किंवा चिडवाचिडवी करणे यातूनही आकर्षण निर्माण होण्याची शक्यता असते. या सगळ्यामुळे मुला-मुलींमध्ये आपसात वागताना-बोलताना अचानक होणारा बदल, तसेच घरात व शाळा / कॉलेजमध्ये वावरताना होणारा बदल, अचूक वैज्ञानिक माहिती न मिळताच चुकीचा मार्ग अवलंबणे व या सगळ्याचा परिणाम हे आपण पाहिलेच आहे. यामागची मानसिकता आपण पुढे पाहणार आहोत.

परंतु हे लक्षात घ्यायला हवे की, शारीरिक आकर्षण प्रौढत्वात (adulthood) पूर्णपणे परिपक्व (mature) होते. त्याची खरी गरज, महत्त्व व ते व्यक्त करण्याच्या योग्य पद्धती याची जाण केवळ त्या वयातच कळू शकते! कारण ते शारीरिक आकर्षण निर्माण झालेले असते, ते निखळ प्रेमातून!

त्यामुळे पौगंडावस्थेत प्रणयचेष्टा करावी असे वाटते, हे जरी खरे असले, तरी ते प्रेमातून निर्माण झालेले नसते. थोडक्यात, परिपक्व नसते, हेही तेवढेच खरे. काही वेळा आपल्याला शारीरिक आकर्षण वाटते, याची स्वत:ला जाणीवही नसते. त्यातूनच प्रणयचेष्टेची सवय लागते. नमुन्यादाखल असेच तुमच्याच वयाच्या एका मुलाने लिहिलेले प्रेमपत्र पाहू –

हाय तनुश्री,

अगं काय हे! सकाळी उठल्यापासून रात्री झोपेपर्यंत सारखी तूच डोळ्यांसमोर दिसत असतेस. तुझा चेहरा, तुझे डोळे, तुझे रोझी-रोझी ओठ! कसले मॅग्नेटिक आहेत ते! मी तर सारखा फील करत असतो. रात्रंदिवस तुझाच विचार असतो. तुझ्या किसची जादू सॉलिड आहे, जी आत्तापर्यंत कुणाबरोबरच फील नाही केली. आय रिअली इन्व्हॉल्व्हड इन यू यार! तुला बघून ना, मेरे दिलकी धडकन एकदम सुपरफास्ट ट्रेन सारखी धडधडायला लागते बघ! तुझ्याशी बोलताना माझं भानच गुल होतं! काय क्यूट दिसत होतीस रोझ डेला. व्हॉट अ सेक्सी फिगर! असं वाटलं ना की बस...! तो गुलाबी टॉप सॉलिड म्हणजे फारच फिट दिसतो तुला. एकदम प्रियांका चोप्रा आणि मी जॉन — असाच फील येतो यार! अरे हो, तुझी ती फ्रेंड सायली काय चिकणी आहे ना? कधीच ओळख करून दिली नाहीस. परवा ccdला घेऊन ये ना! काही नाही. सहजच गं! ती MBA करते आहे ना, जरा guidence घ्यायचाच. अरे हो, उद्या दुपारी मस्त ॲडलॅब्जच्या शोला जाऊ. मग मस्तपैकी झिंगाटमध्ये राइड करून मग मॅकडीमध्ये एन्जॉय करू. पण एकदम

सिक्रेट! कोणालाही सांगू नकोस. योगेशला तर आजिबात नाही. सॅन्ट्रो आणून शायनिंग मारतो. त्याची ती गर्लफ्रेंड म्याँव! फार सेक्सी आहे, नाही? पण साले दोघंही भंकस. तुझ्याकडे तो स्टेअर करतो फार. बॅड गाय! आणि हो, वैशाली आणि निर्मितीलापण पत्ता लागून देऊ नकोस. फुकट माझ्या डोक्याला ताप! त्यांना कळलं, तर सारखं मागे लागतात. पण परवा तू उगाचच चिडलीस बरं का. अगं मुग्धा आणि मी खूप सीरिअस बोलत होतो. ती रडत होती. तिला प्रॉब्लेम होता, म्हणून तिचा हात हातात घेतला होता आणि जवळ बसलो होतो; पण मी फक्त तुझाच आहे. उद्या अॅडलॅब्जला मस्त मज्जा करू. खास चेअर्स आहेत. त्यामुळे खूप रोमँटिक फील येतो. सी.यू. टॉम! दुपारी पांचालीच्या बाहेर. टेक केअर, स्वीट ड्रीम्स, स्वीट किस बेबी!

तुझा,
स्वीट हार्ट

प्रणयचेष्टेची वैशिष्ट्ये

१) शारीरिक जवळीक खूप हवीशी वाटते.
२) एका वेळेस एकाबरोबर किंवा अनेक व्यक्तींबरोबर शारीरिक जवळीक हवी असते; पण मुख्य आकर्षण शारीरिक पातळीवरचे असते.
३) यामध्ये लैंगिक अवयवांचे व जननेंद्रियांचे आकर्षण जास्त असते.
४) भावनिक गुंतवणूक असेलच, असे नाही.
५) यामध्ये वासनाही तीव्र असू शकते.
६) शारीरिक जवळीक क्षणभंगुर असू शकते. त्यामुळे ती कमी काळ टिकते.
७) सतत शारीरिक चाळ्यांविषयीचे विचार डोक्यात घोळत असतात; पण त्या व्यक्तीच्या वैचारिक किंवा भावनांचा विचार खूप मर्यादित असतो.
८) एका वेळेस दोन किंवा कधीकधी तीन व्यक्तींबरोबरही शारीरिक संबंध ठेवले जातात. ते एकतर्फी असू शकतात.

शारीरिक आकर्षणातून मग काही सार्वजनिक प्रकार मुलांकडून केले जातात, त्यामध्ये –

१) छेडछाड –

मुलांनो, मागे सांगितल्याप्रमाणे या वयात मुलींबद्दल वाटणारे आकर्षण जरी नैसर्गिक असले, तरी त्यात मैत्रीच्या संबंधापेक्षा विकृत वागणूकच जास्त आढळते. रस्त्यात मुलींची छेडछाड होणे, ही एक नेहमीच आढळून येणारी गोष्ट आहे. थोडी चेष्टा, चिडवाचिडवी, गंमत म्हणून ती जिथपर्यंत निरुपद्रवी आहे तिथपर्यंत ठीक

आहे; परंतु याहून पुढे गेल्यास त्याचे अनेक गंभीर परिणाम दोघांवरही होतात आणि अशी छेडछाड करणे, हा कायद्यानेपण गुन्हा आहे. अश्लील शब्द, वाक्य बोलणे, शिट्टी वाजवणे, डोळा मारणे, गर्दीमध्ये धक्के मारणे हे सर्व छेडछाडीचे प्रकार आहेत. मुलांनो, एक गोष्ट नक्की — मुलींची छेड काढण्यात काहीच पुरुषार्थ नाही, मर्दानगी नाही; तर असे करणाऱ्यांना रोखण्यात खरा सभ्यपणा आणि जागरूकता आहे. मग जर छेड काढणारे तुम्हीच असाल, तर ती थांबवणारेही तुम्हीच होऊ शकता. आणि तुम्ही जोपर्यंत मुलींच्या शरीराचा आदर करणार नाही, तोपर्यंत या गोष्टी अशाच होतील. यावर विचार करणे गरजेचे आहे. छेडछाडीसाठी पुढील काही कारणे असू शकतात – पुरुष-समाजरचनेमुळे मनात रुजलेली पुरुषी श्रेष्ठत्वाची भावना, विकृत संस्कार, विकृत मनोवृत्ती, स्त्रीबद्दलचा अनादर, कामधंदा नसणे, प्रसारमाध्यमांचा दुष्परिणाम, हीरोगिरी, मैत्री करण्याचा चुकीचा मार्ग इ. या सर्व संकल्पना बदलायला हव्यात, ज्या तुम्हीच बदलू शकता.

२) लैंगिक छळ / विनयभंग

प्रौढांकडून किंवा मोठ्या मुलांकडून लहान मुलांचा आपल्या कल्पनेपलीकडे लैंगिक छळ होत असतो. लहान मुलांचा तर फारच मोठ्या प्रमाणावर होत असतो. अगदी वक्षस्थळ दाबण्यापासून ते शरीरसंबंधांपर्यंत! मुलींचा असा छळ करणारी घरातील वडीलधारी मंडळी म्हणजे काका, मामा, मोठी भावंडेही असू शकतात. अशा प्रकारे मुलींचा लैंगिक छळ हळूहळू चिमटे काढणे, शरीरावर थापा मारणे, मिठी मारणे, चुंबन घेणे यांसारख्या कृतींतून सुरू होतो. असे वागणारे पुरुष जवळचेच असतात. त्यामुळे त्यांच्याविषयी कुणाला वाईट सांगता येत नाही वा संशयही घेता येत नाही. परत मुलींना हे सांगायला लाज वाटते किंवा अपराधी वाटते. त्यांना स्वत:विषयीची घृणा वाटते. मुली साधारणपणे असे प्रसंग चोरून ठेवतात. कारण आपल्या समाजात मुलीची अब्रू म्हणजे काचेचे भांडे; परंतु मुलींनी असे प्रसंग चोरून ठेवू नयेत. घरातील वडीलधाऱ्या मंडळींना सांगावेत. वडीलधाऱ्यांनीसुद्धा त्या वेळी मुलीला दोष न देता तिला समजून घ्यावे. मानसिक आधार द्यावा, कारण यात तिची काहीच चूक नाही.

हेच सर्व प्रकार मुलांच्या बाबतीतही घडत असतात, परंतु ते तितक्या उघडपणे समोर येत नाहीत. मुला-मुलींच्या पालकांनी या बाबतीत सतर्क राहायला हवे, तसेच आपल्या पाल्याला या विषयी जागरूक करायला हवे. यासाठी घरात मोकळा संवाद व विश्वासात घेऊन बोलणे खूप उपयोगी ठरते. तसेच आवडता-नावडता स्पर्श व तो ओळखणेसुद्धा शिकवायला हवे.

प्रेमप्रकरण
(Love Affair)

कॉलेजच्या निवडणुकीत उभा राहून साजिद एकदम खूप प्रकाशझोतात आला. सर्व मित्रांच्यात खूप फेमस झाला. मग मुलींच्या घोळक्यात कुजबुज सुरू झाली. त्यातलीच एक तस्नीम. ती जरा चारचौघींत उठून दिसणारी. दिसायला सुंदर. विशेष हुशार. मग चर्चा सुरू झाली. मग साजिदने थेटच जाऊन तिला 'लव्हशिप'साठी विचारले. ती ते ऐकून रोमांचित झाली. त्याच्या भोवतीचे वलय तिला भावून गेले. त्याने विचारले, हे ऐकून तिला गुदगुल्या झाल्या. मग सुरू झाले दोघांचे प्रेमप्रकरण! कॉलेजमध्ये चर्चा, कट्ट्यावर चर्चा. त्या दोघांचे एकमेकांबरोबर लेक्चर्स चुकवून रोज फिरणे, ग्रुपमध्ये चिडवाचिडवी. मग असे करता-करता परीक्षेचे दिवस आले. अभ्यासाचे वातावरण तापू लागले. तस्नीम हुशार, एकपाठी. त्यामुळे तिचा अभ्यास सुरू झाला, पण साजिद अभ्यासात सो-सोच! त्याचे अभ्यास टाळणे सुरू झाले. अभ्यासातले लक्षच उडाले होते. सत्र परीक्षा संपल्या. दोन महिन्यांत रिझल्टही लागले, तर साजिद दोन विषयांत नापास! आणि तस्नीम वर्गामध्ये दुसरी आली. हा फरक प्रत्येकालाच जाणवू लागला. दरम्यान, दोघांच्याही घरी या 'प्रकरणाचा' सुगावा लागलेला होता. त्यामुळे विरोध, कॉलेजमध्ये न जाण्याची धमकी असे अनेक प्रकार तस्नीमच्या बाबतीत सुरू झाले. त्यातच साजिदची बौद्धिक कुवत कितपत आहे, हे तिच्या लक्षात यायला लागले. दरम्यान, हेमंत नावाचा तिच्याच वर्गातील हुशार मुलगा तिच्यासाठी झुरू लागला. मग आपोआपच तिचे लक्ष साजिदवरून उडून हेमंतकडे झुकायला लागले. मग साजिदला ही गोष्ट कळाल्यानंतर त्याची तिला विनवणी, तिचे मन वळविण्यासाठीची धडपड; पण तस्नीमला हे खरेच प्रेम आहे का, यावर विचार करणे भाग पडले. तेव्हा तिच्या लक्षात आले की, साजिदचा ती लग्नाच्या दृष्टीने विचारच करू शकत नव्हती. कारण

त्याचे करिअर घडण्याच्या दृष्टीने सगळीच अनभिज्ञता! त्यात त्याला लागलेले गुटख्याचे व्यसन! या सर्व परिस्थितीमुळे तस्नीमने साजिदशी कायमचे नाते तोडून टाकले.

तर प्रेमप्रकरण आणि प्रेम यामधला फरक आता आपल्या स्पष्टपणे लक्षात आला असेल.

'प्रेमप्रकरण किंवा Love Affair' हा शब्द अगदी सहजरीत्या आपण नेहमीच वापरत असतो. तितक्याच सहजतेने ही प्रेमप्रकरणे होतात आणि तुटतातदेखील! बऱ्याचदा या कॉलेजमध्ये घडणाऱ्या गोष्टी कॉलेजशिक्षण संपल्यावर मागे पडतात. शाळा व कॉलेजमध्ये होणारी आणि खूप चर्चित असलेली ही प्रेमप्रकरणे बऱ्याचदा समवयस्कांच्या प्रभावामुळे घडत असतात.

''तुझी आणि त्याची जोडी फार 'हॉट' दिसते!''

''ती खरंच खूप सूट होते तुला. बघ, विचार कर!''

असे उद्‌गार आणि चर्चा कॉलेजकट्ट्यावर ग्रुपमध्ये अनेकदा बसल्या-बसल्या सुरू असतात. मुला-मुलींच्या जोड्या लावणे, रोझ डे व व्हॅलेंन्टाइन डेपुरते पार्टनर्स मिळवणे इ. मुळेसुद्धा ही प्रकरणे जमतात; परंतु निभावली जातातच, असे नाही. अनेकदा तर ही प्रकरणे 'टाइमपास' व 'एन्जॉयमेंट'साठीच केली जातात, परंतु यादरम्यान दोघांपैकी एका व्यक्तीची जर भावनिक गुंतवणूक झाली, तर प्रश्न उद्‌भवतो व या तात्पुरत्या प्रेमप्रकरणामुळेदेखील त्या व्यक्तीला बराच मानसिक त्रास सहन करावा लागू शकतो.

बऱ्याचदा तर शाळेमध्ये स्वत:ची प्रतिमा (image / status) राखण्यासाठी प्रेमप्रकरणे जाणून-बुजून केली जातात. आजकालच्या कॉलेजविश्वात गर्लफ्रेंड / बॉयफ्रेंड असणे, हे एक प्रतिमेचे द्योतक (Status Symbol) म्हणून बघितले जाते. अनेकदा तर कोणाची किती प्रकरणे किंवा किती जास्त गर्लफ्रेंड्स / बॉयफ्रेंड्स आहेत याच्यातदेखील चढाओढ असते. अशा प्रकारे पोरगा / पोरगी फिरवणे यामध्ये 'प्रेम' असते का, हे जाणून घेणे फार महत्त्वाचे आहे. त्यामुळेच प्रकरणांत परस्परांमध्ये भावनिक बंध (Emotional involvement) तयार होतातच, असे नाही. त्याचप्रमाणे शारीरिक आकर्षणाला काही वेळा प्राधान्याचे स्थान असते, तर काही वेळा दुय्यम स्थान असते. हे सर्व असून-नसूनसुद्धा प्रेमप्रकरणामधील दोन्ही व्यक्ती कळत-नकळतपणे एकमेकांविषयी गोड कल्पना रंगवत असतात. या कल्पना मात्र दूरदृष्टी ठेवूनच केलेल्या असतात, असे नाही आणि म्हणून त्यांना 'दिवा-स्वप्न' म्हटले जाते.

प्रेमप्रकरणाची वैशिष्ट्ये–

१) एक फॅशन म्हणून काही वेळा केली जातात.

२) कधी काळी भावनेच्या भरात शारीरिक आकर्षणातून निर्माण होऊन त्यावर टिकवली जातात.
३) कोणत्याही कारणाने (उदा. SMS केला नाही म्हणून, असाच SMS केला म्हणून, मला ग्रुपमध्ये महत्त्वच दिले नाही म्हणून.) ही प्रेमप्रकरणे तुटू शकतात. त्यात नाते निर्माण होईलच, असे नाही.
४) एक ते तीन वर्षांपर्यंत ही नाती टिकू शकतात. एकाची भावनिक गुंतवणूक झाली, तर ते दुसऱ्याला जाचक वाटू लागते आणि मग प्रेमप्रकरण मोडू शकते.
५) एक प्रकरण सुरू असताना अचानक दुसऱ्या व्यक्तीबद्दल प्रेम निर्माण होण्याची शक्यता वाटल्याने पहिले तुटू शकते.
६) हॉटेलिंग, फिरायला जाणे, शायनिंग करणे, दुसऱ्यांना जळवणे, टाइमपास करणे अशासाठीसुद्धा काही वेळा प्रेमप्रकरणे घडवून आणली जातात. मग ती केव्हाही तुटू शकतात.

या सगळ्यावरून एक लक्षात आले असेल की, प्रेमप्रकरणे 'एकनिष्ठ' असतात असे नाही (म्हणजेच एका व्यक्तीची अनेक प्रकरणे असू शकतात.) तसेच ते शेवटपर्यंत दुतर्फी राहतेच, असेही नाही. त्यामुळेच बऱ्याचदा प्रेमप्रकरणाचे पर्यवसान 'लग्नात' होत नाही. वरील कारणांव्यतिरिक्त प्रेमप्रकरण तुटण्यामागची इतर कारणे म्हणजे जात, धर्म, इगो, भावनिक बंध तयार न होणे, शारीरिक आकर्षण वाटणे अचानक बंद होणे, घरातून विरोध इ. बरे, या सगळ्याचा परिणाम पुढील आयुष्यावर होतोच, असेही नाही!

प्रेमप्रकरणाच्या बाबतीत असेच तुमच्या वयाच्या मुलाने लिहिलेले पत्र –

प्रिय सोनी,

हे माझं पहिलं लव लेटर आहे. त्यामुळे प्लीज रागावू नकोस. मला अनेकदा तुला सांगायचं होतं, पण धाडस नाही झालं. म्हणून हे पत्र लिहितो आहे.

खरं म्हणजे, आपली ओळख होऊन वर्ष झालं. मला सुरुवाती-सुरुवातीला वाटायचं, तुला मी आवडत नाही; पण नंतर लक्षात आलं की, तुझ्या मैत्रिणींसमोर मी तुझी चेष्टा केलेली तुला आवडली नव्हती. खरंच माझ्या लक्षातच आलं नाही तेव्हा. तुझी मैत्रीण करिष्मा मला त्या वेळेस किती चिडवायची! पण मला त्यात फारसंकाही वाटायचं नाही. पण आता मला सांगितल्याशिवाय राहवत नाही. मला तुझ्याशिवाय करमतच नाही. तुझ्याबद्दल मला खूप ओढ निर्माण झाली आहे. माझं रिटाबरोबर काहीही अफेअर नाही आता. माझं चुकलंच. ती खूप फ्लर्ट मुलगी आहे, पण मी तिच्याकडे ॲट्रॅक्ट झालो. आता माझ्या लक्षात आलं आहे की, तूच माझ्या

दृष्टीने योग्य आहेस. तू बोलतेस किती छान! सगळ्यांशी — विशेषत: माझ्याशी. ते मला खूप आवडतं. त्यामुळे तुझ्याशिवाय दुसऱ्या कुणाचा विचार करायचा नाही, हे मी ठरवलं आहे. कारण विचार येतच असतात, पण त्यांच्याकडे दुर्लक्ष करणंच योग्य आहे. फक्त तुझ्याबरोबरच माझं जमू शकतं. यापुढे फक्त तुझ्याबरोबरच एन्जॉय करायचं, असं मी ठरवलं आहे. आत्तापर्यंत केलेलं एन्जॉय चुकीचं होतं, हे मला कळलं आहे. यालाच प्रेम म्हणत असावेत, तर ते आहे. हे मला आतून जाणवतं आहे. माझ्या प्रेमाचा तू स्वीकार करावास, अशी रिक्वेस्ट आहे; नव्हे तू करशील, याची खात्री आहे. तुझ्याशिवाय मी जगूच शकत नाही. मी इतर कोणाचाच विचार करणार नाही. हे प्रॉमिस आत्ताच या पत्रातून तुला देतो आहे. तुझ्या उत्तराची आतुरतेने वाट पाहतो आहे.

तुझाच प्रेमी,
रितेश

प्रेम (Love)

आयुष आठवीतील मुलगा. अभ्यासात हुशार, शाळेच्या बॅडमिंटन टीममध्येदेखील त्याचा सक्रिय सहभाग असायचा. चांगल्या गाण्यांचे कलेक्शन करायची त्याला आवड होती. एकूणच, शालेय जीवनाचा आनंद तो अगदी भरभरून उपभोगत होता. पहिल्यापासून त्याच शाळेत असल्यामुळे तिथले वातावरण, शिक्षक व वर्गातील मित्र-मैत्रिणींशी तो अगदी मनमोकळा (Comfortable) झाला होता. शाळेतला वेगळा असा एक छान ग्रुप झाला होता. एकत्र अभ्यास करणे, एकमेकांच्या घरी येणे-जाणे अगदी छान चालू होते. त्याच्याच ग्रुपमधील एक मुलगी सायली. तीही पहिल्यापासून त्याच शाळेत, त्याच ग्रुपमध्ये. सायलीही अभ्यासात चांगले गुण मिळवायची. ट्रेकिंगची आवड

असणारी ती एक सर्वसामान्य मुलगी! ग्रुपमध्ये तिच्यासारखी अनेक मुले-मुली होती; पण आयुषला मात्र सायली जास्त जवळची वाटू लागली होती. नेहमीप्रमाणेच एकत्र डबा खाणे, अभ्यास करणे, बर्थडे पार्टीजना जाणे सुरू होतेच; पण आयुष आता सायलीची सोबत अधिक एन्जॉय करू लागला होता. विशेष म्हणजे, तिची काळजी घेऊ लागला होता. तिला अभ्यासात मदत करणे, पुस्तके देणे वगैरे. बघता-बघता दहावीचे वर्षही संपायला आले. सगळ्यांना कॉलेजच्या रंगीत दुनियेत जाण्याचे वेध लागले. आयुषला मात्र सायली कॉलेजमध्येही आपल्याबरोबर असावी, असे मनापासून वाटत होते; पण त्याने तसे तिला कधीच बोलून दाखवले नाही. अकरावी-बारावीला दोघे वेगवेगळ्या कॉलेजमध्ये होते; पण संपूर्ण ग्रुप एकमेकांच्या सतत संपर्कात असायचा. वेळ मिळेल तेव्हा भेटायचा. पुढे ग्रॅज्युएशनला आयुष, सायली व ग्रुपमधले दोघे पुन्हा एकत्र आले. आयुषला आता सायलीबद्दलच्या त्याच्या भावना अधिक स्पष्ट होऊ लागल्या. सायलीच आपली सहचारिणी व्हायला हवी, असे त्याला वाटू लागले. संपूर्ण कॉलेजजीवनात त्याला इतर कोणत्याही मुलीबद्दल असे वाटत नव्हते. ग्रॅज्युएशन झाल्यावरच त्याने सायलीजवळ आपल्या भावना व्यक्त केल्या. सायली सुरुवातीला अवाक् झाली! 'आठवीपासूनच वाटत होतं?' असाच प्रश्न पडला तिला! पण आयुषला मात्र योग्य वेळेलाच तिला सांगायचे होते. लहान वयात ते सांगितल्यास त्याला वेगळेच वळण लागले असते आणि मुख्य म्हणजे, हे खरेच 'प्रेम'च आहे, याची खात्री त्याला स्वत:ला करून घ्यायची होती. त्याचे विचार ऐकून 'हा एवढा मॅच्युअर कधी झाला?' असा प्रश्न सायलीला पडला. तिने मात्र तब्बल चार महिन्यांनी आयुषला 'होकार' दिला. दोघांनीही या चार महिन्यांत एकमेकांना शक्य तेवढे जाणून घ्यायचा प्रयत्न केला, तेसुद्धा एकमेकांवर कोणत्याही प्रकारचा दबाव न आणता! तोपर्यंत दोघांनाही चांगली नोकरी लागलेली होती. या दरम्यान सायलीच्याही घरातून तिच्या लग्नाचे बघायला लागले होते. सुरुवातीला सायलीने तिच्या घरी आयुषबद्दल काहीच सांगितले नव्हते; पण या सगळ्या 'लग्न जमवण्याच्या' प्रोसेसमध्ये तिच्या हळूहळू लक्षात येऊ लागले होते की, आयुषला ती जास्त चांगल्या प्रकारे ओळखत होती आणि तोही तिला समजून घेत होता. अरेंज्ड मॅरेजला तिचा नकार नव्हता, पण आयुषशी आपले अधिक चांगले जुळेल, हे तिच्या लक्षात आले होते! एका गोष्टीची मात्र तिला तडजोड करावी लागणार होती. आयुषचा पगार तिच्यापेक्षा कमी होता. काही दिवस यावर विचार करून, भविष्याचा विचार करून आयुषशी मनमोकळी चर्चा करूनच या गोष्टीसाठीही तिच्या मनाची तयारी झाली. तसेच सुरुवातीला आयुषच्या घरी सायलीच्या 'अगदी सुमार दिसण्यावरून' मतभेद झाले. आयुषला मात्र सायलीचा समजूतदारपणा, साधेपणा, खेळकरपणा कधीच भावून गेला होता!

दोघांनाही आता फक्त आपापल्या घरच्यांना हे पटवून देणे बाकी होते. तेही फार सोपे होते, असे नाही. त्यामध्येही काही काळ गेला. काही दिवस दोघांनाही घरच्यांचा विरोधही सहन करावा लागला; परंतु दोघेही आपल्या निर्णयावर ठाम असल्यामुळे व घरच्यांशी बंड करून लग्न करायचे नाही, हे मनात पक्के असल्यामुळे त्यांनी हा काळ जाऊ दिला. पुढे मात्र दोन्ही घरांतून रीतसर बोलणी होऊन दोघांचे लग्न थाटात पार पडले. आज त्यांच्या लग्नाला बारा वर्षे पूर्ण झालीत आणि त्यांना दोन गोंडस कन्यारत्न आहेत. विशेष म्हणजे, त्यांच्या प्रेमातील ती मैत्री, खेळकरपणा अजूनही तसाच कायम आहे!

वर दिलेल्या उदाहरणावरून सर्वांत प्रामुख्याने जाणवणारी गोष्ट म्हणजे, दोन्ही व्यक्तींमधील परिपक्वता! दोन (भिन्न लिंगी) व्यक्तींच्या परस्परांविषयीच्या परिपक्व भावनांमुळेच प्रेम हे सुंदर नाते जन्माला येते व गैरसमज, अविश्वास, एकतर्फी प्रेम इ.ला जागाच उरत नाही. म्हणूनच 'प्रेम' हे केवळ एकाच व्यक्तीशी होते आणि असे प्रेम नैसर्गिक व नि:स्वार्थी असून त्यात कोणत्याही प्रकारचा दिखाऊपणा नसतो. हे प्रेम दुतर्फी असते व इतर कोणाच्याही प्रभावामुळे किंवा दबावाखाली केलेले नसते.

प्रेमामध्ये समोरील व्यक्तीचा तिच्या गुणदोषांसकट संपूर्णत: स्वीकार केलेला असतो. 'शारीरिक आकर्षण' हीदेखील महत्त्वाची बाब असतेच, परंतु भावनिक बंधाला (Emotional attachment) प्राधान्य असते. आणि यामुळेच बहुतांश वेळा, प्रेमाचे पर्यवसन 'लग्ना'मध्ये होते. अशा नात्यामध्ये एकमेकांचा विचार करून, एकमेकांच्या सहमतीने गोष्टी ठरवल्या जातात; निर्णय घेतले जातात. एकमेकांना वेळ देणे, एकमेकांची काळजी घेणे, शेअर करणे, एकमेकांच्या सहवासाचा आनंद उपभोगणे, या सर्व गोष्टी हव्याहव्याशा वाटू लागतात आणि न ठरवता घडतही जातात! सगळ्यात महत्त्वाचे म्हणजे, यामधूनसुद्धा एकमेकांचे व्यक्तिस्वातंत्र्य आणि स्वत्वाचा (individuality) मान राखला जातो. म्हणूनच प्रेमामध्ये केलेल्या तडजोडी / त्याग (compromise / sacrifice) या सगळ्याचे कारण म्हणजे, 'हे नातं आपल्याला आयुष्यभर जपायचं आहे.' हे दोन्ही व्यक्तींना मनोमन पटलेले असते!

एवढे सगळे असूनसुद्धा इतर कोणत्याही नात्याप्रमाणेच प्रेमामध्येदेखील वादविवाद, भांडणे, टेन्शन येत-जात असतात; परंतु त्या दोन व्यक्तींमधील घट्ट भावनिक बंध, परस्परविश्वास व समजूतदारपणा असल्यास या सगळ्यांमधूनसुद्धा त्यांचे नाते सुखरूप पार पडते! नाहीतर याची दुसरी बाजू म्हणजे अयशस्वी प्रेम, प्रेमभंग, घटस्फोट इ. परंतु यांपैकी आपण कोणत्या मार्गाने जायचे, हे सर्वस्वी त्या दोन व्यक्तींवर अवलंबून असते!

खरे प्रेम कसे व्यक्त होते, ते एका मुलीने लिहिलेल्या पत्रात पाहू –

प्रिय नरेन,

पत्र लिहिण्याचं कारण म्हणजे, कदाचित मला तुझ्याशी बोलण्याची संधी मिळत नाहीये, म्हणून मला तुझ्याबद्दल जे काही वाटतं आहे, ते सांगायचं आहे. त्या दिवशी श्रुतीच्या वाढदिवसाला मी तुला प्रथमच पाहिलं. आपल्या एवढ्या मोठ्या ग्रुपमध्ये तू खूप वेगळा आणि छान वाटलास मला. तुझं ते मॅच्युअर वागणं खूप भावून गेलं मला. त्या दिवसापासून अनेक वेळा मी तुझा विचार डोक्यातून काढून टाकण्याचा प्रयत्न केला; पण जातच नाही. तुझं माझ्याविषयी काहीही मत असेल, त्याच्याशी काहीच देणं-घेणं नाही मला. त्या दिवशी माझ्याशी जुजबीच बोललास तू. त्यानंतर तशी पाच-सहा वेळा भेट झाली आपली. तीसुद्धा श्रुती सोबत असताना. पण मला तुझ्याविषयी खरंच प्रामाणिकपणे काहीतरी वाटतंय. त्याला प्रेम म्हणायचं का? असा प्रश्न पडलाय. तुझ्याकडून काहीच अपेक्षा नाहीत माझ्या. म्हणजे तू त्या दिवशी मला नोट्स मागितल्यास. खूप आनंद झाला तुला देताना. तुला बघणं, थोडा वेळ का होईना, तुझ्याशी बोलणं खूप आनंदादायी वाटतं मला! कदाचित हे सर्व तुझ्या लक्षात आलं असेल-नसेलही. पण माझ्या मनात माझ्या मित्राविषयी किंवा प्रेमिकाविषयी ज्या कल्पना होत्या, त्या बऱ्यापैकी पूर्ण होताहेत. तुझ्या दिसण्यापेक्षा तुझ्या असण्याला माझ्या दृष्टीने खूप महत्त्व आहे. तुझं ते क्विझमध्ये भाग घेणं, तुझा आत्मविश्वास, फार कोणाच्या नादाला न लागणं हे सर्व मला खूप-खूप आवडतं. याचा अर्थ, तुलापण माझ्यात असलेले गुण आवडायला पाहिजेत, असं नाही; पण माझ्या भावना तुझ्याविषयी तशाच आहेत आणि तशाच राहतील. आपल्याला भेटून जवळजवळ सहा महिने झालेत; पण माझ्या तुझ्याबद्दलच्या भावना तसूभरदेखील कमी झाल्या नाहीत. प्रेम एकदाच होतं म्हणतात, तसंच आहे माझं. तुझ्याकडून उत्तराची अपेक्षा आहे; मग ते पॉझिटिव्ह असो किंवा निगेटिव्ह. काहीही असलं, तरी माझ्या मनात तुझ्याविषयी तशाच भावना राहणार आहेत. तुला केव्हाही कसलीही मदत लागली, तर ही वेडी तुझ्यासाठी कायम आहेच, हे लक्षात ठेव!

तुझी आणि तुझीच,
रमा

प्रेम म्हणजे काय?

१) मुलगा-मुलगी यांच्यातील परस्परांविषयीच्या परिपक्व भावनांमुळेच 'प्रेम' हे सुंदर नाते जन्माला येते.

२) यामध्ये गैरसमज, अहंकार, अविश्वास, अनादर याला जागाच नसते.

३) मुख्य म्हणजे 'प्रेम' दुतर्फीच असते.

४) 'प्रेम' एका व्यक्तीशी होते आणि प्रेम नैसर्गिक व निःस्वार्थी असून त्यात

कोणत्याही प्रकारचा दिखाऊपणा नसतो.

५) प्रेम हे इतर कोणाच्याही दबावाखाली किंवा प्रभावाखाली केले जात नाही किंवा इतरांच्या दबावाखाली संपतही नाही. ते मनापासून असते.

६) प्रेमामध्ये समोरील व्यक्तीचा तिच्या गुणदोषांसह संपूर्णत: स्वीकार केलेला असतो.

७) यामध्ये शारीरिक आकर्षण हीदेखील महत्त्वाची बाब असते; परंतु भावनिक बंधाला प्राधान्य असते.

८) बहुतेक वेळा प्रेमाची परिणती लग्नात होते.

९) यामध्ये एकमेकांच्या भावना समजून घेणे, एकमेकांना वेळ देणे, एकमेकांची काळजी घेणे, एकमेकांचे स्वातंत्र्य टिकवणे, न दुखावणे, तसेच 'हे नाते आयुष्यभर जगायचे आहे.' याची ग्वाहीही असते.

मैत्री

रोहन आणि नम्रता दोघेही विवाहित. आपापल्या घरी सुखी. पण पंधरा दिवसांतून वगैरे भेटतात, गप्पा होतात आणि आपापल्या कामाला लागतात. रोहन आणि नम्रता एकाच कॉलेजमधले. अकरावीत असताना गॅदरिंगच्या निमित्ताने भेटलेले मित्र-मैत्रीणी. नम्रता रोहनपेक्षा दोन वर्षांनी लहान. तिने कॉलेजमध्ये प्रवेश केला तो घाबरतच. रोहन त्या वेळी पहिल्या वर्षात शिकत होता आणि नम्रता ही रोहनच्या मित्राची बहीण, इतकीच ओळख; पण नम्रता कॉलेजमध्ये एकदा अशीच चालली असताना मुलांच्या घोळक्यामधून कमेंट्स आल्या आणि रोहनने ते पाहिले. त्याला वाटले, 'आपण हिच्याशी मैत्री करायला काय हरकत आहे?' म्हणून त्याने तिच्याशी ओळख काढली. तिचीही त्याला हरकत नव्हती. कारण तिच्या भावाने

त्याच्याबद्दल थोडेफार सांगितले होते. मग गॅदरिंग जवळ आले. रोहन नाटकात काम करणार होता. त्याने नम्रताला सहज विचारले, तर तिलाही नाटकात काम करण्याची हौस होती म्हणून तिने लगेच होकार दिला. मग नाटकाच्या तालमींच्या निमित्ताने दोघांचे विविध विषयांवर बोलणे सुरू झाले. दोघांनाही एकमेकांच्या सहवासात कम्फर्टेबल वाटू लागले. त्यामध्ये कोठेही शारीरिक आकर्षण हा भाग नव्हता, तर दोघांच्याही मनात एकमेकांबद्दल निखळ भाव होता. त्यातच रोहनला एक मुलगी आवडू लागली होती आणि त्यामध्ये त्याला नम्रताची मदत होत होती. एकमेकांची चेष्टा करणे, पण तरीही एकमेकांची काळजी घेणे, घरामध्ये दोघांच्या मैत्रीबद्दल माहिती असणे यामधून वर्षानुवर्षे दोघांचा एकमेकांबद्दलचा विश्वास, एकमेकांची बौद्धिक गरज, समजूतदारपणा, आदर या सगळ्याचीच ओळख दोघांनाही होत गेली. त्यांचे मैत्रीचे बंध पक्के होत गेले. मुख्य म्हणजे, जेव्हा नम्रताचे वडील अचानकपणे अपघातात गेले, त्या वेळेस नम्रताला रोहनने मानसिक आधार देऊन संकटातसुद्धा तिला मनापासून साथ दिली. त्याबद्दलची कृतज्ञता नम्रताच्या मनामध्ये अजूनही आहे आणि रोहन व त्याच्या प्रेयसीमध्ये ताणतणाव, भांडणे, प्रेम या सर्वाला नम्रता साक्षी होती. अशीच तब्बल बारा-तेरा वर्षे दोघांचीही मैत्री अबाधित राहिली. मग पुढे दोघांची लग्ने झाल्यावरही ही मैत्री तशीच टिकली. यामध्ये एक गोष्ट नक्की झाली की, या दोघांच्या मैत्रीबद्दल इतरांना कधीही शंका, संशय वाटला नाही. ना घरामध्ये, ना कॉलेजमध्ये, ना मित्र-मैत्रिणींच्या घोळक्यात! उलट सर्वांनी त्यांना साथच दिली. कारण दोघांच्याही वर्तनामध्ये अतिशय निखळपणा आणि भावनिक प्रेम होते.

मैत्री ही एक निखळ प्रक्रिया आहे आणि त्यामध्ये लिंगभेद हा अडचणीचा मुद्दा असू शकत नाही. मुला-मुलींमधील मैत्री हा नेहमीच वादाचा विषय ठरला आहे. कारण त्याला नेहमीच नीतिमत्तेची चौकट लागते. परस्परांना समजून घेऊन नाते टिकवणे, ही फार अवघड गोष्ट आहे; पण साध्य करता येते. कारण शारीरिक पातळीवर न ठेवता बौद्धिक व भावनिक पातळीवर ठेवली, तर मैत्री निखळपणे ठेवता येते.

आता ओळख असणे व मैत्री असणे यामध्ये बराच फरक आहे. मैत्री करणे व टिकवणे, ही दीर्घकालीन प्रक्रिया आहे. त्यामध्ये मुख्य म्हणजे एकमेकांबद्दलचे निखळ प्रेम (unconditional love) व सुसंवाद असणे गरजेचे आहे. म्हणजेच काय, तर कोणत्याही प्रकारे समोरील व्यक्तीला न दुखावता त्याचे हित सतत चिंतणे महत्त्वाचे आहे. तसेच मनापासून केलेली मदत महत्त्वाची ठरते. या मैत्रीमधून खालील गोष्टी निर्माण होतात व मैत्री दृढ होण्यास मदत होते. त्याचे दोघांनाही फायदेच होतात. त्या गोष्टी कोणत्या ते पाहू –

१) मनमोकळेपणा (मनातील भावनांचे बिनधास्त प्रकटीकरण.)

२) एकमेकांबद्दल मनापासून असलेला विश्वास, आदर.
३) मनापासून एकमेकांना मदत करण्याची भावना (कोणतीही अपेक्षा न ठेवता.)
४) मैत्रीत भावनिक मदत, तीसुद्धा संकटामध्ये महत्त्वाची.
६) परस्परांबद्दल प्रेम, आपुलकी असणे.
७) एकमेकांना समजावून घेऊन त्याप्रमाणे मोकळीक देणे.
(giving space to each other).
८) एकमेकांचे विचार समजून घेणे, ते जुळणे व त्याची देवाण-घेवाण.
९) सहवासातील सहजता दीर्घ काळ टिकणे.
१०) एकमेकांबद्दल कृतज्ञता असणे.
११) एकमेकांबरोबर मौजमजा करणे व त्यातून आनंद, समाधान मिळवणे.
१२) मैत्री म्हणजे आपुलकीतून आलेला अधिकार (जबरदस्ती नव्हे.)
१३) मित्राच्या / मैत्रिणीच्या हितासाठी आग्रही असणे.
१४) एकमेकांच्या सहवासात सुरक्षितता वाटणे.

आपण ज्याला मैत्री समजतो, त्या मैत्रीबद्दल गैरसमज असू शकतात. ते म्हणजे –

- नुसती ओळख, परिचय म्हणजे मैत्री.
- एकमेकांना गृहीत धरून अवास्तव अपेक्षा ठेवणे.
- एकतर्फी संवाद असणे.
- फक्त कामापुरते बोलणे म्हणजे मैत्री.
- प्रेम म्हणजेच मैत्री असणे.
- जिथे एकमेकांच्या भावनांची कदर नाही, ती मैत्री नव्हे.

कधीकधी मैत्रीमधून प्रेमाचे संबंध तयार होऊ शकतात. 'प्यार दोस्ती है। दोस्ती का नाम प्यार है।' असे अनेकदा घडू शकते. मैत्रीतूनच आपल्याला पुढे एखादा मुलगा / मुलगी आवडू शकते आणि त्याला पुढे आकार मिळू शकतो; पण त्यामध्ये शरीरसंबंध ही गोष्ट गंभीर आहे. या गोष्टी योग्य वयात आणि जबाबदारीनेच करायला हव्यात. कारण या वयात मन बऱ्याचदा दिखाऊ गोष्टींनी भारून जाऊ शकते. मनात अनेक गोंधळ निर्माण होऊ शकतात. म्हणून मैत्रीचा फायदा घेऊन या गोष्टी मनमोकळेपणाने सुसंवादातून बोलल्या, तर त्या त्या वेळी गोष्टी साफ होत जातात. चित्रपटातील कथेप्रमाणे 'सब दिवारे तोड देंगे।' असे म्हणणे सोपे असते; पण आचरणात आणणे तेवढेच कठीण असते आणि अशा अपरिपक्वतेतून घाई केली, तर आयुष्यभर पश्चात्तापाची वेळ येऊ शकते.

म्हणूनच शारीरिक आकर्षणातून निर्माण झालेल्या प्रणयचेष्टा (Flirting), प्रेमप्रकरण (love affair), प्रेम (love), मैत्री (friendship) या सर्वांमधील फरक

समजून घेणे गरजेचे आहे. कारण त्यामधून नात्यांचे अर्थ उलगडत जातात आणि आयुष्यभर समृद्ध नाती जोडण्याचे सामर्थ्य अंगी येते. हे या वयातच अंगी बाणवले गेले, तर त्याचा निश्चित फायदा होण्याचीच हमी मिळते. फक्त या सर्वांमध्ये तुम्हाला नेमके काय हवे आहे, हे ठरवायला हवे. अनुभवातून प्रत्येक जणच शहाणा होत असतो; पण आपल्या आयुष्यात नेमके काय घडावे, हे आपणच ठरवायला हवे. त्याबद्दल योग्य माहिती असेल, तर आपण समृद्ध अनुभव घेऊ शकतो. त्यामुळे वरीलपैकी काहीही करण्यासाठी माझे व्यक्तिमत्त्व, मला वाटणारे शारीरिक आकर्षण कशा प्रकारचे आहे व ते कसे हाताळावे, याची योग्य माहिती माझ्यापर्यंत पोहोचली, तर मी स्मार्ट ठरतो / ठरते.

एकतर्फी प्रेमातून हत्या

आजपर्यंत आपण अनेकदा टीव्ही, वर्तमानपत्रांतून 'एकतर्फी प्रेमातून खून' अशा अनेक बातम्या वाचलेल्या / पाहिलेल्या आहेत. तेव्हा त्या बातम्या वाचून वा ऐकून हळहळ व्यक्त करण्यापलीकडे आपण फारसा विचार करत नाही. कारण ते हत्या करणारे तरुण असतात. त्यांच्याबद्दलचा आपल्या मनात फक्त रागच निर्माण होतो. प्रसंगी कीवही येते. आणि त्याहीपुढे जाऊन आपल्या मुलीच्या बाबतीत असे काही घडत नाही ना किंवा घडेल का? या भीतीनेच आपली गाळण उडते.

तर या घटनेचा नीट विचार केला, तर आपण या प्रकरणात जे ४ प्रकार बघितले (प्रणयचेष्टा....मैत्री) यापैकीच शारीरिक आकर्षणाला बळी पडून 'मला हवं ते मिळालंच पाहिजे, त्यावर माझा हक्क असलाच पाहिजे.' अशी भावना निर्माण होऊन ही तरुण मुले चित्रपट-सिरीयल्सच्या प्रभावाखाली किंवा काहीतरी सिद्ध करून दाखवायचे या हेतूने समोरच्या मुलीचा व्यक्ती म्हणून विचार न करता 'मी ज्या व्यक्तीवर प्रेम (?) केले आहे, ती व्यक्ती माझी झाली नाही, तर मी ती कुणाचीच होऊ देणार नाही!' असा विचार करतात आणि भावना तीव्र होऊन हत्येच्या वर्तनापर्यंत जातात. अर्थातच त्यामध्ये जी मुलगी बळी जाते तिच्याबद्दल सर्वांच्याच मनात सहानुभूती निर्माण होते; पण नीट विचार केला, तर टाळी एका हाताने कधीच वाजत नाही या उक्तीप्रमाणे त्या मुलीच्याही मनामध्ये या शारीरिक आकर्षणापोटी काही कोमल भावना जागृत झालेल्या असतातच. आणि मग तिच्या मनात 'मी किती मुलांना आवडते?' याचा हिशोब सुरू होतो. त्यामधूनच 'मी किती जणांना नकार देऊ शकते.' याचा मनामध्ये एक प्रकारचा गर्व निर्माण होतो. मग जेव्हा अशी तरुण मुले मागे लागतात. त्या वेळेस या मुली मनातून सुखावून जातात. मग मित्रमैत्रिणींच्या प्रभावामुळे किंवा चित्रपटांच्या प्रभावामुळे म्हणा, 'माझेच महत्त्व मी वाढवून घेते' अशा वागतात आणि यातूनच समोरच्या मुलाला

नकळत रिस्पॉन्स दिला जातो, पण त्या रिस्पॉन्सला प्रत्युत्तर म्हणून या मुलांकडून मुलीला आणखीनच भाव दिला जातो. हे सर्व प्रकरण इतक्या थराला पोहोचते की, मुलगी मुलाच्या ससेमिऱ्याला हाताळू शकत नाही. यातूनच तिचे त्याच्याशी रूड वर्तन सुरू होते आणि नकार पचवण्याची सवय नसल्याने तो मुलगा उत्तेजित होतो, त्याच्या नकारात्मक भावना तीव्र होतात आणि त्यातूनच हत्या घडतात. आणि त्यानंतर सर्वांनाच प्रश्न पडतो की, प्रेम करणे म्हणजे हत्या करणे आहे का? याला खरेच प्रेम म्हणायचे का? तर नाही. या हत्या फक्त शारीरिक आकर्षणांतून, क्षणिक भावनांच्या उद्रेकांतून घडतात. म्हणूनच हे चार प्रकार आपण बघितले, ते प्रत्येकानेच नीट समजावून घेणे गरजेचे आहे. योग्य वेळी नकार देता येणे व नकार पचवणे हे तुमच्याच हातात आहे.

लैंगिक शोषण
(Child Sexual Abuse)

समाजात वावरत असताना अनेकदा मोठी माणसे आपली लैंगिक गरज भागवण्याकरिता लहान मुलांना, म्हणजे साधारण तीन ते दहा या वयोगटातील मुलांना वापरून घेतात. मुळातच या वयोगटातील मुलांना या सर्वांचा अर्थ पूर्ण समजत नसतो. मग ते प्रेम, माया करतात या नावाखाली सर्व ऐकून घेतात, पण यामुळे जेव्हा लैंगिक भावना विकृत होऊन काही क्रिया केली जाते, तीसुद्धा मनाविरुद्ध, तेव्हा त्याला लैंगिक शोषण असे म्हणतात. याचा परिणाम पौगंडावस्थेमध्ये जास्त जाणवायला लागतो. यामध्ये फसवले गेल्याची भावना, आपल्या शरीराबद्दल घृणा वाटणे, लैंगिकतेविषयी नकारात्मक दृष्टिकोन तयार होणे, असे दुष्परिणाम दिसून येतात.

मुलगा / मुलगी वयात आल्यावर जसे अनेक धोके संभवतात, तसाच अजून एक धोका म्हणजे लैंगिक शोषण. बालपणी किंवा पौगंडावस्थेत होणारे लैंगिक शोषण व त्याचे आयुष्यावर होणारे दूरगामी दुष्परिणाम हाही विषय मुलांनो, तुम्हाला जाणून घेणे गरजेचे आहे. म्हणून हा विषय इथे चर्चेसाठी घेण्याचे धाडस आम्ही केले आहे. तर, एक-दोन केसेस आपण पाहू.

गणिताचा तास सुरू होता. होगाडे सर मन लावून वर्गात शिकवत होते. अचानक मागच्या बेंचवरून गलका ऐकू आला. एक

मुलगी बेंचच्या खाली हात धरून ब्लेडने स्वत:च्या हातावर वार करत होती. शेजारील मुलीची घाबरून दातखीळ बसली होती. तिला कळेचना. बराच वेळ तिने तग धरला होता; पण शेवटी तिला सहन होईना आणि ते रक्त बघून ती भर वर्गात ओरडली. मग सर तिथे गेले. त्यांनाही सुचेना. हा सर्व प्रकार पाहून तिच्या हातातील ब्लेड प्रथम त्यांनी काढून घेतले. तिला पाणी प्यायला दिले. तिच्या चेहऱ्यावर राग होता. डोळ्यांत पाणी होते. तास संपतच आला होता. मग तास संपल्यानंतर सरांनी तिला स्टाफरूममध्ये नेले, बसवले आणि कुलकर्णी बाईंना तिच्याशी बोलायला सांगितले. हाताला मलम लावले. नेहा जेमतेम बारा वर्षांची, सहावीतली मुलगी. आई-वडील दोघेही नोकरी करणारे. नेहाला ना बहीण, ना भाऊ. आजकाल वर्गात जरा गप्प-गप्पच असायची. तिचे परीक्षेतले मार्क्ससुद्धा कमी व्हायला लागले होते. आईचा जास्त राग-राग करायची. घरी लवकर जायचीच नाही.

लगेच तिच्या घरी फोन लावला. आई-वडिलांना कल्पना दिली. तिचे आई-वडील धावतच शाळेत आले. आई तर तिला बघून रडायलाच लागली. मग तिला घरी नेले. घरी गेल्यावर नेहा फक्त रडत होती. आई-बाबांना कळेचना; काय झाले? त्यांनी तिला अनेक प्रश्न विचारले; पण ती काहीच बोलायला तयार नव्हती. कोणी रागावले का? परीक्षेत मार्क कमी पडले का? शाळेत काही झाले का? मैत्रिणी काही बोलल्या का? सगळ्यालाच ती 'नाही, नाही' म्हणत होती. मग शेवटी ती थकून झोपली. नंतरचे आठ दिवस शाळेतही जायला तयार झाली नाही. तसेच आईलाही सोडायला तयार नाही. तिने हट्टाने आईला रजा घ्यायला लावली. नवव्या दिवशीपण तिचा हट्ट सुरूच. कळतच नव्हते की तिला काय होत होते? डॉक्टरकडे नेऊन आणली, औषधे घेतली, मलमपट्टी चालूच होती हातावर; पण तिचा मूड काही बदलायला तयार नव्हता. मग कोणीतरी समुपदेशनाचा मार्ग सुचवला. मग ती शेवटी माझ्याकडे आली. केबिनमध्ये आई आणि नेहा दोघीही पडलेल्या चेहऱ्याने आल्या. मी अदबीने त्यांना बसायला सांगितले. दोघी थोड्या विश्वासाने बसल्या. मग आईने रडून नेहाबद्दल तक्रारीचा पाढा सांगायला सुरुवात केली आणि त्यात काळजीही भरपूर दिसत होती. खूप खचून गेल्याच्या भावना होत्या. नेहाचा अभ्यास, परीक्षा याबद्दलची अधोगती त्या सांगत होत्या. तिची वाढलेली आक्रमकता, या चिमुकल्या वयात आत्महत्येचा प्रयत्न असे सर्व सांगत होत्या. नेहा मान खाली घालून खिन्नपणे ऐकत होती. आईचे पूर्ण बोलून झाल्यावर मी त्यांना नेहाशी एकटीशी बोलण्याची परवानगी मागितली. मग आई केबिनबाहेर गेल्यावर नेहा दहा मिनिटे न बोलता नुसतीच बसून होती. कारण तिला माझ्याविषयी तितका विश्वास वाटत नसावा.

मग मी सुरुवात केली. ''नेहा, मला समजतं आहे की, तुला खूप त्रास होतो आहे. मी तुला कसलाही उपदेश करणार नाही, सल्ला देणार नाही, रागावणार नाही. मला तुला फक्त समजून घ्यायचे आहे आणि मनापासून मदत करायची आहे. तू काहीही बोललीस तरी चालेल. माझ्याशी तू काहीही बोलू शकतेस आणि मी ते आईलाही सांगणार नाही. मला तुझ्या चेहऱ्यावरून असे वाटते आहे की, तुला काहीतरी सांगायचे आहे. तू सांगशील ते मी मनापासून ऐकेन.'' असे म्हटल्यावर चोरट्या नजरेने तिने माझ्याकडे पाहिले आणि पाच मिनिटे परत शांततेत गेली. मग ती अचानक खूप हमसून-हमसून रडायला लागली. मी शांतच होते. तिला जवळपास दहा-पंधरा मिनिटे रडू दिले. मग अचानक ती मला म्हणाली, ''तुम्ही खरंच आईला सांगणार नाही ना? ती मला रागावेल.'' मी तिला परत आश्वासन दिले. मग ती सांगायला लागली, ''मला असं सगळं का होतंय, तेच कळत नाहीये; पण खूप-खूप भीती वाटते आहे. घरात राहायलाच नको, असं वाटतं. अभ्यास करावासाच वाटत नाही. राग येतोय खूप त्या माणसाचा! घाणेरडा कुठला!'' परत काही वेळ शांततेत गेला. मग ती पुढे बोलायला लागली. ''मला सांगता येत नाहीये कुणालाच. खूप लाज वाटतीये.'' मग माझ्या लक्षात आल्यानंतर मी तिला सविस्तर सांगण्याविषयी सांगितले. ती घाबरत सांगायला लागली, ''आमचा राजाकाका, नेहमी घरी येतो. मला त्याची खूप भीती वाटते. मी घरात एकटी असताना येतो. घाण बघतो माझ्याकडं. मला जवळ घेतो. मला आवडत नाही ते. एकदा मला फ्रॉक काढायला लावला त्याने. खूप मारलं मी त्याला. पण घाणेरडा! काहीतरी केलं त्यानं. मला नाही आवडलं. का असं करतो तो? तुम्हाला माहीत आहे? माझ्या बाबांचा चुलतभाऊ आहे तो. इतर वेळेला आई-बाबा आल्यावर खूप मजा वगैरे करत असतो, खाऊ आणतो; पण मी नाही थांबत. आईला एकदा सांगायचा प्रयत्न केला, पण तिला कळलंच नाही मी काय म्हणत होते ते. हे तुम्ही तिला सांगू नका काय! मला माहीत नाही हे चांगलं का वाईट? मी कुणालाच नाही सांगितलं, माझ्या मैत्रिणींना वगैरे. मला एकदा काका खूप ओरडला जोराने की, कुणाला सांगायचं नाही म्हणून. खूप भीती वाटते मला. राग येतो.''

आता आपण दुसरी केस पाहू –

''अहो, काय सांगू? हा करण आठवीत आहे. आजकाल फारच वागणं बदललं आहे याचं. आधी असा नव्हता हा.''

साधारण तेरा वर्षांचा करण आपल्या आईबरोबर आला होता. चेहरा बऱ्यापैकी ताणलेला, भीतिग्रस्त. मोठ्या डोळ्यांनी माझ्याकडे आणि आईकडे बघत होता. संभाषण सुरू झाले.

"म्हणजे आता बघा, हा इतका हुशार मुलगा! छान अभ्यास करायचा, चांगले मार्क्स पडायचे; पण अचानक या सहामाही परीक्षेत चक्क नापास झाला. अजिबात अभ्यास करत नाही. त्याला शाळेतपण सरांनी समजावलं; पण नाही. बसला, तरी सतत विचार करत बसलेला असतो. नेहमीसारखा मित्रांबरोबर खेळायला जात नाही, फिरायला नाही, ग्राउंडवर जात नाही. सतत काहीतरी एखाद्या गोष्टीचा चाळा करत बसतो. म्हणजे गॅलरीत तासन्‌तास उभं राहतो रस्त्याकडे बघत किंवा नुसता बेडवर पडून असतो. कधीकधी त्या मागच्या वस्तीतल्या मुलांचा खेळ बघत बसतो गच्चीतून. काहीच सापडलं नाही, तर नखं चावत बसतो नुसता सोफ्यावर. काहीही काम करत नाही. अभ्यास नाही, खेळणं नाही. काय झालंय याला, तेच कळत नाही."

त्या बाई अतिशय पोटतिडकीने सांगत होत्या. मी त्यांनी सांगितलेल्या गोष्टींची मनातल्या मनात नोंद घेत होते आणि त्याचबरोबर गरज भासल्यास प्रश्न विचारत होते. नेमकी घटना किंवा गोष्ट किंवा कालावधी किंवा या गोष्टींना कधी सुरुवात झाली, ते सांगू शकाल का, म्हणून मी विचारलं.

"अहो, साधारणपणे आमच्या लक्षात आलं, ते तीन महिन्यांपूर्वी. म्हणजे याने अगदी कहरच केला. ताप आला होता. खोकल्याचंही प्रमाण वाढलं होतं. म्हणून डॉक्टरांकडे गेलो. त्यांनी तपासायला सुरुवात केली, तर हा विव्हळायलाच लागला. वाटलं, अंग दुखत असेल. मग डॉक्टर म्हणाले की, याला इंजेक्शन द्यायला पाहिजे. एकूण सहा इंजेक्शन्स द्यावी लागतील. मला काहीच विशेष वाटलं नाही. अधूनमधून इंजेक्शन द्यायला लागतील म्हणाले. मी म्हणाले की द्या. हापण काही बोलला नाही; पण डॉक्टरांनी जेव्हा कमरेवर इंजेक्शन देण्यासाठी चड्डी खाली घ्यायला सांगितली तेव्हा हा प्रचंड घाबरत 'नाही' म्हणाला. अक्षरश: घामाने डबडबला होता. मला आश्चर्यच वाटलं. कारण आजपर्यंत करणने इंजेक्शन घ्यायला कधीच खळखळ केली नव्हती किंवा रडलाही नव्हता तो. त्यामुळे मी करणला समजवायला गेले, तर तो अक्षरश: गर्भगळीत होऊन रडायला लागला. ओक्साबोक्शी रडत होता. कमरेवर नको म्हणून विनवत होता, आरडाओरडा करत होता. डॉक्टरांनाही समजेना की काय झालं. दंडावर ते इंजेक्शन फार दुखतं म्हणून कमरेवर देणार होते ते; पण करणचा एवढा दंगा बघून ते म्हणाले की, "हात्तिच्या! दंडावर देतो. दंड दुखेल. पण एवढं रडायला, घाबरायला काय झालं? तुला काही पहिल्यांदाच कमरेवर इंजेक्शन देत नाहीये." तर तो परत घाबरला, रडला. त्याचं थरथरणं सुरूच होतं. दोन्ही हातांनी चड्डीचं बक्कलं घट्ट धरून ठेवलं होतं. कसाबसा त्याला समजावत डॉक्टरांनी दंडावर इंजेक्शन दिलं. तो प्रसंग मला फारच वेगळा वाटला. मी घरी आल्यावर करणच्या वडलांना सांगितलं, तर त्यांनाही

आश्चर्य वाटलं. मग त्यांनी करणला जवळ बोलावलं, तर तो जवळच यायला तयार होईना. शेवटी त्यांनी त्याला बळजबरीने हाताला धरून जवळ ओढला आणि तुझ्या टेरीवर काय झालंय बघू म्हणून चड्डीचं बक्कल काढून चड्डी खाली करायचा प्रयत्न केला. अर्थात, त्यांनी अतिशय लाइटली आणि मस्करीत असं करायचा प्रयत्न केला, तर करण त्यांच्या हाताला चावून बाहेर पळाला. अहो, आम्ही या सगळ्याचा इतका धसका घेतला की, त्याला कोणी काही बोलेनाच; पण खूप काळजी वाटत होती हो! त्याच्या जेवणावरही परिणाम झाला होता. त्यात भरीस भर म्हणून त्याला पोटरीच्या खाली दोन्ही पायांवर खूप फोड (गळवांसारखे) व्हायला लागले. तो खाजवायचा. तीच नखं खायचा. खूप सांगितलं, समजावलं, रागावलो. काहीही परिणाम नाही. डॉक्टरांची ट्रीटमेंट सुरूच आहे. तात्पुरतं बरं वाटायचं; पण परत पहिले पाढे पंचावन्न. गेल्याच आठवड्यात अशी घटना घडली की, आम्ही पार हादरूनच गेलो. जोरजोरात ओरडत उठला. प्रचंड घाबरलेला, अंग घामाने ओलंचिंब झालेलं आणि थरथरत होता. लागोपाठ चार-पाच दिवस असाच रात्री-बेरात्री दचकून, ओरडून जागा होतो. नंतर टक्क डोळे उघडे ठेवून बसून राहतो. काही केल्या झोपत नाही. माझा तर धीरच सुटला आहे. त्याला खरंच काहीतरी करा.''

खूपच रडत होत्या त्या बाई. त्यांच्या भावना खरंच अतिशय तीव्र होत्या आणि मुलाची काळजी त्यातून दिसत होती. शांत झाल्यावर मी त्यांना बाहेर जायला सांगितलं आणि करणशी बोलायला सुरुवात केली. तो खूप बावरलेला, गोंधळलेला होता. त्याच्या चेहऱ्यावर ताणही होता. त्यामुळे अगदी सहजपणे, पण त्याला आपलेसे वाटेल अशा स्वरात मी बोलायला सुरुवात केली. थोडे जुजबी संभाषण झाल्यावर त्याला जरा मोकळेपणा आला आणि मग आईने जे काही सांगितले होते त्याच्याबद्दल त्याला काय वाटत होते, ते विचारले.

सर्वांत प्रथम म्हणजे स्वत:बद्दल अतिशय शरम वाटते आहे, असे त्याच्या बोलण्यात आले. त्याचबरोबर त्याला स्वत:च्या शरीराची कुठेतरी किळस वाटत होती. डॉक्टरांकडच्या प्रसंगाविषयी बोलताना तो हे बोलला. अभ्यास, खेळ वगैरे कशातच त्याचे मन रमत नव्हते. त्यामुळे ''नको मला हे काही! मला नाही गर्दीत, वर्गात, मुलांबरोबर जायचं.'' असं तो म्हणाला. ''खूप भीती वाटते.'' असेही म्हणाला. का नाही जायचे विचारल्यावर ''मला ते कुठंच घेत नाहीत आणि माझंच चुकतं त्यामुळे मला हसतात सगळे.'' असेही म्हणाला. म्हणजेच कुठेतरी नाकर्त्याची भावना होती. तसेच हे सगळे होत असल्यामुळे त्याला अपराधीही वाटत होते. या सगळ्याचा त्याला भयंकर त्रास होत होता.

मग मी त्याला पूर्णपणे विश्वास दिला की, त्याला जे काही सांगावेसे वाटत होते ते मी ऐकणार होते आणि कोणालाही सांगणार नव्हते. ''तुला काहीतरी खूप

सांगावंसं वाटतं आहे, असं मला वाटतंय. तेव्हा कुठलीही भीती न बाळगता सांगायला हरकत नाही.''

करणला थोडा विश्वास आला. मग तो शांत बसला. अचानक चिडून बोलायला लागला. त्याच्यापेक्षा वयाने मोठा असलेला संजय त्याच्याच शाळेत होता. त्याचे बरेच मित्र होते. त्यात बऱ्यापैकी मारामारी करणारे, टगे असे होते. आणि संजय, त्याचे मित्र आणि करण एकाच गल्लीत राहत होते; एकाच शाळेत होते. त्यामुळे ते रोज शाळेत एकत्र जायचे. संजय करणला गेले सहा महिने अनेक चावट गोष्टी, अश्लील-नग्न चित्रे दाखवायचा, चिडवायचा. हळूहळू त्याने गोष्टी सांगण्याच्या निमित्ताने करणशी घसट वाढवली. त्याला कुणी त्रास दिला की, त्याचे रक्षण करणे, त्रास देणाऱ्यांना दम देणे, असे प्रकार करून त्याने त्याला स्वत:च्या दबावाखाली घेतला. भीतीपोटी करणपण बऱ्यापैकी त्याच्या दबावाखाली होता. मग संजयने त्याच्याशी लैंगिक अवयवांचे चाळे सुरू केले. ऐकले नाही, तर बळजबरी करायचा प्रयत्न केला होता. मग अनेक वेळा असे घडायचे. त्यानंतर करण प्रचंड अस्वस्थ, चिडचिडा, एकदम निराश, कशातही लक्ष न लागणे यांसारख्या विकारांनी त्रस्त झाला. त्यात त्याला अतिशय भीतिदायक स्वप्ने पडली. स्वत:च्या शरीराची किळस वाटायला लागली आणि याबद्दल कुणाशीही बोलायची त्याची हिंमत होत नव्हती. कारण संजयने दम देऊन ठेवला होता. त्यामुळे प्रचंड घालमेल, चिडचिड, नैराश्य, भीती, लाज अशा दोन्ही प्रकारच्या भावनांना सामोरे जाता-जाता त्याचा जीव थकून गेलेला होता.

एवढे खूप रागारागात सांगता-सांगता हतबलतेने त्याला रडू आले. तो बराच वेळ हमसाहमशी रडत होता. बऱ्याच वेळाने तो शांत झाला. कदाचित माझ्याशी बोलल्यामुळे त्याचा भार कमी झाला असावा. मी त्याच्या भावनांशी पूर्णपणे सहमती दर्शवली आणि या भावनांच्या उद्रेकामुळे होणाऱ्या त्रासावर उपाययोजना करण्यासाठी पुढच्या सेशनला बोलावले. त्याला तो तयार झाला.

वरील दोन्ही केसमध्ये तुम्ही पाहिले असेल की, लहान वयात लैंगिक शोषण झाल्यानंतर त्याचे परिणाम किती गंभीर होऊ शकतात! या मुलांची कुचंबणा इतकी वाढते की, त्यांच्या सगळ्याच आयुष्यावर त्याचा परिणाम व्हायला सुरुवात होते. या कोवळ्या वयात कशाचीच समज नसल्यामुळे हे काहीतरी वाईट आहे, लज्जास्पद आहे, एवढेच समजते; पण ते चूक की बरोबर याचा मेळ घालता येत नाही. अशी अनेक मुले-मुली गोंधळलेल्या स्थितीत आहेत. त्यांच्यावर हा लैंगिक अत्याचार झालेला आहे. अशा मुलांसाठी समुपदेशन खूप उपयोगी ठरते. समुपदेशन करत असताना पालक नेहमी वेगळ्याच तक्रारी घेऊन येतात; पण त्यामागे लैंगिक शोषणाचा इतिहास असू शकतो, हे लक्षात घेणे गरजेचे आहे. ही जागरूकता

येण्यासाठी वर्तणुकीतली काही लक्षणे खाली देत आहे. त्यामागे लैंगिक शोषण असू शकते.

लैंगिक शोषणामुळे येणारी लक्षणे

१) शालेय वर्तणुकीत अचानक बदल.
२) विनाकारण अचानक खूप राग येणे. उदा. शिक्षकांचा, मित्रांचा, मैत्रिणींचा.
३) खूप आक्रमक होणे.
४) रात्री सतत दचकून जागे होणे.
५) काही विशिष्ट जागेबद्दल, ठिकाणांबद्दल खूप भीती निर्माण होणे व तिथे जाणे टाळणे.
६) खूप अपराधी भावना, लाज, संकोच, घृणा वाटणे.
७) अचानक झालेली अभ्यासातील अधोगती.
८) घरातून पळून जाणे.
९) खूप उदास राहणे, आनंद हरवणे.
१०) स्वतःच्या शरीराला दुखापत करून घेणे.
११) दुसऱ्यांचा छळ करणे.
१२) लोकांत न मिसळणे, लोकांपासून अलिप्त राहणे.
१३) काही ठरावीक लोकांकडे जाणे टाळणे.
१४) अति चिंता किंवा औदासीन्य या मानसिक आजारांपर्यंत पोचणे.
१५) जननेंद्रियावर दुखापत किंवा त्वचारोग होणे. मूत्रमार्गामध्ये संसर्ग होणे.
१६) भूक, झोप अचानक कमी होणे.

ही लक्षणे मुलांमध्ये किंवा मुलींमध्ये दिसू लागल्यास लैंगिक शोषण झाले आहे का, हे शोधून काढून वेळीच समुपदेशकाची मदत घेऊन पुढचे धोके टाळावेत.

समुपदेशनामध्ये अशा प्रकारच्या केसेससाठी काही व्यावसायिक तत्त्वे वापरली जातात, ती खालीलप्रमाणे –

१) स्वीकार करणे – व्यक्तीचा आहे त्या स्वरूपात म्हणजेच शारीरिकरीत्या, मुख्यत्वेकरून भावनिकरीत्या पूर्णतः स्वीकार करणे अत्यंत गरजेचे असते. अशा घटनेमध्ये जर लैंगिक अत्याचार झालेली व्यक्ती कुणापाशी बोलली, तर टीकेचे लक्ष्य होण्याची शक्यता असते. त्यामुळे समुपदेशनामध्ये साक्षी भावनेने त्या व्यक्तीच्या सर्व भावनांचा जसाच्या तसा स्वीकार केला जातो.

२) सह-अनुभूती – सह-अनुभूती म्हणजे ज्या भावनांमधून, अनुभवांतून व्यक्ती गेलेली आहे, ती स्वत: त्या पद्धतीने अनुभवून त्या व्यक्तीला समुपदेशकाने धीर देणे अत्यंत गरजेचे असते. यामधून त्या व्यक्तीला त्याच्या मनातील जे नेमके पोचवायचे आहे, ते समुपदेशकाला नीट समजून घेता येते व त्या व्यक्तीलाही भावनांचा निचरा करण्यास मदत होते.

३) संवादकौशल्ये – लैंगिक अत्याचार झालेल्या व्यक्तीशी अत्यंत कमी शब्दांत, पण हळुवारपणे संवाद साधणे अत्यंत गरजेचे असते. खूप प्रश्न विचारून भंडावून सोडणे किंवा त्या घटनेविषयी सांगण्यास भाग पाडणे, अशा अक्षम्य चुका केल्यास ती व्यक्ती समुपदेशकासमोर कधीच मोकळेपणाने बोलत नाही. संवादामध्ये मुख्यत्वेकरून शारीरिक संकेत बोलण्याइतकेच महत्त्वाचे असतात. शक्यतो तिथे शांतता राखणे अत्यंत गरजेचे असते.

४) गुप्तता पाळणे – लैंगिक शोषण होणे, हीच मुळात खूप घृणास्पद आणि लज्जास्पद गोष्ट असल्यामुळे त्या विषयी कोणालाच माहिती होऊ नये, असे व्यक्तीला मनातून वाटत असते. कोणाला काय सांगावे? कोणी टीका करेल का? मला समजून घेईल का? यामध्ये माझी काही चूक आहे का? असे अनेक प्रश्न मनात असल्यामुळे अशा व्यक्तीने समुपदेशकाला गुप्तता पाळण्याविषयी आश्वासन मागितल्यास ते द्यावे. जवळच्या लोकांनाही न सांगण्याचे आश्वासन द्यावे. गरज पडली, तर त्या व्यक्तीची परवानगी घेऊनच दुसऱ्या व्यक्तीला सांगण्याची मुभा घ्यावी.

५) स्वतंत्र व्यक्तित्वाचे तत्त्व – लैंगिक शोषणाला बळी पडलेली प्रत्येक व्यक्ती स्वतंत्र असते. तिच्या समस्या, तिचा अनुभव, तिची पार्श्वभूमी हे सर्व वेगळेच असते. त्यामुळे अशा समस्या इतर अनेक व्यक्तींना असतात, तुम्ही काळजी करू नये, असे समुपदेशकाने कधीच सांगू नये. त्या-त्या व्यक्तीची समस्या ही त्याची आहे आणि त्याच्या दृष्टीने खूप गंभीर आहे, असे समजून फक्त त्याच्या समस्येवरच लक्ष केंद्रित करावे. तरच त्या व्यक्तीला फायदा होतो.

६) टीका न करणे – अशा व्यक्ती कदाचित इतरांकडून टीकेचा किंवा सहानुभूतीचा विषय होऊन बसतात. अशा वेळेस समुपदेशकाने त्याच्या कोणत्याही घटनेवर, व्यक्तीवर, समस्येवर किंवा भावनेवर टीका न करता त्याच्या भावनांना साक्ष म्हणून राहणे अत्यंत गरजेचे असते. ती व्यक्ती पूर्णत: त्या धक्क्यातून सावरेपर्यंत तिला हळुवारपणे मदत करणे अत्यंत गरजेचे असते.

अशा प्रकारे ही सर्व तत्त्वे वापरून ऑनगोइंग काउन्सेलिंग केले जाते.

पण याचबरोबर इतरही काही उपचारपद्धती लहान मुलांबाबत वापरल्या जातात.

१) आर्ट थेरपी – मुलांना ड्रॉइंग काढायला सांगून त्यांना त्याचे स्पष्टीकरण विचारले जाते व नंतर त्या चित्राचे नीट विश्लेषण करून नेमकी काय समस्या आहे, हे शोधून काढले जाते. कारण बऱ्याचदा दहा वर्षांपर्यंतच्या मुलांमध्ये व्यक्त होण्याचे कौशल्य विकसित झालेले नसते. त्यामुळे ही थेरपी वापरली जाते.

२) प्ले थेरपी – आर्ट थेरपीबरोबर प्ले थेरपी, म्हणजेच एकाच रूममध्ये सर्व प्रकारचे खेळ मुलांना उपलब्ध करून दिले जातात. ते कोणत्या खेळण्याबरोबर कसे खेळतात, याचे नीट निरीक्षण करून त्याप्रमाणे काही निष्कर्ष काढले जातात व विशिष्ट पद्धतीच्या बाहुल्या, बाहुले त्यांना खेळायला देऊन त्यामधून त्यांच्या भावनांचे विवेचन केले जाते. हे सर्व खूप सुरक्षित वातावरणात व आई-बाबांच्या अनुपस्थितीत केले जाते.

३) गुड टच-बॅड टचविषयी माहिती सांगणे – मुलांना चांगला स्पर्श व वाईट स्पर्श यातील फरक समजावून दिला जातो. असा वाईट स्पर्श अनुभवाला आला, तर नेमके काय करायचे, याचे प्रशिक्षण मुलांना दिले जाते.

वरील केसमध्ये असे स्मृतिआड राहिलेले अनेकांचे लैंगिक शोषण (लहानपणी) झालेले असू शकेल आणि त्याचे परिणाम पुढील आयुष्यावर कोणत्या ना कोणत्या मार्गाने होतातच. लैंगिक शोषण हे अनेकदा जवळच्या नातेवाइकांकडून केले जाते, असे संशोधनात सिद्ध झाले आहे. त्यामध्ये मुलांच्या विश्वासाला खोलवर तडा जातो. पण हे नेमके काय आहे, याचा अंदाज न आल्यामुळे हे न आवडणारे कृत्य आहे, तो स्पर्श न आवडणारा होता; एवढेच कळते.

आता आपण एका प्रौढ व्यक्तीची समुपदेशनाची केस पाहू –

माझ्याकडे एक तीस वर्षांचा स्मार्ट तरुण आला. त्याच्याबरोबर होती ती त्याची पत्नी असावी. तीसुद्धा स्मार्ट, चटपटीत होती. दोघे केबिनमध्ये आले. पत्नी बोलू लागली, ''हा सिद्धार्थ! आजकाल काही काम करत नाही. बाकी काही माझी तक्रार नाही याच्या विषयी. सगळं छान आहे. आमचं लव्ह मॅरेज आहे. मी सगळे उपाय केले; पण काहीच होत नाहीये. कळतच नाही याला काय होतंय?'' मी म्हटले, ''साधारण किती वर्षांपूर्वी तुमचं लग्न झालं?'' त्याची पत्नी रमोला म्हणाली, ''तीन वर्षांपूर्वी झालंय. बाकी मस्त चाललंय. मी नोकरी करते, हा पण याचा ॲग्रिकल्चरचा व्यवसाय करतो. हुशार आहे; पण आजकाल काय बिनसलंय,

कोण जाणे? मला काळजीच वाटते आहे त्याची. कामच करत नाही आठवडेच्या आठवडे.'' हे सर्व बोलत असताना सिद्धार्थ थोड्या अपराधी भावनेने एकदा पत्नीकडे आणि एकदा माझ्याकडे पाहत होता आणि फक्त ऐकत होता. मग मला असे वाटले, 'त्याच्याशी एकट्याशी बोलणे आवश्यक आहे.' त्याप्रमाणे मी रमोलाला बाहेर बसायला सांगितले. ती थोडी नाराज झाली; पण त्याच्याकडे पाहून बाहेर गेली.

सिद्धार्थ थोडासा अस्वस्थ दिसला. मग मी त्याला विचारले, ''काय वाटतंय तुम्हाला?'' त्याने बोलायला सुरुवात केली, ''हो, रमोला म्हणते ते एकदम बरोबर आहे. आजकाल कामच करावंसं वाटत नाही. काय झालंय मला, खरंच काही कळेना. मागच्या सहा महिन्यांपर्यंत मी अनेक छान ॲग्रिकल्चरल प्रोजेक्ट्स केलीत. त्याला ॲवॉर्डसुद्धा मिळालीत. पण सहा महिने झाले, कामाला हुरूपच येईनासा झालाय. माझं आणि रमोलाचं नातं मस्त आहे. ती खूप प्रेम करते माझ्यावर आणि मीपण! पण ती आजकाल नाराज दिसली की, मी खूपच अस्वस्थ होतो. तिची खूप इच्छा असते, मी खूप काम करावं म्हणून. म्हणून ती वेगवेगळ्या प्रकारे मला मोटिव्हेट करते, पण मला काहीतरी अडकल्यासारखं वाटतं; पण नेमकं काय, तेच कळत नाही.''

मी म्हटलं, ''मला थोडंसं तुमच्या फॅमिली बॅकग्राऊंडबद्दल सांगाल का?''

सिद्धार्थ पुढे म्हणाला, ''हो, मी आई-बाबांना एकुलता एक मुलगा! मला दोन बहिणी. पण तुम्हाला आश्चर्य वाटेल, मी आई-बाबांचा अजिबात लाडका नाहीये. ते दोघं माझ्या बहिणींनाच फेव्हर करतात. का? माहीत नाही. माझी आई बँकेत नोकरी करायची आणि बाबांचा व्यवसाय होता. म्हणजे दोघं अजूनही काम करतात. निवृत्त झालेले नाहीत. त्यांच्याबरोबरच सध्या आम्ही राहतो; पण त्यांनी माझ्याकडे जास्तीत जास्त दुर्लक्ष केलंय. सगळ्या बाबतीत भेदभाव केलाय माझ्याशी. म्हणजे लहानपणी मी हट्ट केला की, कधीच काही मिळायचं नाही. बहिणींना सर्वकाही मिळायचं. अजूनही त्या दोघी, त्यांची मुलं जेव्हा माहेरी येतात, तेव्हा त्यांना घेऊन बाहेर जाणं वगैरे चालतं; पण आम्ही चौघं क्वचितच बाहेर जातो. लहानपणी आई सकाळी लवकर बँकेत जायची आणि माझी शाळा बारा वाजता असायची. घरात मी एकटाच असायचो बारापर्यंत. तेव्हापासून खूप एकटेपणाचं फीलिंग आहे मला. संध्याकाळीसुद्धा मी साडेपाचला घरी यायचो, तेव्हा आई दुपारच्या तीन ते सातच्या शिफ्टला गेलेली असायची. त्यामुळे मी घरी आल्यावरसुद्धा आई नसायची. पुन्हा मी एकटा! पण आईला त्याचं कधी काही वाटलं नाही. मला नोकरीची गरज होती म्हणून मी तशी वागले असेन, अशीच सफाई अजूनही ती देते.''

मी म्हटलं, ''तुम्हाला या सगळ्यामुळे आई-वडलांविषयी खूप राग मनात आहे का?''

सिद्धार्थ म्हणाला, "हो, आईविषयी राग आहे; पण बाबांनीही कधी प्रेमाने जवळ घेतल्याचं आठवत नाही. मला कळत नाही, ते असं का वागले? आणि अजूनही फार चांगले वागतात, असं नाही. आणि माझं एकट्याचंच असं मत आहे असं नाही, तर माझ्या आत्यांनासुद्धा हे माहीत आहे. त्या माझ्यावर खूप प्रेम करतात. इव्हन, रमोलालासुद्धा अनुभव आहे याचा. त्यामुळे तिला माझी खूप काळजी वाटते. एकेकदा वाटतं, आम्ही दोघांनी घराबाहेर पडावं आणि आपलं आपलं पाहावं; पण तेवढा पैसा नाही आमच्याकडे, म्हणून आम्हाला त्यांच्याबरोबर राहावं लागतंय."

मी विचारलं, "या सर्वांचा परिणाम म्हणून काम करावंसं वाटत नाही का?"

सिद्धार्थ म्हणाला, "असेल बहुतेक; कारण त्याचा त्रास होतो. पण मला आज तुमच्याशी बोलल्यावर बरं वाटतंय. तसा मी पूर्णपणे त्यांच्यावर अवलंबून नाही; पण आजकाल कामच नकोसं वाटतं. मी एम.बी.ए.ची परीक्षा देतो आहे. त्याच्याही अभ्यासाकडे लक्ष नाही माझं; पण आता करेन मी."

मी म्हटलं, "या गोष्टीचा एवढा त्रास होतो, तर मग एक करता येईल का? तुमच्या आई-बाबांशी बोलता येईल का?"

सिद्धार्थ – "हो, तसं करता येईल. मी बोलेन आई-बाबांशी आणि मग पुन्हा तुमच्याकडे कधी यायचं?"

मी – "पुढच्या आठवड्यात चालेल?"

मग सिद्धार्थ आणि रमोला पुढच्या आठवड्यात परत माझ्याकडे आले. सिद्धार्थ जास्तच अस्वस्थ दिसला. रमोला काळजीत होती. ते दोघे माझ्यासमोर बसले. दोन मिनिटांनी सिद्धार्थने अचानक रमोलाला बाहेर बसायला सांगितले. ती बाहेर गेली. सिद्धार्थ एकदम हुंदके देऊन रडायला लागला. मी रडू दिले. पाचएक मिनिटांनी त्याने सांगायला सुरुवात केली, "लहानपणी, मी आठ वर्षांचा असताना माझा अब्यूज झालाय. तोही एका पुरुषाकडून. शी! मला पुरुष हा शब्द उच्चारायची खूप घाण वाटते. त्याचं कारण मला आत्ता कळलं की, त्याचं नाव पुरुषोत्तम होतं. मी मागच्या वेळेस सांगितल्याप्रमाणे मी बारापर्यंत घरीच असायचो. त्या वेळी तो आमचा शेजारी. त्यामुळे त्याच्याकडे मी जायचो, तर तो लुंगी नेसायचा आणि मला... मला तो घाण काहीतरी करायला लावायचा. असं अनेक वेळा झालंय. माझी इथं सांगण्याची इच्छा नाही. तुम्ही समजू शकला असाल!"

मी – हो, मी समजू शकते, तुम्हाला इतक्या वर्षांनी या सर्वांची खूप घृणा वाटत असेल.

सिद्धार्थ – हो, मला जेव्हा अचानक सहा महिन्यांपूर्वी आठवलं, तेव्हा धक्काच बसला. मधली पंधरा-वीस वर्षं काहीच नव्हतं. रादर, मी ते पूर्णपणे

विसरून गेलो होतो; पण एक दिवस इंटरनेट बघताना अचानक हा विषय समोर आला आणि माझी खात्री पटली की, याचा मला भयानक त्रास होतो आहे; पण हे कुणाला सांगणार? रमोलाला सांगूच शकत नाही. ती बिचारी घाबरून जाईल आणि तसाही आमच्या सेक्शुअल लाइफवर याचा परिणाम झाला आहेच. म्हणूनच मग मी व्यावसायिक मदत घ्यायचं ठरवलं आणि तुमच्याकडे आलो.

मी – मी तुमच्या भावना पूर्णपणे समजू शकते. ही गोष्ट अचानक सामोरी आल्यामुळे कामामध्ये कदाचित हा भावनिक अडथळा निर्माण झाला असण्याची शक्यता आहे. आणि ही अशी गोष्ट आहे जिला कोणीतरी भावनांच्या रूपाने साक्षी राहणं गरजेचं आहे. ही गोष्ट फक्त तुमच्या-माझ्यातच राहील, अशी खात्री बाळगायला हरकत नाही. कारण कुठेतरी मोकळेपणाने बोलून कोणीतरी समजून घेऊन त्याला साक्षी राहणं, एवढीच आता गरज आहे. तुम्ही म्हणत असाल, तर मी रमोलाशी बोलू शकते अन्यथा तुम्हीही बोलू शकता.

सिद्धार्थ – मीच रमोलाशी हळूहळू बोलेन; पण जे अडकण्याचं फीलिंग मला होतं, ते आता पूर्ण मोकळं झाल्यासारखं वाटतंय. मी लवकरच कामाला सुरुवात करेन; पण मला या संदर्भात आणखी काही गोष्टी निदर्शनाला आल्या, त्या सांगतो. मला कळत नव्हतं की, मी सिटी बसमधून का प्रवास करू शकत नाही ते? ते आता कळलं. बसमधल्या लोकांच्या घामाचा जो टिपिकल वास असतो, तो मला आवडत नाही, कारण त्या पुरुषोत्तमच्या अंगाला घाम यायचा आणि तो माझ्या डोक्यात घुसलाय. आणखी एक, मला लुंगीवाली माणसं किंवा मला स्वत:ला लुंगी नेसायला आजिबात आवडत नाही. तर अशी काही असोसिएशन्स आहेत.

मी – तुम्हाला त्या व्यक्तीबद्दल खूप राग आहे, त्यामुळे तुम्हाला त्याला जबरी शिक्षा करावीशी वाटते का?

सिद्धार्थ – हो, खून करावासा वाटतो. तो आठवला की, भयंकर राग येतो. पण तो भेटण्याची काही शक्यता नाही, कारण तो मद्रासी होता. परत गेला असेल तो. कारण नंतर आम्ही घर बदललं.

मी – तुम्हाला या प्रकारामुळे स्वत:च्या शरीराची घृणा, किळस किंवा आपले शरीर शुद्ध, स्वच्छ नाही, असे वाटते का?

सिद्धार्थ – हो, मला माझं शरीर नकोसं वाटतं. विशेषत: आमच्या लैंगिक जीवनामध्ये चिडचिड होते. चांगलं काही वाटतच नाही. आणि मला हे आजपर्यंत कळतंच नव्हतं की, मी रमोलाला उगाच का दुखावतोय? पण आता मी तसं करणार नाही. तीही खूप समजूतदार आहे. या सगळ्यामधून बाहेर पडायला वेळ लागेल मला, पण मी ते तुमच्या मदतीने करू शकेन, असा पक्का विश्वास वाटतोय. तर केव्हा यायचं परत मी तुमच्याकडे?

मी – हो, पुढच्या आठवड्यात चालेल.

अशी अजून २-३ सेशन्स सिद्धार्थबरोबर झाली. त्यातून तो पूर्णपणे बाहेर पडून कामाला लागला. सहा महिन्यांनंतर आनंदाने भेटायला आला, तेव्हा माझी खात्री पटली की, यातून तो खरंच बाहेर पडला होता! बायकोही आनंदात होती.

वरील केसमध्ये असे स्मृतिआड राहिलेले अनेकांचे अब्यूज (लैंगिक शोषण – तेसुद्धा लहानपणी झालेले) असू शकेल आणि याचे परिणाम पुढील आयुष्यावर कोणत्या ना कोणत्या मार्गाने होतातच. कारण लैंगिक शोषण होणे, ही पूर्णत: मनाविरुद्धची बाब असते व त्यामध्ये एक प्रकारचा शारीरिक, मानसिक छळच झालेला असतो. त्याचा धक्का अनेक वर्षे टिकू शकतो. लहानपणी अज्ञानामुळे या प्रकाराला मुले / मुली बळी पडू शकतात. म्हणूनच सर्व लहान मुलांना या प्रकारची शक्यता त्यांच्या भाषेत, त्यांना समजेल अशा योग्य पद्धतीने समजावून सांगितली आणि त्याबद्दलची काळजी कशी घ्यावी, हे सांगितले तर तो यावरील प्रतिबंधात्मक उपाय ठरेल. प्रौढ व्यक्तींना केलेल्या समुपदेशनात खालील प्रश्न विचारून त्या प्रसंगाची तीव्रता किंवा दु:ख कमी करण्याचा प्रयत्न केला जातो –

१) लहानपणी झालेल्या लैंगिक शोषणामुळे तुमच्या वैवाहिक व लैंगिक जीवनावर कशा प्रकारे परिणाम झाला आहे, असे तुम्हाला वाटते?

२) ज्याने हे शोषण केले आहे, त्याला तुम्हाला शिक्षा करावीशी वाटते का?

३) तुम्हाला तुमच्या शरीराबद्दल घृणा वाटते का?

लैंगिक शोषण होणे, ही पूर्णत: मनाविरुद्ध झालेली बाब असते व यामध्ये एक प्रकारचा शारीरिक, मानसिक छळच झालेला असतो. त्याचा धक्का किंवा तिरस्कार अनेक वर्षे टिकू शकतो. लहानपणी अज्ञानामुळे किंवा लैंगिकतेविषयी योग्य ज्ञान नसल्यामुळे या प्रकाराला मुले-मुली बळी पडू शकतात. यावर प्रतिबंधात्मक उपाय म्हणून या मुलांना लैंगिकतेविषयी योग्य व अचूक माहिती सांगणे, अनावश्यक स्पर्श टाळण्याविषयी त्यांच्यात जागरूकता निर्माण करणे, चांगला स्पर्श व किळसवाणा स्पर्श यातील फरक समजावून सांगणे, तसेच आपल्या जननेंद्रियाला स्पर्श करू न देणे — मग ते कोणीही असो — असे सर्वांग शिक्षण देणे अत्यंत गरजेचे आहे.

जबाबदार लैंगिक वर्तन

''पीयूष आजकाल विचित्रच वागतो. बारावीतला मुलगा, पण कळतच नाही त्याला कसं वागायचं ते. त्या कॉम्प्युटरवर कसलीतरी घाणेरडी चित्रं बघतो चोरून-चोरून. मित्रांमध्ये सारखे मुलींचे विषय. तिचं 'हे' चांगलं आहे. काय चिकणी दिसते ती! असं काहीतरी बडबडतो. टीव्हीवर तर ते 'M TV', 'V चॅनेल' आणि इंग्लिश चॅनल्स पाहतो. परवा तर त्याच्या कप्प्यात कंडोम सापडला म्हणे! इथे क्लासला येताना 'Play-boy'सारखी मासिकं आणतो आणि या सगळ्यावर कडी म्हणजे त्याच्याकडे ब्ल्यू फिल्म्सच्या सीडीज सापडल्या. आत्तापर्यंत दोन-तीन मुलींना नादी लावून झालंय. तो वडलांचा मोबाइल चोरून आणतो आणि त्याच्यावरून काहीतरी अश्लील मेसेज पाठवत असतो.''

''रमेशकडून प्रियांकाचा एकतर्फी प्रेमातून खून!''

''निनाद व उमेश लैंगिक शोषणाचे बळी; तेही सलग तीन वर्षे! शाळेतील चार-पाच मुलांकडून शाळेतील बाथरूममध्ये नेऊन शोषण केले गेले.''

''नचिकेतला मुलींना मुद्दाम धक्का देण्याची सवयच आहे. त्याची नजरही वाईट आहे. तो रस्त्यात अनेक मुलींची छेडछाड करतो आणि काही अश्लील कमेंट्स करतो.''

''प्रशांत आणि त्याचा ग्रुप एकदा रेड लाइट एरियात जाऊन आला आहे म्हणे, अनुभव घेण्यासाठी.''

असे संवाद व चर्चा, कधी काळी बातम्या अनेकदा ऐकू येतात आणि मग प्रश्न पडतो की, ही मुले अशी का वागतात? त्यांना काही संस्कार नाहीत का? अभ्यास सोडून अशा गोष्टींकडे लक्ष जातेच कसे? ही मुले आयुष्यातून उठणार? पूर्ण वाया गेलेली आहेत का ही मुले? यांना वेळीच काबूत कसे आणायचे? असे विचार पालक, शिक्षक करतात आणि मग त्यांना वाटते, यावर काही उपाय आहे का? तर आहे! काय?

या वयामध्ये मागे म्हटल्याप्रमाणे शारीरिक, मानसिक, भावनिक बदलांबरोबर लैंगिक विचार मनात येणे, ही नैसर्गिक क्रिया आहे. मग काय चूक, काय बरोबर, असे प्रश्न मनात येऊन नैतिक लैंगिक वर्तन कोणते व म्हणजे काय, या गोष्टी त्रास द्यायला लागतात. या वयात इतर मूल्यांची जडणघडण योग्य रीतीने झाली, तर त्याचा पाया

पक्का होऊन त्याचा परिणाम पुढील आयुष्यावर चांगलाच होतो व टिकून राहतो.

या वयात शारीरिक आकर्षण निर्माण होण्यास सुरुवात होते. यामधून लैंगिक भावना उद्युक्त होऊन शारीरिक क्रिया करण्यास मन भाग पाडते. मग भावनांवर ताबा मिळवून वरील उदाहरणांतील मुलांना शारीरिक क्रिया करण्यास परावृत्त करण्यात अयशस्वी ठरल्यामुळे त्याचे वाईट परिणाम अर्थातच पुढील आयुष्यावर होतात. कारण जीवनाच्या प्रत्येक टप्प्यात स्त्री-पुरुषांचा या ना त्या निमित्ताने संपर्क येतच असतो. अशा वेळेस फक्त लैंगिक भावना मनात न ठेवता निकोप, मोकळे, निर्मळ वातावरण कसे ठेवावे, याचा अभ्यास करणे सर्वांच्याच हिताचे असते.

आपण जागतिक आरोग्य संघटनेच्या संशोधन खात्याच्या (WHO Research Dept.) पत्रात लैंगिक स्वातंत्र्याविषयी काय नमूद केले आहे, ते पाहू.

लैंगिक स्वातंत्र्य म्हणजे काय? – तर लैंगिक क्रियेशी संबंधित सर्व प्रकारचे मनोजैविक वर्तन, असा मानवी लैंगिकतेचा अर्थ सांगितला आहे व त्यामध्ये खालील गोष्टींचा समावेश होतो.

१) व्यक्ती म्हणून मला स्वत:विषयी काय वाटते? थोडक्यात म्हणजे, माझी स्व-प्रतिमा कशी आहे?

२) स्त्री किंवा पुरुष असल्याबद्दल माझ्या स्वत:च्या लैंगिकतेबद्दल काय भावना आहेत? त्याचा स्वीकार मी पूर्णपणे केला आहे का?

३) भिन्न लिंगी व्यक्तींबद्दल माझ्या भावना काय आहेत? याचाच अर्थ लैंगिकता म्हणजे फक्त लैंगिक संभोग एवढाच त्याचा अर्थ मर्यादित नसून लैंगिक संबंधांविषयी विचार करण्याची, योग्य माहिती जाणून घेण्याची व त्यानुसार नैतिकतेला धरून वागण्याची योग्य पद्धती म्हणजे लैंगिकता होय. लैंगिकता ही तीन पद्धतीने विचारात घेतली जाते. ती म्हणजे –

१) विचार : लैंगिकतेविषयीचे सकारात्मक व नकारात्मक विचार.

२) भावना : लैंगिकतेविषयीची सकारात्मक व नकारात्मक भावना.

३) कृती : सकारात्मक व नकारात्मक कृती करणे.

अनेकदा कृती केल्यावरच तिचा नैतिकता / अनैतिकता या संदर्भात विचार केला जातो; पण विचार व भावना या पातळीवरही अनेकदा नकारात्मकता असल्यामुळे या वयात अर्धवट कृती व त्याचा पश्चात्ताप, असा गोंधळ उडतो. म्हणून या वयातील मुलांबरोबर विचार व भावनांच्या पातळीवर सुसंवाद होणे गरजेचे आहे आणि ही जबाबदारी पालकांची व शिक्षकांची आहे. हा संवाद नेमका कोणत्या मुद्द्यावर साधावा, ते पाहू.

मानवी जीवनात लैंगिकतेकडे पाहण्याचा दृष्टिकोन निकोप, तसेच जबाबदारीचा असणे आवश्यक आहे. त्यानुसार मानवी जीवनात लैंगिकतेचे दोन भाग पडतात.

मानवी लैंगिकता	
सकारात्मक (+ ve)	**नकारात्मक (– ve)**
१) लैंगिकतेविषयी परिपूर्ण, शास्त्रोक्त व अचूक माहिती योग्य व्यक्तीकडून घेणे.	१) शरीराचा दुरुपयोग किंवा कोणाकडूनही फसवले जाणे.
२) स्वत:च्या लैंगिकतेचा पूर्ण स्वीकार करणे.	२) छेडछाड / विनयभंग.
३) लैंगिकतेबद्दलच्या भावनांचा आदर करणे व त्यावर योग्य नियंत्रण ठेवणे.	३) सार्वजनिक ठिकाणी लैंगिक अवयवांचे प्रकटीकरण.
४) लैंगिकतेतील सौंदर्य जाणून घेऊन मगच त्याचा योग्य उपभोग घेणे.	४) वेश्याव्यवसाय (Prostitution)
५) प्रेम आणि आकर्षण (क्षणिक) ह्या दोन्ही बाजू किंवा यातील फरक नीट समजावून घेणे.	५) एकतर्फी प्रेमातून केली जाणारी निर्दय हत्या.
६) लैंगिक भावनांचा हस्तमैथुनासारख्या योग्य मार्गातून निचरा करणे.	६) अति प्रमाणात निळ्या फिती (Blue films) व अश्लील मासिके, पुस्तकांचे वाचन.
७) लैंगिक जोडीदाराचा आदर करणे व त्याच्याबरोबर एकनिष्ठ राहणे.	७) जबरदस्तीने शारीरिक लगट करणे.
	८) बलात्कार
	९) अश्लील संदेश पाठवणे
	१०) लैंगिक शोषण (Sexual abuse)
	११) नातेवाइकांकडून किंवा परिचित व्यक्ती किंवा शेजाऱ्यांकडून मुले/मुलींचा होणारा लैंगिक छळ/शोषण.

नकारात्मक मानवी लैंगिकतेमध्ये लैंगिकतेकडे बघण्याचा दृष्टिकोन दूषित किंवा विकृतच असतो. ही विकृती येते कुठून? बालपणातील अनुभव, घरातील वातावरण, आई-वडिलांचे संस्कार, सामाजिक परिस्थिती इ. अनेकदा लैंगिकतेविषयी पालकांकडून मुलांच्या मनात नकारात्मक दृष्टिकोन भरवला गेला, तर त्या विषयी घृणा, भीती, किळस अशा भावना मुलांमध्ये लहानपणापासून विकसित होतात. मग त्यातून अपराधीपणाची भावना निर्माण होऊन त्याचा व्यक्तिमत्त्वावर वाईट परिणाम होऊ शकतो. मग जेव्हा या मुलांच्या कृतीमध्ये 'विकृती' दिसते तेव्हाच पावले उचलली जातात व पालक या बाबतीत अगतिक होतात. म्हणूनच नकारात्मक लैंगिकतेचे सकारात्मक दृष्टिकोनात परिवर्तन करून ती भावना विकसित करणे अत्यंत गरजेचे आहे. त्यासाठी पालकांनी, शिक्षकांनी लैंगिकतेविषयी विचार व भावना या पातळीवर विचार करून त्याची योग्य ती माहिती समुपदेशकामार्फत मुलांना देणे आवश्यक आहे. अशाने नकारात्मक लैंगिकता टाळता येणे सहज शक्य आहे.

लैंगिकतेकडे बघण्याच्या जबाबदार दृष्टिकोनात खालील गोष्टींचाही समावेश होतो.

१) भिन्न लिंगी व्यक्तींशी ओळख वाढवणे व त्या व्यक्तीविषयी आकर्षण वाटणे, हा मानवी स्वभावधर्म आहे. ते पूर्ण स्वाभाविक व निकोप आहे; पण विचार व भावना या पातळीवर दोघांमध्ये सुसंवाद असेल, तर नकारात्मक कृती घडणारच नाही. हे आपल्या हातात आहे. मग परस्परांचा आदर करून 'नाते' टिकवून ठेवणे, यात गैर काहीच नाही.

२) या वयात समवयस्कांचा दबाव (Peer Pressure) चांगला किंवा वाईट दोन्ही प्रकारचा असू शकतो. त्याला योग्य रीतीने तोंड देऊन स्वत:मध्ये व त्यांच्यामध्ये लैंगिक सकारात्मक दृष्टिकोन निर्माण करणे, ही आपली जबाबदारी आहे.

३) कोणत्याही 'व्यसनाचे' परिणाम वाईटच असतात, हे लक्षात ठेवून सवंगड्यांच्या आग्रह किंवा दबावाखातर व्यसन करू नये, अशी प्रतिज्ञा या वयात केली, तर ती उपयोगी ठरते. मात्र वेळप्रसंगी शिक्षकांची, मोठ्या व्यक्तींची मदत घेणे खूप गरजेचे आहे.

४) एक वेळचा शारीरिक संबंध / संभोगसुद्धा गर्भधारणेस कारणीभूत होऊ शकतो, हे लक्षात ठेवून त्याप्रमाणे प्रत्येकाने अत्यंत जागरूक राहण्याची आवश्यकता आहे. क्षणिक मोह टाळण्यासाठी संयमाची गरज असते.

५) आपल्या वर्तनाने समोरील व्यक्तीच्या भावना चिथावल्या जाणार नाहीत, याबाबत काळजी घेणे आवश्यक आहे. यामध्ये आपला पोशाख, आपले वागणे

यातून समोरच्याला अनाहूतपणे चिथावले जाण्याची शक्यता असते. यातूनच शारीरिक दुरुपयोग, लैंगिक शोषण, बलात्कारासारख्या दुर्घटना घडतात, हे लक्षात ठेवावे.

६) लैंगिकतेविषयी माहिती मिळवण्यासाठी अश्लील पुस्तके, मासिके, ब्ल्यू फिल्म्स, वेश्यागमन अशा गोष्टींचा आधार न घेता डॉक्टर, समुपदेशक, या विषयावर काम करणारे समाजसेवक अशा तज्ज्ञ व्यक्तींकडूनच माहिती घ्यावी.

७) नकारात्मक लैंगिकता बदलण्यासाठी प्रयत्न करणे, ही प्रत्येकाची जबाबदारी आहे. मुलांनो, ही तुमचीही सामाजिक जबाबदारी आहे.

स्वत:च्या वर्तनाची पूर्ण जाणीव ठेवून त्या वागणुकीचा दुसऱ्या व्यक्तीवर वाईट परिणाम न होण्याची जबाबदारी आपल्यावरच आहे, हे लक्षात ठेवावे. नाहीतर बेजबाबदार लैंगिक वर्तनाचे परिणाम खालील प्रकारे दिसतात.

१) आपल्याच शरीराविषयी घृणा वाटणे.
२) मानसिक ताण / अस्वस्थता / चिंता.
३) स्वत:बद्दल लैंगिक न्यूनगंड निर्माण होणे. (Inferiority Complex regarding sex)
४) अभ्यासाकडे, कर्तव्याकडे दुर्लक्ष होणे.
५) सतत अपराधीपणाची भावना. (Guilty Feeling)
६) लैंगिकतेचे व्यसन लागणे.
७) भविष्यावर, करिअरवर विपरीत परिणाम.
८) आयुष्यातील ध्येयासक्तीवर विपरीत परिणाम.
९) अकाली होणारी गर्भधारणा. (Unwanted Pregnancy)
१०) लैंगिक आजारांची शक्यता. (STD)
११) एच.आय.व्ही. / एड्स होण्याचा धोका. (HIV/AIDS)
१२) मानसिक आजारांना बळी पडण्याची शक्यता.
१३) लैंगिक शोषण. (Sexual Abuse)
१४) बलात्कार. (Rape)

बलात्कार म्हणजे नेमके काय?

एकवीस वर्षांची देविका माझ्यासमोर बसली होती. ती सांगत होती, "मी उशिरा, म्हणजे रात्री आठ-नऊला घरी गेले ना की, माझी आई फार अस्वस्थ होते. का ते मला कळतच नाही. माझ्या मैत्रिणी माझ्याबरोबर असतात आणि आजकाल सगळ्याच मुली पार्टीच्या निमित्ताने किंवा एकमेकांच्या ग्रुपमध्ये भेटायच्या निमित्ताने रात्री दहापर्यंत घराबाहेर असतात. हे तिला सांगितलं, तरी पटत नाही; आणि मी रोज रोज जात नाही, कधीतरी जाते, तरी ती आरडाओरडा करते. तिला काय वाटतं, कोणास ठाऊक?"

मी विचारलं, ''नेमकं या आरडाओरड्यामागे तिचं काय म्हणणं असावं, असं तुला वाटतं?''

देविकाने 'मला काय माहीत?' असे हावभाव केले.

मग मी म्हटलं, ''देविका, आईला असं वाटत असेल का गं की, रात्री उशिरापर्यंत बाहेर राहिलीस, तर बाहेर कोणीतरी तुझा काहीतरी गैरफायदा घेईल?''

देविका म्हणाली, ''कोण काय करणार आहे मला? कुणाची हिंमत नाही.''

मी म्हटलं, ''समजा, एखादा मुलगा तुला आवडतोय आणि त्याने तुला कुठेतरी निर्जन ठिकाणी बोलावलं, तर जाशील का?''

देविका म्हणाली, ''नाही बाई आणि गेले तरी काही करू देणार नाही.''

मी म्हटलं, ''ओके, तू गेलीस. तुला त्याने तुझ्या मनाविरुद्ध काही केलं, तर काय करशील?''

देविका म्हणाली, ''ह्या! मी असंकाही करूच देणार नाही.''

मी म्हटलं, ''तरी त्याने तुझं न ऐकता काहीतरी करायला सुरुवात केली तर?''

देविका म्हणाली, ''मी आरडाओरडा करेन. त्याला सांगेन, असं करू नकोस.''

मी म्हटलं, ''तू आरडाओरडा करूनसुद्धा त्याने काही केलंच, तर काय करशील?'

देविका म्हणाली, ''अरे बापरे! मग काय करणार? भीतीच वाटेल मला! पण असं घडू शकतं का?''

मी म्हटलं, ''हो देविका, लैंगिक क्रिया करणं, तेसुद्धा आपल्या आवडत्या व्यक्तीबरोबर विश्वासाने किंवा संमतीने, हे खूप स्वाभाविक आहे; पण एखादी अनोळखी व्यक्ती तीच लैंगिक क्रिया क्रूरतेने, मनाविरुद्ध, भावनांचा विचार न करता, जबरदस्तीने करते आणि त्याचा मनावर विपरीत परिणाम होतो, त्यालाच बलात्कार असे म्हणतात. कित्येक वेळा एखादी स्त्री किंवा मुलगी हे सहन करते आणि तिच्या लैंगिकतेविषयीच्या कोमल भावना करपून जातात. मग तिला त्यामध्ये कोणताच आनंद मिळत नाही. फक्त कोणीतरी शरीर वापरून घेतल्याची हताश भावना येते. तेव्हा त्या स्त्रीवर बलात्कार झाला, असे म्हणतात.''

देविका म्हणाली, ''बाप रे! खरंच की! मी असा विचार कधीच केला नव्हता! आणि आई आरडाओरडा का करते, तिला कशाची भीती वाटते, हे आत्ता थोडं कळतंय.''

मी म्हटले, ''हो, बरोबर. म्हणजे तुला कळलं, पण बलात्कार थोपवणं आपल्या हातात नक्कीच आहे. अशी वेळच आपल्यावर येऊ नये म्हणून या वयात जपून वागणं, जपून एखाद्या मित्रावर विश्वास टाकणं, लैंगिक भावनांचं योग्य

व्यवस्थापन करणं; तसंच आपलं वर्तन कुठेही बलात्कार होण्यासाठी कोणाला उद्युक्त करत नाही ना, हे पाहणं अत्यंत गरजेचं आहे.''

देविका म्हणाली, ''खरंच, माझे डोळे उघडलेत तुम्ही. मला माहितीच नव्हती या बाबतीत. मी फक्त ऐकून होते; पण हे सर्व एवढं भयानक असतं, हे माहिती नव्हतं. म्हणजे मलाच जबाबदारीनं वागायला हवं हे खरं आणि आईची असुरक्षिततेची भावना कमी करावी, असं मला वाटतं.''

मी म्हटलं, ''अगदी बरोबर! आता हे सर्व तू तुझ्या सर्व मैत्रिणींना सांगायला हवंस आणि या सर्वांचं ज्ञान द्यायला हवं.''

देविका म्हणाली, ''हो, जरूर देईन. धन्यवाद!''

समलिंगी संबंध (Homosexuality)

आपल्याला जगात फक्त स्त्री-पुरुष म्हणजे भिन्न लिंगी आकर्षण हे जास्त सुपरिचित आहे आणि ते मान्यही असते. बरोबर ना मुलांनो? पण कधीकधी पुरुष-पुरुष (Gay) किंवा स्त्री-स्त्री (Lesbians) असेही लैंगिक संबंध असतात, हेही तुम्हाला ऐकून माहीत असेल; पण प्रत्यक्षात समलिंगी संबंध म्हणजे काय? त्यावर नेमके काय करायचे? असे प्रश्न तुम्हाला पडत असतील नाही? तर एक केस आपण पाहू आणि शास्त्रीयरीत्या समजावून घेऊ की, समलिंगी संबंध (Homosexuality) म्हणजे काय?

एक पंचवीस वर्षांचा तरुण माझ्याकडे लाजत, घाबरत आला. माझ्यासमोर बसल्यावर तो नुसताच लाजत माझ्याकडे बघत राहिला.

मी विचारले, ''काही त्रास होतो आहे का तुम्हाला?''

तो ''नाही, नाही'' असे म्हणाला. पुढे तो म्हणाला, ''मला एका सायकिॲट्रिस्टने पाठवलं आहे; पण तुम्हाला माझा प्रॉब्लेम समजेल की नाही, असं वाटतंय. माझा प्रॉब्लेम जरा वेगळा आहे.''

मी म्हटले, ''हरकत नाही. मला मदत करता आली, तर मी नक्कीच करेन; पण तुम्हाला सांगण्याची कम्फर्टेबिलिटी आली की, सांगायला हरकत नाही.''

असे म्हटल्यावर तो मान खाली घालून हमसाहमशी रडायला लागला. पाच मिनिटांनी ''सॉरी'' म्हणाला आणि ''मी असे कुणासमोरही आजपर्यंत रडलो नाही; पण मला खरंच रडू आलं. सॉरी.''

मी म्हटलं, ''इट्स ओके. तुम्हाला तुमच्या भावना व्यक्त करण्याचा पूर्ण अधिकार आहे इथे.''

मग तो सांगू लागला, ''माझे ना, एका मुलाशी संबंध आले होते तीन-चार वर्षांपूर्वी. आता तो मुंबईत राहतो. तो मला सोडून गेला, त्याचं वाईट वाटतंय. म्हणजे, मला त्या मुलाचं खूप आकर्षण वाटायचं. त्यालाही माझ्याबद्दल वाटायचं. मग दोन वर्षं आमचे लैंगिक संबंध होते. तेव्हा छान वाटत होतं, पण त्याने अचानक मला सोडून दिलं. आता घरात माझ्या लग्नाचा विषय चाललाय. मला लग्नच करायचं नाही खरं म्हणजे. माझं हे असं! मला मुलींबद्दल आजपर्यंत आकर्षण असं वाटलंच नाही. म्हणजे, तसं मुलींकडे बघतो मी; पण मला मुलांचं जास्त आकर्षण वाटतं. आता आमच्या शेजारी एक मुलगा राहतो. त्याची बॉडी आवडते मला. हँडसम आहे तो; पण त्याला माझ्याबद्दल वाटत नाही. माझं जीवन वाया गेलंय, असं मला वाटतं. खूप अपराधी वाटतं इतर मुलांकडे बघून. लग्नाचा विषय निघाला की, खूप-खूप भीती वाटते, कारण घरात मी हे माझं सांगितलं, तर ते मरूनच जातील. माझ्या आई-वडलांचा विश्वासघातच होईल. कशातच मन लागत नाही माझं. मी एम.बी.ए. (MBA) करतोय; पण गेली तीन वर्षं पासच होत नाहीये. सारखे हेच विचार डोक्यात घोळतात. मास्टरबेशन (हस्तमैथुन) करावंसं वाटतं, पण त्यातपण समाधान होत नाही. मला या भावना येतात. यावर काही गोळ्या-औषधं आहेत का? मी या सायकिॲट्रिस्टच्या गोळ्या घेतल्या; पण त्याने सारखी झोप येते. म्हणजे विचार थोडे कमी होतात, पण यावर काही उपायच सापडत नाहीये मला. आणि आणखी एक गोष्ट सांगायची म्हणजे, माझ्या छातीचा आकार वाढलाय, असं मला वाटतं. माझं वजन खूप वाढलंय, असं वाटतं. मी बायकांसारखा बोलतो, असं मला वाटतं. काय आहे हो हे सगळं? आणि माझ्या पेनिसचा (शिश्नाचा / लिंगाचा) आकार छोटा आहे असं वाटतं. या सगळ्या कारणांमुळे तर मला हे सगळं वाटत नसेल? पण मला खूप-खूप लाज वाटते हे सगळं कुणाला सांगण्याची.

''मी सेक्सॉलॉजिस्टकडे गेलो होतो; पण त्यांनी जरा विचित्रच वागणूक दिली मला. त्यामुळे त्यांचीपण भीती वाटली. त्यांनी मला मनातले विचार काढून टाक, असं सांगितलं. मी प्रयत्नपण करतोय; पण जातच नाहीयेत.''

मी म्हटले, ''प्रथमत: तुम्हाला हे जे आकर्षण वाटते आहे, ते खरेच वाटते आहे, याचा स्वीकार कसा करायचा, हे पाहू. मला समजतंय की, तुम्हाला चारचौघांच्यात वेगळा फील येत असेल. या गोष्टीची एकीकडे लाज, संकोच वाटत असेल; पण कृती करताना छान वाटत असेलही; पण हे समलिंगी आकर्षण वाटतंय, हे स्वत:शी कबूल करणं आवश्यक आहे आणि हे नैसर्गिक आहे. वाटणं

यात काहीच गैर नाही, पण त्याचा स्वीकार न केल्यामुळे आयुष्यात झालेल्या परिणामांचा त्रास तुम्हाला जास्त होतो आहे, असं मला वाटतंय. तुमच्यावर लग्नासाठी घरातून येणारं प्रेशर, कुठेच लक्ष न लागणं, संबंध ठेवण्यासाठी योग्य व्यक्ती न भेटणं या सर्वांचा परिणाम झाला आहे. म्हणूनच आपण हे वाटणारं आकर्षण कसं हाताळायचं याचा विचार करू या आणि त्यासाठीचा सगळा सपोर्ट मी तुम्हाला नक्कीच करणार आहे.'' असे म्हटल्यावर तो बराच रिलॅक्स झाला. माझ्याकडे सात-आठ सेशन्स येत राहिला. माझ्याकडून याबद्दलची सविस्तर माहिती घेत गेला. मनातील शंकांचे निरसन करत गेला. आता त्याने यशस्वीरीत्या एम.बी.ए. पास केले आहे.

साधारण पौगंडावस्थेतील वयापासून संप्रेरकातील बदलांमुळे शारीरिक आकर्षण वाटू लागते. त्या विषयी आधी आपण सविस्तर चर्चा केलेली आहेच, पण कधीकधी जसे नियमाला अपवाद असतात त्याचप्रमाणे या वयात समलिंगी मित्र किंवा समलिंगी मैत्रीण यांच्याबद्दल शारीरिक आकर्षण वाटायला लागते. अशा प्रकारच्या भावना येणे अजिबात गैर नाही, तर नैसर्गिक आहे; पण जेव्हा असे वाटायला लागते, तेव्हा त्या आहेत तशा स्वीकारणे महत्त्वाचे! हे स्वीकारताना अनेक अडचणी या मुलांपुढे उभ्या राहतात. पहिली अडचण म्हणजे, जे मला वाटते ते बरोबर का चूक? हे नैतिकतेला धरून आहे का? ही विकृती आहे का? बाकीच्या मुला-मुलींसारखा / सारखी मी नाही आहे का? मला खूप लाज वाटते, त्याचे मी काय करायचे? मला कुणी चिडवले, तर तो अपमान मी सहन कसा करायचा? मी अशा पद्धतीने कोणाला चिथवायचे का? कोणाशी जबरदस्तीने असे संबंध ठेवायचे का? मला अशी सारखी कृती करावीशी वाटते. ती किती वेळा चोरून-चोरून करायची? माझ्या आई-वडिलांना हे कळले, तर ते काय म्हणतील? शिक्षा देतील का? माझ्यामध्ये काही शारीरिक दोष तर नाही ना? मी ॲब्नॉर्मल आहे का? असे अनेक प्रश्न मनात घोंगावायला लागतात आणि स्वत:बद्दलची नकारात्मकता तयार होते.

आजकाल पाश्चात्त्य देशांमध्ये हे मान्य केले गेले आहे की, समलिंगी व्यक्तींविषयी आकर्षण वाटणे व समलिंगी संबंध ठेवणे, हे स्वाभाविक आहे; पण कृती करून त्याबाबत अपराधी राहणे कितपत योग्य आहे, हा प्रश्नच आहे. जेव्हा एखाद्या मुलाला / मुलीला अशा प्रकारचे आकर्षण वाटायला लागते तेव्हा कृती कोणाबरोबर करावी, असा प्रश्न पडतो. विशेषत: वसतिगृहामध्ये एकाच रूममध्ये राहणारी मुले / मुली यांमध्ये आकर्षण निर्माण होण्याची शक्यता असते. पण हे संबंध जर दुतर्फी व एकमेकांच्या संमतीने असतील, तर त्यामध्ये आनंद असू शकतो. पण कोणाला याचा बळी केला असेल, तर ती हिंसा किंवा जबरदस्ती होऊ शकते. जो भावना नसताना

बळी पडतो, त्याच्या आयुष्यात वेगळ्याच समस्या उद्‍भवतात. म्हणूनच अशा समदु:खी लोकांसाठी काही संस्थांनी पुढाकार घेऊन समलिंगी लोकांसाठी ट्रस्ट स्थापन केले आहेत.

अशा व्यक्तींना योग्य मदत करून भावना हाताळणे व पुढच्या आयुष्यावर विपरीत परिणाम होऊ न देणे यावर समुपदेशक भर देतो. कित्येकदा या मुला-मुलींमध्ये असा न्यूनगंड तयार होतो की, माझ्यामध्ये काही शारीरिक दोष तर नाही ना? किंवा मग अशी कृती अनवधानाने घडली, तर त्याचा शरीरावर / लैंगिकतेवर किंवा वैवाहिक आयुष्यावर परिणाम होईल का? किंवा सामाजिक आयुष्यावर याचा परिणाम होईल का? ज्या व्यक्तीमध्ये भावनिक गुंतवणूक झाली आहे, तिचे काय करायचे? माझ्या स्त्रीत्वावर किंवा पौरुषत्वावर शंका घेतली जाईल का? अशा अनेक प्रश्नांवर समुपदेशक क्लायंटला विचार करायला लावतो. मुख्य भर ह्या प्रकारच्या भावना स्वीकारायला लावण्यावर असतो. हे संबंध पुढे सुरू ठेवायचे की नाही, हा प्रत्येकाचा वैयक्तिक प्रश्न आहे; पण लग्न करताना हा भाग लक्षात घेऊन केले, तर वैवाहिक आयुष्य व्यवस्थित पार पडते. भिन्न लैंगिकत्व (Bisexuality) असेल, तरच हे शक्य आहे; पण जे फक्त समलैंगिकच आहेत, त्यांनी लग्न करताना जरूर गंभीर्याने विचार करावा.

मानवी लैंगिकता

मित्रांनो, आम्हाला माहीत आहे; तुमच्या या वाढीच्या वयात (दहा ते अठरा वर्षे) तुमच्या मनात अनेक प्रश्न आहेत. अनेक विषयांबाबत उत्सुकता आहे. विशेषत: तुमच्या होणाऱ्या शारीरिक, मानसिक आणि लैंगिक वाढीविषया तुम्हाला जाणून घ्यावेसे वाटते आहे; पण मनात 'सेक्स' ह्या विषयाबद्दल चिंता आणि भीती आहे. कोणाला विचारावे, हे कळत नाही. मग तुम्ही काय करता? तर तुमच्याच वयाच्या इतर मित्र-मैत्रिणींकडून याची माहिती मिळविता किंवा प्ले-बॉयसारखी मासिके चोरून बघता. या प्रकारचे चित्रपट किंवा ब्ल्यू-फिल्म्स चोरून बघता.

मित्रांनो, या वयात असे करावेसे वाटणे, ही खरेतर नैसर्गिक भावना आहे; पण त्याबरोबर हे वय म्हणजेच पुढच्या आयुष्याचा पाया भक्कम करण्याचे, स्वत:ला व्यक्ती म्हणून घडविण्याचे, म्हणजेच व्यक्तिमत्त्व-विकासाचे वय आहे आणि म्हणूनच या वेळी आई-वडील तुमच्यावर बंधने घालतात व तुमच्या वर्तनाला शिस्त लागावी म्हणून तुमच्याकडे जास्त लक्ष देण्यास सुरुवात करतात आणि नेमके हेच तुम्हाला आवडत नाही. कारण तुम्ही मोठे होत असता. हे मोठे होणे सुरुवातीला शारीरिक असते. त्यात मानसिक आणि भावनिक बदल असले, तरी त्यात परिपक्वता नसते. सेक्स या विषयाची नव्यानेच ओळख होत असते. कारण हे वयच सुरवंटाचे फुलपाखरू होण्याचे असते. मग हा बदल होताना काही प्रमाणात त्रास होणारच असतो. त्यात घाबरण्यासारखे काहीच नसते. हा त्रास प्रत्येकालाच होतो; फक्त त्याचे प्रमाण प्रत्येकात कमी-जास्त असते. कारण आता मुलांमधून पुरुषात आणि मुलींमधून स्त्रीमध्ये रूपांतर होणार असते. आपण ही प्रक्रिया पुढील मुद्द्यांच्या आधारे समजावून घेऊ.

सेक्स म्हणजे काय?

शब्द वाचून दचकलात ना? आजूबाजूला कोणी आपल्याला पाहत तर नाही ना, याची हळूच खात्री करून घेतलीत ना? यात तुमची चूक नाही. कारण एखादी व्यक्ती जेव्हा सेक्स हा शब्द उच्चारते, तेव्हा तिच्याकडे निर्लज्ज म्हणून पाहिले जाते. कारण आपल्या समाजात सांस्कृतिक बंधने खूप आहेत. त्यामुळे या विषयी

बोलणे आजही चांगले लक्षण मानले जात नाही. ही गुपचूप किंवा चोरून बोलण्याची बाबच समजली जाते. या चोरटेपणामुळेच वर सांगितलेल्या माध्यमातून चुकीची माहिती मिळते. खरंतर ही मासिके, ब्ल्यू फिल्म्स, नेटवरून मिळणारी माहिती अवास्तव, अतिरंजित आणि चुकीची असते आणि तुम्हाला खरी शास्त्रीय माहिती नसल्यामुळे तुम्ही तेच खरे धरून चालता.

खरेतर सेक्स ही प्रत्येक सजीव प्राण्याची मूलभूत जैविक प्रेरणा आहे. निसर्गात आपल्यासारखा सजीव परत जन्माला यावा यासाठी ही प्रेरणा प्रत्येक सजीवात जन्मापासूनच आहे. त्यासाठीच तर निसर्गाने नर आणि मादी निर्माण केले. आपल्यासारखा जीव परत निर्माण करण्यासाठी या नर आणि मादीचे मीलन होणे गरजेचे असते. मग ही प्रक्रिया अगदी फुलापासून सुरू होते. ती इतर सस्तन प्राण्यांत असते तशीच मानवातपण असते. येथेच खरा महत्त्वाचा फरक आहे आणि तो आत्ताच नीट समजावून घ्या. निसर्गाने मानवाला जरी प्राणी या सदरातच जन्माला घातले असले, तरी इतर प्राणी आणि मानव यात खूप फरक आहे. इतर प्राण्यांत (जसे कुत्रा, मांजर वगैरे) प्रजननासाठी निसर्गाने विशिष्ट काळ निश्चित केला आहे. हे प्राणी फक्त त्याच वेळी एकत्र येतात आणि नंतर बाजूला होतात. म्हणजे फक्त नवीन जीव जन्माला घालण्यापुरतेच ते एकत्र येतात, परंतु माणसाच्या बाबतीत सेक्स ही केवळ शारीरिक नाही, तर ती एक मानसिक आणि भावनिक प्रक्रियापण आहे. आणि म्हणूनच या वर्तनावर मानवाला नियंत्रण ठेवणे गरजेचे आहे. त्यामुळेच सेक्स ही मानवाच्या दृष्टीने फक्त विरुद्धलिंगी व्यक्तींबद्दल आकर्षण एवढी एकच भावना नाही; तर त्यात प्रेम, काळजी, सहवास, सहकार्य आणि भावनांची देवाण-घेवाण या गोष्टीपण महत्त्वाच्या आहेत. कारण आजमितीला तरी सर्व सजीव प्राण्यांत मानवाचा मेंदू सर्वांत विकसित व प्रगल्भ आहे आणि त्यामुळेच वरील सर्व भावना या मानवाने नात्यांमध्ये बांधल्या आहेत. इतर प्राणी व मानव यांत हाच फरक आहे. इतर प्राण्यांत नातेसंस्था नाहीत. त्यांच्यात फक्त नर आणि मादी एवढे एकच नाते आहे, परंतु माणसात तेवढे एकच नाते नाही, तर माणसातील प्रत्येक नात्याला स्वतंत्र अर्थ आहे. जसे आई-मुलगा, वडील-मुलगी, बहीण-भाऊ, काका-मामा, आत्या-मावशी इ. स्त्री-पुरुषांमध्ये फक्त नर आणि मादी एवढेच नाते असते, तर या नात्यांना काही अर्थ राहिला नसता. म्हणजेच काय, तर माणसांसाठी सेक्स ही फक्त शारीरिक प्रक्रिया नाही, तर वर वर्णन केलेल्या सर्व गोष्टी आहेत (प्रेम, काळजी, सहवास, सहकार्य इ.) आणि त्या आत्ताच, या वयातच समजणे महत्त्वाचे आहे. नाहीतर तुमचा एक माणूस म्हणून विकास होण्यास अडचणी येऊ शकतात.

सेक्सची कल्पना पिढ्यान्‌पिढ्या बदलत गेली आहे. आधीच्या काळात सेक्सबद्दल

बोलणेसुद्धा तुच्छ मानले जात होते, पण आत्ताच्या काळात सेक्सबद्दल बोलण्याने लोक बिचकत नाहीत.

फ्रॉइडच्या (फादर ऑफ सायकॉलॉजी) म्हणण्यानुसार एखाद्या व्यक्तीमध्ये सेक्सची भावना जन्मल्यापासून म्हणजे जेव्हा बाळ आपल्या आईचे दूध प्यायला सुरुवात करते, तेव्हापासूनच सुरू होते. बालपणात निर्सगत: हे वरदान आपल्याला मिळाले आहे. बाळ लहानपणापासून लैंगिक अवयवांबरोबर खेळायला सुरुवात करते, ज्याला आपण एखादी खराब किंवा चुकीची गोष्ट समजतो. हे जर नैसर्गिक आहे, तर ते आपण का थांबवतो? लग्नाच्या आधी लैंगिक संबंध म्हणजे सेक्सचा सराव केला, तर चालेल का? जर नाही, तर एखाद्याला लैंगिक भावनांचे समाधान करण्याकरिता काय सुरक्षित उपाय आहेत हे पाहू.

सेक्स ही एक नैसर्गिक प्रक्रिया आहे. संभोग किंवा हस्तमैथुन केल्याने ती भावना व्यक्त केली जाते. जेव्हा तो / ती किशोरावस्थेत पोहोचतात, तेव्हा या भावना खूप प्रमाणात वाढतात. सेक्सबद्दल एवढे सगळे माहीत करून घेताना आपण प्रेम आणि शरीराकर्षण, गर्भावस्था व बाळंतपण ह्यांच्यातला फरक जाणून घ्यायला हवा.

सेक्स ही फक्त शारीरिक प्रक्रिया नसून ही एक मानसिक प्रक्रिया आहे आणि त्यामुळे मानसिक समाधान मिळते. मनुष्याच्या आयुष्यातील ही सर्वांत सुंदर कल्पना आहे. आपल्याला ही कल्पना आयुष्यात वापरायची असेल, तर सेक्सबद्दल पूर्ण आणि बरोबर माहिती असणे अत्यंत महत्त्वाचे आहे.

हस्तमैथुन कल्पना

एखादी व्यक्ती जेव्हा लैंगिक भावना उद्दीपित करण्यासाठी लिंगाशी चाळा करते आणि लैंगिक सुख मिळवते, तेव्हा त्यास हस्तमैथुन म्हणतात. ही एक नैसर्गिक प्रक्रिया आहे. ही प्रक्रिया हाताने किंवा एखाद्या यांत्रिक वस्तूच्या साहाय्याने केल्यास संभोग केल्याशिवाय सुख मिळू शकते. ह्यालाच आपण संभोग न करता सुख मिळवण्याचा दुसरा मार्ग म्हणू शकतो आणि काही परिस्थितींमध्ये हा पर्याय गुप्तपणे वापरून त्यातील आनंद मिळवू शकतो.

हस्तमैथुन करण्याची कारणे

हे प्रमाण टीनएजर्समध्ये सर्वांत जास्त आढळून येते. ह्या वयात सेक्सबद्दलची माहिती किंवा ते अनुभवण्यासाठी केलेल्या कृतीला हस्तमैथुन असे म्हणतात. काही टीनएजर्स ही प्रक्रिया नकळत करतात आणि त्यांना स्वत:बद्दल घृणा वाटू लागते. ह्या प्रक्रियेबद्दल तणावही वाटू लागतो. विशेषत: मुलींमध्ये असे खूप प्रमाणात

बघितले जाते. टीनएजर्स टीव्हीवर किंवा सिनेमा बघताना सेक्सच्या भावना उत्तेजित करणारी गाणी किंवा प्रसंग बघतात व भावना उद्दीपित करण्यासाठी, त्यामधून समाधान मिळविण्यासाठी हस्तमैथुनाची प्रक्रिया करतात. ही एक नैसर्गिक प्रक्रिया आहे. केवळ कुमारवयातील नाही, तर प्रौढ / विवाहितही हस्तमैथुन करतात. जेव्हा एक साथीदार काही कारणांनी दूर असतो किंवा काही सामाजिक नियम त्यांना संभोग करायला परवानगी देत नाहीत, त्या वेळी दुसरा जोडीदार हस्तमैथुन करू शकतो.

उदा. जेव्हा एखादी स्त्री बाळंतपणाला माहेरी जाते.

हस्तमैथुनाच्या वेळेस नक्की काय होते?

जेव्हा लैंगिक भावना जागृत होतात, तेव्हा सेक्स हार्मोन्समध्ये अचानक वाढ होते, ज्यामुळे ती व्यक्ती संभोग करायला प्रवृत्त होते. पण आपण आधी बघितल्याप्रमाणे संभोग करणे शक्य नसेल, तर हस्तमैथुन त्याला एक पर्यायी उपाय आहे. हस्तमैथुन करताना माणूस स्वप्नांमध्ये इतका रमतो की, तो संभोग करण्याच्या प्रक्रियेत गुंततो. ते स्वप्न समलिंगी किंवा विरुद्धलिंगी व्यक्तीबद्दल असू शकते. हे स्वप्नात रमणे नैसर्गिक आहे. त्यामुळे एखाद्या व्यक्तीची लैंगिक भावना तृप्त होऊ शकते.

पुरुष हस्तमैथुन – पुरुष हस्तमैथुन करताना शिश्न हातात घेऊन संभोग करतानाची जी हालचाल असते, ती करतात; ज्याच्यामुळे शेवटी वीर्यपतन होते. टीनएजर्समध्ये या गोष्टींची जागरूकता असते असे नाही.

स्त्री हस्तमैथुन – स्त्री हस्तमैथुन करताना संतोषमणीचे (Clitoris) घर्षण किंवा मांड्या दाबणे किंवा शिश्नासारख्या वस्तूला योनिमार्गात घुसवते. या निर्जीव वस्तू वापरणे प्रचंड धोक्याचे आहे. ही प्रक्रिया काही सेकंद ते दोन मिनिटांपर्यंत असू शकते. मुली ही प्रक्रिया नकळत करतात आणि नंतर स्वतःला दोषी मानतात.

परस्परांचे हस्तमैथुन – जेव्हा दोघे जोडीदार एकाच वेळेला, एकमेकांचे जननेंद्रिय उद्दीपित करून हस्तमैथुन करतात आणि जेव्हा त्यांना त्यामधून तृप्ती किंवा आनंद मिळतो, तेव्हा त्याला परस्पर हस्तमैथुन म्हणतात. या प्रक्रियेत दोघेही जोडीदार एकमेकांचे लैंगिक अवयव हाताळतात, पण संभोग करत नाहीत.

वीर्यस्खलन / स्वप्नावस्था – एखादा पुरुष जेव्हा झोपेत असतो तेव्हा त्याची लैंगिक भावना उत्तेजित करणारी स्वप्ने त्याला पडतात, ज्या कारणाने झोपेतच वीर्यपतन होते. यालाच wet dreams असे म्हणतात. याचे दुसरे नाव ‘Night fall’ किंवा स्वप्नावस्था, असेही आहे. ही प्रक्रिया कुमारावस्थेत अचानक

सुरू होते आणि जेव्हा त्यांना वरील प्रकारे तृप्ती मिळते तेव्हा ही प्रक्रिया थांबते. त्या वेळी तो / ती जागे होतात. पण वीर्यस्खलन कुठल्याही वयात होऊ शकते. उदा. जेव्हा संभोग करणारा जोडीदार बऱ्याच काळाकरीता आपल्यापासून लांब असतो आणि संभोग करण्याची भावना आपण दाबून ठेवू शकत नाही. स्वप्नावस्थेबद्दलच्या (Night fall) काही गैरसमजुती आहेत. त्या दूर करण्यासाठी आपण हे जाणून घेतले पाहिजे की, ही एक नैसर्गिक आणि मानसिक प्रक्रिया आहे; एक नैसर्गिक मार्ग आहे, ज्यामुळे ह्या भावनांचा निचरा होतो. ह्यामध्ये चिंता करण्याचे किंवा स्वत:ला दोषी मानण्याचे काहीच कारण नाही. ते शारीरिक किंवा मानसिक पातळीवर काहीही इजा करू शकत नाही. यामुळे कुठलेही आजार, ज्यांना आपण HIV / AIDS म्हणतो, ते होत नाहीत, कारण यामध्ये संभोगाची क्रिया नाही. एखाद्या व्यक्तीच्या लैंगिक जीवनावरही याचा परिणाम होत नाही.

स्त्री-योनिद्राव स्रवणे (Women Night Fall) – प्रासंगिकरीत्या रात्री स्त्रीलाही लैंगिक भावना उत्तेजित करणारी स्वप्ने पडतात, ज्यामुळे योनिमार्गामधून थोडासा योनिद्राव बाहेर पडतो.

उपचार – स्वप्नावस्था **(Night fall)** थांबवण्यासाठी कोणतीही औषधे किंवा उपचार नाहीत. कारण यामुळे व्यक्तीला कशाही प्रकारची इजा होत नाही; पण समुपदेशन करण्याची गरज लागते, कारण असे काही झाल्यानंतर लोक स्वत:ला दोषी मानू लागतात.

सर्वसाधारण गैरसमज व अपसमजांना असलेली उत्तरे –

हस्तमैथुन – हस्तमैथुन करणाऱ्या व्यक्तीच्या प्रकृतीवर याचा दुष्परिणाम होत नाही व याचा वैवाहिक जीवनावर कुठल्याही मार्गाने परिणाम होत नाही.

हस्तमैथुनाने शिश्नाच्या आकारावर कोणताही परिणाम होत नाही.

यामुळे शरीरातील रक्त कमी होत नाही / शक्तिपात होत नाही.

हस्तमैथुनामुळे प्रजननक्षमतेवर परिणाम होत नाही.

हस्तमैथुन कमी करण्यासाठी किंवा थांबविण्यासाठी औषध घेणे आवश्यक नाही. ही नैसर्गिक प्रक्रिया आहे.

HIV किंवा लैंगिक आजार हे हस्तमैथुनातून संक्रमित होऊ शकत नाहीत, तर ते फक्त HIV ग्रस्त व्यक्तीबरोबर झालेल्या लैंगिक संभोगातून होतात.

हस्तमैथुनाबद्दल सर्वसाधारण गैरसमज असा आहे की, हे काहीतरी घाण आहे. या कारणामुळे अपराधी भावना निर्माण होऊ शकते. यामुळे मानसिक तणाव उद्भवू शकतो; एकाग्रता कमी होते. अशा वेळी समुपदेशन करून या नैसर्गिक प्रक्रियेबद्दल

सांगणे आवश्यक आहे. वस्तुत: हस्तमैथुनामुळे निरोगी शुक्रजंतूंची निर्मिती होत राहते.

एक सर्वसाधारण प्रश्न असा निर्माण होतो की, एखाद्याने हस्तमैथुन किती वेळा केले पाहिजे? ह्याच्यासाठी एकच ठाम उत्तर नाही. हे प्रत्येक व्यक्तीवर अवलंबून असते. हस्तमैथुन जरी नैसर्गिक असले, तरी हे लक्षात ठेवले पाहिजे की, एखाद्याने त्याचा अतिरेक करू नये. त्यामुळे लैंगिक अवयवांच्या अंतर्बाह्य त्वचेवर इजा होऊ शकते. लैंगिक भावना तीव्र होतात तेव्हाच त्या शमविण्यासाठी हस्तमैथुनाची गरज असते. **गरज नसताना ते निश्चित करू नये.**

लग्न झाल्यानंतर पहिल्या रात्रीची कल्पना काय असते?

लग्न झाल्यानंतरच्या पहिल्या रात्रीची स्वप्ने नवरा आणि बायको पाहू लागतात. लग्नानंतरची पहिली रात्र, 'सुहाग रात'बद्दलचे खूप गैरसमज आहेत. ते आजकालच्या दृक्‌श्राव्य माध्यमातून किंवा प्रेमकथांवर आधारित चित्रपटांमधून लोकांच्या मनामध्ये ठसवले जात आहेत. म्हणून हे गैरसमज दूर करण्याचा आणि ह्या पहिल्या रात्री नेमके काय घडले पाहिजे याचा आढावा घेण्याचा हा प्रामाणिक प्रयत्न आहे.

सर्वसाधारणपणे नववधू व वरामध्ये एकमेकांबद्दलचे शारीरिक आकर्षण, प्रणयभावना व प्रेम परमोच्च असते. विवाहाच्या पहिल्या रात्री काय घडेल ह्याबद्दलची उत्सुकता व त्याबद्दलचे उत्तेजित विचार दोघांच्याही मनात असतात. त्याचप्रमाणे मनाच्या कोपऱ्यामध्ये कुठेतरी शरीरप्रदर्शनाची भीती असतेच.

ह्या सर्व संमिश्र भावनांबरोबर दोघांच्याही एकमेकांबद्दलच्या काही अपेक्षा असतात. पहिल्या रात्री शारीरिक संभोग झालाच पाहिजे, अशी नवऱ्याची अपेक्षा असतेच; पण खरे पाहता हे जरुरीचे नाही.

एकमेकांच्या अपेक्षांकडे लक्ष देणे आवश्यक आहे.

वराच्या वधूकडून असलेल्या अपेक्षा –

१) पहिल्या रात्रीत शारीरिक संभोग झालाच पाहिजे.
२) पुरुषांनीच पुढाकार घेतला पाहिजे.
३) लैंगिक संभोग पहिल्याच रात्री झाला पाहिजे आणि योनीमधून रक्तस्राव झालाच पाहिजे.
४) जर स्त्रीने पुढाकार घेतला, तर तिच्या चारित्र्यात दोष असतो.
५) लैंगिक संभोग हा सहज असला पाहिजे. तो त्रासदायक नसला पाहिजे.
६) ब्ल्यू फिल्म्सच्या प्रभावामुळे त्यामध्ये जसे दाखवले जाते (गुदमैथुन आणि मुखमैथुन) तसेच बायकोने करणे अपेक्षित असते.

वधूच्या वराकडूनच्या अपेक्षा –

१) प्रणयक्रिया नाजूकपणे व भावनांसहित हाताळणे आवश्यक आहे.
२) शरीराबरोबरच भावनांबद्दलचा आदर त्याच पातळीवर झाला पाहिजे.
३) प्रेमाची अभिव्यक्ती प्रथम त्याच्याकडून आली पाहिजे.
४) कुठल्याही प्रकारची शारीरिक जबरदस्ती त्याच्याकडून होता कामा नये.
५) त्याने उतावीळ न होता सावकाशपणे उत्तेजित करावे.
६) उत्तेजित करण्याच्या प्रक्रियेबद्दल त्याला शिक्षण असले पाहिजे आणि सुरुवात त्यानेच केली पाहिजे.

प्रक्रिया : दोघांपैकी कुणालाही सेक्सबद्दलची व्यवस्थित माहिती नसेल, तर ह्याचा परिणाम पहिल्याच रात्री वादविवाद व भांडणात होऊ शकतो. त्यामुळे दोघांनीही प्रणयक्रीडांमधून एकमेकांना भावनिक पातळीवर समजून घेणे गरजेचे असते. ह्या प्रक्रियेमध्ये कोणीही असे वर्तन करू नये, ज्यामुळे एकमेकांचे भावनिक विचार दुखावले जातील.

मुलगा आणि मुलगी कुमारावस्थेत आल्यानंतर त्यांचे लैंगिक अवयव पूर्णपणे विकसित होतात आणि ते संभोग करायला तयार असतात. पण लग्न झाल्यावर पहिल्या रात्री वधू-वर दोघेही योग्य वयात असतील, तर त्यांच्या संभोग करण्याच्या क्षमतेवर काही फरक पडत नाही. पण त्यातील एका जोडीदाराचा लैंगिक संबंधाचा पूर्वानुभव असेल आणि एका जोडीदाराचा अजिबात अनुभव नसेल, तर त्याचा परिणाम त्यांच्या नात्यावर अवगुणात्मकरित्या होऊ शकतो. म्हणूनच दोघांनीही पहिल्या रात्री लैंगिकतेबद्दलची योग्य माहिती आणि त्याबद्दलची सहजता यावर एकमेकांशी बोलून, चर्चा करून मगच लैंगिक संबंध ठेवणे योग्य आहे. अन्यथा कोणाही जोडीदारावर त्याचा आघात होऊ शकतो आणि त्यांच्या पुढील वैवाहिक जीवनावर परिणाम होऊ शकतो.

प्रथमच लैंगिक संभोग करताना एखाद्याला पुढील समस्या येऊ शकतात –

१) एखादी स्त्री जर पुरेशी उत्तेजित झाली नाही, तर त्याचा योनीद्रावाच्या प्रमाणावर परिणाम होतो. एखाद्याने ह्या वेळेला लैंगिक संभोग केला आणि द्राव कमी असेल, तर योनिमार्ग कोरडा पडून ही क्रिया त्रासदायक होऊ शकते. कधीकधी योनीची लवचीकता कमी-जास्त असल्यामुळे संभोगामधील सहजता बदलू शकते.
२) कौमार्यपटल फाटल्यामुळे थोडासा रक्तस्राव होऊ शकतो.
३) संभोगाच्या वेळेत भीतीमुळे योनीचे आकुंचन होते व त्यामुळे संभोग त्रासदायक होऊ शकतो किंवा काही वेळेला माघार घ्यावी लागते.

४) लैंगिक क्रियेबद्दलच्या असलेल्या अस्वस्थतेमुळे काही पुरुषांमध्ये वेळेपूर्वीच वीर्यपतन होते.

५) अशा काही समस्या आढळल्यास संभोग करू नये आणि डॉक्टरांची ताबडतोब मदत घ्यावी.

६) दारू आणि उत्तेजित करणारी औषधे घेणे टाळावे. लैंगिक भावना पूर्ण करण्यासाठी यांत्रिक साधने वापरणे धोक्याचे आहे; कारण त्यामुळे जंतुसंसर्ग होऊ शकतो.

लैंगिक संभोग

लोक नेहमी ह्या व्याख्येकडे (लैंगिक संभोग) संकुचित नजरेने बघतात. एका दृष्टीने हा 'लैंगिक आनंदाचा परमोच्च बिंदू' आहे आणि ही क्रिया शिश्न ते योनी इतकीच आहे, असे समजले जाते; पण हे तसे नसून ह्याच्यात खूप क्रिया आहेत आणि त्या शारीरिक जवळीक फुलण्यासाठी महत्त्वाच्या ठरतात. फक्त क्रिया संपवणे, ही समाधानकारक लैंगिक क्रिया नव्हे. दोघांनी एकमेकांना लैंगिक क्रियेसाठी वेळ देणे आवश्यक आहे.

प्रणयक्रीडा : क्रिया प्रणयक्रीडेपासून सुरू होते, जी जोडीदाराचा लैंगिकतेने समावेश करून घेते. मुका घेणे, मिठी मारणे आणि शरीराच्या अवयवांना स्पर्श करणे (छातीवरील स्तनाग्र, स्त्रियांमधील योनिमणी आणि पुरुषांमधील शिश्न हाताळणे). हळुवार बोलणे व प्रेम व्यक्त करण्यामुळे भावना उद्दीपित होऊ शकतात. त्याचबरोबर हळुवारपणे कपडे काढून पुढच्या प्रक्रियेला सुरुवात होते. प्रणयक्रीडा सुरू असताना स्त्रीला भावनिकरीत्या उद्दीपित करून त्याचा आनंद हळुवारपणे घेणे अपेक्षित असते. या प्रकारे ही प्रणयक्रीडा दोन्ही जोडीदारांना आनंददायी होऊ शकते.

मधुचंद्राची रात्र : मधुचंद्राची रात्र ही लगेच लग्नानंतर का ठरवली जाते? शारीरिक व मानसिक, दोन्हीरीत्या अडथळा न येता एकमेकांच्या शरीराची ओळख होणे व एकमेकांच्या मानसिकतेशी, सेक्सच्या कल्पनेशी समरस होणे यासाठी जोडीदारांना पूर्णत: एकान्ताची गरज असते. लोक आजूबाजूला असल्यानंतर कदाचित अपेक्षित एकरूपता साधता येत नाही. अर्थातच, हे प्रत्येक जोडप्याला कदाचित शक्य होत नाही, पण जर अमलात आणले गेले, तर ते पूर्णपणे वापरून एकमेकांकडून सुख घेणे शक्य होते.

शरीरशास्त्रातील लैंगिक संभोग :

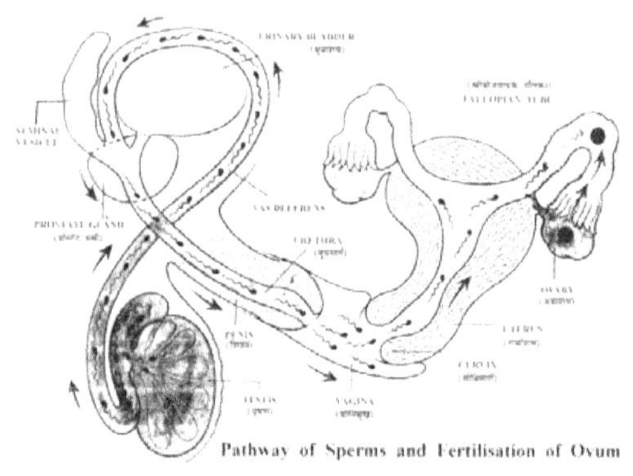

Pathway of Sperms and Fertilisation of Ovum

आधी म्हटल्याप्रमाणे प्रणयक्रीडेमुळे जोडीदारांमध्ये लैंगिक भावना उद्दीपीत होतात. पुरुष जेव्हा उद्दीपित होतो तेव्हा शिश्नामधून रक्ताभिसरण होते आणि शिश्न ताठरते व कठोर होते. शिश्न योनिमार्गात प्रवेश करते आणि वीर्यपतनामुळे वीर्य योनिमार्गात सोडले जाते. स्त्रियांमध्ये जेव्हा उद्दीपन होते तेव्हा रक्ताचा प्रवाह योनिमण्यापर्यंत जातो. त्याच्यामुळे तो मोठा होतो. संभोगानंतर मोठे होण्याची प्रक्रिया कमी होत जाते. संभोगाच्या वेळेस शिश्न कधीही योनिमण्यापर्यंत पोचत नाही, पण ते योनिद्वारापर्यंत शिरते. शिश्नामधून शुक्राणू योनिमार्गात सोडले जातात. त्यानंतर हे शुक्राणू बीजवाहिन्यांमधून जाऊन बीजांडाला मिळतात. पुरुषातील शुक्राणू आणि स्त्रीमधील बीजांड जेव्हा संयोग पावतात तेव्हा त्याला जीवनिर्मिती म्हणतात.

जीवनिर्मितीमध्ये काय काय येते –

- शुक्राणू अंड्यामध्ये शिरतो.
- शुक्रजंतू व बीजांडाचा संगम / मीलन होते.
- शुक्राणू आणि अंड्याचा मध्यभाग एकजीव होतो.

प्रणयक्रीडा साधारणत: अर्धा तास असू शकते. परमोच्च बिंदूला जाण्याची क्रिया पुढील एक ते पाच मिनिटांत होऊ शकते.

अशा प्रकारामध्ये दोघांनी एकमेकांना शारीरिक आणि मानसिक दृष्टीने समजून घेतले पाहिजे, ज्यामुळे पहिल्या रात्रीचा अनुभव सुखद असेल आणि याचा खरा उद्देश कळेल.

शारीरिक संभोगानंतर करावी लागणारी स्वच्छता :

१) लैंगिक संभोग करण्याआधी आणि नंतर दोघांनीही आपले लैंगिक अवयव पाण्याने स्वच्छ करणे आवश्यक आहे. जर हे अवयव पाण्याने स्वच्छ केले नाहीत, तर जननसंस्थेचे आजार उद्‌भवू शकतात. लैंगिक अवयव, मुख्यत: स्त्रियांमध्ये योनी आणि पुरुषांमध्ये शिश्न, रोज पाण्याने स्वच्छ धुणे आवश्यक आहे.

२) जननेंद्रियावरील केस कापून सारखे करणेही महत्त्वाचे आहे. कारण जास्त

वाढलेले जघनकेश त्वचारोग निर्माण करू शकतात. आपण हे जाणून घेतले पाहिजे की, जघनकेश कापत असताना ब्लेडचा वापर करू नये. कारण त्यामुळे जखम होण्याची शक्यता जास्त असते. जघनकेश खूप बारीकही करू नयेत, कारण त्याच्यामुळे घर्षण निर्माण होऊ शकते.

मासिक पाळी

स्त्रियांमध्ये दर महिन्याला ठरावीक मुदतीने गर्भाशयाचे अंतरावरण व रक्त

Lining of the Uterus in Three Stages

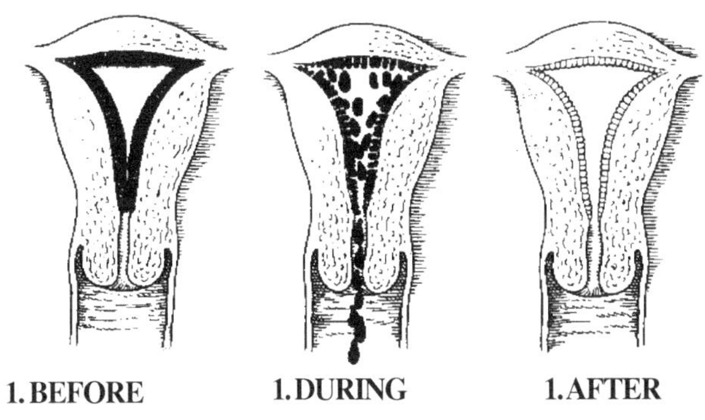

मासिक पाळीपूर्वी मासिक पाळीमध्ये मासिक पाळीनंतर

यांच्या योनिमार्गातून होणाऱ्या स्त्रावाला किंवा उत्सर्जनाला मासिक पाळी म्हणतात. मासिक पाळी दर महिन्याला चार ते पाच दिवस असते व ती आधीच्या मासिक पाळीच्या एकवीस ते तीस दिवसांनी येते. मासिक पाळी साधारणत: वयाच्या नऊ ते अठरा वर्षांपर्यंत सुरू होते. आपल्यापैकी बहुतेक जणांना मासिक पाळीविषयी कमी माहिती असते किंवा दिली जाते.

मासिक पाळी म्हणजे नेमके काय, त्याचे महत्त्व काय याबद्दल आपण जाणून घेऊ या.

स्त्रियांमध्ये साधारणत: वयाच्या दहाव्या वर्षाच्या आसपास इस्ट्रोजन व प्रोजेस्टेरॉनसारखी लैंगिक संप्रेरके बीजांडकोशात उत्पन्न होण्यास सुरुवात होते. ही दोन्ही संप्रेरके परिपक्व झालेले स्त्रीबीज गर्भाशयात सोडण्यास व ते बीज फलित होण्यासाठी गर्भाशयास तयार करण्यात महत्त्वाची भूमिका बजावतात. ज्या वेळी स्त्रीबीजाचे फलन होत नाही, त्या वेळी मासिक पाळी येते व ती तीन ते पाच दिवस टिकते.

पहिल्या मासिक पाळीच्या वेळी मुलींमध्ये काही बदल होत असतात. ते शारीरिक आणि मानसिक दोन्ही स्वरूपांमध्ये असतात. शारीरिक बदल प्रामुख्याने स्तन, उंची व वजनात वाढ; जांघेत, काखेत, बाह्य जननेंद्रियावर केस, कटिप्रदेशात वाढ, चेहऱ्यावर तेज अशा प्रकारचे असतात. मानसिक बदलांमध्ये प्रामुख्याने भावनिक चढउतार, आहारात बदल, विरुद्धलिंगी आकर्षण, पालकांशी विरोध किंवा भांडणे, कल्पनाविश्वात रममाण, नवीन मित्र-मैत्रिणी करण्यास उत्सुकता आणि त्यांना सर्व दृष्टीने स्वीकारण्याची तयारी, लैंगिक माहितीबद्दल आणि गोष्टीबद्दल उत्सुकता, अस्वस्थता, आतुरता, स्वत: विचार करण्यास सुरुवात यांचा समावेश असतो.

मासिक पाळीसंबंधी असलेल्या काही गैरसमजुतीच्या प्रश्नांची उत्तरे –

१) मासिक पाळीदरम्यान होणारा रक्तस्राव हा घाणेरडा, अशुद्ध नसतो. मासिक पाळी म्हणजे गर्भाशय नियमितपणे स्वच्छ होण्याची नैसर्गिक प्रक्रिया आहे.

२) मासिक पाळीचा देवदेवतांशी काही संबंध नाही. ती प्रजोत्पादनासाठी स्त्रीला मिळालेली नैसर्गिक देणगी आहे. मासिक पाळीदरम्यान स्त्रियांना, मुलींना पूजा-अर्चा अथवा सण-समारंभांत मिसळण्यास परवानगी दिली जात नाही. कारण देवाशी असलेले भावनिक नाते व देवाची पूजा ही शुद्ध तना-मनाने झाली पाहिजे. आणि मासिक पाळी ही एक अशुद्ध प्रक्रिया किंवा आजार आहे, असे मानले जाते. परंतु स्त्रीने किंवा मुलीने त्या दरम्यान जर आरोग्याची व्यवस्थित काळजी घेतली, तर मासिक पाळीदरम्यान स्त्रियांच्या सामाजिक सहभागात व्यत्यय येण्याचे काहीच कारण नाही.

३) मासिक पाळीदरम्यान स्त्रीने अथवा मुलीने सर्वांपासून वेगळे राहून संपूर्णपणे आराम करावा, या गैरसमजाने त्यांच्यात समाजाकडून व कुटुंबाकडून नाकारले जाण्याची भावना प्रबळ होते. मासिक पाळीदरम्यान स्त्रीने पूर्णपणे आराम न करता तिची दैनंदिन कामे करावीत. त्यामुळे थकवा येणे किंवा ताकद कमी होणे वगैरे काही होत नाही. उलट कामात मग्न राहिल्याने ताकद नेहमीसारखी राहण्यास मदत होते.

मुलींमध्ये मासिक पाळी सुरू होणे, हा किशोरावस्थेकडून पौगंडावस्थेकडे जाणारा शेवटचा टप्पा आहे. मासिक पाळी सुरू झाल्यावर मुलींच्या मनामध्ये त्याबद्दलचे कुतूहल व भीती असते. ती असणे साहजिक आहे.

मुलीला पहिल्यांदा मासिक पाळी दहा ते अठरा या वयात येते. कधीकधी नवव्या किंवा एकोणिसाव्या वर्षीसुद्धा येऊ शकते व ते मुलीची उंची, वजन यावर अवलंबून असते.

स्त्रीमध्ये बीजफलन दोन मासिक पाळ्यांच्या दरम्यान होत असते.

पाळीमध्ये चार-पाच दिवस अंगावरून रक्त जाणे नैसर्गिक असते.

मासिक पाळी सुरू असताना साधारण पोट व कंबर दुखणे नैसर्गिक असते.

मासिक पाळी कशी सुरू होते?

मेंदूमधून विशिष्ट प्रकारच्या ग्रंथींमधून हार्मोन्स स्रवतात.

तो स्राव रक्तात मिसळतो.

मेंदूतील दुसऱ्या प्रकारच्या ग्रंथीमधून स्राव स्रवतो.

तो परत रक्तात मिसळतो.

तसेच इतर ग्रंथींच्या स्रावाचासुद्धा प्रभाव पडतो. उदा. मानेतील व किडनीतील ग्रंथी. हार्मोन्सचा प्रभाव अंडाशयावर पडतो आणि एक अंडे अंडाशयातून बाहेर पडते. मग क्वचित वेळा दोन अंडीसुद्धा दर महिन्याला अंडाशयामधून बाहेर पडू शकतात.

मासिक पाळीमध्ये चार ते पाच दिवस रक्तस्राव होणे नैसर्गिक असते, पण त्यापेक्षा कमी म्हणजे दोन किंवा तीन दिवस अंगावरून जाणेसुद्धा नैसर्गिकच असते. ते प्रत्येक स्त्रीवर अवलंबून असते.

रक्तस्रावाचे योग्य प्रमाण म्हणजे दिवसात आठ-दहा मोठे चमचे भरतील इतपत रक्त जाते.

मासिक पाळी दर अठ्ठावीस दिवसांनी येते. सुरुवातीला शरीराला त्याची सवय होईपर्यंत हा काळ बदलत जातो. हा काळ पंधरा ते चाळीस दिवसांपर्यंत असू शकतो. म्हणजे पंधरा दिवसांनी किंवा चाळीस दिवसांनीसुद्धा पाळी येऊ शकते.

बीजफलन दोन मासिक पाळ्यांच्या दरम्यान म्हणजेच पुढच्या मासिक पाळीच्या आधी चौदा दिवस होते. त्या काळात अंगावरून थोडे पांढरे जाणे नैसर्गिक आहे.

मासिक पाळीच्या आधी चार-पाच दिवससुद्धा थोडे-थोडे पांढरे जाणे नैसर्गिक आहे.

गैरसमजुती–

- ★ मासिक पाळी सुरू असताना शारीरिक संबंध करू नयेत.
- ★ पाळीमध्ये जाणारे रक्त दूषित असते.
- ★ लग्नाच्या आधी पडदा न फाटणे, हे त्या स्त्रीचे कौमार्य अबाधित असण्याचे लक्षण आहे.
- ★ मासिक पाळीमध्ये त्या स्त्रीला कुणीही शिवणे पाप असते. तसेच त्या स्त्रीचे कपडे, भांडी, चादर वेगळे ठेवणे आवश्यक असते. मासिक पाळीमध्ये अंघोळ अजिबात करू नये.

काही महत्त्वाच्या बाबी

* पहिल्यांदा पाळी येण्याच्या आधीसुद्धा मुलीला दिवस राहू शकतात. त्या वेळी अंडे फलित होऊ शकते व संभोगातून तिला दिवस राहू शकतात.
* पाळी बंद होण्याच्या वयात काही महिने आधीसुद्धा दिवस राहू शकतात, कारण बीजाची फलनक्रिया सुरूच असते; पण पाळी येत नाही, असे होऊ शकते.
* गरोदरपणात दिवस राहण्याची कोणतीच शक्यता नसते. कारण या काळात बीजफलन अजिबात होत नाही. स्त्री बाळाला अंगावर पाजत असेल (दिवसातून पाच-सहा वेळा, म्हणजे चोवीस ते साठ मिनिटे) आणि तिचा नियमित शारीरिक संबंध आला, तरी बाळंतपणानंतर दहा आठवड्यांदरम्यान दिवस राहण्याची शक्यता कमी असते. तरीसुद्धा हा धोका कायम राहतोच व त्यामुळे योग्य ती काळजी घेणे आवश्यक असते.
* पाळी लांबवण्याच्या गोळ्या घेणे धोक्याचे असते. त्यामुळे अशा गोळ्या घेणे टाळावे.

मासिक पाळीतील समस्या

अनैसर्गिक लक्षणे –

* अनैसर्गिक किंवा खूप प्रमाणात रक्तस्राव होणे. म्हणजेच जर दिवसाला चार-पाच घड्या बदलाव्या लागत असतील तर किंवा अंगावरून खूप कमी जाणे म्हणजेच फक्त कपड्याला डाग पडण्याइतपत रक्त जाणे.
* रजोस्रावाचा घाण वास येणे.
* योग्य वेळेत पाळी न येणे किंवा येऊन काही वर्षांनंतर अचानक बंद होणे.
* अनियमित पाळी येणे म्हणजे पंधरा दिवसांनी येणे किंवा तीन आठवड्यांतच पाळी येणे, याची काही कारणे असू शकतात. उदा. टेन्शन, काही आजार तसेच काही गर्भाशयाचे किंवा हार्मोनल प्रॉब्लेम्स. असे अचानक झाले व ते सतत तीन महिने होत राहिले, तर ती समस्या आहे, असे समजावे.
* पाळीमध्ये सहन न होण्याइतपत पोटात किंवा कंबर दुखणे व रोजच्या कामावर त्याचा परिणाम होणे. त्याचबरोबर त्या दिवसांत अजिबात भूक न लागणे किंवा पोट गच्च वाटणे. क्वचित ताप येणे किंवा खूप गळल्यासारखे होणे.
* पाळीच्या रक्तामधून गाठी पडणे व त्यामुळे खूप अशक्तपणा येऊन त्याचा रोजच्या कामावर परिणाम होणे.
* पाळी येऊन गेल्यानंतर अंगावरून पांढरे जाणे व खालच्या अंगाला खाज येणे.

मासिक पाळीत पाळावयाची स्वच्छता :

- ✶ मासिक पाळीमध्ये रोज गरम पाण्याने अंघोळ करणे आवश्यक असते.
- ✶ खालचे अंग गरम पाण्याने धुणे आवश्यक असते.
- ✶ मासिक पाळीमध्ये बद्धकोष्ठता झाली, तर त्रास होऊ शकतो, म्हणून आहारामध्ये भाजीपाला, फळे असणे आवश्यक आहे.
- ✶ मासिक पाळीमध्ये वापरला जाणारा कपडा दिवसातून निदान दोन ते तीन वेळा बदलणे आवश्यक असते व ते रजोस्त्रावाच्या प्रमाणावर अवलंबून असते.
- ✶ मासिक पाळीतील कपडा किंवा पॅड दोन मांड्यांच्या बाजूला घासून तिथल्या भागातील त्वचेला जखम होऊन चालताना त्रास होऊ शकतो. म्हणून दोन मांड्यांच्यामधील जागा कोरडी ठेवणे आवश्यक असते.
- ✶ मासिक पाळीतील एकच कपडा घरातील सर्व स्त्रियांनी वापरू नये, तर प्रत्येकीने वेगळे कापड वापरणे आवश्यक असते. तो कपडा उन्हात वाळवणे आवश्यक असते. थोडा जरी ओला असलेला कपडा वापरला, तर जंतूंचा प्रादुर्भाव वाढण्याची शक्यता असते. त्यामुळे पूर्णपणे वाळलेलाच कपडा वापरावा.
- ✶ मासिक पाळीत संभोग केला, तरी त्यात काही गैर नाही; पण काही वेळा अस्वच्छतेमुळे जंतूंचा प्रसार होऊ शकतो.

मूल कसे होते?

स्त्री-पुरुष लैंगिक क्रिया किंवा संभोग एकमेकांबद्दल समभाव व आदर ठेवून ऐच्छिकरीत्या केलेला असेल, तर तो खूप आनंददायक होतो. नाहीतर तो एकाने दुसऱ्यावर जबरदस्तीने लादलेली क्रिया होईल.

स्त्री-पुरुष संबंध झाल्यानंतर या सर्व हालचालींमुळे सुखकारक संवेदना प्राप्त होतात व पुरुषाचे वीर्यपतन होते. योनीत पडलेल्या या वीर्यात चार ते पाच कोटी शुक्राणू असतात. त्यातील सुमारे दोन हजार शुक्राणू गर्भाशयामार्गे बीजवाहिनीत येतात. बीजवाहिनीत बीज असल्यास नंतर त्यातील एका शुक्राचे त्याच्याशी संयोग होऊन ते बीज फलित होऊ शकते व नंतर हे फलित बीज गर्भाशयात येऊन स्थिर होऊन तिथे वाढायला सुरुवात होते. यालाच आपण गर्भधारणा होणे किंवा गर्भ राहणे, असे म्हणतो. तिथे नऊ महिने नऊ दिवस बाळाचे पोषण होते. त्यानंतर म्हणजे नऊ महिने नऊ दिवसांनंतर पूर्ण वाढलेले बाळ स्त्रीच्या योनिमार्गातून बाहेर येते व बाळाचा जन्म होतो.

आपल्या सर्वांचा जन्म असाच झाला आहे. गर्भधारणा झाल्यापासून बाळ जन्माला येण्यापर्यंतची जी अवस्था असते, त्या अवस्थेलाच गरोदरपण असे म्हणतात. या काळात स्त्रीने योग्य आहार आणि योग्य काळजी घेणे अत्यंत आवश्यक आहे, नाहीतर गर्भपाताचा धोका असू शकतो.

गरोदरपण :

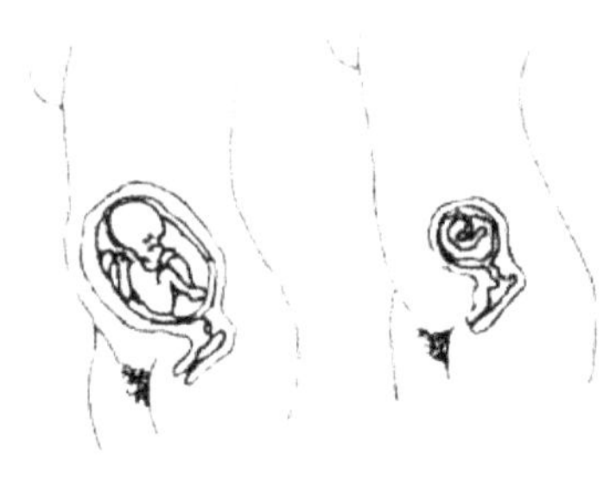

गरोदरपणाचे पहिले लक्षण म्हणजे नियमितपणे येणाऱ्या मासिक पाळीत खंड. स्त्री गरोदर आहे, हे मासिक पाळी चुकल्यानंतर आठ दिवसांनंतर घेतलेल्या मूत्रचाचणीवरून ठरवता येते. गरोदरपणात गर्भाशय हा मुख्य भाग असतो. शुक्रजंतू योनीतून बीज-नलिकेमार्फत गर्भाशयात पोहोचतात.

पुरुषाचे शुक्रजंतू व स्त्रीबीजाचा संयोग झाल्यावर स्त्रीबीज फलित होते. त्यापुढे त्याचे गर्भात रूपांतर होते. स्त्रीबीजनलिका त्याचे रक्षण व पोषण करतात. हा गर्भ गर्भाशयातील अंत:त्वचेला चिकटून राहतो व तेथेच त्याची साधारणत: नऊ महिन्यांपर्यंत वाढ होते.

अपत्यजन्म (बाळंतपण / प्रसूती)

प्रसूती ही साधारणत: नऊ महिने नऊ दिवसांनी होते. हा कालावधी प्रत्येक स्त्रीदरम्यान वेगवेगळा असू शकतो. पोट व कंबर यामध्ये वेदना होणे, ही प्रसूतीची लक्षणे आहेत. सुरक्षित प्रसूतीत बाळाचे डोके प्रथम बाहेर येते.

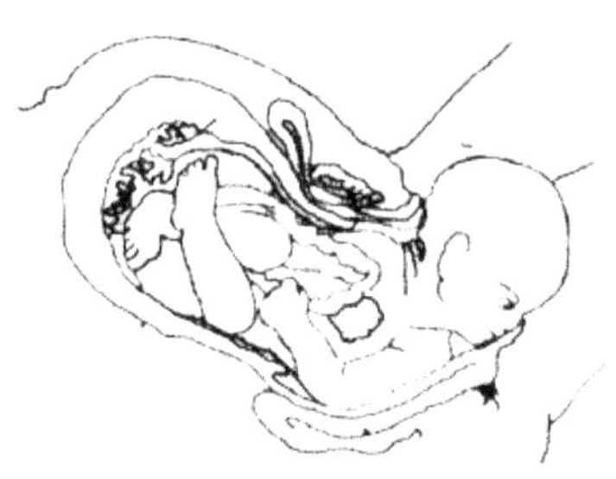

गरोदरपणाच्या काळात मातेच्या शरीरात बाळाची वाढ चांगल्या रीतीने होते. नऊ महिन्यांनंतर बाळ योनिमार्ग किंवा प्रसूतिनलिका यातून बाहेर येते. अपत्यजन्म ही क्रिया अत्यंत वेदनामय असते; परंतु प्रत्येकीबाबत वेदना वेगवेगळ्या प्रकारच्या असू शकतात. अपत्यजन्माच्या या प्रक्रियेला प्रसूती असे म्हणतात.

प्रसूतीदरम्यान शरीराकडून वेगवेगळ्या कृती होत असतात. उदा. गर्भाशयाच्या पेशा किंवा स्नायूंचे ठरावीक लयबद्ध पद्धतीने आकुंचन-प्रसरण होत असते. ही क्रिया वाढत जाऊन गर्भाशयाचे मुख उघडते.

गर्भाशयाचे द्वार अथवा मुख हे साधारणत: दहा सेंमी.पर्यंत उघडते. या दरम्यान पोटाच्या स्नायूंच्या साहाय्याने स्त्री बाळ बाहेर ढकलते. त्यामुळे बाळ गर्भाशयाच्या मुखातून योनीद्वारे बाहेर पडते. प्रसूतीदरम्यान गर्भाशयाची पिशवी, ज्यामध्ये मूल नऊ महिन्यांपर्यंत गर्भजल व पातळ मांसल पेशीत गुंडाळलेले असते, ती फुटून योनीद्वारा

गर्भजलासकट बाहेर पडते. बहुतेक वेळा बाळाचे डोके प्रथम बाहेर येते, परंतु काही वेळा बाळाचे पाय किंवा शरीराचा मागील भाग प्रथम बाहेर येतो. मूल संपूर्णपणे स्त्रीच्या शरीरातून बाहेर पडल्यावर त्याच्या नाभी / बेंबीला जोडली असलेली नाळ / नलिका धातूच्या चिमट्यात धरून कापली जाते आणि मूल श्वासोच्छ्वास करायला लागते. ह्या नाळेला वार असेही म्हणतात, जी मुलाला गर्भात चिकटवून ठेवण्याचे काम करते. ही वार मूल गर्भात असताना त्याला आईच्या रक्तातून अन्न व प्राणवायूचा पुरवठा करते.

जन्मानंतर गर्भाशयातील पेशी गर्भाशयापासून वार वेगळी करेपर्यंत आवळल्या जात असतात व नंतर योनीद्वारे बाहेर फेकल्या जातात. प्रसूती ही प्रत्येक स्त्रीदरम्यान वेगवेगळी असते.

सरासरीने पहिल्या अपत्याच्या वेळी स्त्रीला तेरा ते चौदा तास आधी व सात ते आठ तास त्रास होऊ शकतो.

काही वेळा प्रसूतीसाठी सिझेरिअनसारखी शस्त्रक्रिया करावी लागते. यामध्ये मूल आणि वार यांना शस्त्रक्रियेने गर्भाशयापासून अलग केले जाते. सिझेरिअन अनेक कारणांनी केले जाते; परंतु प्रामुख्याने जर स्त्रीचे ओटीपोट आकाराने लहान असेल व मुलाचे डोके मोठे असेल आणि ते प्रसूतीनलिकेतून बाहेर येऊ शकत नसेल, तर सिझेरिअन केले जाते.

स्त्री-प्रजननसंस्था

स्त्रियांच्या प्रजननसंस्थेतील सर्व अवयव शरीराच्या आत असतात व ही रचना जास्त गुंतागुंतीची असते. स्त्रियांच्या शरीरात खालील अवयव दिसून येतात.

१) स्तन
२) बीजकोष आणि बीजनलिका
३) गर्भाशय
४) स्त्रीबीज ग्रंथी
५) योनिमार्ग

१) स्तन – स्त्रियांचे स्तन व दुग्धग्रंथी हे महत्त्वाचे व खास वैशिष्ट्य असते. अंत:स्रावामुळे स्तनांचा आकार कमी-जास्त होतो. मुलगी वयात आली की, स्तनांचा आकार वाढतो. अंत:स्रावामुळेच मातृत्वाच्या काळात स्त्रीच्या स्तनात दूध निर्माण होते. स्तनांचा आकार वाढतो. दूध खेचून घेण्यास योग्य अशी बोंडी (Niples) स्तनाला असते व बोंडीभोवती गर्द रंगाचे स्तनमंडल असते. मासिक पाळी बंद झाली की, स्तन लहान होतात. प्रत्यक्ष प्रजननाच्या क्रियेत हा अवयव भाग घेत नसला, तरी हा एक अत्यंत महत्त्वाचा लैंगिक अवयव आहे. बऱ्याच

मुलींच्या मनात स्तनांची वाढ व त्यांच्या आकाराविषयी खूप गैरसमज असतात. यात आनुवंशिकतेचा भाग सर्वांत महत्त्वाचा आहे, हे लक्षात ठेवावे आणि मुलींनी याबद्दलची अवास्तव चिंता व काळजी कमी करावी. मुलांनीसुद्धा या अवयवावरून मुलींची छेड न काढता त्याचा योग्य सन्मान करण्यास शिकावे, कारण आयुष्यभर पुरणारी प्रतिकारशक्ती येथून निर्माण होणाऱ्या आईच्या दुधामुळेच आपल्याला मिळत असते.

२) बीजकोष आणि बीजनलिका – स्त्रियांमध्ये बीजकोष उदरपोकळीत म्हणजेच ओटीपोटात असतात. बीजवाहक नलिका या नावातच त्याचे कार्य सामावलेले आहे. बीजकोषात तयार झालेले स्त्रीबीज गर्भाशयापर्यंत वाहून आणण्याचे काम या स्त्रीबीज-नलिका करतात. बीजकोषाला लागून दोन बाजूंना दोन अशा या नलिका असतात.

३) गर्भाशय – यालाच गर्भपिशवी असेही म्हणतात. याचा आकार पेरूसारखा व चपटा असतो. त्याची लांबी तीन इंच असते. ते लवचीक स्नायूंनी बनलेले असते व आतून थोडे पोकळ असते.

गर्भाशयाच्या खालच्या निमुळत्या भागाला ग्रीवा असे म्हणतात. ग्रीवेला खाली एक लहान छिद्र असते. त्याला ग्रीवामुख म्हणतात. योनीचा आतील भाग ग्रीवेला वेढून असतो. गर्भाशयाच्या वरच्या रुंद भागाला उजव्या आणि डाव्या बाजूला प्रत्येकी एक गर्भनलिका असते. त्यांनाच बीजवाहिनी म्हणतात. स्त्रीबीज ग्रंथीकडून गर्भाशयाकडे स्त्रीबीजाचे वहन या वाहिनी करतात. बीजवाहिनीचे एक टोक गर्भाशयाच्या वरच्या बाजूला लागून असते, तर दुसरे टोक ओटीपोटात मोकळे असते. या टोकाचा आकार नरसाळ्याप्रमाणे असतो.

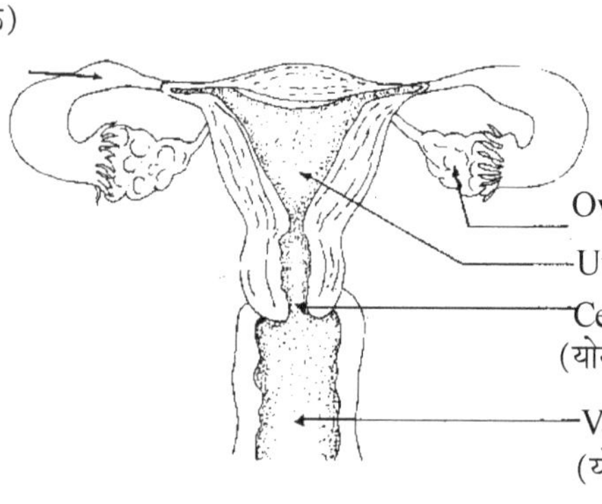

४) स्त्रीबीज ग्रंथी – स्त्रीबीज ग्रंथी दोन असतात. त्या गर्भाशयाच्या

उजव्या आणि डाव्या बाजूला एक-एक अशा असतात. या ग्रंथींमध्ये 'इस्ट्रोजेन' आणि 'प्रोजेस्टरोन' हे अंत:स्राव निर्माण होतात. याच ग्रंथीत स्त्रीबीजेही निर्माण होतात.

५) योनिमार्ग – सर्वसाधारणपणे योनिमार्ग कौमार्यपटलाने झाकलेला असतो. त्याचा खोलगट भाग पुढे दिसतो. योनिपटलात लवचीक स्नायूतंतू असतात. ते वेगवेगळे ताण सहन करू शकतात. आजकाल मुलीही वेगवेगळे खेळ खेळतात. अनेक कारणांनी त्यांना धावपळ करावी लागते. त्यामुळे हे नाजूक योनिपटल आपणहूनच विस्तारते. म्हणूनच कित्येकदा पहिल्या संभोगाच्या वेळी योनिमार्गावर हे पटल दिसत नाही. यावरून मुलांच्या मनात अनेक गैरसमज असतात. मुलांनीसुद्धा स्त्रियांच्या या अवयवाचा योग्य तो सन्मान शब्दांतून केला पाहिजे. त्यावरून प्रचलित असलेल्या अर्वाच्य शिव्या टाळल्या पाहिजेत. कारण तुम्हा-आम्हाला सर्वांना जन्माला घालणारी तीच एक बाळवाट आहे. तिचा योग्य तो आदर करायला शिका. ही वाट नसती, तर आपला या सुंदर जगात प्रवेशच झाला नसता.

स्त्रीच्या प्रजोत्पादक इंद्रियांपैकी गर्भाशय हे एक महत्त्वाचे इंद्रिय आहे. त्याचे कार्य पुढील अवयवांवर अवलंबून असते.

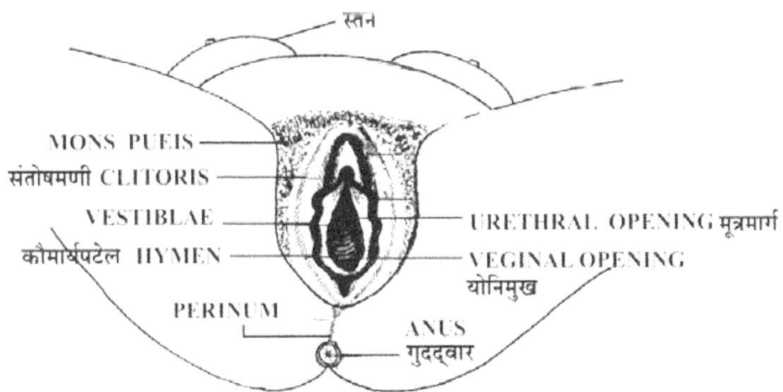

१) गर्भाशयाचे मुख (Cervix) : नावाप्रमाणेच ते गर्भाशयाचे मुख आहे. त्याचा आकार बोटाप्रमाणे निमुळता होत जाऊन योनीत उघडतो. प्रसूतीदरम्यान ते प्रसरण पावते.

२) स्त्रीबीजवाहक नलिका (Fallopian tubes) : गर्भाशयाच्या दोन्ही बाजूंना प्रत्येकी एक याप्रमाणे असलेल्या या नलिका गर्भाशयात उघडतात. दोन्ही बाजूस असलेल्या स्त्रीबीजांडकोषांपैकी प्रत्येक वेळी परिपक्व झालेले स्त्रीबीज अंडाशयातून गर्भाशयात वाहून नेण्याचे काम या नलिका करतात.

३) अंडाशय / बीजांडकोष (Ovum) : गर्भाशयाच्या दोन्ही बाजूंना ह्या ग्रंथी असतात. त्यांचा आकार साधारणत: बदामासारखा असतो. जन्मत:च प्रत्येक मुलीच्या बीजांडकोषात साधारणत: ५,००,०००पर्यंत स्त्रीबीजे असतात; परंतु मासिक पाळी सुरू होईपर्यंत ती परिपक्व होत नाहीत. बीजांडकोष हा स्त्रीच्या शरीराचा असा एक भाग आहे, ज्यात स्त्रीबीजे तयार होतात.

४) बीजांडकोषाचे कार्य : अंडी उत्पन्न करणे, संप्रेरकाची पातळी, मासिक पाळी, बीजवाहक नलिकांचे कार्य, गर्भाशय आणि योनी यांवर नियंत्रण.

५) गर्भाशयाचे आतील आवरण किंवा अस्तर : गर्भाशयाच्या आतील आवरण स्त्रियांच्या शरीराला जंतूंच्या शिरकाव्यापासून वाचवते. मासिक पाळीदरम्यान हे आतील अस्तर प्रसरण पावून योनिमार्गातून बाहेर टाकले जाते.

पुरुष प्रजननसंस्था

मुलगा जन्माला आल्यापासूनच पुरुष-प्रजनन अवयव प्रत्येक मुलात असतात; पण ते पौगंडावस्थेत म्हणजेच वयाच्या बारा-तेराव्या वर्षी परिपक्व होतात. पुरुष-प्रजनन अवयवांची रचनाच अशी आहे की, त्यांतील काही अवयव शरीराच्या बाहेर असतात, तर काही अवयव शरीराच्या पूर्णपणे आत असतात. यातील शिश्न व वृषण हे दोन अवयव शरीराच्या बाहेर दोन मांड्यांमध्ये असतात, तर बाकीचे सर्व शरीराच्या आत असतात.

पुरुष प्रजननसंस्थेत खालील अवयवांचा समावेश होतो.

१) शिश्न किंवा लिंग (Penis)
२) वृषण (Testis)
३) शुक्रवाहिन्या (Seminal Vesicles)
४) शुक्राणू कोश (Scrotum)
५) पूरस्थ ग्रंथी (Prostate Glands)
६) कौपुर ग्रंथी (Cowpais Gland)

१) शिश्न किंवा लिंग – शिश्न नळीसारखे लांबट असते. त्याला त्वचेचे आवरण असते. त्याच्या आत एकमेकांशी जुळलेल्या तीन पोकळ नळ्या असतात.

प्रत्येक नळीत स्पंजाप्रमाणे असंख्य कोष असतात. जेव्हा लैंगिक भावना तीव्र होतात, तेव्हा या कोशात रक्त भरले जाते व तेव्हाच शिश्न ताठ होते. ताठ शिश्नाची लांबी ठरावीक नसते. शिश्नात स्नायू नसतो. शिश्नाच्या पुढच्या टोकाला सुपारीसारखा भाग असतो. त्याला शिश्नमुंड असे म्हणतात. हे त्याच्या पुढे येणाऱ्या त्वचेने झाकले जाते. त्या त्वचेची घडी बाजूला दिसते, त्याला शिश्नबंध असे म्हणतात. हे दोन्ही भाग अत्यंत संवेदनशील असतात. शिश्नाचा काही भाग शरीराच्या आत असतो. तीन नळ्यांपैकी एका नळीतून मूत्रमार्ग जातो व ओटीपोटातील मूत्राशयाला जोडला जातो.

२) वृषण – शिश्नाच्या मागे खालच्या बाजूला कातडीच्या आत एका पिशवीमध्ये (वृषणकोष) दोन वृषण असतात. वृषण हे गोटीहून किंचित मोठे व लांब असतात. दोन्ही वृषणांत असंख्य नलिका असतात व नलिकांच्या पोकळीत शुक्राणू तयार होतात. शिवाय मुलगा वयात आल्यानंतर या वृषणात 'टेस्टेस्टेरॉन' या संप्रेरकाची निर्मिती होते. ते रक्तात मिसळले की, पौगंडावस्थेतील शारीरिक व भावनिक बदल होतात. या टेस्टेस्टेरॉनमुळे शरीरांतर्गत स्त्रावणाचा शुक्राणू तयार होण्यावर परिणाम होतो.

३) शुक्रवाहिन्या – दोन्ही वृषणांपासून निघालेल्या दोन नलिका मूत्राशयाच्या खाली प्रोस्टेट नावाच्या सुपारीसारख्या ग्रंथीला असलेल्या मूत्रमार्गास जोडलेल्या असतात. त्यांना शुक्रवाहिन्या म्हणतात. वृषणात तयार झालेले शुक्राणू शुक्रवाहिन्यांमार्फत शुक्राणुकोषात जाऊन नंतर मूत्रमार्गात जातात.

४) शुक्राणुकोष – शुक्रवाहिन्यांना लागूनच दोन लहान पोकळ पिशव्या असतात. त्यांना शुक्राणुकोष म्हणतात. त्यामध्ये शुक्राणूंसाठी पोषक स्त्राव निर्माण होतो. तो घट्ट व पांढऱ्या रंगाचा असतो. दोन्ही शुक्राणुकोष शुक्रवाहिन्यांसह मूत्रमार्गाला येऊन मिळतात.

५) पूरस्थ ग्रंथी – ही ग्रंथी उलट्या सुपारीसारखी असून ती मूत्राशयाला खालील बाजूस चिकटलेली असते. त्या ग्रंथीतून मूत्रमार्ग आरपार जातो. या ग्रंथीचा स्त्राव दुधी रंगाचा असून त्यामुळेदेखील शुक्राणूंचे पोषण होते व हा स्त्राव मूत्रमार्गात जातो.

६) कौपुर ग्रंथी – शिश्नाच्या मुळाजवळ कौपुर ग्रंथी नावाच्या दोन काबुली चण्याच्या आकाराच्या ग्रंथी असतात. यादेखील मूत्रमार्गाला जोडलेल्या असतात. या ग्रंथीतून एक स्त्राव बाहेर येतो व मूत्रमार्गात जाऊन मूत्रमार्ग स्वच्छ करण्याचे काम करतो. यातून जो स्त्राव येतो त्याचा उपयोग संभोगाच्या वेळी वंगणासारखा होतो.

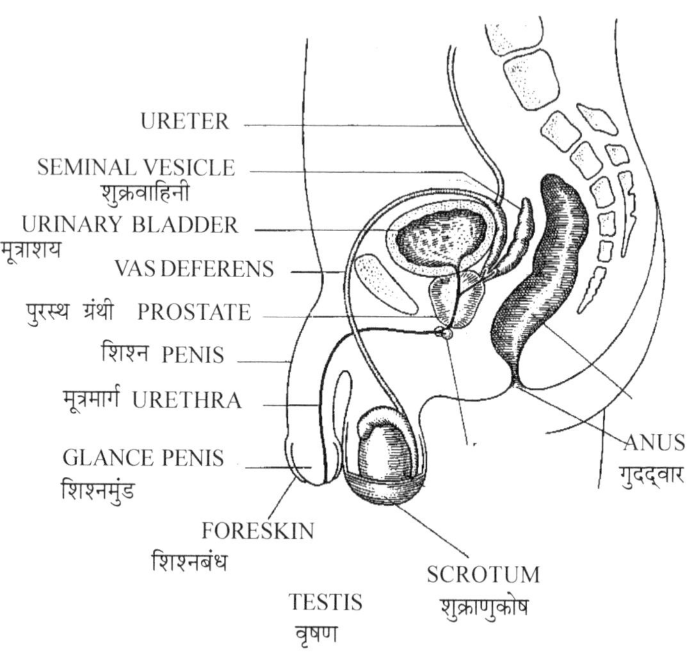

अशा तऱ्हेने शुक्राणू, शुक्राणुकोषातील द्रव, पूरस्थ ग्रंथीतील स्राव हे सर्व मिळून वीर्य तयार होते व लघवीच्या नळीतून बाहेर पडते. शरीरात वीर्याचा साठा केलेला नसतो. वीर्यपतनाआधी काही सेकंद वीर्य शरीरात तयार होते. एका खेपेला ५ मिली. वीर्य मूत्रद्वारातून बाहेर पडते. एका वीर्यपतनातून सुमारे चार ते पाच कोटी शुक्राणू बाहेर पडतात. बाकीच्या स्रावांमुळे त्यांना पोषण मिळते व त्यांना गती मिळते. शुक्राणू अतिशय सूक्ष्म असतात व त्यात पितृवंशाचे गुण दर्शविणारी तेवीस गुणसूत्रे असतात.

तारुण्यात मेंदूच्या तळभागात असलेल्या कामकेंद्राची संवेदनशीलता वाढते व योग्य संवेदना मिळाल्यास शिश्न आपोआप ताठ होते व कौपुर ग्रंथीत तयार होणाऱ्या स्रावाचे काही थेंब मूत्रमार्गातून बाहेर येतात. वृषण उंचावतात व श्वासोच्छ्वासाचे प्रमाण वाढते. स्नायूंतील ताण वाढतो. सुखद संवेदना होतात व शिश्नाच्या स्पर्शाने त्या वाढत गेल्या की, वीर्य तयार होऊन ते झटक्याने मूत्रमार्गातून बाहेर पडते. त्यानंतर शिश्न ढिले पडते. ह्या क्रिया आपोआप होत असून त्यावर आपला ताबा नसतो. काही वेळा झोपेतदेखील स्वप्न पडून वीर्य बाहेर येते. या क्रियेला स्वप्नावस्था असे म्हणतात व त्यानंतर जाग येते. बऱ्याच मुलांना यामध्ये काहीतरी पाप घडते आहे, असे वाटते व अपराधीपणा वाटतो; पण असे वाटायचे काही कारण नाही. कारण या सर्व नैसर्गिक गोष्टी आहेत.

संततिनियमनाची साधने

संततिनियमनासाठी अथवा गर्भधारणा टाळण्यासाठी पुरुष आणि स्त्री दोघांनाही कृत्रिम किंवा नैसर्गिक साधने वापरता येतात.

कृत्रिम साधने

✷ निरोध (Condom)

निरोध हे एक गर्भधारणा टाळण्यासाठी पुरुषांनी वापरायचे साधन आहे. याचा रंग साधारणत: पिवळसर असतो. निरोध वापरताना प्रामुख्याने पुढील गोष्टी पाहणे आवश्यक आहे.

- ♦ तो वंगणयुक्त असावा. पावडरकोटेड नसावा.
- ♦ त्याची एक्स्पायरी डेट बघून विकत घेणे व त्या तारखेपूर्वी तो वापरला जाईल याची काळजी घेणे.
- ♦ सूर्यप्रकाशात, उष्णतेजवळ, शर्टच्या पुढील खिशात, पाकिटात निरोध ठेवू नये, कारण तो अतिशय पातळ रबरापासून तयार करत असल्याने वितळून संभोगक्रियेदरम्यान फाटण्याची दाट शक्यता असते.
- ♦ शिश्न / लिंग ताठ होताक्षणीच त्यावर निरोध चढवावा.
- ♦ संभोगक्रियेनंतर लिंग हळुवारपणे बाहेर (योनीतून) काढावे व लिंगावरून हळूहळू निरोध काढून त्याला गाठ मारावी, जेणेकरून त्याचा संसर्ग होणार नाही.
- ♦ कुठल्याही प्रकारे निरोधचा पुनर्वापर टाळला पाहिजे.

निरोधमुळे गर्भधारणा कशी टाळली जाते?

पतन झालेले वीर्य साठवण्यासाठी निरोधच्या टोकाशी फुग्यासारखी थोडीशी जागा असते. निरोध ताठ शिश्नावर चढवताना ही फुग्यासारखी जागा चिमटीत पकडून चढवावा. वीर्यपतन झाल्यावर फुग्यासारख्या भागात वीर्य जमा होते व त्यातील शुक्रजंतू गर्भाशयापर्यंत पोहोचत नाहीत. त्यामुळे साहजिकच गर्भधारणा टाळली जाते; परंतु ही शंभर टक्के सुरक्षित पद्धत असू शकत नाही. त्यात चूक होऊ शकते.

✷ स्त्रियांसाठी निरोध (फेमिडोम)

ह्याचा आकार पुरुषांनी वापरायच्या निरोधपेक्षा थोडा मोठा असतो. स्त्रियांमध्ये हा वापरायचे प्रमाण अतिशय कमी आहे, कारण त्याचा वापर थोडासा कठीण,

किचकट आहे. संभोगक्रियेआधी स्त्रीने तो योनीत आतमध्ये घालावा लागतो. भारतात त्याची उपलब्धता फार कमी आहे.

✸ कॉपर-टी (तांबी)

ह्याचा आकार इंग्रजी 'T' या आकारासारखा असतो व त्याला पूर्णपणे तांबे या धातूचे वेष्टन असल्यामुळे त्याला कॉपर-टी अथवा तांबी म्हणतात. तांब्याच्या विशिष्ट गुणधर्मामुळे शुक्रजंतू मारले जातात. निर्बीजीकरणाच्या प्रक्रियेदरम्यान गर्भाशयाच्या मुखाद्वारे हे गर्भाशयात बसवले जाते. त्यामुळे गर्भाशय आतल्या बाजूने फुगते व या फुगवट्यामुळे फलित झालेले बीज गर्भाशयात वाढू शकत नाही व गर्भधारणा टाळली जाते. नुकत्याच विवाह झालेल्या जोडप्याला याचा सल्ला दिला जात नाही; परंतु एका अपत्याच्या जन्मानंतर त्यांना हा सल्ला दिला जातो. काही वेळा काही स्त्रियांचे शरीर या गोष्टीला साथ देत नाही आणि त्यांना तीव्र पाठदुखी व मासिक पाळी दरम्यान खूप रक्तस्त्राव होतो. अशा वेळी तांबी काढून टाकणे योग्य ठरते. तांबी गर्भाशयात बसवल्यानंतर आणि कुठल्याही प्रकारचा त्रास झाला नाही, तर ती दोन ते तीन वर्षांपर्यंत बदलण्याची गरज नसते; परंतु त्यानंतर मात्र ती बदलावी लागते.

✸ जंतुनाशक गोळ्या

या गोळ्यांद्वारे पुरुषाच्या वीर्यातील शुक्राणूंचा नाश होतो आणि गर्भधारणा टाळली जाते. ही गोळी स्त्रीने संभोगापूर्वी पंधरा मिनिटे योनीत ठेवणे आवश्यक आहे. या गोळीबरोबरच पुरुषाने निरोध वापरणे केव्हाही चांगले.

✸ गर्भनिरोधक गोळ्या

फक्त स्त्रियांसाठीच अशा या गोळ्या आहेत. ह्या गोळ्या घेतल्यामुळे स्त्रीबीजाचे फलन होत नाही व गर्भधारणा होत नाही. स्त्रीने मासिक पाळी सुरू झाल्यानंतर पाचव्या दिवसापासून ह्या गोळ्या घेणे आवश्यक आहे व दुसऱ्या मासिक पाळीच्या पहिल्या दिवसापर्यंत प्रत्येक रात्री ही गोळी स्त्रियांनी घ्यायची असते. मात्र रात्री गोळी घेण्यास विसरल्यास नंतर बारा तासांत ती घेतली नाही, तर गर्भधारणेची शक्यता वाढते; परंतु त्या स्वत:च्या मनाप्रमाणे न घेता वैद्यकीय सल्ल्यानुसार घेणे आवश्यक आहे.

नैसर्गिक साधने

१) संयम – हा गर्भधारणा टाळण्याचा एक सुरक्षित मार्ग आहे. यामध्ये फक्त प्रणयक्रीडा करून प्रत्यक्ष संभोग केला जात नाही.

२) सुरक्षित संभोग – मासिक पाळीनंतर पाच ते नवव्या दिवसापर्यंत स्त्रीबीज बीजांडकोषातून बाहेर येण्याची शक्यता फार कमी असते. त्यामुळे या दरम्यान संबंध प्रस्थापित झाल्यास गर्भधारणेची शक्यता कमी असते; परंतु प्रत्येक वेळी असे होईलच, असे नाही. काही स्त्रियांच्या बाबतीत मासिक पाळीपासून सहाव्या किंवा सातव्या दिवशी स्त्रीबीज बीजांडकोषातून बाहेर पडू शकते.

३) संभोगापूर्वी केलेले वीर्यस्खलन / त्रुटित संभोग –

यामध्ये ताठ झालेल्या शिश्नाद्वारे योनीत घर्षण केले जाते. परंतु प्रत्यक्ष वीर्यपतनाच्या वेळी योनीतून शिश्न बाहेर काढून योनीबाहेर वीर्यस्खलन केले जाते.

४) गर्भाशयाच्या अंतर्त्वचेची चाचणी –

या चाचणीमुळे कुठल्या तापमानाला बीजकोषातून स्त्रीबीज फुटून बाहेर येते ते कळते व त्यानुसार संभोगक्रिया केली जाते. शक्यतो याचे तापमान ०.१F असते. यामध्ये थर्मामीटरद्वारे योनीतील तापमान घेऊन स्त्रीबीज बीजांडकोषातून बाहेर कधी येईल, हे ठरवले जाते.

लैंगिक संबंधांतून पसरणारे आजार (STD, RTI)

जननसंस्थेचे आजार शारीरिक संभोगातून अथवा शारीरिक अस्वच्छतेतून उद्‌भवतात. हे लग्नाआधी किंवा नंतरही होऊ शकतात.

जननसंस्थेच्या आजाराची लक्षणे
(Reproductive Track infection) –

या आजाराचे स्त्रियांमधील मुख्य लक्षण अंगावर पांढरे जाणे आहे; परंतु कधी कधी अंगावर पांढरे जाणे नैसर्गिकसुद्धा असू शकते. पुढील परिस्थितीमध्ये ते नैसर्गिक समजावे –

१) कमी प्रमाणात असेल तर.
२) पाण्यासारखे असेल तर.
३) जर घाण वास येत नसेल तर.
४) खालच्या अंगाला किंवा योनीला खाज येत नसेल तर.

याव्यतिरिक्त काही बदल आढळल्यास ते पांढरे जाणे हे अनैसर्गिक समजावे. ती कदाचित जननसंस्थेच्या आजाराची लक्षणे असू शकतात.

१) प्रमाण खूप असेल तर.

२) दह्यासारखे पांढरे किंवा हिरव्या-पिवळ्या रंगात असेल तर.

३) घाण वास येत असेल तर.

४) योनीला खाज सुटत असेल तर.

५) पांढऱ्या स्रावाबरोबर थोड्या प्रमाणात रक्त येत असेल तर.

वरील सर्व लक्षणे अनैसर्गिक असून धोकादायक आहेत. जननसंस्थेच्या आजारात या मुख्य लक्षणांबरोबर इतर काही लक्षणे आढळतात; ती अशी –

१) मूत्रपिंडाचा संसर्ग – यामध्ये लघवीला खूप वेळा जावे लागणे, लघवी करताना खूप वेदना होणे, हुडहुडी भरून ताप येणे, लघवी करताना जळजळ होणे, कधीकधी लघवी न करता येणे इ.

२) पोटात दुखणे.

३) मासिक पाळीतील अनैसर्गिक लक्षणे – यामध्ये पाळीत गाठी पडणे, खूप जास्त रक्तस्राव होणे (दिवसाच्या पाच-सहा घड्या बदलावयास लागणे), पोटात खूप दुखणे, कंबर खूप दुखणे, रक्तस्रावाचा घाण वास येणे, अनियमित पाळी येणे, मासिक पाळीचा नियमित स्राव सुरू होण्याआधी चार-पाच दिवस रजोस्राव थेंबाथेंबाने होणे.

४) शारीरिक संभोगादरम्यान किंवा नंतर खूप वेदना होणे (Disparunia).

५) संभोग करत असताना पोटात दुखणे अथवा संभोग झाल्यावर वेदना होणे.

हे जननसंस्थेचे आजार कशामुळे उद्‌भवतात, त्याची कारणे पाहू –

१) पाळीमधील अस्वच्छता – पाळीमध्ये अंघोळ न करणे तसेच योनी स्वच्छ न धुणे किंवा पाळीच्या दिवसांत दिवसातून कमीतकमी तीन वेळा पॅड बदलणे आवश्यक आहे. ते न बदलल्यास योनीमध्ये जंतुसंसर्ग (Virul Infection) होऊ शकतो व तो गर्भाशयापर्यंत पोचू शकतो.

२) जर बाळंतपण करताना किंवा गर्भपात करताना किंवा कोणत्याही शस्त्रक्रियेच्या वेळेस अस्वच्छता बाळगली असेल, तर जंतुसंसर्ग होऊ शकतो व वरील लक्षणे दिसू शकतात.

३) शारीरिक संभोगाच्या वेळेस जर आधीच जंतुसंसर्ग झाला असेल, तर जोडीदारालाही तो होऊ शकतो.

४) अनेक जोडीदारांबरोबर लैंगिक संभोग केला व त्यांना गुप्तरोग किंवा जननेंद्रियाचा आजार असेल तर.

जननसंस्थेच्या आजारावरील उपचार –

स्त्रीरोगतज्ज्ञांकडून वेळीच योग्य उपचार घेतले, तर जननसंस्थेचे आजार पूर्णपणे बरे होऊ शकतात!

योनीची नीट तपासणी करून डॉक्टर त्यावर प्रतिजैविके (Antibiotics) व इतर औषधांचा डोस देतात. त्याचबरोबर काही वेळा इंजेक्शन्स, योनीमध्ये ठेवायला लागणाऱ्या गोळ्या (Pessaries) देतात.

जननसंस्थेच्या आजारावर वेळीच उपचार करून घेतले नाहीत, तर वंध्यत्व येऊ शकते. त्यामुळे जननसंस्थेच्या आजाराची लक्षणे लग्नाआधी किंवा लग्नानंतर स्त्रीमध्ये असतील, तर त्यावर ताबडतोब उपचार करून घेणे अत्यंत गरजेचे आहे.

पुरुषात आढळणारी गुप्तरोगाची लक्षणे –

१) लैंगिक इंद्रियावर फोड (दुखणारे वा न दुखणारे).
२) लघवी करताना जळजळ होणे.
३) जननेंद्रियावर खाज येणे.
४) अंगावर पुरळ येणे (खाज न येणारे).
५) तोंडाच्या आत फोड येणे.
६) त्वचेच्या आतल्या बाजूला लहान-लहान गाठी येणे.

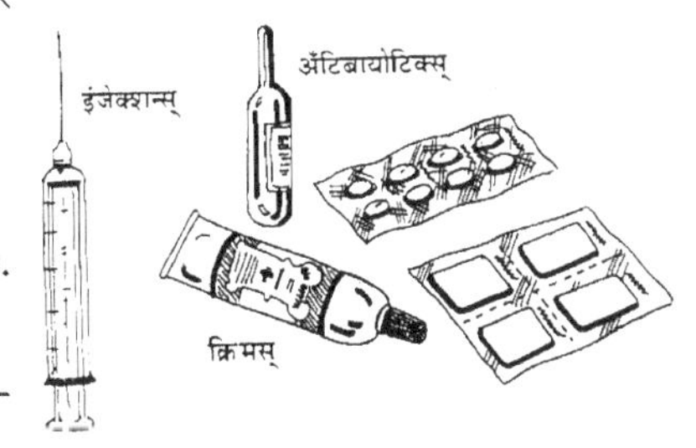

ज्या वेळी रोगग्रस्त व्यक्तीकडून दुसऱ्या निरोगी व्यक्तीशी असुरक्षित संबंध होतो, त्या वेळी हे जंतू निरोगी व्यक्तीकडे लैंगिक इंद्रियावरील चिकट स्रावाद्वारे दिले जातात. काही काळानंतर, म्हणजे हे जंतू उबल्यानंतर लक्षणे दिसायला लागतात. यातील त्रास वा रोग स्रावांशी प्रत्यक्ष संबंध, शरीरावरील खुल्या जखमा किंवा व्रण, दूषित रक्त किंवा वीर्य व योनिस्राव यांपासून होतात. हे रोग साधारणपणे वीस प्रकारचे आहेत. यातील काहीच रोग बरे होऊ शकतात, परंतु तुमच्या वयातील मुलांना प्रयोग करण्याची वृत्ती असते. त्यामुळे लैंगिक अनुभव घेण्याकडे कल असतो; पण परत एकदा लक्षात ठेवा — लैंगिकता म्हणजे फक्त शरीरसंबंध नाही. त्यामुळे अशा कोणत्याही अनुभवाला बळी पडू नका.

वरील लक्षणांपैकी कोणतेही लक्षण दिसल्यास न लाजता, न संकोचता, न घाबरता डॉक्टरांचा सल्ला ताबडतोब घ्यावा.

एच.आय.व्ही. / एड्स

एक पंचवीस वर्षांचा तरुण माझ्या क्लिनिकच्या दारात उभा होता. हातात काहीतरी पाकीट होते. घाबरत-घाबरतच केबिनमध्ये शिरला, बसला. थोडे आवंढे गिळत त्याने ते हातातले पाकीट माझ्यासमोर ठेवले. मी उघडून पाहिले, तर त्यामध्ये रक्ताचा रिपोर्ट होता. त्यात Blood report – Reactive असे लिहिले होते. मला काय समजायचे, ते समजले. तो HIV+ve होता. त्याच्या चेहऱ्यावर थोडे थंड भाव होते. कदाचित त्याला त्याची कल्पना असावी. मग मी विचारले, "तुम्हाला हा रिपोर्ट केव्हा मिळाला?" तर तो एकदम अस्वस्थ झाला आणि मला सांगायला लागला, "माझ्या एक वर्षाच्या मुलीलापण झालाय हो! माझ्या बायकोलादेखील लागण झाली आहे. त्याचं जास्त वाईट वाटतंय. माझ्यामुळे सगळ्यांनाच त्रास!" खूप खंत दिसायला लागली त्याच्या चेहऱ्यावर. मी काही काळ जाऊ दिला. मग त्याने पुढे सांगायला सुरुवात केली, "माझंच चुकलं हो! माझं त्या वेळी कळायचं वय नव्हतं. शाळेत होतो, दहावीत होतो. तेव्हा अंगात खूप मस्ती असायची. मर्दपणा गाजवायची खूप खुमखुमी होती. आमच्या वस्तीतली चार-पाच मुलं हस्तमैथुन करायची. मला वाटायचं, प्रत्यक्ष काहीतरी करायला पाहिजे; पण चान्स मिळत नव्हता. काही माहीत नव्हतं कसं करायचं. मग वस्तीतल्याच मुलांनी 'तिकडे' जाण्याबाबत सुचवलं. मज्जा करायची असते, असं सांगितलं. मग काय! खूपच तीव्र इच्छा झाली. मग 'त्या' बायकांच्या वस्तीत गेलो. पहिल्यांदाच गेलो. तिथलं वातावरण बघून जरा घाबरलो; पण मनात खुमखुमी असल्यामुळे एका बाईच्या खोलीत शिरलो. तिनंच काय करायचं ते केलं. पण खूप छान वाटलं. तिथून बाहेर पडलो आणि धूम ठोकली घराकडं. माझा अनुभव मित्रांना सांगितला, तर त्यांनीपण 'तिकडं' जायचं ठरवलं. तेव्हापासून सगळ्यांनाच सवय लागली. पण मी मात्र दोन-तीनदाच गेलो. माझ्या मित्रांना कुणाला नाही झाला. एकालाच झाला. तो एड्स होऊन मागच्या वर्षी गेला. बाकी सगळे सुटले, पण मी मात्र अडकलो. माझं लग्न साधारण तीन वर्षांपूर्वी झालं. त्या वेळेस याची काही कल्पना नव्हती, पण लग्न झाल्यावर मात्र एकदाही 'तिकडे' गेलो नाही. लग्नाच्या आधीच काय ते गेलो असेल; पण त्यामुळे असला काही रोग मागे लागेल, असं वाटलं नव्हतं. नसतं झंझट मागे लागलं. बरं, माझं काय, मी कसंतरी हे सहन केलं असतं, पण बायकोचा काय दोष? मुलीचा काय दोष? फार वाईट वाटतं त्यांचं. माझ्या चुकीची त्यांना शिक्षा. खरंच, त्या वयात येण्याच्या काळात कुणी सांगितलं असतं, तर खरंच, काही केलं नसतं. जवानीचा जोश, अंगात खुमखुमी, परत मित्रांचा प्रभाव त्यामुळे

'तसलं' काहीतरी करायला गेलो आणि आता आयुष्यातनंच उठलो की हो! आता काय करायचं?'' त्याच्या सर्व भावनांमधून त्याला मी जाऊ दिले. त्याची चूक त्याच्या लक्षात आली होती; पण खूप उशीर झाला होता. त्याच्या हातात जेमतेम दोन वर्षे होती. मग मी त्याला रीतसर एच.आय.व्ही. / एड्सबद्दल सर्व माहिती दिली. त्याच्या बायकोचेही समुपदेशन केले.

तर मुलांनो, वरील उदाहरणात आपण पाहिले की, विवाहापूर्वी केलेला लैंगिक संबंध, विशेषत: पौगंडावस्थेमध्ये अशा प्रकारचे संबंध ठेवणे, हे आयुष्याच्या दृष्टीने घातक ठरू शकते. जर पुढील आयुष्याचा नीट विचार केला, तरच या एच.आय.व्ही./एड्सच्या संकटातून आपण वाचू शकतो, हे निश्चित! आपण आता या महाभयंकर रोगाविषयी नीट माहिती घेऊ.

आजकाल या रोगाविषयी रोज काही ना काही कानावर पडतेच. म्हणजे या एवढ्याशा विषाणूने मानवाला गिळंकृत करायचे ठरवलेय; पण मानवही तितकाच अज्ञानी आहे. खरे म्हणजे, या विषाणूविषयी व्यवस्थित माहिती घेतली आणि आपण प्रत्येकाने ठरवले की, या विषाणूचा आपल्या शरीरात कोणत्याही मार्गाने प्रवेशच होऊ द्यायचा नाही, तर ते शंभर टक्के शक्य आहे. कारण हा पाण्यातून, हवेतून, धुळीतून असा आपोआप होत नाही; तर त्याचा आपल्या शरीरात प्रवेश आपणच निश्चित करतो. कसा ते पाहूच.

आधी एच.आय.व्ही. म्हणजेच विषाणू व एड्स हा रोग यातील नेमका फरक समजावून घेऊ.

एच – ह्युमन (फक्त मानवाच्या शरीरात आढळणारा)

आय – इम्युनोडेफिशिअन्सी (रोगप्रतिकारशक्ती कमी करणारा)

व्ही – व्हायरस (विषाणू)

ह्या विषाणूने एकदा शरीरात प्रवेश केला की तो कायमचाच! तो कोणत्याही मार्गाने शरीराबाहेर काढता येत नाही; ना लसीकरणाने, ना कोणत्या औषधाने किंवा इंजेक्शनने. हा विषाणू शरीरामध्ये म्हणजेच रक्तामध्ये पाच ते आठ वर्षे दबा धरून बसतो. रक्तातच त्याची भौमितिक पद्धतीने वाढ होते. शरीरातील पांढऱ्या पेशी – ज्या शरीराची रोगप्रतिकारकशक्ती वाढवतात – त्यांच्यावरच तो हल्ला चढवतो आणि हळूहळू त्यांना नष्ट करत जातो. ही क्रिया पाच ते आठ वर्षे अव्याहतपणे सुरू राहते आणि त्याचा परिणाम एड्स या प्राणघातक आजारात होतो. एड्स म्हणजे –

ए – ॲक्वायर्ड (बाहेरून आलेला)

आय – इम्युनो (रोगप्रतिकारशक्ती)

डी – डेफिशिअन्सी (कमी करणारा)

एस – सिन्ड्रोम (लक्षणांचा समूह)

हा आजार झाल्यानंतर रोगी फार काळ जगत नाही, कारण त्याची रोगप्रतिकार शक्ती अगदीच खालावलेली असते. त्यामुळे तो मरणाच्या वाटेवर जाऊ लागतो.

तर हा एच.आय.व्ही.च्या प्रवेशापासून एड्स होऊन मृत्यूपर्यंतचा प्रवास खूपच खडतर असतो. त्यामुळे एच.आय.व्ही.चा शरीरात प्रवेश होऊ न देणे, हे आपल्याच हातात आहे. कसे ते पाहू–

शरीरात कोणकोणत्या मार्गाने हा एच.आय.व्ही. प्रवेश करतो ते प्रथम पाहू.

१) असुरक्षित लैंगिक संबंधांतून – म्हणजे नेमके काय, हे पाहू. कारण या विषयीची सविस्तर माहिती असणे अत्यंत गरजेचे आहे. लैंगिक संबंधांतून नेमक्या कोणकोणत्या मार्गांनी एच.आय.व्ही.चा प्रवेश शरीरात होऊ शकतो, ते आता पाहू –

अ) एच.आय.व्ही. मुख्यत्वे करून शरीरातील तीन द्रावांमध्ये आढळतो.

१) पुरुषाचे वीर्य २) स्त्रीचा योनि द्राव ३) शरीरातील रक्त

शारीरिक संभोग करताना जर पुरुष एच.आय.व्ही. बाधित असेल आणि स्त्री एच.आय.व्ही. बाधित नसेल, तर पुरुषाच्या वीर्यामधून स्त्रीच्या योनीमध्ये एच.आय.व्ही.चा प्रवेश होतो. तसेच जर स्त्री एच.आय.व्ही. बाधित असेल आणि पुरुष एच.आय.व्ही. बाधित नसेल, तर स्त्रीच्या योनिद्रावामधून शारीरिक संभोगाच्या वेळेस एच.आय.व्ही.चा प्रवेश पुरुषाच्या वीर्यामध्ये होतो. मग वीर्यामध्ये आणि योनिद्रावामध्ये एच.आय.व्ही ची भौमितिक वाढ सुरू होते. हा एच.आय.व्ही.चा प्रवेश कोणत्याही संभोगाच्या वेळेस होतो आणि अशा वेळेस जर निरोध वापरला नाही, तर त्याला असुरक्षित लैंगिक संबंध असे म्हणतात. म्हणून पुरुषाने निरोध काळजीपूर्वक वापरणे अत्यंत आवश्यक आहे.

लैंगिक संबंधांतील दुसरा मार्ग म्हणजे मुखमैथुन (oral sex) यामध्ये वीर्य किंवा योनिद्राव तोंडावाटे शरीरात जाऊन त्यामधून एच.आय.व्ही.चा प्रवेश होऊ शकतो आणि तो रक्तात जाऊन मिसळतो.

तिसरा मार्ग म्हणजे मासिक पाळीमध्ये केलेला शारीरिक संभोग. स्त्री जर एच.आय.व्ही.बाधित असेल, तर तिच्या मासिक पाळीच्या रक्तात हा विषाणू भरपूर प्रमाणात असतो. अशा स्त्रीशी पुरुषाचा पाळीच्या काळात संबंध आला, तर पुरुष एच.आय.व्ही.बाधित होण्याची शक्यता कित्येक पटींनी वाढते.

चौथा मार्ग म्हणजे गुदमैथुन (Anal Sex). यामध्ये स्त्री किंवा पुरुष एच.आय.व्ही. बाधित असेल आणि त्यांच्या गुदद्वारामध्ये जखम असेल किंवा गुदमैथुन करत असताना जखम झाली, तर त्यामधून एच.आय.व्ही.चा प्रवेश सुकर होतो. अशा प्रकारचा संपर्क स्त्री-पुरुषांमध्ये किंवा पुरुष-पुरुष म्हणजेच समलिंगी संबंधांतून होतो.

पाचवा मार्ग म्हणजे जर स्त्री किंवा पुरुष एच.आय.व्ही.बाधित असेल आणि दोघांपैकी कोणालाही गुप्तरोग किंवा लैंगिक आजार असेल, तर अशा शारीरिक संबंधातून एच.आय.व्ही.चा प्रवेश होण्याची शक्यता सहा पटींनी वाढते. त्यामुळे वेळच्या वेळेस गुप्तरोगावर व्यवस्थित उपचार घेणे अत्यंत गरजेचे आहे.

अशा अनेक मार्गांतून लैंगिक संबंधांद्वारे एच.आय.व्ही. पसरतो.

२) निर्जंतुक न केलेल्या सुया व सिरिंजेसमधून एच.आय.व्ही.ची बाधा होऊ शकते.

काही ड्रग ॲडिक्ट सिरिंजेसद्वारा मादक पदार्थ घेतात. त्या वेळेला नशेमध्ये एकमेकांच्या सिरिंजेस वापरल्यामुळे एच.आय.व्ही.ची बाधा होण्याची शक्यता असते.

तसेच डॉक्टर आजकाल डिस्पोजिबल म्हणजेच वापरून फेकून देण्यासारख्या सिरिंजेस वापरतात; पण डॉक्टरांनी सिरिंजेस आणि सुया उकळून घेतल्या नाहीत आणि तशाच एकामागून एक रुग्णांना द्यायला वापरल्या, तर त्यातून सिरिंजेसमध्ये रक्ताचे थेंब राहून त्यामधून एच.आय.व्ही.ची बाधा होण्याची शक्यता असते; पण असे क्वचितच घडते. यावर प्रतिबंधात्मक उपाय म्हणून डॉक्टरांकडे जाताना डिस्पोजिबल सुई आणि सिरिंज नेणे आवश्यक आहे अथवा डॉक्टरांना ती वापरण्याचा आग्रह धरणेही आवश्यक आहे.

३) रक्तसंक्रमणातून किंवा ब्लड ट्रान्सफ्यूजनमधून एच.आय.व्ही.ची बाधा होऊ शकते.

बऱ्याच वेळा अपघात झाला असल्यास किंवा कोणतीही शस्त्रक्रिया करत असताना किंवा बाळंतपणामध्ये जर एच.आय.व्ही.बाधित रक्त दिले गेले, तर रुग्णाला या विषाणूची बाधा होऊन विनाकारण एड्सच्या आजाराला बळी पडावे लागते. म्हणून मान्यताप्राप्त रक्तपेढीतून किंवा शक्यतो विश्वासार्ह व्यक्तीचे रक्त दिले गेल्यास एच.आय.व्ही.ची बाधा होण्याची शक्यता पूर्णपणे कमी होते.

४) एच.आय.व्ही.बाधित गर्भवती मातेकडून तिच्या बाळाला जन्मतः एच.आय.व्ही. होऊ शकतो.

एच.आय.व्ही. गर्भवतीकडून तीस ते पस्तीस टक्के बाधा तिच्या होणाऱ्या बाळाला होण्याची शक्यता असते; पण आजकाल नवीन निघालेले नेव्हिरॅपिन (Nevirapine) व झुडोवोडीन (Zudo vodine) हे औषध गर्भवतीला दिले जाते. त्यामधून बाळाला होणाऱ्या एच.आय.व्ही.ची बाधा बऱ्याच प्रमाणात रोखली जाऊ शकते. आई एच.आय.व्ही. बाधित असेल, तर स्तनपानातून बाळाला हा रोग होऊ शकतो.

अशा चार मुख्य मार्गांतून एच.आय.व्ही.चा संसर्ग होऊ शकतो. अशा एच.आय.व्ही.बाधित व्यक्तींना वैद्यकीय उपचारांबरोबरच समुपदेशन केले जाते. हे समुपदेशन कोणकोणत्या प्रकारे केले जाते ते पाहू –

१) पूर्व-चाचणी समुपदेशन (प्री-टेस्ट काउन्सेलिंग)
२) पश्चात-चाचणी समुपदेशन (पोस्ट-टेस्ट काउन्सेलिंग)
३) गर्भारपणातील समुपदेशन (अँटिनेटल काउन्सेलिंग)
४) जोडप्याचे समुपदेशन (कपल काउन्सेलिंग)
५) कौटुंबिक समुपदेशन (फॅमिली काउन्सेलिंग)
६) पुनर्वसन (रिहॅबिलिटेशन)

एकदा एक रुग्ण माझ्याकडे डॉक्टरांची चिठ्ठी घेऊन आला. त्या चिठ्ठीमध्ये रुग्णाचे पूर्व-चाचणी समुपदेशन करावे, असे लिहिले होते. रुग्णाची तब्येत थोडी नरम दिसली. रुग्णाने डॉक्टरांनी माझ्याकडे का पाठवले आहे, असे विचारले. तेव्हा त्याला मी रक्ताच्या चाचणीबाबत आणि एच.आय.व्ही. बाधेची शक्यता या बाबतीतली माहिती दिली. तसेच ही रक्तचाचणी कशासाठी आणि जर तिचे निदान एच.आय.व्ही. पॉझिटिव्ह असेल, तर त्या बाबतीतली त्याची मानसिक तयारी केली. त्याला त्याच्या लैंगिक इतिहासाबद्दल माहिती विचारली असता, त्याचा सहा महिन्यांपूर्वी असुरक्षित संबंध आल्याचे त्याने सांगितले. त्यामुळे मी त्याला विंडो पिरियडबद्दल माहिती सांगितली. रुग्ण थोड्या संभ्रमावस्थेतच माझ्याकडून गेला.

त्यानंतर साधारण आठ दिवसांनी तो रक्ताच्या चाचणीचा रिपोर्ट घेऊन आला. रिपोर्टमध्ये नेमके काय लिहिले होते हे न कळाल्यामुळे त्याने रिपोर्ट प्रथम मला बघायला सांगितला. त्यामध्ये एच.आय.व्ही. रिॲक्टिव्ह असे लिहिले होते. म्हणजेच त्या रुग्णाला एच.आय.व्ही.ची बाधा झाल्याचे निश्चित झाले होते. आता हे रुग्णाला स्पष्ट सांगणे हा समुपदेशनातील पहिला टप्पा आहे. त्याप्रमाणे मी त्याला रिपोर्ट पॉझिटिव्ह असल्याचे स्पष्ट सांगितले. ते ऐकल्यावर त्याला धक्का बसला. मग मी त्याला, त्याच्या भावनेला न्याय देण्यासाठी मदत केली. रुग्ण ग्रीफमध्ये जातो, कारण एच.आय.व्ही. पॉझिटिव्ह असणे, ही त्याच्या दृष्टिकोनातून दुःखद घटनाच असते. त्यामुळे त्या दुःखातून किंवा विविध भावनांमधून जात असताना मी त्याला एक व्यावसायिक समुपदेशक म्हणून साक्षी होते. त्यानंतर तो रुग्ण विवाहित असल्यामुळे त्याच्या जोडीदाराला हे सांगणे आवश्यक कसे आहे, हे मी त्याला सांगितले आणि त्याचबरोबर त्याच्या बायकोनेही एच.आय.व्ही.ची चाचणी करून घेणे कसे आवश्यक आहे, हे सांगितले. हेच सर्व चाचणीपश्चात केले जाते.

काही दिवसांनी तो त्याच्या बायकोला घेऊन माझ्याकडे आला. मनात अनेक शंका घेऊन दोघेही आले. मग मी त्याच्या बायकोच्या भावनांचाही योग्य निचरा होऊ दिला. ती खूप घाबरलेली होती आणि तिच्या भीतीचे कारण म्हणजे तिचा समज झाला होता की, आपला जोडीदार लवकरच मरणार आहे. मी एच.आय.व्ही. / एड्सबाबत योग्य आणि अचूक माहिती देऊन त्यांच्या मनातील शंकांचे निरसन

केले. त्यानंतर जोडप्याचे समुपदेशन या टप्प्यामध्ये मुख्यत: वर्तनात्मक समुपदेशन म्हणजेच त्यांचे लैंगिक जीवन कसे असावे, या विषयी मी मार्गदर्शन केले. त्यामध्ये शारीरिक संभोग करताना दुहेरी निरोध वापरणे अथवा प्रणयाच्या पातळीवर एकमेकांना समाधान देणे; तसेच बऱ्याचदा या आजारामुळे रुग्णाच्या लैंगिक भावना नाहीशा होतात, या बाबतीत समुपदेशन केले जाते. त्याची बायको एच.आय.व्ही. निगेटिव्ह होती. त्यामुळे तिने काय काय काळजी घेतली पाहिजे याबद्दलही मी बोलले.

त्यानंतर काही दिवसांनी ते दोघे परत माझ्याकडे आले. आता त्या दोघांनी याचा पूर्ण स्वीकार केला होता; पण आता नेमके पुढे काय करायचे, या बाबतीत बोलण्यासाठी ते आले होते. मग मी त्यांना आहार, व्यायाम या बाबतीतल्या नियमिततेबाबत सांगितले. तसेच त्याला दारू आणि तंबाखूचे व्यसन होते. त्या बाबतीत व्यसनाने शरीराची रोगप्रतिकारक शक्ती झपाट्याने कमी होत असल्यामुळे त्याचे सेवन ताबडतोब कमी करण्याच्या दृष्टीने मार्गदर्शन केले. आता झालाच आहे तर काय फरक पडतो, असे गृहीत धरून रुग्ण वेश्यागमन करत असेल, तर त्याला हे सांगणे आवश्यक आहे की, वारंवार वेश्यागमनाने शरीरातील विषाणूंचे प्रमाण खूप वाढून आयुष्य कमी होऊ शकते.

त्यानंतर परत ते जोडपे व त्याचे कुटुंबीय माझ्याकडे आले, तेव्हा कौटुंबिक समुपदेशनामध्ये रुग्णाच्या घरातील इतर लोकांना मी या रोगाबद्दल योग्य व अचूक माहिती दिली. त्यांनी रुग्णाचा पूर्ण स्वीकार करण्याची, त्याला मानसिक, भावनिक आधार देण्याची व सकारात्मक दृष्टिकोन निर्माण करण्याची तयारी दाखवली.

पुढील समुपदेशनाचा टप्पा म्हणजे जर स्त्री गरोदर असेल आणि एच.आय.व्ही. पॉझिटिव्ह असेल, तर तिने घेण्याची काळजी व औषधे यांवर भर दिला जातो. पहिल्या सहा आठवड्यांतच समजले असेल, तर गर्भपाताविषयी सांगितले जाते, अन्यथा मूल तीस ते पस्तीस टक्के पॉझिटिव्ह असण्याची शक्यता सांगितली जाते. त्या दृष्टीने मातेची मानसिक तयारी करून घेतली जाते.

सगळ्यात शेवटचा व महत्त्वाचा मुद्दा म्हणजे, त्या रुग्णाचे पुनर्वसन. माझ्याकडे आलेल्या रुग्णाला मी या सर्व टप्प्यांमधून नेऊन पुनर्वसनासाठी मदत केली. म्हणजेच रुग्णाने व त्याच्या कुटुंबाने त्याच्या आजाराचा पूर्णपणे स्वीकार करून त्याची दैनंदिनी सुरू करणे. यामध्ये नोकरी किंवा व्यवसायामध्ये गुंतणे याला प्राधान्य दिले जाते. मुख्यत: लोकांचा किंवा समाजाचा त्यांच्याकडे बघण्याचा जो दृष्टिकोन आहे, त्याला तोंड देण्यासाठी रुग्णाला मदत करणे. मृत्यूची भीती, एच.आय.व्ही. संसर्गामुळे होणारे वेगवेगळे आजार याबाबत सतत मार्गदर्शन केले जाते. या सगळ्या प्रक्रियेमधून रुग्णाचा आयुष्याचा जो काळ बाकी आहे, तो आनंदात घालवण्यासाठी अशा प्रकारे समुपदेशन केले जाते.

एच.आय.व्ही.चा शरीरात प्रवेश झाल्यावर एड्स होईपर्यंत कोणती लक्षणे दिसतात, ते पाहू –

१) वजनामध्ये अचानक मोठ्या प्रमाणात घट.
२) वारंवार जुलाब होणे. (Diarrhoea)
३) सतत येणारा बारीक ताप.
४) थुंकीतून रक्त पडणे.
५) क्षयरोग होणे (T. B.)
६) वारंवार तोंड येणे (Candidiasis), तोंडामध्ये बुरशी येणे.
७) जिभेला चट्टे पडणे.
८) क्षुल्लक कारणाने वारंवार आजारी पडणे / संधिसाधू आजार होणे. (Opportunistic Infection)
९) त्वचेवर निळे डाग पडणे. (Kaposi's sarcoma)
१०) क्रिप्टोकोकल मॅनिन्जायटिस (मेंदू दाह) (सहन न होण्याइतपत डोके दुखणे).

खालील मार्गांनी एड्सचा धोका नाही किंवा एड्स होत नाही.

१) खोकल्याने, शिंकण्याने.
२) एड्स झालेल्या व्यक्तीबरोबर एकत्र काम करून.
३) स्पर्शातून अथवा हस्तांदोलनातून.
४) एड्सग्रस्त व्यक्तीने वापरलेले कपडे, दूरध्वनी, स्वच्छतागृह संयुक्तपणे वापरल्याने.
५) डास किंवा ढेकूण चावल्याने.
६) घामातून अथवा अश्रूतून.
७) नुसते जवळ झोपल्याने.
८) चुंबनातून आणि आलिंगनातून.
९) दाढीच्या ब्लेडमधून.
१०) टूथब्रशने.

असे म्हटले जाते की, एच.आय.व्ही.चा धोका प्रत्येकालाच आहे आणि हा रोग कोणालाही होऊ शकतो; पण जर आपण प्रत्येकानेच अशी प्रतिज्ञा केली की, आयुष्यभर मी एच.आय.व्ही.चा माझ्या शरीरात कोणत्याही मार्गाने प्रवेश होऊ देणारच नाही, तर हे सहज शक्य आहे. अशाचसाठी 'एड्स जाणा आणि एड्स

टाळा’ हे घोषवाक्य अगदी शंभर टक्के लागू पडते. एच.आय.व्ही. होण्याचे जे चार मार्ग आहेत त्यामधून मला एड्स होणारच नाही, अशी हमी मी स्वत:चीच स्वत:ला दिली, तर या आजाराचा धोका आपल्याला कधीच नाही, असे समजावे.

मानसिक स्व–प्रतिमा

चिन्मयची व सेजलची गोष्ट

चिन्मय पंधरा वर्षांचा, नववीतला गोड मुलगा; पण आजकाल हट्टीपणा खूप वाढला होता त्याचा. त्याला असे वाटायचे, आईने किंवा बाबांनी आपल्या वस्तूंना हात लावू नये. आपले कपाट / कप्पा धुंडाळू नये. मग आपले गुपित आपल्याजवळ राहिले पाहिजे असे वाटल्याने तो दार बंद करून बसायचा. मग अशाच छोट्या-छोट्या कारणांवरून, जेवणाच्या टेबलावर खाण्यावरून, सकाळी लवकर उठण्यावरून आई-बाबांशी त्याची भांडणे, वाद व्हायचे. नंतर त्याला कळायचे की, आई-बाबा आपल्या चांगल्यासाठीच सांगतात; पण 'कळतंय पण वळतच नाही' अशी स्थिती व्हायची त्याची. 'मग असे काय बरे होतेय मला?' अशा विचारातच पडायचा तो. 'आणि हे हल्ली-हल्लीच, या एका वर्षात का वाढलंय?' कळायचेच नाही त्याला. 'आपले विचार स्वतंत्र आहेत. त्यामुळे दर वेळेस दुसऱ्यांचे का ऐकायचे? आपले कुणीच का ऐकत नाही?' असे त्याला वाटायचे आणि मनातल्या मनात राग यायचा त्याला. 'पण आपली काही बाबतीत स्वतंत्र मते बनू लागली आहेत.' असेही त्याला वाटायचे. मग बरोबर काय, चूक काय हे काहीच कळायचे नाही त्याला. आणि या विचारांमुळे डोक्यात नुसता गोंधळ उडायचा. मग पुस्तक डोळ्यांसमोर आहे; पण डोक्यातला विचारांचा गोंधळ थांबतच नाहीये आणि पुस्तकात काय वाचतोय, हे कळणे तर दूरच! मग असाच विचार करता-करता तो स्वत:च्याच विश्वात रमून जायचा तो. घरात काय, शाळेत काय; तेच! मग कधी-कधी खूप भावनिक व्हायचा, खूप चिडचिड व्हायची त्याची; पण कशाने, तेही कळत नव्हते.

एक दिवस अचानक त्याला लिंगाशी चाळा करण्याची सवय लागली. केल्यावर छान वाटायचे. पण तो काय करत होता व का करत होता, हे कळत नव्हते. मग पांघरूण अंगावर घेऊन, काही उत्तेजित विचार मनात आणून लिंगाशी चाळा (हस्तमैथुन) करताना त्याला मस्त वाटायचे. मग चुकून कोणी पाहिले, तर त्याला खूप लाज वाटायची, अपराधी वाटायचे मनात. पण हे सर्व कोणाला विचारणार? 'हे फक्त आपल्यालाच होतेय का?' असाही प्रश्न पडायचा त्याला. मग खूप एकटे वाटायचे कधीकधी त्याला; पण जेव्हा मित्रा-मित्रांच्यात मुलींबद्दलच्या

गप्पा चालायच्या तेव्हा छान वाटायचे त्याला. मात्र, आपण करतोय ते बरोबर की चूक याचे उत्तरच मिळायचे नाही. त्याला वर्गातील मुलींवरून चिडवायचे. ते त्याला मनातून आवडायचे; पण तसा तो संकोची असल्यामुळे वरवर मित्रांना उडवून लावायचा. पण काही मित्रांनी सांगितलेले त्याला खरे वाटायचे. मग काही आदर्श डोळ्यांसमोर ठेवून आपण असे बनायचे, असे तो मनात ठरवायचा. एक दिवस त्याच्या शाळेतील दहावीत दोन-तीन वर्षे नापास झालेल्या मुलांकडे त्याने एक अश्लील मासिक पाहिले. बघणे आवडले. पण एकीकडून घृणाही वाटली. आपण बरोबर करतोय की नाही, हेच त्याला समजत नव्हते. एक प्रकारची अस्वस्थता वाटायची त्याला. शरीरात वेगळीच ऊर्मी उठायची मासिके बघताना. आणि यातूनच त्याची लैंगिकतेविषयी जाणून घेण्याची उत्सुकता वाढली.

आपण स्मार्ट दिसावे, असे त्याला वाटायचे. मग तास-तासभर अंघोळ चालायची त्याची. सारखे आरशात डोकवावेसे वाटायचे. काहीतरी स्टाइल मारावी, असे वाटायचे. पॅन्ट-शर्टकडे नीट लक्ष द्यावे, ते आपल्याच पसंतीचे असावेत, असे त्याला वाटे. क्वचित वेळा पर्फ्यूम लावावासा वाटायचा. पण हे सर्व करत असताना इतरेजन म्हणजे मित्र, शिक्षक, नातेवाईक काय म्हणतील, असे त्याला वाटायचे. मग कुणीतरी त्याच्या अवगुणांवर बोट ठेवले की, त्याच्या मनात ते पक्के बसायचे. मग काही बाबतींत त्याच्या मनामध्ये न्यूनगंड तयार व्हायला लागला. आत्मविश्वास कमी होतोय की काय, असे वाटायला लागले. मग मी म्हणजे कोण? माझी स्व-प्रतिमा कशी आहे? याबाबत गोंधळ वाटायला लागला. अभ्यासातले लक्ष कमी व्हायला लागले. मार्क्स कमी व्हायला लागले. तरी त्याची बेफिकिरी वाढली होती.

पण या सगळ्याबरोबर त्याला जबाबदारीचीसुद्धा जाणीव व्हायला लागली होती. मग कधी आई आजारी पडली, तर घरात मदत करणे, औषधे आणून देणे हे तो स्वत:चे कर्तव्य समजायला लागला होता. धाकट्या भावाला थोडेफार सांभाळायला लागला होता.

अलीकडे त्याचे तसे खोटे बोलणेपण खूप वाढले होते म्हणा! ट्यूशन्सना जायचा तो; पण त्याला कधी कंटाळा, आला तर क्लासच्या बाहेरच सायकलवरून फेऱ्या मारून क्लास संपायच्या वेळेस घरी परतायचा. आई-बाबांना बिनधास्त खोटे सांगायचा. कधी क्लासच्या टीचरनी घरी फोन केला किंवा त्याच्या आई-बाबांना बोलावून सांगितले, तर मग त्याची खरी चंपी व्हायची! तरीसुद्धा त्याला परत-परत तसेच करावेसे वाटायचे! बाहेरचे खाद्यपदार्थ खाण्याच्या बाबतीतसुद्धा तो अनेकदा खोटे बोलायचा. आईने असेच वरचे दिलेले पैसे वडा-पाव, भेळ, शेंगदाणे खाण्यात उडवायचा आणि घरी बिनधास्त खोटे बोलायचा. यातूनच त्याला घरातून

आईच्या पर्समधून, बाबांच्या पाकिटातून पैसे उचलण्याची सवय लागली; पण आपण असे का करतो, हेच कळायचे नाही त्याला.

तर असा हा चिन्मय किती विविध मानसिक आंदोलनांतून जात होता! का? आपण पुढे पाहूच!

सेजलची गोष्ट

"अगं सेजल, काय चाललंय तुझं? परीक्षा जवळ आलीये तरी अभ्यासाचं नाव नाही? नुसता टीव्ही बघणं, टाइमपास करणं सुरू आहे. परीक्षेत नापास व्हायचा विचार आहे का? किती दिवस झाले तुझं हे बघतेय! नुसतं नटणं, आरशापुढं उभं राहणं, फॅशन्स करणं, परीक्षेत हे विचारणार आहेत का?"

"झालं का सुरू तुझं? मला उगाच सारख्या सूचना करू नकोस. मी नीट अभ्यास करते आहे. तुला दिसतच नाही. मी काय लहान आहे का? मला कळतंय परीक्षा आहे. त्यात काय करायला पाहिजे, ते तू नको सांगूस आणि एकदा कधीतरी फॅशन केली, तर सारखं त्याच्यावरून बोलतेस!"

"वा! काय पण शहाणपणाचं बोलती आहेस! स्वत:ला फार शहाणी समजतेस का? खूप बोलायला लागली आहेस आजकाल. आमची टापच नव्हती आमच्या आईसमोर असं वर तोंड करून बोलण्याची! आणि अभ्यास करते म्हणतेस; पण मला तर काही दिसतच नाहीये. नुसता टीव्ही सुरू आहे. कसं होणार या पोरीचं, कुणाला ठाऊक!"

"हे बघ, परत तुला सांगते, मला सारखं बोलत जाऊ नकोस. दिवसभर शाळा, अभ्यास करून कंटाळा येतो. मग थोडा टीव्ही बघितला तर बिघडलं कुठं? मी काय यंत्र आहे की, सकाळपासून रात्री झोपेपर्यंत शाळा-अभ्यास-शाळा-अभ्यास करायला?"

हे संवाद ओळखीचे वाटतात का? हे संवाद आहेत, एका आठवीतील मुलीचे आणि तिच्या आईचे. वडील व्यावसायिक व आई गृहिणी. सेजलचे परीक्षेचे दिवस; पण नटण्या-मुरडण्यात, टीव्ही बघण्यात आणि मित्र-मैत्रिणींशी गप्पा मारण्यातच तिचा बराच वेळ जात होता. काहीही काम सांगितले, तरी ते टाळण्याकडेच कल. स्वत:च्याच विश्वात दंग असायची. गेल्याच आठवड्यातील गोष्ट. आईची तब्येत बरी नव्हती. सेजलची तोंडी परीक्षा सुरू होणार होती. साहजिकच आईची अपेक्षा की, सेजलने स्वत:चे तर सर्व आवरावेच, पण लहान भावाचेपण आवरून स्वत: अभ्यास करावा. छान तोंडी परीक्षा द्यावी आणि संध्याकाळी थोडा वेळ खेळून, टीव्ही बघून आपापला अभ्यास करावा. पण कसचे काय! सकाळी एक तर दहा वेळा उठवूनही लवकर उठली नाही. मग कशीबशी अंघोळ केली आणि काहीही न खाता-पिता शाळेत गेली. घरातले आवरणे वगैरे तर दूरच! स्वत:चा अभ्यासपण केला नाही. धडपडत उठून आईला स्वयंपाक करावा लागला. लहान भावाचे सर्व आवरून त्याला शाळेत पोचवून सेजलला शाळेत डबा द्यावा लागला. त्यामुळे आई अतिशय वैतागली.

संध्याकाळी सेजल शाळेतून घरी आली. आल्याबरोबर दप्तर, डबा तसाच टाकून, कपडे बदलून, सोसायटीत खाली मैत्रिणींशी गप्पा मारायला निघून गेली. आई झोपली होती. त्यामुळे तिला सेजल आल्याचे, गेल्याचे कळलेच नाही. संध्याकाळचे सात वाजले तरी सेजल घरी आली नाही. मग धाकट्या भावाला सेजलला बोलवायला पाठवले, तर तिथेच खाली तिचे आणि त्याचे भांडण सुरू झाले. मग रडारड. आई तिला ओरडली, पण तीच आईवर ओरडली. मग तरातरा आतल्या खोलीत निघून गेली. जरा वेळाने आईने जाऊन बघितले, तर हीचे आरशापुढे उभी राहून हेअरस्टाइल, इअररिंग्ज असे प्रयोग सुरू! आईने कपाळावर हात मारून घेतला. तर असे हे सेजलचे वागणे.

अभ्यासात लक्ष नाही. जरा काही बोलले किंवा सूचना केल्या, तर चिडचिड करायची. कधीकधी अबोला धरणे, रुसवे-फुगवे! मनमोकळेपणाने घरात कुणाशी बोलणे नाही. तिचे काही चुकले आणि आई-बाबांपैकी कुणी बोलले, तर मान खाली घालून ऐकून घ्यायचे! अशा वागण्यामुळे शाळेत काही गडबड, भांडणे आहेत की काय, अशी घरातल्यांना शंका यायला लागली. म्हणून आई शाळेत जाऊन आली. तिच्या शिक्षिकांना भेटली. तिच्या वर्गमैत्रिणींशी बोलली; पण नक्की काही कळेना. एरवी छान वागणारी, ऐकणारी, अभ्यास करणारी सेजल अशी एकाएकी विचित्र का

वागायला लागली होती, याचे कोडे पडत होते. फॅमिली डॉक्टरकडे नेऊन आणले. त्यांनी काही टॉनिक्स दिली. थोडे खाणे सुधारले, पण काही दिवसांनी परत ये रे माझ्या मागल्या! मित्र-मैत्रिणींशी एवढा वेळ काय गप्पा मारत बसायची, हे समजेनासे झाले होते.

बाहेर जायला किंवा घरगुती कार्यक्रम असतील, तर ही एका पायावर मिरवायला तयार! मग कपडे कुठले घालू? कुठल्या मॅचिंग इअररिंग्ज घालू? यात बराच इंटरेस्ट निर्माण झाला होता तिला. तेवढ्या बाबतीत मात्र आईशी गोड बोलून सगळे करून घ्यायची ती; पण अभ्यास वगैरेंच्या गोष्टी केल्या की, बाईसाहेबांचा मूड गेलाच म्हणून समजायचा. त्यात लहान भाऊ खूप त्रास द्यायचा. त्याच्याबरोबर सतत भांडणे, चिडचिड आणि तक्रारी. त्यामुळे तिची भावाबद्दल सारखी तक्रार. ‘‘हा मला सारखा त्रास देतो, टीव्ही बघू देत नाही. बरोबर कुठे घेऊन गेले, तर बोलूपण देत नाही आणि आई-बाबा सारखी त्याचीच बाजू घेतात. ‘तू मोठी आहेस. त्याला समजून घे. सांभाळून घे. त्याचं सहन कर.’ असं सारखं मलाच सांगतात. तो किती फटाफट मारतो मला! त्याचं काहीच नाही. खूप इरिटेट करतो. परवा नेहाच्या वाढदिवसाला बरोबर घेऊन गेले, तर इतका दंगा केला याने तिथे! नेहा आणि बाकीच्या माझ्या मैत्रिणीपण खूप वैतागल्या. मग दिले दोन फटके ठेवून त्याला. तर घरी जाऊन त्याने ‘मला दीदीने मारलं, काही खायला दिलं नाही. वाट्टेल ते बोलली.’ अशी तक्रार केली. मग बाबा मलाच रागावले, आईपण नेहमीप्रमाणे ‘तुला तो नकोच आहे. तू थोडासुद्धा समजूतदारपणा दाखवत नाहीस. नेहमी अशीच करतेस.’ अशी बोलली.’’ मग सेजलला अजूनच राग आला सगळ्यांचा.

घरात एकंदरीतच सेजलच्या वागण्यामुळे टेन्शन निर्माण झाले होते. समजावून सांगण्याचे सर्व उपाय करून झाले. रागावून झाले, प्रेमाने समजून सांगणे झाले, डॉक्टरकडे नेऊन आणले; पण काही केल्या तिच्यात बदल होईना.

मग आईला तिचे काही लफडे, भानगड आहे की काय, अशी शंका यायला लागली आणि आईची झोप उडाली. कारण त्यांच्या सोसायटीतच रोहन नावाचा सेजलचा लहानपणापासूनचा मित्र होता. लहान होते तोपर्यंत काहीच प्रॉब्लेम नव्हता; पण आताशा दोघेही गच्चीवर जाऊन गप्पा मारायला लागले होते. चौकशी केल्यावर आईला समजले होते, शाळेतसुद्धा मैत्रिणी तिला रोहनच्या नावावरून चिडवायला लागल्या होत्या. सेजल रोहनशी बोलायची, भांडायची, रुसायची, अबोला धरायची; पण अबोला लांबला तर अस्वस्थ व्हायची. ती रोहनकडून जरा जास्तच अपेक्षा करायला लागली होती. मग आईचा संशय वाढायला लागला. मग ‘‘रोहनशी अशी तासन्‌तास बोलू नकोस. गच्चीत जाऊन तर अजिबात बोलायचं नाही. अशी तंबी आई तिला द्यायला लागली.’’ या सगळ्याचा अर्थ सेजलला

कळेना. ‘आईला काय झालंय? मी तर रोहनशी नेहमीच बोलते; पण आजकाल मलापण त्याच्याशी बोलायला जास्त आवडायला लागलंय.’ मग ती जास्तच चिडचिडी बनली. वितंडवाद घालायला लागली आणि आडवे-तिडवे प्रश्न विचारून आई-बाबांना कोंडीत पकडायला लागली. आई-बाबांना काळजी लागली की, ‘आता या मुलीचं काय करायचं? ही हाताबाहेर तर गेली नाही ना? ही काय वेडवाकडं करून बसली, तर काय करायचं? कसं होणार हिचं?’ अशा प्रश्नांनी, विचारांनी आई-बाबांची झोप उडाली. आजीचे आणि सेजलचे बऱ्यापैकी जमायचे; पण आजकाल तिचे आजीबरोबरही पटेनासे झाले होते. मग सेजलवरून आई-बाबांच्यात खटके उडायला लागले. परिणामी, सेजलवर अजूनच सूचना, हरकती आणि रागावण्याचा भडिमार सुरू झाला.

का व्हावे सेजलचे असे? अनेक अनुत्तरित प्रश्न सेजलला, तसेच तिच्या आई-बाबांना पडले होते.

चिन्मय आणि सेजल अगदी तुमच्यासारखेच वागताहेत ना? असेच होतेय ना तुमचेदेखील? हो, पिढ्यान्‌पिढ्या या वयातले वागणे असेच आहे! तर हे सर्व का होतेय, याचे आश्चर्य वाटतच असेल तुम्हाला. शारीरिक बदलांबरोबर मनामध्येसुद्धा काही बदल घडत असतात. ते काय आहेत, ते पुढे पाहू!

मानसिक व भावनिक बदल

मुख्य बदल भावनांमध्ये होतो.

भावनिक बदलांमध्ये मुख्यत: भावनांचे चढ-उतार व्हायला लागतात. उदा. कधी खूप आनंदी वाटणं, तर कधी एकदम उदास वाटणं, कधी खूप राग येणं, तर कधी एकदम प्रेम वाटणं. एका वेगळ्या विश्वात प्रवेश केल्याचा भास होतो. अशी संवेदना जागृत होते की, हे संपूर्ण विश्व घुसळून टाकणाऱ्या बेभान वाऱ्यागत वाटते. शारीरिक बदलांमुळे प्राथमिक स्तरावर एक प्रकारचा काहीतरी बदल होतोय, ही जाणीव व त्याबद्दल एक प्रकारची चिंता, अस्वस्थता आणि दुसऱ्या बाजूला उत्तेजना, आनंद या भावनांची ओळख व्हायला लागते. स्वत:मधील बदलांची उत्सुकता निर्माण होते. त्यातूनच स्वत:च्या एका वेगळ्या विश्वाची प्रतिमा मनात तयार व्हायला लागते, ज्यामधूनच आनंद, प्रेम, उत्साह, उत्सुकता, समाधान, शांती, ओढ, उत्तेजना या सकारात्मक भावनांची व त्याचबरोबर चिंता, राग, चिडचिड, दु:ख, उदासी, निराशा, द्वेष, असमाधान, निरुत्साह, अस्वस्थता, भीती, असहायता, अपराधीपणा, कंटाळा, एकाकीपणा या नकारात्मक भावनांची जाणीव व अनुभूती यायला लागते आणि त्याची गुंफण विकसित होत जाते.

★ पालकांशी विरोध व भांडणे व्हायला लागतात. यामध्ये स्वतंत्र अस्तित्वाची भावना, तसेच एकमेकांचे विचार न पटणे, आई-वडील आपले वैरी आहेत असे वाटणे, आई-वडिलांना आपण आवडतच नाही अशी धारणा होणे, आई-वडील सांगतात त्याच्या विरुद्ध करावेसे वाटणे. त्यामुळे कधी-कधी घरातून पळून जावेसे वाटणे, इतर मुला-मुलींच्या आई-वडिलांशी तुलना करणे आणि स्वत:ची दया वाटणे, असे सर्व सुरू होते.

★ मित्र-मैत्रिणींचा प्रभाव जास्त असणे, काही वर्गमित्र-मैत्रिणी याच आदर्श वाटायला लागणे. त्यांच्याबरोबर गप्पा मारणे, खिदळणे, मजा करणे खूप आवडायला लागते. वर्गात मुला-मुलींची खुन्नस, एकमेकाला चिडवणे याची एक वेगळीच ऊर्मी चढते. हे सर्व जमत नसेल, तर खूप मोठ्या प्रमाणात मन दुखावले जाते. मग मित्र-मैत्रीणी हेच सर्वस्व, असे वाटायला लागते. कधी काळी आई-वडिलांच्या

नावडत्या मित्र-मैत्रिणींबरोबर चोरून बऱ्याच गोष्टी करणे आवडायला लागते. मुलांमध्ये धाडसीपणाची वृत्ती वाढते, तर मुलींमध्ये लाजाळूपणा व स्वप्नाळूपणा वाढीस लागतो.

✶ काहीतरी धाडसाचे करावे, असा कल वाढतो. मग मारामारी, खुन्नस दाखवणे अशा गोष्टींना उधाण येते. मग ट्रेक्सना जाणे, कार्स भरधाव वेगात चालवणे, शिक्षकांना टोमणे मारणे, काहीतरी खोड्या करणे, सायकलींच्या स्पर्धा लावणे अशा अनेक गोष्टी कराव्याशा वाटू लागतात व त्यांचे थ्रिल अनुभवणे खूप आवडते.

✶ या विरुद्ध मुलींचे खूप लाजाळू बनणे, खूप शरम वाटणे, आपल्या शरीराबद्दल, वागण्याबद्दलच्या मर्यादा राखणे सुरू होते. एक प्रकारचा नाजूकपणा, कोमलपणा दिसू लागतो. स्वप्नाळू वृत्ती वाढते. यामध्ये आपला बॉयफ्रेंड असावा, त्याने आपल्याला प्रोटेक्ट करावे, अशा प्रकारच्या भावना यायला लागतात. लैंगिक फँटसी निर्माण होते. मग मैत्रिणींबरोबर विशिष्ट मुलाविषयी तासन्‌तास बोलावेसे वाटते.

✶ कल्पनाविश्वात रममाण व्हायला आवडते. खूप वेगवेगळ्या प्रकारचे विचार डोक्यामध्ये यायला लागतात. त्यात वास्तवातले, अवास्तव असे अनेक विचार एकत्र यायला लागतात. विचारांचा गोंधळ व्हायला लागतो. म्हणजे समोर कोणाचेतरी लेक्चर सुरू असते; पण चित्र काढायची हुक्की येते. परीक्षेच्या वेळेस अनेक विचार डोक्यात येतात. मग अभ्यासाचे पुस्तक समोर असते, पण त्यातले आकलन काहीच होत नाही. भविष्यातील आयुष्याच्या कल्पनाविश्वात रमायलाही या वयात सुरुवात होते.

असे अनेक मानसिक बदल या मुला-मुलींमध्ये अचानक दिसायला लागतात आणि त्यामुळे त्यांच्या मनावर एक प्रकारचा ताण येतो. म्हणूनच या कालखंडाला मुळी 'ताण-तणावाचा' कालखंड असे म्हटले जाते. तसेच या सर्व बदलांची माहिती नसेल, तर हा ताण जास्तच वाढतो. कधी काळी या अति ताणाचे रूपांतर मानसिक आजारातही होऊ शकते.

म्हणूनच हे सर्व माहिती करून घेऊन आपल्या ताण-तणावांचे नियोजन आपणच करणे गरजेचे आहे.

आता पुढच्या टप्प्यात 'ताण-तणाव' म्हणजे काय, ते कोणते असतात व त्यांचे नियोजन कसे करावे, हे पाहू.

ताण-तणावांचे नियोजन

अठरा वर्षांचा देवेश आजकाल खूप तणावाखाली राहतो, असे त्याच्या मम्मी-पप्पांच्या लक्षात यायला लागलेय. एकतर बारावीचा अभ्यास, वेगवेगळ्या विषयांच्या ट्यूशन्स! दिवस कसा उगवतो आणि कसा मावळतो, हेच त्याला कळत नसे. खूप चांगला अभ्यास करायचा आहे, असे त्याला वाटत असे. मार्क्स चांगले पडायला हवेत, असे त्याला वाटत असे; पण त्याला अनेक तणावांना सामोरे जावे लागे. थोडक्यात, त्याला टेन्शन यायचे. सकाळपासून रात्रीपर्यंत काही ना काही गोष्टींशी सतत जुळवून घ्यायचे म्हणजे मुश्कील होऊन जायचे.

सकाळी लवकर उठायच टेन्शन. आई हाका मारते आहे, 'ऊठ, ऊठ' म्हणून ठणाणा करते आहे; पण डोळा काही उघडत नाही. मग उशिरा उठल्यानंतर भरभर आवरून ट्यूशन्सला पळणे. तिथे गेल्यावर तिथल्या शिक्षकांशी जुळवून घेणे. मग ट्यूशन्सहून आल्यावर खाणे-पिणे. जास्तच भूक लागणे. वाढते वय, मग वेगवेगळ्या चवीचे पदार्थ खायची उत्सुकता, मग चोरून वडा-पाव, कच्छी दाबेली असे पदार्थ खाणे. त्यावरून घरात ओरडा खाणे. मग कपड्यांवरून ओरडा खाणे, घरातील शिस्त पाळणे, घरातील स्वच्छता हे सर्व न करावेसे वाटणे. धाकट्या भावंडांचे जास्त

होत असलेले लाड सहन न होणे. शाळेत गेल्यावर शिक्षकांशी जुळवून घेणे, रोजचा अभ्यास, शाळेतील मित्रांशी जुळवून घेणे अशा सगळ्या टेन्शन्समधून जाताना त्याची प्रचंड चिडचिड व्हायची.

याशिवाय शारीरिक व मानसिक बदलांशी (या विषयी आपण चर्चा केली आहेच) जुळवून घेणे. आधी त्याने तबल्याचा क्लास लावला होता. अचानक मम्मी-पप्पांनी बारावीत आहे म्हणून तो बंद करणे आणि मुख्य म्हणजे मार्कांची स्पर्धा आणि इतर मुलांशी पालकांनी केलेली तुलना, त्यातून हिणवण्याच्या भावना येणे. मग कधी काळी खोटे बोलणे आणि मग एकावर एक खोटे बोलणे व ते पितळ उघडे पडणे, त्याला पालकांसमोर सामोरे जाणे, काही वेळेस मम्मी-पप्पांमधील भांडणे, वाद याचा अर्थ लावणे, त्याचा त्रास होणे.

कुठेही मम्मी-पप्पांबरोबर पिकनिकला गेल्यावर आपल्याला पाहिजे तसेच करावेसे वाटणे. मग कधी काळी आनंदाबरोबर त्याच्यावर विरजणही पडणे.

या सगळ्याबरोबर भिन्न लिंगी व्यक्तींबद्दल आकर्षण वाटणे. त्याचे काय करायचे, याचे टेन्शन येणे, त्या विषयी माहिती असणे गरजेचे आहे, असे वाटणे; पण समवयस्क मित्रांबरोबर या बाबतीत न्यूनतेचा भाव येणे, सतत काय बरोबर काय चूक, असे चाचपडणे.

आणखी एक टेन्शनचा भाग म्हणजे मनासारखा टाइमपास करायला न मिळणे, खेळायला न मिळणे, दिवसभराच्या भरगच्च कार्यक्रमातून खेळायला वेळ न उरणे, शारीरिक शक्ती म्हणावी तशी न वापरली जाणे.

अशा अनेक कारणांमुळे, परिस्थितीमुळे मुलांवर ताण येतो; पण ही झाली कारणे! पण हे 'टेन्शन म्हणजे नेमके काय?' तर देवेशने विचारलेल्या प्रश्नांची मी उत्तरे देण्याचा प्रयत्न केला –

देवेश – टेन्शन म्हणजे काय?

मी – मनावर येणारा ताण.

देवेश – हा ताण आपल्याला कसा कळतो?

मी – एक प्रकारची अस्वस्थता येते, काही सुचत नाही.

देवेश – हा ताण दीर्घ काळ टिकतो का?

मी – हो, बराच काळ टिकू शकतो.

देवेश – ताण नेमका कुठे निर्माण होतो?

मी – मनामध्ये निर्माण होतो.

देवेश – मग मन म्हणजे काय?

मी – मन म्हणजे विचार, भावना व कृती यांची सांगड घालणारं साधन.

देवेश – मग ताण विचारातून / भावनांतून का कृतीतून येतो?

मी – सर्वप्रथम विचारातून येतो. मग भावना तीव्र होतात. मग कृतीतून दिसतो. उदा. मार्कांची स्पर्धा. या विषयी प्रथम विचार होतो. तोसुद्धा आजूबाजूला घडणाऱ्या प्रसंगांमधून किंवा येणाऱ्या स्वत:च्या अनुभवांमधून होतो. मग नकारात्मक दिशेने विचारांचा वेग वाढतो. मग भावनांचे बटन ऑन होते. मग भीती, वैफल्य, चिंता, उदासी अशा भावनांचा आवेग सुरू होतो. त्याचा परिणाम व्हायला लागतो. कारण व्यक्त करण्यासाठी शरीर हे माध्यम आहे. मग डोकेदुखी, शारीरिक अस्वस्थता, झोप कमी, भूक कमी, कशात लक्ष न लागणे, एक काम धड न करणे, रोजच्या कामात चुका होणे, अशी अनेक लक्षणे दिसतात. मग होते ती कृती. डोके धरून बसणे, अभ्यास न करता झोपून राहणे अशांमधून टेन्शन मनात घर करून बसते.

देवेश – टेन्शनवर उपाय काय?

मी – कसे असते की, आपण आपल्या परीने ते उतरवण्याचा प्रयत्न करतो म्हणजे काय? तर –

* टेन्शन टाळायचा प्रयत्न. ते नाहीये असा स्वत:शी भास निर्माण करून ते टाळायचा किंवा नाकारायचा प्रयत्न करणे. पण त्यामुळे अजूनच त्रास होतो.
* दुसरा मार्ग म्हणजे सतत तक्रारी करणे. आजूबाजूच्या परिस्थितीला, लोकांना सतत नावे ठेवणे, त्याची चर्चा सतत इतरांशी करणे व त्यातच समाधान मानणे. त्यामध्ये आपणही जबाबदार आहोत, हे पूर्णपणे नाकारून सर्व परिस्थितीला दोष देणे व तात्पुरते टेन्शन उतरवणे. इतरांची खोटी सहानुभूती मिळवणे.
* तिसरा मार्ग म्हणजे, स्वत:लाच न्यून मानणे. सर्वकाही माझ्यामुळेच होतेय असे स्वत:शी कबूल करून टेन्शन वाढवणे; पण स्वत:ला दोष देऊन किंवा स्वत:वर दया दाखवून टेन्शन कमी करण्याचा भास निर्माण करणे. त्यामुळे दुसऱ्याशी वाटण्याचा संकोच वाटून विचार, भावना जास्तीत जास्त दाबून ठेवून त्यामधून शारीरिक आजार उद्भवणे व स्वत:ची हानी करून घेणे; मनातल्या मनात कुढत बसणे.
* चौथा मार्ग म्हणजे ज्योतिषाकडे जाणे, देव-धर्म, मांत्रिक-तांत्रिक असे अघोरी उपाय करणे. टेन्शन घालवण्याचे कोर्सेस करणे आणि त्यातून हे टेन्शन कायमचे, आपोआप ('ऑटोमॅटिकली') दूर झाले पाहिजे अशी अपेक्षा करणे. पुस्तके वाचून तात्पुरते समाधान मिळवणे.
* पाचवा मार्ग म्हणजे, टेन्शन दूर करण्यासाठी गोळ्या, औषधे घेणे. दारू, सिगारेटसारख्या नकारात्मक गोष्टींचा आधार घेणे. (या विषयी आपण व्यसने या प्रकरणात चर्चा केली आहेच.)

देवेश – मग मला वाटते, मी तिसरा मार्ग वापरतोय; पण मला ते बरोबरच वाटतेय; पण त्यातून पुढे काय करायचे, हे मात्र सुचत नाहीये.

मी – बरोबर. आपण जो मार्ग वापरतो, तो आपल्याला बरोबरच वाटतो; पण मग त्यातून 'समस्या' निर्माण होतात. मग समस्येतून समस्या, अशी एक साखळीच तयार होते आणि यातूनच टेन्शनचा बागुलबुवा निर्माण होतो. कारण त्यावर मुळापासून उपाय करण्याऐवजी वरवरचे उपाय केले जातात.

देवेश – मग मी नेमके काय करायचे?

मी – आता तुला मी एक उदाहरण देते. रमा अशीच तुझ्या वयाची म्हणजे बारावीत असलेली मुलगी. माझ्याकडे साधारण दिवाळी झाल्यावर, म्हणजे डिसेंबरमध्ये आली. ती आली तेव्हा तिच्या चेहऱ्यावर टेन्शन स्पष्ट दिसत होते. मी ते ओळखले आणि तिच्याशी संवाद साधायला सुरुवात केली. ती बोलायला लागली,

" "मला ना, खरंच खूपच टेन्शन आलंय. परीक्षा दोन-तीन महिन्यांवर आली आहे, पण अभ्यास काडीचाही झालेला नाही. तुम्हाला खोटं वाटेल, पण मला दहावीला एकोणनव्वद टक्के मार्क्स होते. मी खरंच खूप मनापासून अभ्यास केला आहे आजपर्यंत; पण मला लाज वाटते आहे सांगायला की, मला या वर्षी सहामाहीला कमी टक्के पडलेले आहेत. मी, आई आणि माझी बहीण अशा तिघी गळा काढून रडलो. मी त्यांचा अगदीच अपेक्षाभंग केलाय. त्या वेळी ठरवलं होतं की, खूप अभ्यास करायचा आणि बोर्डात चांगले मार्क्स पाडायचे. या गोष्टीला दीड महिना झाला; पण तुम्हाला सांगते, माझा अभ्यासच होत नाही. लक्षातच राहत नाही जे काही वाचते आहे ते. गेला महिनाभर त्यामुळे मी अतिशय टेन्शनमध्ये आहे. माझ्या छातीत धडधड होते, घाम येतो हातापायांना, डोकं दुखतं. काय करावं, मला काहीच सुचत नाही. माझा अभ्यास पूर्ण होणार नाही, असं मला वाटायला लागलंय. या वर्षी ड्रॉप घ्यावा, असं वाटतंय. काय करू मी? मला खूप भीती वाटायला लागली आहे. मनात आत्महत्येचे विचार घोळायला लागलेत आजकाल."

"मग मी म्हटले, "रमा, मला पूर्णपणे समजतेय की, तुला टेन्शन येतेय आणि त्याचा तुला प्रचंड त्रास होतो आहे. मला सांगू शकशील की, तुला नेमकी कशाची भीती वाटते आहे?"

"रमा म्हणाली, "मला परीक्षेची भीती अचानक वाटायला लागली आहे. असे वाटतेय, परीक्षेपर्यंत माझा अभ्यास पूर्ण होईल की नाही? मला अभ्यास केल्यावर एकदा-दोनदा रिव्हिजन करायची सवय आहे. असे वाटते, मला परीक्षेत काहीच लिहिता येणार नाही. मला काहीच आठवणार नाही. माझा आत्मविश्वासच कमी झालाय. रोजचा वेळ वाया जातोय, असे मला वाटतेय आणि मग मला परीक्षेत अतिशय कमी मार्क्स पडणार. माझ्या आई-पप्पांच्या केवढ्यातरी अपेक्षा आहेत

माझ्याकडून! मग त्यांना खूप वाईट वाटेल आणि मुख्य म्हणजे मला ज्या फॅकल्टीमध्ये अॅडमिशन हवी आहे, तिथे नाही मिळणार.''

''या रमाच्या केसमध्ये काही गोष्टींची फक्त कल्पना (Imagination) करूनच तिचे टेन्शन वाढले आहे. तिने तिच्या पद्धतीने तिसरा मार्ग वापरला तर काय होईल? तर खरेच तिचा अभ्यास होणार नाही व तिला चांगले मार्क्स पडणार नाहीत.

''पण जर या समस्येचे मूळ शोधले तर? तर मूळ कुठे आहे? तिच्या मनातील नकारात्मक दिशेने जाणारे विचार! मग त्याप्रमाणे तिच्या भावनाही तीव्र झालेल्या. म्हणजे भीती, उदासी, वैफल्य वगैरे. मग परिणामी कृती – अभ्यासात लक्ष न लागणे, परीक्षा निभावून नेणे आणि आत्महत्येच्या विचारापर्यंत जाऊन पोचणे.

''मग या विचारांपाशी आपण थांबलो तर? ते आपण सकारात्मक करू शकतो, त्यातील गोंधळ दूर करून! आता रमाचे पुढे काय होते ते पाहू –

''मी – रमा, सर्वप्रथम तुझ्या तुझ्याकडून काय अपेक्षा आहेत, हे सांगू शकशील का?

''रमा – माझा अभ्यास चांगला व्हायला हवा, अभ्यासात लक्ष लागायला हवं, आत्मविश्वास यायला हवा.

''मी – ओके. मग अभ्यास करताना पुस्तक हातात धरल्यावर नेमकं काय घडतं?

''रमा – मनात खूप विचार येतात. विचारात विचार येतात. ते थांबवता येत नाहीत. मग पुस्तक समोर असूनसुद्धा मी काय वाचते आहे, ते माझ्या डोक्यातच घुसत नाही.

''मी – विचार काय काय येतात, हे सांगू शकशील का?

''रमा – हेच की, मला सहामाहीत एवढे कमी मार्क्स का पडले? माझे आई-पप्पा माझ्यासाठी एवढं सगळं करतात, त्यांची अपेक्षा मी पूर्ण करू शकत नाही. पुन्हा शाळेतले शिक्षक, मैत्रिणी सर्व जण मला इतके कसे कमी मार्क्स पडले, या विषयी बोलतात. माझं आता पुढं कसं होणार? मला कॉम्प्युटर इंजिनिअर व्हायचं होतं. ते माझं स्वप्न पूर्ण होणार नाही आता. मी मरूनच गेले, तर सर्वकाही संपेल.

''असे नकारात्मक विचारांचे काहूर माजले होते रमाच्या डोक्यात! प्रसंग काय घडला, तर सहामाहीला कमी मार्क्स पडले. तिने असेच गृहीत धरले की, बोर्डाच्या परीक्षेतसुद्धा कमीच मार्क्स पडणार.

''मी – बरं, तुला सहामाहीला मार्क्स का कमी पडले?

''रमा – मला माहीत नाही; पण मी अभ्यास कमी केला तेव्हा, म्हणजे

बारावीच्या सुरुवातीला इतर अनेक विचारांचं काहूर माझ्या डोक्यात उठायचं. म्हणजे माझ्या शारीरिक बदलांमुळे मी मोठी, थोराड दिसते. तसंच मला अचानक वर्गातल्या मुलांविषयी आकर्षण वाटायला लागलंय. त्याचंही टेन्शन यायला लागलंय.

''**मी** – ओके. म्हणजे तुला या विषयी कोणाकडेतरी बोलण्याची गरज वाटत होती.

''**रमा** – हो ना! आईशी बोलायचा प्रयत्न केला; पण आईने आत्ता अभ्यास महत्त्वाचा, असं सांगितलं. मैत्रिणींशीपण बोलायचा प्रयत्न केला, पण तसं माझं समाधान झालंच नाही. मग काहीच सुचेना. मनामध्ये असंख्य प्रश्न, शंका. काय करावं, सुचत नव्हतं.

''**मी** – माझ्यापाशी बोलायला आवडेल का?

''**रमा** – हो! आत्ताच मला इतकं बरं वाटतंय! असं वाटतंय, मी व्यवस्थित अभ्यास करू शकेन, मार्क्स पाडू शकेन, तुमच्याशी मनातलं सर्वकाही बोलू शकेन.

''**मी** – व्हेरी गुड! म्हणजे समस्येचं मूळ शोधलं गेलं तर! तुला जे काही बोलायचं आहे, ते सर्व तू माझ्याशी बिनदिक्कतपणे बोलू शकतेस. शंकांचं निरसन करून घेऊ शकतेस. अशी मदत तुला करायला मला नक्कीच आवडेल. थोडा वेळ लागेल; पण समस्येचं मूळ शोधायला आनंदही वाटेल ना! आता आपण तुला जी छातीत धडधड होते, घाम येतो, डोकं दुखतं, त्यावर एक रिलॅक्सेशनचे तंत्र वापरणार आहोत. त्यालाच JPMR (Jacobsan's Progressive Muscle Relaxation) असं म्हणतात. त्यातून तुझ्या शरीरावरचा ताण कमी होऊन मनावरचा ताण हलका करण्याचा प्रयत्न करू या.

''**रमा** – हो, चालेल.

''यामध्ये विचारांची दिशा सकारात्मक केल्यावर, तसंच मुख्य म्हणजे भावनांचा योग्य प्रकारे निचरा केल्यावर टेन्शन मुळापासून दूर होतं आणि व्यक्ती कृतीही सकारात्मकच करते.

''रमाने टेन्शनच्या मुळावर घाव घालून अभ्यास व्यवस्थित केला आणि तिची तिनेच परीक्षेची भीती मनातून काढून टाकून बारावीमध्ये ब्याण्णव टक्के मार्क्स पाडले.

देवेश – अच्छा! म्हणजे आपल्याला जेव्हा जेव्हा ताण, टेन्शन येते तेव्हा त्याचे मूळ कारण शोधले, तर आपल्यावर येणारे ताण तिथल्या तिथे पूर्ण हलके करून आपण पुढचे ताण कमी करण्यासाठी सज्ज होतो.

मी – हो. ताण वेळच्या वेळी कमी करून त्याचे व्यवस्थित नियोजन केले, तर नेहमीच आनंदी राहता येते. थोडक्यात म्हणजे, ताण हलका करण्याची

गुरुकिल्ली आपल्या हातात सापडली, तर कोणत्याही संकटांना आपण छान झेलू शकतो; पण याचबरोबर देवेश, मी तुला आणखी मार्ग सांगणार आहे. तो म्हणजे एखादा छंद / आवड या वयात जोपासणे खूप महत्त्वाचे आहे. मी तुला याची उदाहरणे देते.

''खरे म्हणजे, कुमार वय म्हणजे फुलपाखरासारखे वय! पण प्रियांकाला बऱ्याच गोष्टींचे टेन्शन यायचे. तेरा वर्षांची प्रियांका अभ्यासात हुशार! अभ्यासाचेही तिला वेड! पण अभ्यासाबरोबर ती स्विमिंगमध्येही पारंगत होती. त्यामध्ये अजून प्रगती होण्यासाठी ती मनापासून मेहनत घ्यायची. शाळेतून संध्याकाळी आल्यावर सात ते नऊ रोज प्रॅक्टिस करायची. वेगवेगळ्या स्पर्धांत भाग घ्यायची. त्यामध्ये नंबर मिळवण्याची तिला आवड होती. त्यामुळे कमी वयात निष्णात जलतरणपटू म्हणून शाळेत, घरी तिचे खूप कौतुक व्हायचे. अभ्यास, शाळा, इतर ताण या सर्वांचा शीण जेव्हा ती स्विमिंगच्या प्रॅक्टिसला जायची तेव्हा निघून जायचा. तिचा दिवस छान मजेत जायचा. त्यामुळे तिचे अभ्यासातपण व्यवस्थित लक्ष लागायचे. त्याबाबत ती कुणाला तक्रार करू द्यायची नाही. तसेच तिला रोज सकाळी उठल्यावर वर्तमानपत्र वाचायची, विशेषत: क्रीडा विभागातील बातम्या वाचायची छान सवय होती. रविवारी तर तिची चंगळच असायची. मग इतर मिळतील ती पुस्तके वाचणे, ही तिच्याकरिता पर्वणीच असायची. अशा रीतीने खूप धमाल करायची ती आणि मग त्यामधून तिचे ताणाचे नियोजन व्यवस्थित व्हायचे.

''आज प्रियांका एक निष्णात जलतरणपटू आहे. तसेच ती या विषयावरचे छोटे छोटे लेख लिहीत असते. पदवीपर्यंतचा अभ्यास पूर्ण करून ती पूर्ण वेळ यातच कार्यरत आहे. अशा प्रकारे व्यक्तिमत्त्व विकास हा या वयापासूनच व्यवस्थित केला, तर पुढील आयुष्य समृद्ध बनून जाते.

''तशीच प्रतीकची कथा! त्याला ना, पक्ष्यांची भलतीच आवड! सहावीत असताना कधीतरी वडिलांबरोबर पक्षिनिरीक्षणाला गेलेला. त्याला त्याची गोडीच लागली. रोज सकाळी लवकर उठून तो खिडकीतून पक्षी बघायचा. त्याच्या घराच्या जवळ झाडे भरपूर असल्यामुळे बऱ्याच प्रकारचे पक्षी यायचे. त्यांचे तो तासभर निरीक्षण करायचा. मग पुढे त्याने घरी पोपट पाळला; पण त्याला पिंजऱ्यात पाहून प्रतीकला अस्वस्थता वाटायची. मग त्याला जास्तच गोडी लागल्यावर त्याने रीतसर पक्षिनिरीक्षण क्लबमध्ये नाव घातले. रोज नेमाने सकाळी उठून तो पक्षिनिरीक्षणाला जायचा. त्याने वेगवेगळ्या पक्ष्यांची माहिती घ्यायला सुरुवात केली. मग त्याने 'निसर्गवेध'मध्ये नाव घातले आणि खूप माहिती जमवू लागला. कोकणात त्याचे आजोळ होते. तिथे गेला की, मामाच्या मागे लागून तो जंगल-भटकंती करायचा. खूप आनंद मिळायचा त्याला त्यात!

त्याला ताण-तणाव नव्हते का? तर जास्तच होते. कारण आई-बाबांचा त्याच्या या छंदाला विरोध होता. तरी त्याचे अभ्यासात व्यवस्थित लक्ष असायचे. पण शाळेमध्ये, मित्रांमध्ये या छंदामुळे त्याची एक वेगळी ओळख निर्माण झाली होती. काही वेळा शिक्षकही त्याला त्याबद्दल माहिती विचारायचे. तो टीव्ही पाहायचा, पण डिस्कव्हरी आणि नॅशनल जिऑग्रॉफी चॅनेल जास्त पाहायचा. त्याने पक्ष्यांच्या माहितीचे एक छान छोटे पुस्तक तयार केले.

"आज तो WWF मध्ये मुख्य म्हणून काम पाहतो. तसेच त्याने इंजिनिअरिंग पूर्ण केले असून एका कंपनीत तो कामही करतो."

तर मुलांनो, मग असाच एखादा छान छंद जोपासायला तुम्हालाही आवडेल का? मग पाहा कसा आनंदच आनंद मिळतो ते! मग ताण-तणाव असतील, तरी ते व्यवस्थित हाताळायची ताकद आपल्यात येते.

अशीच गोष्ट हर्षदची! त्याला शरीर तंदुरुस्त ठेवण्याची भारी आवड. त्यामुळे रोज सकाळी चालायला जाणे, बैठका काढणे, सूर्यनमस्कार घालणे असा दंडक त्याने घातला होता. सकाळी अभ्यास करत नाही म्हणून त्याचे आई-पप्पा त्याला व्यायाम करण्याबाबत छेडायचे आणि 'तू काय पहिलवान होणार आहेस का?' असेपण चिडवायचे; पण मुळातच आपले शरीर तंदुरुस्त ठेवावे, असे त्याला वाटायचे. त्यामुळे तो हळूहळू प्राणायामही शिकला. संगीत खूप आवडायचे त्याला! त्यामुळे तो संगीतावर ध्यान करायला शिकला. या सगळ्याचा त्याला शाळेमध्ये, खेळामध्ये प्रावीण्य मिळवण्यासाठी उपयोग व्हायला लागला. मग त्यामध्ये त्याने लक्षणीय प्रावीण्य मिळवले. त्यात त्याला खूप आनंद मिळायचा. त्याने छान शरीर कमवायला सुरुवात केली होती. पुढे तो ज्युदो-कराटेसुद्धा शिकला. या सगळ्यामधून अभ्यासात फार दुर्लक्ष व्हायचे नाही त्याचे, पण मार्क्स सर्वसाधारण पडायचे.

पुढे जाऊन तो कराटे चॅम्पियन झाला, तसेच इतर खेळांमध्येही त्याने प्रावीण्य मिळवले.

तर मुलांनो, या मुलांसारखे या वयात आपणच आपली आवड ओळखून त्याची मनापासून जोपासना करणे आणि आपलेच ताण-तणाव व्यवस्थित हाताळणे नक्कीच आपल्या हातात आहे.

या पद्धतीनेच जगणे अर्थपूर्ण करणे, त्याचा दर्जा वाढवणे, हेच खरे जीवनाचे गमक आहे, असे वाटत नाही का? अशा अनेक सुंदर गोष्टी आहेत, ज्यांचा आस्वाद घेण्याचा छंद या वयामध्येच लावून घेतला, तर त्याचा एक भक्कम पाया तयार होतो आणि हा पाया एकदा तयार झाला, तर तुमचे जीवन सुंदर होऊन जाईल आणि आयुष्याचे पुढचे टप्पे अतिशय छान जातील; नाही का?

तर अशा गोष्टींची एक यादी खाली देत आहे; ज्याची आवड ओळखून ती जोपासणे तुमच्या हातात आहे.

- ✶ नवी नाती जोडणे व नात्यांचे अर्थ समजावून घेणे.
- ✶ प्रवासाचा आनंद घेणे आणि प्रवासवर्णने लिहिणे.
- ✶ निसर्गाचा आस्वाद घेणे, जंगल-भटकंती करणे.
- ✶ संगीत, वादन, गायन यामध्ये रुची असणे व त्या दृष्टीने त्याचा विकास करणे.
- ✶ पाककृतींची आवड. विविध पदार्थ शिकणे.
- ✶ पेंटिंग करणे. पोस्टर पेंटिंग, ग्लास पेंटिंग, स्केचेस करणे, स्कल्प्चर्स बनवणे.
- ✶ सार्वजनिक कार्यक्रमांत सहभाग. उदा. गणेशोत्सव वगैरे.
- ✶ विविध खेळ – क्रिकेट, व्हॉलिबॉल, टेनिस, फुटबॉल, बॅडमिंटन वगैरे.
- ✶ विविध गाड्यांची आवड, ड्रायव्हिंग शिकणे; करणं.
- ✶ जनरल नॉलेज वाढवणे. विविध क्विझ स्पर्धांत भाग घेणे.
- ✶ नाटकांची आवड.
- ✶ डायरी लिहिणे व स्वत:चे विश्लेषण करणे.

अशा अनेक नवनवीन गोष्टींची ओळख व त्या आवडीने जोपासणे, हे आपल्याच हातात आहे.

✶ पालकांचे प्रोत्साहन – बऱ्याचदा मुले-मुली हे कळत-नकळत करत असतात; पण अर्थिक परिस्थिती म्हणा किंवा करिअरचा गंभीर विचार यामुळे पालक मुलांचे खच्चीकरण करत जातात. नववी, दहावी आली की, बाकी सर्व गोष्टी बंद! मुलांनी फक्त अभ्यासच करावा, अशी त्यांची अपेक्षा असते. मग या सर्व गोष्टी बंद होतात आणि मुलांची चिडचिड वाढत जाते. अभ्यास सोडून हे काय खूळ, असे प्रश्न मुलांना विचारले जातात. यामधूनच मग पालक व मुलांमध्ये विसंवाद सुरू होतो. मग अशा गोष्टी चोरून करणे, खोटे बोलणे, त्याचा ताण मुलांवर येणे हे सर्व आपोआप सुरू होते. मग यामध्ये मुलांनी निर्णय घ्यायचा का पालकांनी, असा प्रश्न पडतो.

पालकांचाही काही वेळा या बाबतीतला दृष्टिकोन लक्षात घेण्यासारखा असतो. आपल्या मुलाने चांगले शिक्षण घ्यावे, चांगला अभ्यास करावा, चांगले मार्क्स मिळवावेत, पुढे करिअरच्या दृष्टीने चांगले भविष्य घडवावे, असे वाटत असते. कधी काळी आर्थिक परिस्थितीही हे छंद जोपासण्यासाठी तोकडी असते. अशा वेळेस मुलांना विश्वासात घेऊन त्यांना नाराज न करता काय आवाक्यात आहे, हे समजावून सांगणे गरजेचे आहे. मुलांना अभ्यासाव्यतिरिक्त प्रोत्साहित करणे

अतिशय गरजेचे आहे. कारण नुसताच अभ्यास, चांगले मार्क्स, इंजिनिअरिंग किंवा डॉक्टरकी एवढेच महत्त्वाचे नसून या आवाक्यातील गोष्टींची जोपासना हे सर्वांगीण व्यक्तिमत्त्व-विकासाला पूरक आहे.

परीक्षेचा ताण येतो तेव्हा!!

पण जेव्हा परीक्षेची वेळ येते, तेव्हा प्रत्येकच मुलाला/मुलीला सकारात्मक किंवा नकारात्मक ताण येतो. हा ताण मुलांबरोबर पालकही अनुभवत असतात. परीक्षेच्या वेळेस येणाऱ्या तणावांची नेमकी कारणे काय असतात, ते पाहू.

कोणतीही परीक्षा म्हटली की, ताण आलाच, भीती आलीच! कारण परीक्षा म्हणजेच परफॉर्मन्स आणि या परफॉर्मन्सचाच एक न्यूनगंड विद्यार्थ्यांमध्ये तयार होत असतो. विशेषत: दहावी आणि बारावी म्हटले की, या ताणाची तीव्रता दुप्पट होते. दहावी आणि बारावीचे विद्यार्थी जेव्हा या ताणातून जात असतात, तेव्हा त्यांच्या मनात नेमके काय विचार येतात, ते पाहू.

- माझा अभ्यास पूर्णच झाला नाही तर?
- केलेला अभ्यास लक्षात राहिला नाही तर?
- बोर्डाची परीक्षा आहे म्हणूनच भीती वाटते आहे!
- परीक्षेच्या आदल्या दिवशी त्या-त्या विषयांचे संपूर्ण पुस्तक / सगळे धडे / नोट्स वाचून पूर्ण होतील का?
- आपल्याला येणारी प्रश्नपत्रिका सोपी असेल की अवघड?
- शिक्षकांनी दिलेल्या टिप्स ऐन वेळी लक्षात राहतील का?

आईवडिलांनी तसेच नातेवाइकांनी 'दहावी/बारावीचे वर्ष आहे, आता जरा मन लावून अभ्यास करा' असे सतत सांगितल्यामुळे एक प्रकारचे वेगळे दडपण जाणवते.

"आपली कुवत / लायकी किती आहे, आपली प्रत्येक विषयाची तयारी व अभ्यास नेमका किती आहे, हे मला ठाऊक असते; पण पालकांच्या अवास्तव अपेक्षांमुळे परीक्षेची तयारी केलेली असली, तरी त्यामधील आत्मविश्वास कमी होतो."

- "मला अपेक्षित मार्क्सच मिळाले नाहीत, तर काय करायचे?"
- "मला हवी तिथे ॲडमिशन मिळाली नाही, तर काय करायचे?"
- मनावरचा सर्वांत मोठा काळजीचा दगड म्हणजे 'मी नापास झालो / झाले तर?'

◆ ''गणित, इंग्लिश, सायन्स असे कठीण विषय दडपणामुळे नाही सुटले तर? मग आईवडील काय म्हणतील? मित्र-मैत्रिणी पुढे निघून जातील. हे सर्व माझ्याकरता लाजीरवाणे असेल.'' याचे भयंकर चित्र मनात रंगवणे सुरू होते आणि त्याचे दडपण, ताण, टेन्शन येते.

◆ ''मला परीक्षा हॉलचे टेन्शन येते. कारण तिथे कुणी ना कुणी चर्चा करत असतात. त्या वेळेस मला आपल्याला हे माहितीच नाही, असा भास होतो आणि त्याचे दडपण यायला सुरुवात होते.''

◆ ''सर्वांत महत्त्वाचे माझे नशीबच वाईट आहे; मी अनलकीच आहे, त्यामुळे माझ्याच मार्कांचा गोंधळ झाला तर? बोर्डाकडून कॉम्प्युटर मिस्टेक आली तर?''

◆ 'अनेक वेळा मला असे स्वप्न पडते की, मी परीक्षा हॉलमध्ये खूप उशिरा पोहोचलो / पोहोचले आहे आणि माझा पेपर अर्धवट राहिलेला आहे. तसेच प्रश्नपत्रिकेतील प्रश्न भलतेच आहेत आणि मला कोणत्याच प्रश्नाचे उत्तर देता आलेले नाही. त्यामुळे मी नापास झालो / झाले आहे, असेही स्वप्न पडते.'

◆ ''अमुक मुलीला दहावीला किंवा बारावीला एवढे एवढे मार्क्स पडले, त्यांनी कसा नीटनेटका अभ्यास केला; मग तुला करायला काय हरकत आहे?'' अशी तुलना करून पालक किंवा अन्य सारखे दडपण आणत असतात.

◆ ''तू हुशार आहेस, पण अभ्यास केलास, तर तुला भरपूर मार्क्स पडतील.'' असा खोटा विश्वास देऊन पालक अति आत्मविश्वासाला खतपाणी घालतात. त्यामुळे तो मुलगा / मुलगी आपण हुशारीच्या जोरावर परीक्षेत मार्क्स मिळवू, अशा फाजील आत्मविश्वासात राहतात आणि ऐन परीक्षेच्या वेळेस कच खातात.

◆ ताण-तणाव म्हटला की, आपल्याला नेहमीच त्याचे नियोजन कसे करावे यावर भरपूर सल्ले, उपदेश दिले जातात. आम्हीही या प्रकरणामध्ये नियोजन करण्यासाठी काय करावे, हे लिहिले आहेच. पण –

- ताण म्हणजे काय, हे मला माहिती आहे का?
- माझ्या ताणाची तीव्रता कितपत आहे, हे मला माहिती आहे का?
- त्या ताणाचा माझ्या दैनंदिन जीवनावर नेमका काय परिणाम होतो आहे, हे मला समजले आहे का?
- मला ताण नेमका कशाकशाचा येतो, हे माहिती आहे का?
- या ताणाची नेमकी कारणे मला समजली आहेत का?
- सगळ्यात महत्त्वाचे म्हणजे, मला ताण येतो, हे मला मान्य आहे का?

या सर्वांचा अभ्यास करणे म्हणजेच ताणाचे व्यवस्थापन करणे होय. म्हणूनच पालकांनी या दृष्टीने मुलांना मार्गदर्शन करून त्यांच्यावर विश्वास ठेवणे व त्याप्रमाणे पाल्याची मूल्ये विकसित करणे खूप महत्त्वाचे आहे.

परीक्षेच्या काळात आहाराबद्दल घ्यावयाची काळजी : –

परीक्षा जवळ आली की, काही जणांची ताणामुळे भूक कमी होते आणि अशा वेळेस त्या ताणांमध्ये काहीही खाल्ले की, ते अंगी लागेलच याची गॅरंटी नसते. अनेक मुलेमुली या काळात आजारी पडतात. त्यामुळे अभ्यासाचा ताण आणि आजाराचा ताण अशा दोन्ही पातळ्यांवर संघर्ष सुरू होतो. या सगळ्यामध्ये पालक, विशेषत: आई जास्त हवालदिल होते. हे सर्व टाळण्यासाठी परीक्षेच्या आधीपासूनच पालकांनी मुलांची आहाराबाबत काळजी घेतली, तर बराचसा ताण हलका होऊ शकतो. यामध्ये आपण प्रथम आहारात काय नसावे ते पाहू –

१. तेलकट पदार्थ. उदा : वडे, भजी

२. खूप तिखट वा मसालेदार पदार्थ, ज्यांमध्ये हिरवा वा लाल मसाला मोठ्या प्रमाणात वापरला जातो.

३. फास्ट फूड व जंक फूड. यामध्ये चायनीज पदार्थ, पिझ्झा, बर्गर, बाहेरची पावभाजी इ.

४. वेगवेगळ्या प्रकारचे चिवडे, फरसाण, वेफर्स, चिप्स, चटण्या व लोणची इ.

५. कोल्ड्रिंक्स. उदा : पेप्सी, कोकाकोला, आइस्क्रीम, कॅण्डी, बर्फाचा गोळा, मिल्कशेक इ.

६. फ्रीजमधील गार पाणी आणि बर्फ घातलेले पाणी.

आता आहारात काय असावे ते पाहू –

१. पेये : लिंबू सरबत, कोकम सरबत, शहाळे, फळांचे ज्सूस, ताक, आंबील, पन्हे.

२. रोज सकाळी व रात्री एक चमचा मध घालून ग्लासभर दूध घेणे. दूध कोमटसर असावे.

३. सकाळचा नाश्ता व संध्याकाळचे खाणे परीक्षेच्या काळात आवश्यक. नाश्ता खूप भरगच्च नसावा.

४. सकाळचे जेवण : यामध्ये १ पालेभाजी, १ फळभाजी किंवा उसळ (कमी तिखट व कमी मसालेदार), मुगाची किंवा तुरीची आमटी, टोमॅटोचे सार/सोलकढी/सॅलड किंवा कोशिंबीर, काकडी, टोमॅटो, गाजर, मुळा, पांढरा कांदा अशा पदार्थांचा समावेश असावा. भात थोडासा असावा. पोळी किंवा भाकरी असावी आणि ताक नसावे. एका पोळीला किंवा भाकरीला १ वाटी भाजी, १ वाटी कोशिंबीर किंवा सॅलड असे प्रमाण आवश्यक आहे.

५. रात्रीचे जेवण : शक्यतो भाकरी, कोणतीही भाजी, आमटी. भात शक्यतो नसावा.

६. रात्री शक्यतो ८/१० बदाम पाण्यात भिजत घालून सकाळी मुलांना खायला द्यावेत. त्यामुळे शरीरात ऊर्जा टिकून राहते.

परीक्षेला जाताना शक्यतो छोटी लिंबू सरबताची मीठ-साखर घातलेली बाटली मुलांबरोबर द्यावी. तसेच शक्य असेल, तर फळांचे तुकडे करून डब्यात द्यावेत.

अशा प्रकारे परिपूर्ण आहार घेतल्यास शरीर ताजेतवाने राहून परीक्षेचा ताण हाताळायला मदत होते.

पालकांच्या चष्म्यातून...

स्थळ : अंबर सोसायटीचा कॉमन हॉल. सोसायटीचे गेट टुगेदर. हॉलबाहेर जादूचे प्रयोग बघण्यात मुले-मुली दंग. हॉलमध्ये पालकांच्या गेट टुगेदरच्या खाण्यापिण्याच्या गप्पा. निकिताची आई आपली डिश घेऊन ग्रुपमध्ये जाताना पार्थच्या आईला बघून हाक मारते. पार्थची आई लगबगीने निकिताच्या आईकडे येते आणि म्हणते, ''अहो, बरं झालं तुम्ही ते भेटलात. मला जरा तुमच्याशी बोलायचं होतं.'' मग निकिताची आईसुद्धा म्हणते, ''अहो, मलाच बोलायचं होतं, म्हणूनच तुम्हाला हाक मारली.''

पार्थची आई – काय म्हणते आहे निकिता? कशी आहे?

निकिताची आई – अहो, काय सांगायचं? या आजकालच्या मुलींना काही भावनाच नाहीत. ध्येयंच नाहीत. टीव्ही बघणं, अभ्यास न करणं, घरातल्या कामाला हात न लावणं असं सगळं सुरू झालं आहे निकिताचं. आई-वडलांविषयी काही आदरच नाही. काही बोलायला, सांगायला गेलं, तर ढिम्म उभी राहते. आम्ही ह्यांच्या वयात असताना काय काय करायचो! पण यांना काही करावंसंच वाटत नाही. अभ्यास न करणं, टाइमपास करणं, हा यांचा हक्कच वाटतो यांना. आजी-आजोबांनी हाक मारली, तर चटकन ओ देत नाहीत. काही कळत नाही; पण ही आजकालची पिढी खरंच भावनाशून्य झाली आहे. भीती वाटते हो, की कसं होणार हिचं? मुर्दाडपणा

तर अंगात मुरलाय आणि हे सर्व आम्ही शांतपणाने बघत बसायचं! हे सगळ्यात त्रासदायक आहे. ह्या मैत्रिणीने सातशे रुपयांचा ड्रेस घेतला, त्या मैत्रिणीने तीनशे रुपयांची पर्स घेतली, एवढेच यांच्या गप्पांचे विषय. मग परीक्षा झाली की, कोणत्या सिनेमाला जायचं, हे आधी ठरवणार. अभ्यासाच्या नावाने बोंबच. पुस्तक घेऊन बसायचं, तेसुद्धा टीव्हीसमोर! काही सिरियसनेसच नाही. एवढ्या आम्ही यांच्या फिया भरायच्या, पण उपयोग शून्यच! मी तर हैराण झाले आहे बघा. काही सुचतच नाही. हताश झाले आहे मी. आम्ही आई-वडील म्हणून यांच्याशी कसं वागायचं, तेच कळत नाही. आमचं काय चुकतंय, चुकलं तेच कळत नाही.

पार्थची आई – अगदी सगळं माझ्या मनातलंच तुम्ही बोलता आहात. अहो, पार्थची काही वेगळी परिस्थिती नाही. मी आणि हे याच सगळ्यांतून जात आहोत. त्याच्याशी बोलायला गेलं, तर काहीतरी उद्धटासारखी उत्तरं देतो. हे असं दोन वर्षांपासून व्हायला लागलं आहे. आमच्या संस्कारांत काही चूक झाली आहे की काय कळत नाही. तुम्ही-आम्ही एकाच बोटीतले प्रवासी आहोत. यावर काहीतरी उपाय केला पाहिजे, असं नाही का वाटत? या वयातली सगळीच मुलं अशीच वागतात का हो?

निकिताची आई – नाही! अहो, शेजारचा निखिल आहे ना, तो इतका गुणी मुलगा आहे की, निकिताला मी सारखं त्याचंच उदाहरण देत असते. पण ही कुठली ऐकायला! मला वाटतं की, आपण यावर कुणाचे तरी मार्गदर्शन घ्यायला पाहिजे. नाहीतर ही मुलं अशीच वागायला लागली, तर वायाच जायची.

आजकाल विभक्त कुटुंबपद्धतीमुळे पालकांच्या जबाबदाऱ्या वाढल्या आहेत. त्यामुळे मुलांनी शहाण्यासारखेच वागायला हवे, कोणताही त्रास देऊ नये, अशा पालकांच्या अपेक्षा! पण त्या पूर्ण होत नाहीत. कारण बाल्यावस्थेत सर्वकाही आज्ञाधारकाप्रमाणे ऐकणारी आपली मुले अचानक उद्धट कशी झाली? त्यांनी पौगंडावस्थेमध्ये कधी प्रवेश केला, हे उमगतच नाही. मग त्यांच्या या मुला/मुलींबद्दल विशिष्ट तक्रारी सुरू होतात –

१) आजकाल अभ्यास अजिबातच करत नाही.
२) सांगितलेलं अजिबात ऐकत नाही.
३) खूप उद्धट उत्तरे देतात.
४) 'आपली काही चूकच नाही जणू!' असे वागतात.
५) चार गोष्टी सांगायला गेलं, तर हातपाय आपटतात किंवा बेफिकिरीने निघून जातात किंवा भांडणे करतात. मोठ्या माणसांचा मान राखत नाहीत.
६) पाल्याचं काही चुकलं असेल व आई किंवा बाबा बोलले तर फक्त खाली मान घालून ऐकून घेतात, बोलत नाहीत.

७) आम्ही सांगितलेलं अजिबात पटत नाही, पण तीच गोष्ट एखाद्या मित्र/ मैत्रिणीने सांगितली, तर लगेच पटते.

८) तासन्तास टीव्ही बघत टाइमपास करतात.

९) मित्र-मैत्रिणींबरोबर खूप वेळ घालवतात. 'घरात येऊन बोला' म्हटलं, तर खाली फाटकात किंवा रस्त्यावर उभं राहूनच गप्पा मारतात.

१०) खूप खोटं बोलतात आणि यांचं पितळ उघडं पडतं.

११) सूचना केलेल्या अजिबात आवडत नाहीत.

१२) बेशिस्तपणा खूप वाढला आहे. नीटनेटकेपणाने खोली आवरत नाही.

१३) सतत कॉम्प्युटर गेम खेळतात.

१४) बाहेरचे खाणे खूप आवडते.

१५) मार्क्स आजकाल खूप कमी पडतात. त्याचे त्यांना वाईट वाटत नाही.

१६) लहान भावंडांबरोबर अजिबात जुळवून घेत नाहीत.

१७) सतत मोबाइलशी खेळणं सुरू असतं.

१८) आमचा अजिबात आदर करत नाहीत.

१९) आमच्याशी मोकळेपणाने अजिबात बोलत नाहीत. कितीही विचारलं, बोलायचा प्रयत्न केला, तरीही मोकळे (Open–out) होत नाहीत.

२०) आपले काहीतरी गुपित राखण्याचा प्रयत्न करतात. त्यांच्या कप्प्यांना हात लावू देत नाहीत.

२१) लगेच राग येतो. खूप मूडी बनली आहेत आजकाल आणि हट्टीपण बनली आहेत. खूप चिडचिड करतात आणि मोठ्यांशी आवाज चढवूनच बोलतात.

२२) इतरांच्या पालकांशी तुलना करतात.

२३) करिअरच्या बाबतीत अजिबात सिरियस नाहीत.

२४) आजकाल खूप आळशी झाली आहेत.

या सर्व तक्रारींच्या नादात पालकांकडून आपोआपच मुलांबद्दलचे कौतुक कमी होऊन त्याची जागा सतत नकारात्मक बोलण्यांनी घेतली जाते. या मुलांना आई-बाबा आपल्याविषयी असे का बोलतात? आपले नेमके काय चुकते? आपण आई-बाबांना आवडत नाही का? आपण त्यांना नको झालो आहोत का? सारखे चुकांवरच बोट ठेवून बोलत राहतात, असे का? असे अनेक प्रश्न पडत जातात आणि मग सुरू होतो खरा संघर्ष! मग पालकही मुलांप्रमाणेच सैरभैर होतात. आपला मुलगा / मुलगी एक-दोन वर्षांपूर्वी इतका / इतकी आज्ञाधारक असलेला अचानक का बदलला, हेच त्यांना कळत नाही.

पालकांकडून मुलांच्या असलेल्या अपेक्षा –

पालकांबरोबर मुलेही आई-वडिलांविषयी तक्रार करताना दिसतात.

१) काही सांगायला गेलं, तर ऐकूनच घेत नाहीत.
२) आई सतत सूचनाच करत असते.
३) पिकनिकला नाहीच म्हणतात.
४) सारखा अभ्यासच करावा, अशी अपेक्षा असते. जरा खाली खेळायला गेलं, तर लगेच किती खेळतोस / खेळतेस; अभ्यास करायला नको, असं म्हणतात.
५) शाळेतलं काही सांगायला गेलं की टिंगल करतात.
६) सारखी कुणाची तरी उदाहरणे देऊन 'ते बघ कसे होते' असे सांगतात.
७) मी त्यांना आवडतच नाही, असं मला पक्कं वाटतंय.
८) सगळ्यांकडे माझ्या तक्रारीच करतात. सगळ्यांसमोर अपमान करतात.
९) आई माझ्यावर चिडचिड का करते उगाच, ते कळतच नाही.
१०) कितीही अभ्यास केला, तरी यांची तक्रार चालूच असते.
११) लहान भावंडाला मात्र सगळं माफ असतं.
१२) शाळेत कधी काही ॲक्टिव्हिटीज केल्या, चांगले मार्क्स पडले तर मनापासून कौतुकच करत नाहीत.
१३) खाण्या-पिण्याबद्दल सतत सूचना करतात.
१४) घरातल्या शिस्तीबद्दल सारखं खूप बोलत असते आई.
१५) माझ्या मित्र-मैत्रिणींना घरी आण, असा रट आई लावत असते. आणले, तर त्यांच्याशी गप्पा मारत बसते उगाच काहीतरी.
१६) टीव्ही बघायला लागलं, तर सारखं डिस्टर्बच करतात. हे बघ, ते बघू नकोस, असं सुरू असतं.
१७) आम्हाला समजूनच घेत नाहीत.
१८) सारखे आम्ही काय करतो, कुठे जातो, याचा माग काढत असतात. मोबाइलवरून फोन करकरून सतावतात.
१९) आम्हाला जे खूप सारे प्रश्न पडतात, त्यांची उत्तरे मोठे लोक कधीच देत नाहीत.

अशा एकमेकांबद्दलच्या तक्रारी सुरू होतात आणि पालकांचे मुलांच्या बाबतीतले कौतुक / ॲप्रिसिएशन कमी व्हायला लागते. त्याचबरोबर मुलांचाही पालकांबद्दलचा विश्वास कमी व्हायला लागतो. त्यामुळे आई-बाबा आपल्याविषयी असे का बोलतात, आपले नेमके काय चुकते, हे मुलांना कळत नाही. मग सुरू होतो खरा संघर्ष! मग पालकही मुलांसारखेच हतबल होतात. परिस्थिती कशी हाताळावी, असा रोजच प्रश्न पडतो.

अशा वेळेस पालकांनी सकारात्मक दृष्टिकोन ठेवणे खूप गरजेचे असते. हे निश्चित अवघड जाते. कारण आपल्या पाल्यामध्ये असे अनेक बदल घडताहेत याची माहिती नसल्यामुळे किंवा हे बदल चटकन स्वीकारण्याची तयारी नसल्यामुळे त्यांच्याशी जुळवून घेणे पालकांना खूप अवघड जाते. मग केल्यामुळे तरी तो सुधारेल म्हणून इतरांसमोर त्याचा अपमान करणे, सारख्या सूचना करणे; जेणेकरून त्याचे वागणे सुधारेल, तो आपल्या आटोक्यात राहील, असा सतत पालकांचा प्रयत्न असतो. प्रत्यक्षात पाल्यामध्ये हे सर्व जे बदल घडत असतात, त्यांचा पूर्णपणे स्वीकार करणे अत्यंत गरजेचे असते; नाहीतर पाल्य भरकटत जाते. मग यामधून पालकांच्या मनामध्ये अपराधी भावना निर्माण होते आणि आपल्या वाढवण्याच्या क्रियेमध्ये चूक झाली का, असा भाव त्यांच्या मनात निर्माण होतो. लहानपणापासून मोकळेपणाने बोलायची सवय पालकांकडून लावलीच जात नाही आणि अचानक त्याने पौगंडावस्थेमध्ये त्यांच्याशी मोकळेपणाने बोलावे, अशी अवास्तव अपेक्षा पालकांकडून ठेवली जाते व त्याची जाणीवही नसते.

कुमार वयातून जात असताना मुले आणि पालकांमध्ये एकंदरीत वागणुकीवरून अनेक ताण-तणावाचे प्रसंग निर्माण होत असतात. त्यामध्ये ताण-तणावाचे मूळ हे पालकांनी मुलांकडून केलेल्या अवास्तव अपेक्षा, स्वत:च्या वा इतरांच्या अनुभवांशी तुलना करत मुलांवर टाकलेला दबाव, त्याचप्रमाणे स्वत:च्याच कुमार वयातील अनुभवांशी सुसंगत न राहता एका आदर्श अपेक्षांचे ओझे मुलांवर लादणे, असेच बऱ्याचदा असते.

पालकांनी स्वत: आपण कुमार वयात असताना कसे होतो, हे आठवणे गरजेचे आहे. त्या वयातून जाताना घरात, इतरांशी कशा पद्धतीने वागत होतो? किती अभ्यास करत होतो? आपल्या आई-वडिलांच्या सारख्या सूचना यायला लागल्या, तर कशा प्रतिक्रिया देत होतो? मित्र-मैत्रिणींसोबत कशा पद्धतीने वेळ घालवत होतो? मुलगा असेल, तर मुलींविषयी कसे बोलत होतो? या उलट, मुली असतील, तर शरीराबद्दल काय विचार येत होते? मुलांबद्दल बोलायला कसे उत्सुक असायचो?

मागे जाऊन आपल्या कुमार वयाचा पालकांनी असा खरेच आढावा घेतला, तर तेच चित्र दिसेल, जे आज त्यांच्या मुलांचे दिसते आहे आणि ते पटेलही. आपणपण बऱ्याच प्रमाणात असेच वागत होतो. मग हे सर्व विसरून आपल्या मुलाने / मुलीने मात्र आदर्शच वागले पाहिजे, असा अट्टाहास का असतो? कदाचित त्यांच्याशी संवाद साधण्यामध्ये हीच कमतरता असावी, असे वाटते.

अशा वेळेस पालकांना, तसेच पाल्याला कोणीतरी मार्गदर्शन करण्याची गरज असते. चिन्मय व सेजलच्या पालकांना शाळेतून बोलावणे आले. त्यांनी शिक्षकांची

भेट घेतली. शिक्षकसुद्धा या बाबतीत काही वेळा हतबल होतात. कारण आठवी ते दहावीच्या मुला-मुलींच्या सारख्याच समस्या असल्यामुळे शिक्षकांना या मुलांना वैयक्तिकरीत्या हाताळायला जड जाते. मग चिन्मय व सेजलच्या पालकांना शिक्षकांनी समुपदेशनाचा मार्ग सुचवला. प्रथम आढेवेढे घेताना पालक थोडे शंकेखोर होऊन गेले की, ही मुले समुपदेशकांना काय ऐकणार? आणि दुसरे म्हणजे, आपल्या घरातील गोष्ट बाहेर कशी सांगायची? किंवा त्याचा परिणाम योग्य तो होणार का? असे अनेक प्रश्न पालकांना पडले. मग शिक्षकांनी त्यांच्या परीने पटवून देण्याचा प्रयत्न केल्यावर सेजलची आई तिला समुपदेशकाकडे घेऊन गेली. मग समुपदेशनाच्या प्रक्रियेत नेमके काय घडले ते पाहू –

सेजलचे आई-वडील समुपदेशकाची (कौन्सिलर) पूर्वभेट ठरवून त्यांच्याकडे आले. सेजल नाखुशीनेच बरोबर आली. सुरुवातीला आई-वडिलांबरोबर मॅडमचे बोलणे झाले. मॅडमना थोडक्यात सांगितले. दोघांच्याही दृष्टीने केस हाताबाहेर गेल्याचे सांगितले. ''आता तुम्हीच काहीतरी बघा.'' अशी विनंती केली. मॅडमनी सेजलला आत बोलावले आणि पाच मिनिटांनी आई-वडिलांना चक्क केबिनबाहेर काढले. आई-वडील फारच अपसेट झाले. पहिला तासभर मॅडम आणि सेजलचे आत बोलणे चालले होते. त्यानंतर मॅडमनी आई-वडिलांना आत बोलावून घेतले. तेव्हा दिसलेल्या दृश्याने आई-वडील अचंबित झाले.

सेजल खूप हसत होती. बरीच ताणविरहित दिसत होती. त्यामुळे या दोघांना काही कळेना. मग सेजल बाहेर गेली आणि मॅडम सांगू लागल्या, ''सेजल खरंच छान मुलगी आहे. आता तिने पौगंडावस्थेत प्रवेश केल्यामुळे बरेच गोंधळ उडाले आहेत तिचे. या वयातली सर्व मुले-मुली अशीच वागतात. काळजी करण्यासारखं काहीच नाहीये. तिच्या वयाची होऊन तिच्याशी मी चार जिव्हाळ्याच्या गोष्टी केल्यावर ती आपोआप खुलली, खूप सैलावली. तिच्याबरोबर अजून कमीत कमी तीन-चार वेळा बोलणं आवश्यक आहे; पण या प्रक्रियेमध्ये मला तुमच्या दोघांची मदत, सहकार्य अत्यंत आवश्यक आहे.''

हे बोलणे ऐकून आई-वडील जरा वैतागलेच. मनात म्हणाले, 'अरे, आम्ही काय बोलत नाही हिच्याशी? घरी आम्ही काय सहन करतोय, हे या बाईंना काय माहीत! काळजी करू नका म्हणायला यांचं काय जातंय? आणि यांच्याशी बरं बोलली ती!'

त्यामुळे आईने जरा घुश्शातच विचारले, ''अहो, पण म्हणजे नेमकं काय करायचं आम्ही? आणि हिला नेमकं काय झालंय?''

मॅडम म्हणाल्या, ''सांगते. या वयात मुले व मुलींचे वागणे असेच असते. त्यांच्यात अनेक बदल – म्हणजेच शारीरिक, मानसिक, भावनिक बदल होत असतात.

त्याचे हे सर्व परिणाम दिसून येतात. सेजलच्या बाबतीत थोडं असं झालं आहे की, तिची मासिक पाळी सुरू व्हायची आहे; पण केव्हाही सुरू होईल याची भीती, काळजी तिच्या मनात आहे. तिच्या बरोबरीच्या मैत्रिणींची मासिक पाळी सुरू झाली आणि सेजलची अजून नाही, त्यामुळे सेजलला एक प्रकारची न्यूनगंडाची भावना निर्माण झालेली आहे. मैत्रिणी आपापसात या विषयावर कुजबुज करतात, त्या वेळी सेजलला वाटतं की, आपल्यात काही दोष आहे का? मैत्रिणी 'तुला नाही समजायचं' अशा हिणवतात. त्यामुळे आपण वेगळे पडत चालल्याची भावना सेजलच्या मनात अकारण निर्माण झाली. ती साहजिकच आहे. या विषयावर कदाचित तुमच्याशी बोलण्याचा संकोच वाटत असेल तिला. त्यातच या वयात स्वत:च्या शरीराबाबत एक प्रकारची प्रतिमा निर्माण व्हायला लागते. संमिश्र भावना जागृत होतात. भिन्न लिंगी आकर्षण वाटायला सुरुवात होते. अभ्यास नको, असं फीलिंग येतं. त्यापेक्षा स्वत:च्याच विश्वात रममाण होण्याची गरज निर्माण होते. 'आपण कसे दिसतो? कसे वागतो? आपल्याला कोणी वेडेवाकडं तर बोलणार नाही ना? आपल्याला कोणी निग्लेक्ट तर करत नाही ना?' अशा सगळ्या विचारांची, प्रश्नांची गर्दी निर्माण होते. स्वत:च्या स्त्रीत्वाची वेगळी जाणीव व्हायला लागते. मैत्रीचे संदर्भ बदलतात. त्यामुळे घाबरून जाण्यासारखं काही नाही; उलट तिला तुमची साथ हवी आहे. संवाद होण्याची गरज आहे. छानपैकी समजावून घेण्याची गरज आहे. नुसता आरडाओरडा, रागावणं, सूचनांचा भडिमार केल्यामुळे तिचा विश्वास कमी झाला असण्याची शक्यता आहे. याचा अर्थ, तिचं सगळं बरोबर आणि तुमचं चूक, असा नाही; तर तिच्यात नेमके काय बदल घडताहेत, हे समजावून घेण्याची गरज आहे आणि या पद्धतीने तुम्ही तिला व्यवस्थित हँडल करू शकता आणि तुमच्यातलं अंतर कमी व्हायला मदत होईल.''

हे सर्व ऐकल्यावर आई-वडलांना बराच दिलासा मिळाला. तिच्या या वागण्याकडे बघण्याचा वेगळा दृष्टिकोन मिळाला.

घरी आल्यावर तिघेही अबोल होते. काय चुकते आहे याची जाणीव आई-वडिलांना होत होती आणि सेजलला कोणीतरी समजावून घेतल्यामुळे न्यूनगंडाची भावना दूर पळाली होती. अशा प्रकारे समुपदेशनामुळे तिघांनाही फायदा झाला. आई-वडील सेजलला समजावून घेऊन बरोबरीच्या नात्याने वागायला लागले. सेजलशी वेगवेगळा सुसंवाद साधायचा दोघांनीही जाणीवपूर्वक प्रयत्न केला. हळूहळू सेजल अपेक्षित प्रतिसाद द्यायला लागली. आनंदी दिसायला लागली. अभ्यासात सुधारणा झाली. सर्वांत महत्त्वाचे म्हणजे सेजल नेहमीच्या रूटीनवर परतली.

व्यक्तिमत्त्व म्हणजे काय? व्यक्तिमत्त्वाचे प्रकार

पौगंडावस्थेमध्ये जेव्हा मानसिक बदल होतात तेव्हा मुला-मुलींमध्ये एक स्व-प्रतिमा तयार होत असते व या वयात व्यक्तिमत्त्व विकास, व्यक्तिमत्त्वाची मशागत गरजेची असते. या पुस्तकामध्ये आपण वेगवेगळ्या स्व-प्रतिमांचा अभ्यास करून व्यक्तिमत्त्वाचे अनेक पैलू पाहतच आहोत. हे व्यक्तिमत्त्व म्हणजे नेमके काय, हे आता पाहू.

"मि. एक्सची पर्सनॅलिटी टू मच आहे, नाही?"

"मि. वायची पर्सनॅलिटी खूप छान आहे."

"काय पर्सनॅलिटी इफेक्टिव्ह आहे त्या श्वेता साळवेची! मस्त बोलते! छान दिसते. सगळेच कपडे शोभतात तिला."

"वाव! काय रुबाबदार पर्सनॅलिटी आहे मिलिंद गुणाजीची! मस्त!"

अशी वाक्ये आपण सर्रास वापरतो पर्सनॅलिटीच्या बाबतीत; पण यातून व्यक्तिमत्त्व म्हणजे काय, याचा काहीच बोध होत नाही.

आता आपण मिशेल या शास्त्रज्ञाने व्यक्तिमत्त्वाची काय व्याख्या मांडली आहे, ते पाहू –

"Personality usually refers to the distinctive patterns of behaviour (including thoughts and emotions) that characterize each individuals adoptation to the situation of his or her life."

म्हणजेच व्यक्तिमत्त्व हे विचार, भावना व कृती यांचा संगम किंवा या तिन्हींतील समन्वय (Co-ordination). या तिन्हींपैकी, विशेषत: विचार व भावना यांचे पातळीवर योग्य समायोजन नसेल, तर भलतीच कृती घडते. सर्वसामान्यपणे आपण व्यक्तिमत्त्व हे व्यक्तीच्या कृतीवर व तिचे बाह्य निरीक्षण करून ठरवतो; पण खरे व्यक्तिमत्त्व हे विचार व भावना या पातळ्यांवर घडणे आवश्यक आहे. विचारांमध्ये व्यक्तीचा दृष्टिकोन, विचारांची दिशा, विविध कल्पना, मते, भूतपूर्व अनुभव असे अनेक पैलू असतात. भावना ही जन्मत: मानवाला लाभलेली देणगी आहे. ती आपल्याला कुठेही शिकावी लागत नाही. फक्त त्याचे ज्ञान व भावनांवरचे नियंत्रण या गोष्टींचे आकलन होणे आवश्यक आहे. तर हे भावनिक व्यवस्थापन आपण पुस्तकाच्या पुढील भागात पाहणारच आहोत.

आपल्याला व्यक्तिमत्त्वाचे ढोबळमानाने चार प्रकार आढळतात. ही व्यक्तिमत्त्वे लहानपणापासून आनुवंशिकतेतून व पर्यावरणातील घटकांमुळे व सततच्या अनुभवांतून तयार होतात. ही चार प्रकारची व्यक्तिमत्त्वे कशी असतात, ते सविस्तरपणे पाहू –

एका शाळेच्या वर्गातील एक प्रसंग पाहू.

वातावरणात एक प्रकारचा ताण, अस्वस्थता. वर्गशिक्षिका आणि मुख्याध्यापिका सर्व विद्यार्थ्यांकडे बघत आहेत. सर्व विद्यार्थी मुले-मुली खाली मान घालून उभी. कोणी कोणाशी बोलत नाही. काही विद्यार्थी आपापल्या मित्र-मैत्रिणींकडे चोरटी नजर टाकत आहेत. चुळबुळ चाललेली आहे. पण कोणीच काहीच बोलत नाही. “शेवटची संधी देते आहे. मला जर ही कृती कुणी केली हे कळलं नाही, तर सर्वांना त्याचे परिणाम भोगावे लागतील.” मुख्याध्यापक बाईंचा करारी आवाज घुमला. सर्व विद्यार्थी जाम टरकलेले. चेहऱ्यावर मूर्तिमंत भीती. वर्गशिक्षिका चेहऱ्यावरून शांत; पण आतून खळबळ चाललेली. विचारांचे चक्र सुरूच – का? कोणी? कशासाठी? काय हेतू धरून हे कृत्य केले असेल, असे अनेक प्रश्न पडत आहेत. उत्तर सापडत नाही. त्यातच मुख्याध्यापिका वर्गात आल्यामुळे त्याही थोड्या नर्व्हस. पण काय करणार? कृतीच अशी घडली होती की, सर्व वर्गाला, वर्गशिक्षिकेला आणि मुख्याध्यापिका बाईंना धक्काच बसला होता.

मध्यवस्तीमधील प्रतिष्ठित इंग्रजी माध्यमाच्या शाळेतील आठवीच्या वर्गातील हा प्रसंग. त्या वर्गाचा नावलौकिकपण चांगला. शाळेचे नावही चांगले. पण प्रसंग असा घडला की, सर्व जण हादरून गेले. जेव्हा वर्गशिक्षिकेला कळले तेव्हा त्यांनी तातडीने मुख्याध्यापिकांना सांगितले. त्यांच्यात विचारविनिमय झाला, चर्चा झाली आणि स्वत: मुख्याध्यापिका वर्गावर आल्या. जवळजवळ अर्धा तास झाडाझडती चालली होती. अनेकांना प्रश्न विचारले, पण कोणीच बोलायला तयार नव्हते. विद्यार्थ्यांमधील या

अनपेक्षित थंड प्रतिसादामुळे आणि न दिसणाऱ्या एकीमुळे मुख्याध्यापक बाई रागावल्याच. त्यांनी वर्गशिक्षिकेलाही थोड्याफार प्रमाणात धारेवर धरले आणि विद्यार्थ्यांवर एक प्रकारे पोलिसी प्रश्नांचा भडिमार केला; धमकावले; सामुदायिक शिक्षेचा धाक दाखवला; पण कोणीच बधेना. शेवटची संधी दिल्यावर मात्र तीव्र संतापाने शिक्षा काय फर्मावायची याचा विचार करायला त्या रागारागातच निघून गेल्या. वर्गशिक्षिकासुद्धा जरा वैतागल्याच होत्या. या मुलांमुळे त्यांना जोडे खावे लागले होते. आता मीटिंगमध्ये त्यांना आणखी बोलणी खावी लागणार होती. त्यामुळे त्याही विद्यार्थ्यांवर कावल्या होत्या. त्यांनी परत एकदा सगळ्यांना धमकावले, गोंजारले, चुचकारले, वैयक्तिक बोलून काढून घ्यायचा प्रयत्न केला; पण अंहं! कोणीच दाद देईना.

नक्की असे काय घडले की ज्याने आठवीचा वर्ग एवढा अस्वस्थ झाला? वर्गशिक्षिकांना बोलणी बसली? मुख्याध्यापिका एवढ्या का संतापल्या? असे प्रश्न पडणे साहजिकच आहे. झाले होते असे की, वर्गशिक्षिका सर्व मुलांच्या वह्या तपासत होत्या. प्रत्येकाजवळ जाऊन बघत होत्या. ही त्यांची सवयच होती. मधल्या एका ओळीमध्ये चार नंबरच्या बाकापाशी त्या आल्या असता त्यांना सहा नंबरच्या बाकावर गडबड उडालेली दिसली. प्रथम त्यांनी दुर्लक्ष केले. नेहमीचा होमवर्क न केल्यामुळे अशी गडबड उडते, हे त्यांना अनुभवाने माहिती होतेच. त्यात नवीन काहीच नव्हते; पण तेवढ्यात त्यांच्या नजरेला एक गोष्ट दिसली. सहा नंबरच्या बाकावरील मुलाने मागच्या सात नंबरच्या बाकावर बसलेल्या मुलाच्या ड्रॉवरमध्ये काहीतरी ठेवल्यासारखे त्यांना वाटले. 'ठीक आहे, जाऊ तेव्हा बघता येईल.' असा विचार करून त्या सहा नंबरच्या बाकापर्यंत गेल्या. त्यांनी वही बघितली, तर गृहपाठ केलेला दिसला. सात नंबरची वही बघितली. त्याचाही गृहपाठ झालेला दिसला. मग त्यांची उत्सुकता जागी झाली आणि त्यांनी बाकावरचे ड्रॉवर उघडले आणि त्यांना धक्का बसल्यासारखे त्यांच्या हातातून झाकण खाली पडले. त्यांनी त्या दोन्ही मुलांकडे अविश्वास बसल्यासारखे बघितले आणि परत झाकण उघडले. आतील वस्तूकडे त्या विस्फारलेल्या डोळ्यांनी बघत होत्या. त्यांना पटकन भानच आले नाही की, मागचे-पुढचे-बाजूचे विद्यार्थीपण बघत होते. भान आल्याबरोबर त्यांनी ड्रॉवरचे झाकण बंद केले. एक तीव्र कटाक्ष त्यांनी त्या सात नंबरच्या मुलाकडे टाकला आणि इतर बघ्या विद्यार्थ्यांना दटावून जागेवर बसायच्या सूचना केल्या. मुले थोडी घाबरलेली, पण दबून हसत असलेली. मग त्यांच्या लक्षात आले की, जवळजवळ सर्वांनाच ती वस्तू काय होती, हे माहिती होते आणि सर्वांनी ती बघितलेली होती. त्या ड्रॉवरमध्ये वापरलेला कंडोम कुणीतरी ठेवला होता!

''अशा प्रकारची घटना घडणं म्हणजे आपल्याला एक प्रकारचा कमीपणा

आहे. आपल्या शाळेचा लौकिक, आपली शिस्त, आपण करत असलेले संस्कार याला कुठंतरी तडा जातो आहे, असं वाटतं. खास करून नैतिक शिक्षणाच्या बाबतीत. शिस्त आणि संस्कार यावर वर्गशिक्षकांनी अधिक भर द्यायला पाहिजे, असं वाटतं. तो भर न दिल्यामुळे ही घटना घडली असेल, असं मला ठामपणे वाटतं.'' मुख्याध्यापिकांच्या बोलण्यातून खंत, संताप, चिडचिड व्यक्त होत होती. खास मीटिंगरूममध्ये त्या आठवीच्या पर्यवेक्षिका, वर्गशिक्षिका, रजिस्ट्रार, संस्थेचे पदाधिकारी यांची घडलेल्या घटनेबद्दल तातडीची मीटिंग बोलावण्यात आली होती. पर्यवेक्षिकाबाई तर जाम संतापल्या होत्या. 'आपल्या शाळेत असे कृत्य घडते म्हणजे काय? आणि एकही जण बोलायला तयार नाही, याचा अर्थ काय? कुठे गेली ती शिस्त? तो वचक? तो धाक?' असा प्रश्न त्यांना पडला होता. संस्थेचे पदाधिकारी मात्र जरासे शांत, पण चिंतेत होते. ''आपण या गोष्टीचा थोडा शोध घेतला पाहिजे. विद्यार्थ्यांशी जरा प्रेमाने, सांगोपांग चर्चा करून कुणी हे कृत्य केलं याबद्दल माहिती काढली पाहिजे, असं मला वाटतं. त्यासाठी आपल्याकडे नेहमी येणाऱ्या ज्या समुपदेशक आहेत, त्यांची मदत घेतली तर बरं होईल. त्या आपल्याला यात नक्कीच मदत करू शकतील. हो, उगाच या प्रकरणाचा बोभाटा होऊन शाळेचं, पर्यायाने संस्थेचे नाव बदनाम व्हायला नको. कारण पुढच्याच महिन्यात केजीच्या ॲडमिशन्स सुरू होतील. त्यावर परिणाम व्हायला नको.'' पदाधिकाऱ्यांनी नेमकी चिंता व्यक्त केली. ते संस्थाचालकांपैकीच एक असल्यामुळे त्यांच्या म्हणण्याला एक वजन होतेच. त्यातच बदनामीचा मुद्दा आल्यामुळे त्यांचे म्हणणे शाळेच्या मुख्याध्यापिका, पर्यवेक्षिका आणि वर्गशिक्षिकाबाईंना मान्य करण्यावाचून गत्यंतर नव्हते. मग सर्वांनी लगेच दुसऱ्या दिवशी समुपदेशक बाईंना बोलावून त्यांच्याशी या विषयावर चर्चा करायचे ठरवले आणि मीटिंग संपली.

समुपदेशक बाईंनी वर्गातील चार मुलांना वेगवेगळे भेटायचे ठरवले. एक प्रतिनिधी म्हणून त्यांच्याशी बोलावे असे ठरले, तर प्रत्येकाकडून वेगवेगळ्या प्रतिक्रिया आल्या. या प्रतिक्रिया कशावरून आल्या, तर त्यांच्या व्यक्तिमत्त्वाच्या प्रकारांवरून. हे चार प्रकार कोणते, हे आपण नंतर पाहणारच आहोत; पण त्याआधी चार वेगवेगळे प्रसंग पाहू आणि मगच या विषयी चर्चा करू.

प्रसंग १

समुपदेशक बाईंनी सुरभीला आत बोलावले, तर सुरभी जरा घुश्श्यातच आत आली. तिच्या चेहऱ्यावर राग स्पष्ट दिसत होता. 'आता या काय विचारणार!' अशा त्रासिक चेहऱ्याने ती बघत होती. मग संवाद सुरू झाला –

समुपदेशक बाई : तुझं नाव सुरभी ना? बरीच रागावलेली दिसतेस?

सुरभी : मग काय तर! कोणीतरी कायतरी करतं आणि आम्हाला का शिक्षा?

समुपदेशक बाई : बरोबर आहे; पण काय घडलं आणि तुला काय वाटलं, हे सांगशील?

सुरभी : मला तर कळतच नाही. पण झालं ते खूप घाणेरडं झालं बाई! तो ना, आमच्या वर्गातला पार्थ आहे ना, त्याचंच काम असावं; पण माहीत नाही नक्की. मला तर त्याचा नेहमी रागच येतो. पण मी असं सांगितलं म्हणून तुम्ही सांगू नका हं! नाहीतर सगळे माझ्यावरच जाळ काढतील.

समुपदेशक बाई : बरं, तुला काय वाटतं की, हे योग्य घडलं की अयोग्य?

सुरभी : मला नाही माहिती! पण आमचं नुकसान होऊ नये, असं वाटतं. तुम्हीच त्या आमच्या मॅडमना सांगा. काय आहे की, मी वर्गाची मॉनिटर आहे. माझं तसं कुणी ऐकतच नाही; पण असं काहीतरी घडल्यावर त्यात माझा काय दोष? कुणीतरी अशी गंमत करायची आणि आम्ही शिक्षा भोगायची, हा कुठला न्याय?

समुपदेशक बाई : बरं, तुला कंडोमविषयी काही माहिती आहे का? लैंगिक शिक्षणाबद्दल काही माहिती सांगितली आहे का शाळेत?

सुरभी : ह्या! कुठलं काय! एक बाई आल्या होत्या सांगायला मासिक पाळीबद्दल; पण त्याच इतक्या लाजत होत्या की, आम्हाला कोणाला काही प्रश्नच विचारता आले नाहीत. मी एक प्रश्न विचारला, तर उखडल्याच माझ्यावर. मग म्हटलं, जाऊ दे!

समुपदेशक बाई : बरं, मग आता शाळेने नेमका काय निर्णय घ्यावा, असं वाटतंय तुला?

सुरभी : जे कोणी केलंय, त्या मुलाला शोधून मारायलाच पाहिजे लवकरात लवकर. आणि आम्हाला सगळ्यांना परीक्षेला बसायला द्यायला पाहिजे. काय हे? आम्हाला परीक्षेलाच बसू देणार नाहीत म्हणे! आमचा काय दोष? मी तर माझ्या वडलांना सांगणार आहे शाळेत येऊन भेटायला.

समुपदेशक बाई : बरं, सौमित्रला आत पाठवशील?

सुरभी : हो.

प्रसंग २

सौमित्र घाबरत-घाबरतच आत आला. चेहऱ्यावर भीती, गोंधळ सर्वकाही होते.

समुपदेशक बाई : ये सौमित्र, बस.

सौमित्र : (घाबरत) मी काहीच केलेलं नाही. मी तर त्यानंतर चार दिवस शाळेलाच आलो नाही.

समुपदेशक बाई : घाबरलेला दिसतोस बराच? मी काही तुला शिक्षा वगैरे करणार नाहीये. फक्त तुझ्याशी बोलायचं आहे मला.

सौमित्र : मी काय बोलू? मला काहीच माहिती नाही. (आवंढा गिळला.)

समुपदेशक बाई : तुला काय वाटतं जे काही घडलं त्याबद्दल?

सौमित्र : मी काय... मला काय वाटणार? तुम्हाला काय सांगणार? मला खूप भीती वाटतेय.

समुपदेशक बाई : नेमकी कशाची भीती वाटते आहे?

सौमित्र : मला सगळ्यांचीच भीती वाटते. आमच्या मॅडम मला काही करणार नाहीत ना? मला काही माहीत नाही.

समुपदेशक बाई : बरं, लैंगिकतेविषयी तुला काही माहिती आहे का? कंडोम कशासाठी वापरतात, अशी काही माहिती आहे तुला?

सौमित्र : मला ते तसलं घाणेरडं काही माहीत नाही. आमच्या वर्गात तशी तीन-चार मुलं आहेत. ती असं काहीतरी गाड्यारागोर मुद्दाम बडबडतात. मला काही कळत नाही त्यातलं. मला चिडवतात मुलींच्या नावांनी. मला त्यांचीपण भीती वाटते.

समुपदेशक बाई : तुला काय वाटतं, शाळेने काय निर्णय घ्यावा?

सौमित्र : मी काय सांगणार? त्या दिवशी काय घडलं, हेपण मला नीट माहिती नाही. पण जे काय आमच्या मॅडम सांगतील, ते करू.

समुपदेशक बाई : बरं, मोहिनीला आत पाठवशील?

सौमित्र : हो, मी जाऊ आता?

असे म्हणत घाबरतच 'सुटलो' अशा भावनेने सौमित्र बाहेर पडला.

प्रसंग ३

मोहिनी आत्मविश्वासाने आत आली. "येऊ का?" असे समुपदेशक बाईंना विचारले. त्या "ये" म्हणाल्या. अतिशय सहजतेने समोर बसली आणि उत्सुकतेने बाईंकडे बघू लागली.

समुपदेशक बाई : काय वाटतंय नेमकं तुला मोहिनी?

मोहिनी : मला सांगू शकाल, मला का बोलावलंय ते?

समुपदेशक बाई : हो, चार दिवसांपूर्वी तुमच्या वर्गात जो प्रसंग घडला, तो तुला माहिती असावा, असा माझा अंदाज आहे. त्या विषयी तुझं मत जाणून घ्यायचंय.

मोहिनी : जेव्हा मॅडमनी त्या दिवशी कंडोम बघून प्रतिक्रिया दिली, तेव्हा मला आश्चर्य वाटलं. मला प्रथम गंमत वाटली. असं वाटलं, हे कोणी केलं असावं? पण त्याहीपेक्षा का केलं असावं, असा विचार करायला लागले. मी सगळं फक्त निरीक्षण करत होते. काही जण गोंधळ घालत होते. काही मुली ओरडत होत्या. काही मुली गोंधळल्या होत्या. मग मी जाऊन बघितलं, तर ड्रॉवरमध्ये खरंच कंडोम होता.

समुपदेशक बाई : मग तुला काय वाटतं, जे काही घडलं ते योग्य की अयोग्य?

मोहिनी : योग्य किंवा अयोग्यपेक्षा ज्याने केलंय, त्याने ते का केलं असावं, असा विचार मनात येतोय. आणि त्याची आम्हाला का शिक्षा मिळावी? आणि खरं म्हणजे, शिक्षकांनी हे समजून घ्यायला हवं, की हे का घडलं? ज्याने कुणी केलंय, खरं म्हणजे मला अंदाज आहे की कोणी केलंय ती मुलं नेहमी दंगा करतात आणि हेपण त्यांनी गंमत म्हणूनच केलं असावं; पण शिक्षक आणि मुख्याध्यापक आमच्या सगळ्यांवर एवढे का चिडले, तेच कळत नाही मला. पण आता काय होणार, असं वाटतंय!

समुपदेशक बाई : लैंगिकतेविषयी काही माहिती वगैरे दिली आहे का? कदाचित तुला या विषयी माहिती असावी, असं वाटतंय!

मोहिनी : हो, शाळेत एकदा एक बाई मासिक पाळीबद्दल वगैरे माहिती द्यायला आल्या होत्या; पण माझ्या आईने मला बऱ्यापैकी सांगितलं आहे. मी तिला हा प्रकार सांगितल्यावर तिने मला कंडोमविषयी माहिती दिली. तिने सांगितलं की, कोणीतरी उत्सुकतेपोटीच हे केलं असावं. त्यामुळे तिचा मला पूर्ण सपोर्ट आहे.

समुपदेशक बाई : छान! मग तुला काय वाटतं की, शाळेने काय निर्णय घ्यावा?

मोहिनी : मला वाटतं, ज्यांच्यावर आमच्या शिक्षिकांचा संशय आहे,

त्या मुलांना विचारावं. त्यांच्याशी नीट सेपरेट बोलावं. आम्ही मुली तर असं काही करणार नाही, तर त्यांना शिक्षा न करता नीट काय ते शाळेने निर्णय घ्यावा, असं मला वाटतं.

समुपदेशक बाई : ओके. राजेशला आत पाठवशील का?

मोहिनी : हो, थँक्यू! तुमच्याशी बोलल्यावर बरं वाटलं मला. चांगलं काहीतरी होईल असं वाटलं.

प्रसंग ४

थोड्या वेळाने राजेश कोऱ्या चेहऱ्याने आत आला आणि तसाच उभा राहिला. समुपदेशक बाईंनी 'बस' असे म्हटल्यावर खुर्चीत ताठून बसला.

समुपदेशक बाई : राजेश, काय वाटतं तुला?

राजेश : कशाचं?

समुपदेशक बाई : जो प्रसंग तुझ्या वर्गात घडला, त्याबद्दल?

राजेश : काहीच नाही. कारण मला काही माहीत नाही.

समुपदेशक बाई : प्रसंग घडला, त्या वेळेस तू तिथे होतास का?

राजेश : होतो की, पण मला कोणी काहीच सांगितलं नाही.

समुपदेशक बाई : बरं, मी तुला सांगते. काय झालं की, तुमच्या वर्गामध्ये त्या दिवशी जो गोंधळ चालला होता, तो तुमच्या वर्गातल्या कोणीतरी बेंचच्या ड्रॉवरमध्ये वापरलेला कंडोम ठेवला होता, त्यामुळे झाला होता. तुला हे योग्य वाटतं का अयोग्य?

राजेश : अयोग्य!

समुपदेशक बाई : का बरं?

राजेश : कारण ते घाणेरडं आहे.

समुपदेशक बाई : तुला त्या विषयी काही माहिती आहे का?

राजेश : नाही. टीव्हीवर बघितलंय तेवढंच माहिती आहे.

समुपदेशक बाई : बरं, मग आता शाळेने काय निर्णय घ्यावा, असं तुला वाटतं?

राजेश : काहीपण! परीक्षेला बसायला द्यायला पाहिजे. मी जाऊ आता?

समुपदेशक बाई : बरं.

विशेष मीटिंग रूम. मुख्याध्यापिका, पर्यवेक्षिका, वर्गशिक्षिका, रजिस्ट्रार, संस्था-पदाधिकारी हे सर्व मीटिंगला उपस्थित लोक आणि समुपदेशक बाई या सर्वांनाच सांगतात –

"मला वाटतं की, या घटनेकडे फारच गंभीर गुन्ह्याकडे बघितलं जावं तसं बघितलं जातंय. आठवीमधल्या मुला-मुलींच्या पौगंडावस्थेमुळे निर्माण होणारं औत्सुक्य या पाठीमागे आहे. ही कृती कुणी केली, हे माझ्या मते फार महत्त्वाचं नसून ही कृती केवळ एका वेगळ्या औत्सुक्यापोटी, एका थ्रिलपोटी घडली असावी, असं मला वाटतं. या वयातली कोणतीही मुलं अशी कृती करू शकतात; पण त्यांना त्या घटनेचं गांभीर्य कळणं आणि अशी घटना अयोग्य आहे हे सांगणंच फक्त गरजेचं होतं असं वाटतं; पण सगळा फोकस झाला कुणी केली ही कृती यावर. त्यामुळे त्याला एका गुन्ह्याचं स्वरूप आलं. आता गुन्हा म्हटला की, शिक्षा आली. आई-वडिलांपर्यंत याबद्दल तक्रार आली किंवा शिस्तीचा भंग केल्याबद्दल कारवाई आली, अशी भीती सर्व विद्यार्थ्यांमध्ये निर्माण झाली. आपण काहीतरी भयानक आणि घाणेरडी गोष्ट पाहिली, अशी सर्व मुलांची भावना झाली. यापेक्षा या मुलांचे वय लक्षात घेऊन त्यांना कंडोमबद्दलच आणि एकंदरीतच सेक्सबद्दल शास्त्रीय माहिती देणे आणि त्यांची जिज्ञासा भागवणे गरजेचे होते. त्यामुळे त्यांच्या मनात या गोष्टींबद्दल असलेली उत्सुकताही शमली असती, ज्ञानातही भर पडली असती, योग्य-अयोग्य गोष्ट घडल्याची समज आली असती आणि मुख्य म्हणजे शिक्षकांशी एक प्रकारचे आपुलकीचे नाते तयार व्हायला मदत झाली असती." हे सगळे ऐकल्यावर शाळेने योग्य तो निर्णय घेऊन मुलांना परीक्षेला बसू दिले आणि त्यांना लैंगिकतेविषयी योग्य ते शिक्षण देण्याचीही व्यवस्था केली.

व्यक्तिमत्त्वाचे प्रकार

सुरभी, सौमित्र, मोहिनी आणि राजेश यांनी वेगवेगळ्या प्रतिक्रिया दिल्या. या चौघांच्या व्यक्तिमत्त्वाचे प्रकार काय आहेत, हे आपण पाहू या. मुलांमध्ये एकंदर चार प्रकारचे व्यक्तिमत्त्व आपल्याला पाहायला मिळाले. ते असे –

१) आक्रमक (Aggressive) व्यक्तिमत्त्व
२) मिळमिळीत (Submissive) व्यक्तिमत्त्व
३) आग्रही / ठाम (Assertive) व्यक्तिमत्त्व
४) तटस्थ (Passive) व्यक्तिमत्त्व

व्यक्तिमत्त्वाचे एकूण चार प्रकार

असतात. वरील प्रसंगाचा संदर्भ घेऊन त्या चार मुलांनी अशा वेगवेगळ्या प्रतिक्रिया का दिल्या, ते सविस्तर पाहू. या वयामध्ये आपण आपला व्यक्तिमत्त्वाचा प्रकार ओळखून त्याप्रमाणे त्याचा विकास कोणत्या पद्धतीने घडवायचा, हे पूर्णपणे आपल्याच हातात आहे. कोणतेही व्यक्तिमत्त्व तयार होण्यामागे लहानपणापासून होणारे परिस्थितीचे संस्कार कारणीभूत असतात. काही व्यक्तिमत्त्वांचे प्रकार व्यक्तिमत्त्व विकास (Personality Development) होण्याच्या मार्गामध्ये अडथळा ठरू शकतात. त्यामध्ये योग्य निर्णय घेता न येणे, निर्णयच घेता न येणे इ. प्रकारचे नुकसान होऊ शकते. म्हणूनच व्यक्तिमत्त्वाचे प्रकार कोणते, आपण कोणत्या प्रकारात मोडतो आणि त्याही पुढे जाऊन आपल्याला कोणते व्यक्तिमत्त्व साकारायचे आहे, हे समजावून घेऊ या.

१) आक्रमक व्यक्तिमत्त्व (Aggressive Personality)

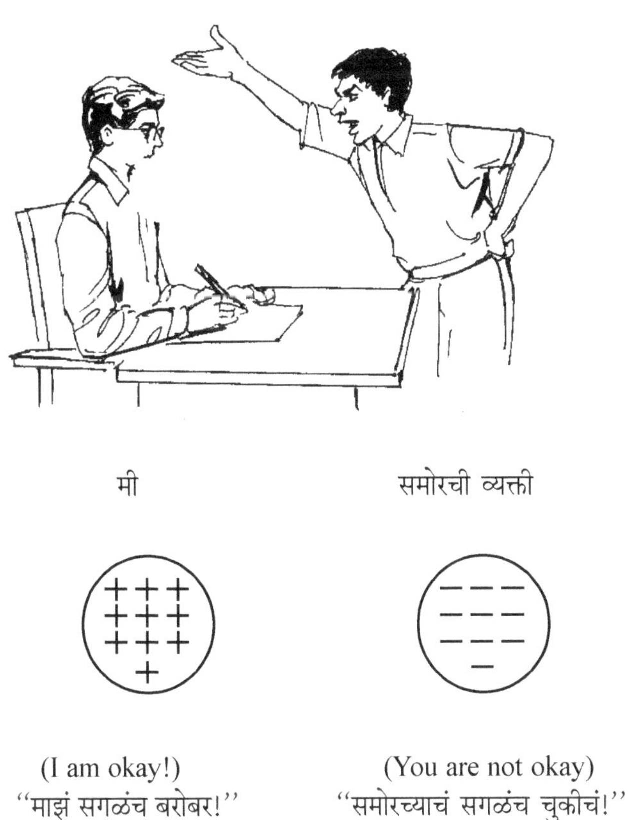

(I am okay!) "माझं सगळंच बरोबर!"

(You are not okay) "समोरच्याचं सगळंच चुकीचं!"

आक्रमक व्यक्तींचे ठाम समज (Beliefs) खालीलप्रमाणे असतात –

- इतरांवर नियंत्रण ठेवल्यानेच आपण खूश असतो आणि गोष्टी बरोबर घडतात.
- राग ओकून टाकल्यानेच गोष्टी व्यवस्थित घडतात. (राग दाबून ठेवू नये, तो कोणावर तरी सतत ओकावा.)
- कोणी ऐकले नाही, तर मारून-मुटकून काम करून घ्यायला हवे.
- आपण कसेही वागलो तरी कुटुंबीयांनी आणि आपल्या मित्र-मैत्रिणींनी आपल्याला समजून घेतलेच पाहिजे!
- सल्ले / आदेश दिले की, भांडणे मिटतात.
- शिक्षा केल्यानेच शिस्त राहते.
- टीका केल्यानेच लोकांमध्ये सुधारणा होते.
- स्वत:साठी आणि इतरांसाठीही ठरावीक नियम असायला हवेत.
- दिलेल्या परिस्थितीत एकतर मी आहे किंवा समोरची व्यक्ती. (म्हणजेच दोघांना मिळून एकत्र परिस्थितीतून निभावून नेताच येत नाही!) आणि मी कधीच माघार घेणार नाही!
- समोरची व्यक्ती आक्रमक झालेली मी सहनच करू शकत नाही. त्यामुळे मीच आक्रमक (aggressive) राहिलेले बरे!
- माझ्या बायकोने / नवऱ्याने माझ्या आई-वडिलांना आपले मानून त्यांच्यावर प्रेम केलेच पाहिजे.
- कोणत्याही चुकीला क्षमा नाही.

वर दिलेल्या शाळेच्या प्रसंगामध्ये आक्रमकतेच्या व्यक्तिमत्त्वामध्ये यातील काही मिथ्ये तुम्हाला आढळतील.

२) भिडस्त व्यक्तिमत्त्व (Submissive Personality)

मी समोरची व्यक्ती

(I am not okay!)　　(You are okay!)

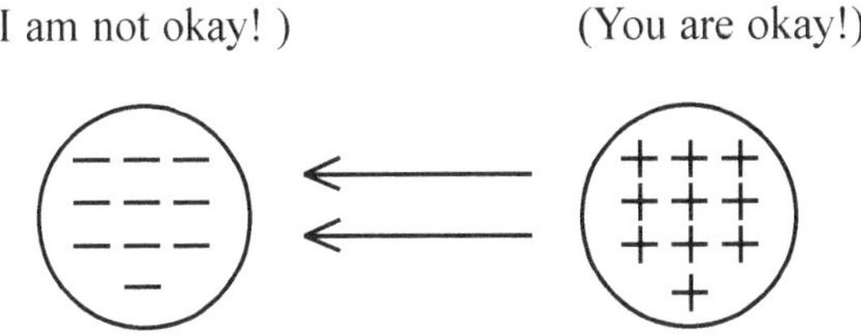

"माझ्याकडून सारख्याच चुका होतात!"　　"समोरची व्यक्ती बरोबरच असते. तिचेच ऐकलेले बरे!"

- प्रत्येक वेळी चांगुलपणानेच वाइटावर मात केली जाऊ शकते. (जशास तसे वागणे म्हणजे थोडक्यात दुष्टपणा!)
- असे कधीच काही बोलू नये, ज्याने इतरांच्या भावना दुखावल्या जातील.
- गप्प बसूनच लोकांना आपल्या बाजूने वळवता येते.
- आपल्या भावना, विचार आपल्याकडेच ठेवाव्यात. (बोलून दाखवणे म्हणजे स्वार्थीपणा.)
- कोणत्याही निर्णयामध्ये पालक, घरातील मोठ्या व्यक्ती आणि जवळच्या लोकांचा होकार आणि परवानगी असणे अत्यावश्यक असते.
- इतरांपेक्षा स्वत:चा विचार आधी करणे म्हणजे स्वार्थीपणा!
- जी व्यक्ती आपल्यावर मनापासून प्रेम करते, तिने आपल्या सर्व गरजा, अपेक्षा न सांगताच समजून घेतल्या पाहिजेत. उदा. रडायला लागले, तर का, हे समजून घ्यावे.
- एकदा दिलेला शब्द म्हणजे बंधन, जे कधीही तोडता येत नाही!
- त्रास सहन करून व त्याग केल्यानेच आयुष्यात काही मिळविता येते!

३) तटस्थ व्यक्तिमत्त्व (Passive Personality)

मी	समोरची व्यक्ती
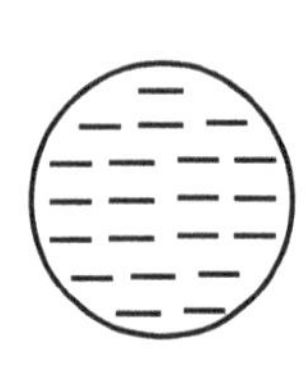	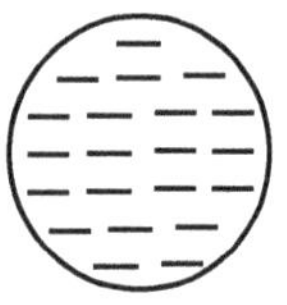
(I am not okay!) "मला काहीच फरक पडत नाही."	(You are not okay) "समोरच्या व्यक्तीविषयीसुद्धा मला काहीच फरक पडत नाही."

तटस्थ व्यक्तिमत्त्वाची वैशिष्ट्ये –

- यंत्रवत् किंवा मेकॅनिकल वर्तन. (Robotic)
- अरसिकत, भावनाशून्यता व व्यक्त करण्याची कला नसते.
- भावना अतिरिक्तपणे दाबलेल्या असतात. (Suppression)
- पोरकटपणाचा अभाव, सतत प्रौढ व्यक्तीसारखा चौकोनी चेहरा करून वावरणे.
- खऱ्या अर्थाने जगत नसतात. तर जन्माला घातले म्हणून जगायचे, अशा रीतीने वर्तन असते.
- 'मला माहीत नाही कोण बरोबर आहे' असा ॲटिट्यूड असतो. म्हणजेच, इतरांशी काहीच देणे-घेणे नसते.
- मन:शांती किंवा आनंद काहीच मिळवण्याचा प्रयत्न नसतो, तर फक्त आजचा दिवस घालवायचा असतो. म्हणजे आजचा आणि उद्याचा दिवस हा झेरॉक्स कॉपीसारखा असतो. त्यात बदल करण्याची इच्छा नसते.
- नात्यांच्या बाबतीत अतिशय अरसिक असतात. बोथटपणा, भावनाशून्यता जास्त असते.
- कधीकधी Passive-aggressive होतात. म्हणजे रागसुद्धा पॅसिव्हलीच बाहेर काढतात.
- आयुष्यात मजा करणे, आनंद लुटणे या बाबतच्या काहीच कल्पना नसतात. इतरांबरोबर सहभागीही होत नाहीत.

दुर्दैवाने पौगंडावस्थेतील अशा प्रकारच्या व्यक्तिमत्त्वाची जास्त मुले-मुली आजकाल आढळतात. कदाचित आई-बाबांना त्यांच्यासाठी वेळ नाही किंवा अनेक गोष्टींचे exposure यामुळे आजकालची पिढी बोथट व भावनाशून्य होत चालली आहे की काय, अशी शंका सर्वांनाच येते.

४) आग्रही / ठाम व्यक्तिमत्त्व (Assertive Personality)

"मी एक स्वतंत्र व्यक्ती असून मला माझे मत मांडून निर्णय घ्यायचा अधिकार आहे!"
"माझ्यात गुण, तसेच दोषही आहेत!"

"समोरची व्यक्ती स्वतंत्र असून, तिला तिचे वेगळे मत, विचार आहेत. त्यांचा मला आदर आहे."
"त्या व्यक्तीमध्येही गुण व दोष आहेत!"

आग्रही व्यक्तींचे स्वभावविशेष खालीलप्रमाणे असतात :–

- स्वत:ची सूत्रे स्वत:च्या हातात असतात (दुसऱ्यांना स्वत:वर डॉमिनेट करू देत नाहीत). तसेच इतरांची सूत्रेही स्वत:च्या हातात घेत नाहीत. (दुसऱ्यांना डॉमिनेटही करत नाहीत.)
- विवेकनिष्ठ विचार (Rational) असतात.
- विचारांमध्ये स्पष्टपणा (Clarity) असतो. (क्वचितच गोंधळलेल्या स्थितीत असू शकतात.)
- आपल्या भावनांचा योग्य सांभाळ व निचरा करून योग्य त्या वागणुकीतून त्या मांडू शकतात.
- त्यांच्या डोळ्यांसमोर सतत त्यांचे ध्येय असते आणि त्या दृष्टीने त्यांची

वाटचाल सतत सुरू असते.

- दुसऱ्यांच्या भावनांचा व स्वातंत्र्याचा योग्य आदर असतो.
- इतरांच्या हक्कांवर/अधिकारांवर कब्जा करत नाहीत किंवा स्वत:च्या व्यक्तिस्वातंत्र्यावर इतरांना कब्जा करू देत नाहीत!
- त्या व्यक्ती स्व-प्रेरित असतात.
- स्वत:च्या निर्णयांची संपूर्ण जबाबदारी घ्यायची ताकद असते.
- या व्यक्ती कलात्मक, लवचीक (flexible) आणि अविघातक (non-destructive) असतात.
- या व्यक्ती टोकाच्या भूमिका / निर्णय घेत नाहीत.
- या व्यक्तींना अहंकार कधीच नसतो. त्यामुळे इतरांच्या बोलण्याने, सुचविल्याने त्या डिस्टर्ब / अस्वस्थ होत नाहीत आणि त्यामधल्याही सकारात्मक बाबी घेऊ शकतात.
- नैराश्यातून बाहेर पडून पुन्हा नव्याने उभे राहण्याची प्रचंड मानसिक ताकद असते.
- अल्पकालीन व दीर्घकालीन फायदे-तोटे यांचा समतोल व्यवस्थितपणे साधत असतात.
- संवादकुशलता, उत्तम वाचा, दुसऱ्यांचे म्हणणे कोणताही पूर्वग्रह न ठेवता ऐकून घेण्याची क्षमता आणि अंगी विविध आवडी-निवडी, हे आग्रही व्यक्तीचे गुणधर्म आहेत.
- मी माझ्या जागी चांगला ("I am okay), तू तुझ्या जागी चांगला (You are okay."), ही अवस्था पूर्णपणे स्वीकारलेली असते.

आपण चारही व्यक्तिमत्त्वे (Personalities) बघितली आणि त्या-त्या व्यक्तिमत्वाचे स्वभावविशेषपण बघितले. सर्वसाधारणपणे आक्रमक (Aggressive) आणि मिळमिळीत (Submissive) व्यक्तिमत्त्वांची संख्या एकंदर समाजात खूपच असते. म्हणजेच ९४ टक्के मुले-मुली या दोन विभागात असतात. उरलेल्या ५ टक्क्यांमध्ये तटस्थ (Passive) आणि जेमतेम १ टक्का व्यक्तिमत्त्वे आग्रही (Assertive) प्रकारची असतात. ही वर्गवारी अगदीच ढोबळ आहे. त्यामुळे सर्व पालकांना, शिक्षकांना आणि या मुला-मुलींनासुद्धा आग्रही (Assertive) व्यक्तिमत्त्व हे आदर्श वाटते. आपल्या मुलांचे व्यक्तिमत्त्व आग्रही प्रकारचे असावे, असे पालकांना वाटत असते, तर शिक्षकमंडळी अशा आग्रही (Assertive) व्यक्तिमत्त्वाच्या विद्यार्थ्यांचे सतत कौतुक करून त्या विद्यार्थ्यांचे आदर्श उदाहरण समोर ठेवत असतात. यावरून असा एक समज होत असतो की, आक्रमक, मिळमिळीत आणि तटस्थ व्यक्तिमत्त्वे म्हणजे वाईट / नको असलेली आणि फक्त आग्रही व्यक्तिमत्त्व हेच आदर्श आणि

चांगले. याचा मुलांवर विपरीत परिणाम होत असतो. म्हणजे, जे माझे व्यक्तिमत्त्व आहे, ते फारसे चांगले नाही आणि मला त्या अमक्या-तमक्यासारखे व्यक्तिमत्त्व असायला पाहिजे. हा विचार या मुलांच्या मनात आतपर्यंत रुजायला याच काळात सुरुवात होते. स्वत:चे व्यक्तिमत्त्व कुठल्याही प्रकारे वाईट, कमीपणाचे अथवा टाकाऊ नसून ते कुठल्या प्रकारचे आहे, हे समजणे जास्त महत्त्वाचे आहे. कारण कुठल्याही प्रकारच्या व्यक्तिमत्त्वात १०० टक्के बदल होऊ शकत नाही. तसे पाहायला गेले, तर चारही व्यक्तिमत्त्वाचे स्वभावविशेष ही मुले विविध प्रसंगात वापरत असतात. परंतु व्यक्तिमत्त्वाचा गाभा (Core Pattern) कुठल्या प्रकारचा आहे आणि वेगवेगळ्या प्रसंगांनुरूप इतर व्यक्तिमत्त्वांचे स्वभावविशेष एक धोरण (Strategy) म्हणून कसे वापरले जातात, हे समजणे गरजेचे आहे. आग्रही (Assertive) व्यक्तिमत्त्वाची हीच नेमकी महत्त्वाची गोष्ट आहे की आक्रमक, मिळमिळीत आणि तटस्थ व्यक्तिमत्त्वाची स्वभाववैशिष्ट्ये धोरणात्मकरीत्या (Strategically) वापरली जातात आणि तरी त्या व्यक्तिमत्त्वाची छाप या आग्रही व्यक्तिमत्त्वावर नसते. म्हणजेच व्यक्तिमत्त्वाचा मूळ गाभा (core Pattern) तोच असतो; पण नकळत इतरही व्यक्तिमत्त्वांची स्वभाववैशिष्ट्ये धोरण म्हणून (Strategically) वापरली जातात. आग्रही प्रकारच्या व्यक्तिमत्त्वांकडून हीच (Strategy) गोष्ट नकळतपणे जाणीवपूर्वक वापरली जाते आणि ही गोष्ट जाणीवपूर्वक वापरली जाणे महत्त्वाचे आहे. स्वत:च्या व्यक्तिमत्त्वातील स्वभाववैशिष्ट्ये नीट समजावून घेणे, व्यक्तिमत्वाचा प्रकार आणि त्यातील वर्तनामधील नेमक्या गोष्टी, त्यामागे असलेला विचार समजून घेणे, नेमक्या कुठल्या गोष्टींचा स्वत:ला त्रास होतो आहे, त्यावर योग्य रीतीने काम करणे, हे समुपदेशकाच्या मार्गदर्शनामुळे शक्य आहे. समुपदेशक या सर्व गोष्टी उलगडायला योग्य ती मदत करू शकतो. त्या-त्या व्यक्तिमत्त्वाचे, त्यातील स्वभाववैशिष्ट्यांचे सखोल विश्लेषण करून त्या व्यक्तिमत्त्वातील विचारप्रक्रिया समोर उलगडू शकतो. हे व्यवस्थित समजावून घेतले, तर नक्की खूपच फायदा आहे. आपल्या व्यक्तिमत्त्वात काय बदल अपेक्षित आहेत, हे समजायला सोपे जाते आणि आपल्या व्यक्तिमत्त्वाच्या मर्यादा ओळखून हा बदल कितपत होऊ शकतो, याचे नेमके भान समुपदेशक देतो.

शिक्षकांची भूमिका

नववीच्या वर्गात दंगा सुरू होता. मुलांचे मुलींना चिडवणे, आपापली जागा सोडून इतर ठिकाणी जाऊन बसणे, कुणीतरी फळ्यावर काहीतरी लिहीत होते असे बरेच प्रकार सुरू होते. वर्गावर कोणीच शिक्षक नव्हते. वर्गात गोंधळ का चाललाय, हे येणारा-जाणारा डोकावून बघत होता. तेवढ्यात एका शिक्षकांनी पाहिले आणि ते वर्गात घुसले आणि 'शांत बसा' असे ओरडायला लागले; पण कोणीच दाद देईना. दंगा सुरूच! उलट सगळ्या मुलांना असे वाटत होते की, आपण शिक्षकांना दाद देत नाही, यातच एक प्रकारचा विजय आहे. आम्ही म्हणजे ग्रेट! आम्ही असेच करणार, असा भाव होता. या मुलांपुढे काय बोलणार, अशी शिक्षकांची हतबलता होती. कारण शिक्षकांनी काही म्हटले, तरी त्यावर काहीतरी बोलून हसणे, यातच ही मुले-मुली धन्यता मानत होती.

सर्वसाधारणपणे कोणत्याही शाळेत – मग ती इंग्रजी किंवा मराठी माध्यमातील असू दे – हेच साधारण चित्र पाहायला मिळते. तेसुद्धा सातवी ते दहावीच्या वर्गामध्ये! असे का? आपण काही प्रसंग पाहू. त्यामध्ये वेगवेगळे शिक्षक कसे प्रतिक्रिया देतात व त्यांना काय सहन करावे लागते, तसेच परिस्थिती कशी हाताळावी लागते, ते पाहू.

प्रसंग १

एका मराठी माध्यमाच्या शाळेमधील आठवीचा वर्ग. मधल्या सुट्टीनंतर सर वर्गात येतात आणि त्यांना असे दिसते की, बरोबर मधोमध असलेल्या बेंचवर दोन

अंडी फोडून टाकलेली आहेत आणि बाकी मुले तो बेंच सोडून भोवतीने बघताहेत; पण मुला-मुलींच्या चेहऱ्यावर गोंधळलेला भाव, भेदरलेला भाव कायम आहे. सर ते दृश्य बघून भयंकर चिडतात. त्यांच्या मुठी आवळल्या जातात. ते खूप जोरात ओरडून विचारतात, ''कोणी हरामखोराने कृत्य केले हे?'' आधी ते मुलांकडेच पाहतात. कोणीच बोलत नाही म्हटल्यावर ते सगळ्यांना उभे करतात आणि दरडावून विचारतात, ''बऱ्या बोलानं सांगा, हे कोणी केलं; नाहीतर मी सगळ्यांनाच फटके मारणार. माझ्या वर्गात हे करण्याची हिंमत कशी झाली तुमची?'' तरी कोणी बोलेना. मग सोनावणे सरांनी एकाला कान पिरगाळून विचारले, ''तू बघितलंस का अंडी फोडताना? असेल तर खरं सांग! नाहीतर बघ.'' खरे म्हणजे त्या मुलाने बघितले होते; पण सरांचा अवतार बघून त्याची काहीच बोलण्याची हिंमत होईना. सर अजूनच चिडले. त्यांना ज्या मुलांवर संशय होता, त्यांना त्यांनी बाकावर उभे केले आणि पोटरीवर फटके मारले. त्या मुलांच्या चेहऱ्यावरसुद्धा एक प्रकारचा निडरपणा होता. मग सरांनी जाहीर करून टाकले की, जोपर्यंत हे कृत्य कोणी केले हे समजत नाही, तोपर्यंत कुणालाही परीक्षेला बसू देणार नाही. सगळ्यांना नापास करणार. परीक्षा महिन्यावर आली होती. मग मात्र सगळीच मुले, विशेषतः मुली हादरल्या. त्यांना वाटायला लागले की, आपली काहीच चूक नसताना आपल्याला बळी जावे लागतेय आणि मुख्य म्हणजे घरी पालकांना काय सांगणार, हाही प्रश्न त्यांच्यापुढे होताच; पण सर बधले नाहीत. त्यांना मुलांचा खूप राग आला होता; पण मुलांनाही सरांचा राग आला होता. त्यापोटी मुलांनी सरांचा सूड उगवायचे ठरवले. कारण त्यांच्यापैकी कोणीच हे कृत्य केले नव्हते, तर दहावीच्या काही टारगट मुलांनी केले होते; पण सांगायची हिंमत नव्हती. दुसऱ्या दिवशी बरेच पालक सरांना भेटायला येत होते; पण सर बधले नाहीत. त्यांचा निर्णय पक्का होता. मग मात्र मुले हवालदिल झाली. साधारणपणे दोन दिवसांनंतर सर वर्गात आले. अजून राग थोडा मनात होताच; पण वर्गात आल्यावर सगळा वर्ग शांत होता. सरांनी टेबलावर हात ठेवला आणि कसलातरी काड्कन असा आवाज झाला आणि सरांची हनुवटी टेबलावर आपटली. सगळा वर्ग हसायला लागला. कोणीच पुढे येईना. सरांना खूप शरम वाटली. तसेच ते तरातरा वर्गाबाहेर निघून गेले आणि विचार करू लागले — असे का घडले?

प्रसंग २

कुवळेकर सर नववीच्या वर्गावर आले. ते आल्यावर मुलांचा दंगा अजून वाढला. शुक शुक करत सर दमले. सर डस्टर टेबलावर मारून वर्ग शांत करण्याचा प्रयत्न करत होते. पहिली पंधरा मिनिटे रोज अशीच जात होती.

तेवढ्यात मागच्या बेंचवरून कोणीतरी बदकासारखा आवाज काढला. सरांनी विचारले; पण कोणीच दाद देईना. मग सरांनी संस्कृत शिकवायला सुरुवात केली. मागच्या बेंचवरच्या सुबोधला सरांचे चित्र काढायची हुक्की आली. मग कोणीतरी सरांना सांगितले की, सुबोधने चित्र काढले आहे. ते मागे आले. त्यांनी ''बघू'' असे म्हटले, तर नाक बदकासारखे काढले होते. सर चिडलेले होते; पण सुबोध अगदी मठ्ठपणे त्यांच्याकडे पाहत होता. ते त्याला समजावून सांगत होते की, असे करणे बरोबर नाही; पण त्याचा म्हणावा तसा परिणाम सुबोधवर झाला नाही. मग सरांनी परत शिकवायला सुरुवात केली, तर सरांना मुलींच्या बेंचवर कुजबुज दिसली. त्यांनी कारेकर आडनावाच्या मुलीला बेंचवर उभे केले आणि तिला सांगितले, ''तुला दहावीला पन्नास-पंचावन्नपेक्षा जास्त मार्क मिळणार नाहीत, कारण तू अभ्यास करत नाहीस.'' कारेकरला कळेचना की सर असे का म्हणत होते? सर सुबोधचा राग कारेकरवर काढत होते. तरी वर्गातील दंगा कमी होत नव्हता. मग कुवळेकर सरांनी लेक्चर द्यायला सुरुवात केली की, तुम्ही असाच दंगा केलात, तर तुमचे आयुष्यात काहीही होणार नाही. खूप असहायता दिसत होती त्यांच्या चेहऱ्यावर, कारण वर्गच कंट्रोल होत नव्हता त्यांना. तेवढ्यात मुख्याध्यापक सर वर्गात आले, तर कुवळेकर सरांचा चेहरा कावराबावरा झाला. त्यांनी परत शुक शुक करायला सुरुवात केली; पण मुख्याध्यापकांना पाहिल्यावर वर्ग शांत झाला. हे चित्र जवळजवळ रोजचेच होते. तर, असे का घडले?

प्रसंग ३

जोशीबाई वर्गात आल्या. त्यांना बघून आता पिरियड संपेपर्यंत टाइमपास करायचा, असा आविर्भाव मुलांमध्ये आला. जोशीबाई आल्या-आल्या फळा पुसू लागल्या आणि नेहमीप्रमाणे कोणतेही संभाषण न करता फळ्यावर लिहू लागल्या. इतिहास विषय शिकवायच्या त्या. मग फळ्याच्या या टोकापासून त्या टोकापर्यंत लिहून होईपर्यंत त्यांचे लक्ष फक्त फळ्यावर आणि त्यांची मुलांकडे पाठ! मधून-मधून मख्ख चेहऱ्याने त्या मुलांकडे पाहायच्या. मग काय, मुलांचे फावायचेच. मग बाईंच्या साडीची, वेणीची, चेहऱ्याची टिंगल. मुले त्यांना 'म्हैस आली' असे म्हणायची. मुलांना समजले की नाही याच्याशी बाईंना काही कर्तव्य नसे. मग मुली मुलांना किंवा मुले मुलींना चिडवायची किंवा बाण मारायची. एका मुलाला पक्ष्यांचे विविध आवाज काढायची सवय होती. या बाईंच्या तासाला तो हमखास ते करायचा. बाईंनी बघितले की, छान हसायचा. मग मुलांचे वर्गात इकडे-तिकडे फिरणे सुरू असायचे; पण जोशीबाईंना काहीच फरक पडत नसे. पालक त्यांना भेटायला आले, तर मुले कशी लक्ष देत नाहीत आणि अभ्यास करत नाहीत, हेच

त्या सांगायच्या. आपली शिकवण्यात काही चूक होते का, यावर कधीच विचार करायच्या नाहीत. तर, असे का घडले?

प्रसंग ४

दहावीची मुले वर्गात नेहमीप्रमाणे दंगा करत होती. पुढचा तास सायन्सचा होता. सर्वांच्या आवडीचा! सोमण सरांचा. सोमण सर तरुणच तसे. ते वर्गात यायचे, ते सहजच आणि सर्व वर्गावर नजर टाकत. आल्यावर शांतपणे निरीक्षण करायचे दोन मिनिटे. मुले त्यांच्या नादात असायची; पण ते कधी ओरडत नसत. पाच मिनिटांनी मुले आपोआप शांत व्हायची आणि सर आपले निरीक्षण करताहेत, असे पाहून आपापल्या जागेवर जाऊन बसायची. मग सर, ''काय सुबोध, आज कोणाचं चित्र काढलंय, दाखव पाहू सगळ्यांना.'' असं कधीतरी म्हणायचे. सुबोध एकदम थक्क व्हायचा; पण हळूच आपली वही काढून सरांना दाखवायचा. सर त्याच्या चित्रकलेची तारीफ करायचे. मग सुरू व्हायचा तास. विज्ञानातील गमती-जमती कधी गोष्टीरूपाने, कधी प्रत्यक्ष प्रयोग करून दाखवून, मुला-मुलींना एखादी गोष्ट ते समोर येऊन सांगायला लावायचे. मुला-मुलींशी खूप एकरूप होऊन विज्ञान विषय किती इंटरेस्टिंग आहे, हे सांगायचे. सरांना कोणताही प्रश्न विचारायची मुलांना मुभा असायची. तासाला वेळ नसेल, तर तासानंतर मधल्या सुट्टीत वगैरे सर स्वत: बोलावून उत्तरे द्यायचे. प्रयोगशाळेत तर धमालच असायची. सर सर्वकाही इतक्या छान रीतीने स्पष्टीकरण द्यायचे की, प्रत्येक वाक्यन्‌वाक्य ऐकत बसावे, असे वाटायचे मुलांना. प्रयोग करताना मुलांना मजा यायची. मुलींशीही ते तितक्याच सहजतेने वागायचे. कोणतीही समस्या आली की, सोमण सरांशी चर्चा करायची, असे मुलांचे ठरून गेलेले असायचे.

सर शालेय सहलींमध्ये हिरिरीने भाग घेऊन त्यामध्ये यशस्वी व्हायचे. ते सहली नेहमी छान ठिकाणी ठरवायचे. मुला-मुलींना आवडेल अशा पद्धतीने ठरवायचे. मुलांशी, तसेच मुलींशी वेगवेगळ्या विषयांवर बोलायचे. त्यांना या मुलांची मानसिकता नेमकी कळायची. नापास होणाऱ्या विद्यार्थ्यांवर थोडी विशेष मेहनत घ्यायचे. मुलांशी थेट डोळ्यांत डोळे घालून संवाद करायचे. अभ्यासाच्या विविध पद्धती समजावून सांगायचे. त्यामुळे सर्व मुलांमध्ये ते लोकप्रिय होते. त्यातच एक छोटा प्रसंग घडला.

पंधरा वर्षांची निशा अगदी मिनी के. जी.मध्ये असल्यापासून एकाच शाळेत. शाळेत तिचा मित्र-मैत्रिणींचा मोठा ग्रुप होता. सर्व शिक्षक-शिक्षिकांनाही ती व्यवस्थित माहीत होती. अभ्यासात प्रगती व शाळेच्या इतर उपक्रमांमध्ये सक्रिय सहभाग असल्याने काही शिक्षकांच्या लाडक्या विद्यार्थ्यांपैकी ती एक होती. 'विज्ञान' हा तर

तिच्या खास आवडीचा विषय! त्यामध्ये तिला सातत्याने चांगले गुण असायचे. विज्ञानाची प्रॅक्टिकल्स ती अगदी सराईतपणे करायची. या विषयाच्या विविध प्रश्नमंजूषा स्पर्धांमध्ये निशा स्वत:च्या शाळेचे नेतृत्व करत होती. इतर विषयांपेक्षा 'विज्ञानातील' तिची ही रुची सर्वांनाच दिसून आलेली होती. विज्ञानाचे सोमण सर तिला सतत प्रोत्साहन देत असत. 'मी मोठेपणी वैज्ञानिकच होणार' असे निशाने घरी केव्हाच सांगून टाकले होते! घरूनही तिला पूर्ण पाठिंबा होता. शाळेतील अभ्यासाव्यतिरिक्त विज्ञानाचे सखोल ज्ञान मिळवण्यासाठी तिने सोमण सरांची 'स्कॉलर बॅच'पण लावली होती. त्यामार्फत तिला विविध वैज्ञानिक सहलींना जायला मिळे.

निशा गेली तीन वर्षे हे सर्व अगदी प्रामाणिकपणे करत होती. निशा आता आठवीत होती; पण अलीकडेच तिचे विज्ञानाच्या वर्गात लक्ष लागेनासे झाले होते. हे बरेच दिवस चालले होते. मात्र आता तिच्या ग्रुपमधील मित्र-मैत्रिणींच्याही लक्षात आलं होतं. मैत्रिणी विचारू लागल्या होत्या, ''तुझं लक्ष कुठे असतं आजकाल? सरांनी प्रश्न विचारला. ''तुला उत्तर येत होतं, मग दिलं का नाहीस?'' यावर निशा गप्प! खरेतर लक्ष विचलित होण्याचे 'कारण' निशाला माहीत होते! 'पण कोणाला सांगायचे? कसे सांगायचे? सांगायचे का मनातच ठेवायचे? सांगितले तर काय होईल? काय विचार करतील आपल्याबद्दल सगळे?' या सगळ्या विचारांनी निशा आतल्या आत कुढत होती. आतातर सोमण सरांनीही तिला बोलावून काळजीने विचारले. त्या दिवशी तर निशा स्टाफरूममधून रडतच बाहेर आली. सर रागावले नसताना निशा अशी का वागत होती, हेच ग्रुपमध्ये कळेना!

शेवटी न राहवून तिच्या एका मैत्रिणीने तिच्याशी यावर बोलायचे ठरवले. खूप खोदून विचारल्यावर निशाने, ''कोणालाही प्लीज सांगू नकोस.'' अशी शपथ देऊन सांगितले, ''मला सोमण सर आवडायला लागलेत. असं का आणि कधीपासून वाटतंय, माहीत नाही गं! खूप विचार केला, पण मला ते खूप आवडतात. त्यांचाच विचार येतो सारखा! त्यांचीही मी आवडती विद्यार्थिनी आहे. ते स्वत: म्हणतात की! किती मदत करतात मला! सांग ना, केवळ ते माझ्याहून खूप मोठे आहेत म्हणून हे चुकीचं आहे का?'' मैत्रीण हे ऐकून अवाक्‌च झाली!

निशाला यावर काय सांगावे, हे तिला कळेना! शेवटी न राहवून तिने हे सगळे ग्रुपमधील अजून एका मैत्रिणीला सांगून टाकले! तीसुद्धा थक्क! निशाला मात्र आता प्रचंड टेन्शन आले होते. 'हे शाळेत बाकी शिक्षकांना, विद्यार्थ्यांना आणि घरी कळलं तर?' तिची रात्रीची झोप उडाली. शेवटी ग्रुपमधल्या एका मित्राने सल्ला दिला, ''निशा, सोमण सरांना हे दुसऱ्या कोणाकडून कळण्यापेक्षा तू स्वत:च सांग. आपल्या भावना दाबून ठेवू नकोस. सरांची तू लाडकी आहेसच!'' निशाला जरा धीर आला. तिने सोमण सरांशी बोलायचे ठरवले.

दोन-तीन दिवसांनी स्टाफरूममध्ये सोमण सरांना एकटे बघून निशा त्यांच्याशी बोलायला गेली. सरांनी तिची अस्वस्थता ओळखली. त्यांनी थेटच विचारले, ''निशा, मोकळेपणाने बोल माझ्याशी.'' निशाने सगळी हिंमत एकवटून बोलून टाकले, ''सर, मला हे तुम्हाला खूप दिवसांपासून सांगायचे होते. तुम्ही मला नेहमीच सगळ्या प्रकारची मदत केलीये. शाळेतले सगळेसुद्धा मला तुमची लाडकी विद्यार्थिनी म्हणतात. मला तुम्ही आवडायला लागलायत सर. प्लीज, रागवू नका!'' निशाने थरथरतच एकदाचे बोलून टाकले! सोमण सर हे ऐकून दोन सेकंद स्तब्ध झाले. 'आता सर काय बोलतील?' या विचाराने निशाला घाम फुटला. सरांनी स्वत:ला सावरून स्टाफरूममध्ये नजर फिरवली. बाकी कोणीच शिक्षक तेथे नव्हते.

सर बोलू लागले, ''निशा, तुला टेन्शन आलेलं स्पष्ट दिसतंय मला. मी बोलतो तुझ्याशी नीट. तू बस पाहू इकडे.'' त्यांची ही वाक्ये ऐकून निशाला आश्चर्यच वाटले! तिला वाटले होते, 'सर ओरडतील. गेट आउट म्हणतील! पण... पण... असे काहीच झाले नाही.' निशा जरा रिलॅक्स झाली, पण पुढे सर काय बोलतील, याची उत्सुकता मात्र होती तिला. सर बोलू लागले, ''हे बघ निशा, तू तुझ्या मनातलं मला येऊन सांगितलंस, हे सगळ्यात छान केलंस. यामुळे माझा कोणताही गैरसमज झाला नाही. आता नीट ऐक. आपण सगळे या शाळेच्या पवित्र वास्तूमध्ये रोज येतो. मी शिक्षक म्हणून आणि तुम्ही विद्यार्थी म्हणून. आपलं हे शिक्षक-विद्यार्थ्यांचं व्यावसायिक नातं आहे. अनेक वर्षं इथे एकत्र असल्याने, रोज भेटत असल्याने काही भावनिक बंध तयार होणं, हे काही चुकीचं नाही. पण तरीदेखील आपल्या शिक्षक-विद्यार्थ्यांच्या भूमिका विसरता कामा नयेत. तू ज्या वयात आहेस, त्या वयात मनात असे विचार येणं, या भावना तयार होणं, हे अगदी नैसर्गिक आहे; पण या भावना तुझ्या तुलाच सांभाळायच्या आहेत. यामध्ये किती तथ्य आहे आणि किती वास्तव आहे, हे मी सांगायची गरज आहे का? माझ्या मते, तेवढी तू हुशार आणि मॅच्युअर्ड आहेस. म्हणूनच तू जो विचार करतेस, तसं वास्तवात शक्य नाही. माझ्या मते, मला तुला जे सांगायचं होतं, ते मी अगदी स्पष्ट सांगितलं आहे. तू एक विद्यार्थिनी म्हणून कोणत्याही प्रकारच्या मार्गदर्शनासाठी, अभ्यासासाठी ये. मी एक शिक्षक म्हणून सदैव आहेच. तू तुझ्या अभ्यासावर आणि सर्वांगीण विकासावर जास्त लक्ष द्यावंस, असं मला प्रामाणिकपणे वाटतं. मला माहीत आहे, या सगळ्यातून बाहेर यायला तुला थोडा वेळ लागेल. हरकत नाही. तुझा वेळ तू घे. ही गोष्ट पुढे वाढायला नको. टेन्शन घेऊ नकोस. याची वाच्यता मी कुणाकडेही करणार नाही. पुढचा तास सुरू झालाय. तुला क्लासमध्ये जायला हवं.'' हे बोलून सर शांत झाले.

निशाने सगळे नीट ऐकले होते. काय करायचे होते, ते तिला कळले होते आणि नकळत तिचे सगळे टेन्शन, दडपण निघून गेले होते. खूप हलके वाटत होते

तिला! “थँक्यू सर, तुम्ही मला खरंच नीट समजून घेतलंत.” असं म्हणून निशा चटकन क्लासमध्ये गेली.

मैत्रिणीने “काय म्हणाले सर?” असे विचारता, “सर तर मला अजूनच आवडतात आता. पण आता सर म्हणूनच! मला त्यांच्या विषयी आदर वाटतो. (I really respect him!) आता तर मी त्यांच्यासारखी वैज्ञानिक होणार!” निशाने आनंदाने सांगितले.

वरील चारही प्रसंगांत नेमका काय फरक आहे, ते पाहू. शिक्षक किंवा शिक्षिकेकडे ‘गुरू’ म्हणून नेहमी पाहिले जाते. त्यांच्याकडे ‘आदर्श भूमिका’ (Role Model) म्हणून पाहिले जाते. अशा वेळेस शिक्षक जर पहिल्या प्रसंगातील शिक्षकांप्रमाणे वागले, तर मुले नेहमीच त्यांच्यापासून दूर राहतात; त्यांना घाबरतात. असे शिक्षक ‘आक्रमक’ या वर्गात मोडतात. ते नेहमी स्वत:चेच खरे करतात. मुलांशी संवाद करण्यात कमी पडतात. दुसऱ्या प्रसंगात आपण पाहिले की, शिक्षक मुलांच्या ताब्यात असतात. असे शिक्षक ‘मिळमिळीत किंवा भिडस्त’ वर्गात मोडतात. अशा शिक्षकांचे शिकवणे जरी चांगले असले, तरी ते प्रभावी ठरत नाहीत; कारण पौगंडावस्थेतील मुले मोठ्यांना सतत ‘आम्ही ग्रेट आहोत’ असे दाखवत असतात. तिसऱ्या प्रसंगात आपण पाहिले की, मुलांशी अजिबातच संवादाची गरज नाही आणि फक्त विषय शिकवणे महत्त्वाचे, असा शिक्षकांविषयी मुलांचा समज होतो. मुले शिक्षकांपर्यंत पोचूच शकत नाहीत. मग विषय कळतच नाही. एखाद्या विषयाचा अभ्यासच करण्याचा मुले कंटाळा करतात.

तर सर्वांमध्ये शिक्षकांची नेमकी भूमिका काय असावी, हे चौथ्या प्रसंगात आपण पाहिले. शाळेतील शिक्षकांना पौगंडावस्थेतील मुला-मुलींचा नक्कीच त्रास होतो. कारण –

१) मुले शिक्षकांना काहीतरी टोपणनावाने हाक मारतात.

२) सारखे टोमणे मारून त्यांच्या शारीरिक, मानसिक स्थितीचा अपमान करू शकतात.

३) मुलगी असेल, तर शिक्षकामध्ये गुंतू शकते. मुलगा असेल, तर शिक्षिकेमध्ये गुंतू शकतो.

४) मुले वर्गामध्ये आपल्याच विश्वात दंग असल्यामुळे त्यांना सतत मुद्द्यावर आणावे लागते.

५) मुले विषय सोडून भलतीकडेच विषय नेऊ पाहतात.

६) गर्लफ्रेंड, बॉयफ्रेंड या विषयी कुजबुजतात.

७) टीव्ही, इंटरनेटवरचे विषय बोलतात.

८) शिक्षकांना व्यक्तिगत प्रश्न विचारतात.

९) शिक्षकांशी खोटे बोलतात.

१०) आजकाल मोबाइलसारख्या वस्तू वर्गात आणून वर्गाचे लक्ष विचलित करतात.

हे सर्व करत असताना शिक्षकांना सतत लक्षात ठेवावे लागते की, ही मुले पौगंडावस्थेतून जात आहेत. शिक्षकांना त्यांच्या या वयातील वर्तन-वैशिष्ट्यांविषयी, तसेच मानसिकतेविषयी व लैंगिकतेविषयी पूर्ण माहिती असावी, अशी अपेक्षा असते. हे सर्व माहीत असेल, तर मुलांना हाताळणे सोपे जाते. त्यांच्याबरोबर त्यांच्या भाषेत त्यांना आवडेल असे बोलल्यावर ही मुले खूप चांगला प्रतिसाद देतात. तसेच मुख्य म्हणजे, शिक्षकांना मुलांच्या शैक्षणिक बुद्धिमत्तेविषयी तसेच भावनिक व सामाजिक बुद्धिमत्तेविषयी जाण असावी, म्हणजे कोणताही मुलगा अभ्यास किती करतो, अभ्यासाव्यतिरिक्त काय करू शकतो, याचा साधारण अंदाज ते घेऊ शकतात.

मुख्य म्हणजे शिक्षकांनी स्वत: भावनांचे व्यवस्थापन करणे खूप आवश्यक आहे. हे खूप आदर्शवादी नसून त्याचे नीट प्रशिक्षण घेतले, तर ते जमू शकते.

शिक्षकांनी विषयाची पूर्ण माहिती, तसेच ते सांगायची वेगवेगळी पद्धत आत्मसात करणे गरजेचे आहे. मुलांशी योग्य संवाद साधणे आवश्यक आहे. कारण काही मुले शिक्षकांशी खूप मोकळेपणाने बोलतात. त्यांना योग्य ती मदत, मार्गदर्शन मिळणे अत्यंत आवश्यक आहे.

शिक्षकांनाही हे मान्य असावे की, मुलांची जडण-घडण करण्यात, त्यांचा सकारात्मक दृष्टिकोन तयार करण्यात, त्यांना त्यांच्या जबाबदाऱ्या जाणवून देण्यात त्यांचीही पालकांच्या बरोबरीनेच महत्त्वाची भूमिका असते. कुमारवयीन मुला-मुलींना जर आपल्या शिक्षक-शिक्षिकांमध्ये एका गुरूबरोबरच एक मित्र, एक पालक, एक आदर्श (Role Model), एक मार्गदर्शक मिळाला; तर त्यासारखे दुसरे नाते काय? शाळा-कॉलेजच्या वर्षांत, मित्र-मैत्रिणींबरोबर खुल्या आसमंतात उडताना त्याची साथ मिळाली, तर भविष्यात या पाखरांचे पंख नक्कीच सुदृढ होऊ शकतात! आणि एक शिक्षक / शिक्षिका म्हणून यासारखे दुसरे समाधान काय असू शकते? तर मुलांनो आणि शिक्षकांनो, आजपासून अशाच एका आदरयुक्त, आपुलकीयुक्त नात्याकडे वाटचाल करू या का?

भावंडांची भूमिका

'कुमार वय हे फुलपाखरासारखे असते.' हे आपण अनेक ठिकाणी वाचले असेल. ते कसे, हेही आपल्याला माहीत आहे. आणि या पुस्तकातून हळूहळू उलगडत जात आहे. कुमार वय म्हणजे उमलण्याचा, खुलण्याचा, खेळायचा, बागडायचा, भरपूर शिकायचा, स्वत:ची प्रगती करायचा आणि आकाशात उंच झेप घेण्यासाठी सज्ज व्हायचा काळ! यामध्येच अजून एक महत्त्वाचा भाग म्हणजे, या काळातच आपल्या आजूबाजूची आणि काही नवीन नाती फुलत जातात, त्यांतील खोली कळू लागते.

यामधले सगळ्यांत महत्त्वाचे आणि जवळचे नाते म्हणजे अर्थातच आई-बाबांशी असलेले! याचे महत्त्व, दृष्टिकोन, हाताळणी हे सर्व आपण या पुस्तकातील प्रत्येक प्रकरणामध्ये व तसेच या अगोदरच्या 'पालकांच्या चष्म्यातून' या लेखामध्येही सविस्तर पाहिले आहे. त्यानंतरचे अगदी घरातीलच जवळचे नाते म्हणजे भावंडांशी असलेले नाते! या वयात असताना या नात्यामध्ये काय चढ-उतार होतात, ते आपण पाहू.

लहानपणापासून एकत्र, एकाच घरात राहणारी आणि मोठी होणारी भावंडे! त्यांच्याबरोबर अगदी जिवाभावाच्या मित्रांसारखेच सगळे शेअर करता येते. जे काही वेळा पालकांबरोबर बोलता येत नाही, ते त्यांच्याबरोबर बोलता येते. दंगा-मस्ती, मजा करता येते. तसेच हक्काने काही गोष्टी मागूनही घेता येतात. याही व्यतिरिक्त या नात्याबरोबर येणारी कर्तव्येही

आपोआपच निभावली जातात. हे प्रत्येक केसमध्ये असेच आणि इतकेच सुरळीत घडत असते, असे मात्र नक्कीच नाही! त्याआधी खाली दिलेले मुद्दे लक्षात घ्यायला हवेत –

१) कुटुंबात किती भावंडं आहेत?

२) भाऊ / बहिणी

३) लहान / मोठे, म्हणजेच धाकटे की थोरले?

४) वयातील अंतर

५) आई-वडिलांचे व कुटुंबातील इतर मोठ्या व्यक्तींचे प्रत्येक भावंडांशी असलेले नाते.

भावंडांमधील नाते (Sibbling Relation) हे मागे दिलेल्या मुद्द्यांवर अवलंबून असते. पौगंडावस्थेत जशी स्वत:चे वेगळे अस्तित्व निर्माण करण्यासाठी धडपड सुरू असते, त्याच्याच जोडीला काही व्यक्तींना डोळ्यासमोर ठेवून आदर्शवादही मनामध्ये डोकावत असतो (Idealism). यामध्ये प्रत्यक्ष संबंध असलेल्या व्यक्तींपैकी स्वत:चे आई-वडील, शिक्षक, मित्र-मैत्रिणींबरोबरच भावंडांचाही आदर्श असू शकतो. 'मला माझ्या ताईसारखं मेरिटमध्ये यायचंय. पुढे जाऊन डॉक्टर व्हायचंय.' अभ्यासाच्या, करिअरच्या बाबतीत असा आदर्श असू शकतो. या वेळी आपले मोठे भावंड, त्याने घेतलेली मेहनत, त्याचे यश आणि करिअर धाकट्या भावंडासाठी 'आयडियल' असते. याव्यतिरिक्त 'दादा घरामध्ये किती लक्ष देतोय! किती काळजी घेतो आई-बाबांची! मलाही त्याच्यासारखं असंच जबाबदार व्हायचंय.' असा हा वर्तणुकीचाही आदर्श असू शकतो.

थोडक्यात काय, तर पौगंडावस्थेतील एका भावंडासाठी, म्हणजे लहानासाठी मोठे भावंड वेगवेगळ्या कारणांसाठी 'आदर्श' असू शकते. अशा प्रकारचा सकारात्मक आदर्शवाद (Positive Idealism) भावंडांमध्ये निर्माण होण्यासाठी घरातील वातावरणही तेवढेच पोषक असावे लागते. हे कसे साध्य करता येते, हे आपण थोडक्यात पाहू –

१) भावंडांमध्ये नेहमी एक प्रकारची मनमोकळी स्पर्धा (Healthy Competition) असावी; तुलना नसावी. सततच्या तुलनेमधून त्यांच्यामध्ये राग, भांडणे, तिरस्कार, द्वेष निर्माण होऊन भावी आयुष्यातही त्याचे परिणाम दिसू शकतात.

२) भावंडांमधले स्वाभाविक आणि नैसर्गिक नाते विकसित होण्यासाठी, फुलण्यासाठी वेळ द्यावा लागतो. ते जर का पालकांनी, घरातील इतर मोठ्यांनी सतत कंट्रोल करण्याचा प्रयत्न केला, तर कदाचित तो नैसर्गिक बंध तयार होत नाही.

३) भावंडांमध्ये 'सुसंवाद' होतो आहे ना, याकडे मात्र पालकांचे निश्चितच

लक्ष असावे लागते. बऱ्याचदा एक भावंड आक्रमक (dominating) आणि दुसरे भिडस्त (submissive) असू शकते. त्यामुळे एकाकडून दुसऱ्याला शारीरिक अथवा मानसिक त्रास होणार नाही, याची काळजी घ्यावी लागते.

४) तसेच पालकांकडून भावंडांपैकी एकाला जास्त महत्त्व, मान व हक्क; तर दुसऱ्याला कमी, असे काही घरांमधून दिसून येते. याचे कारण काहीही असू शकते. भावंडांपैकी एकाची दुसऱ्यापेक्षा शारीरिक अथवा बौद्धिक पातळी उच्च असल्यामुळे, मुला-मुलींमधील भेदभाव किंवा केवळ स्वभावाचा भाग म्हणूनही असे घडू शकते; परंतु यामुळे भावंडांमधील आपसातील नाते खूप बिघडत जाते. तसेच अहंगंड / न्यूनगंड निर्माण होण्याचीही दाट शक्यता असते.

वर दिलेल्या गोष्टी बऱ्याच प्रमाणात घरातील मोठ्या लोकांच्या हातात असणाऱ्या आहेत; परंतु केवळ एवढे असून चालत नाही. तर मुलांनो, तुमच्या भावंडाशी खेळकर नाते विकसित करणे, हे खूपसे तुमच्यादेखील हातात आहे!

बऱ्याचदा आपणच आपल्या भावंडाशी कळत-नकळतपणे तुलना करत असतो. ती करताना आपली मानसिक व बौद्धिक कुवत, क्षमता (abilities, capacities), आपल्यातले कौशल्य (skills) आणि हुशारी (talents), तसेच आवडी-निवडीही लक्षात घेणे आवश्यक आहे. केवळ 'माझ्या भावा / बहिणीने हे केले, म्हणून मीही करणार / करायलाच पाहिजे / आता माझी ती जबाबदारी आहे / मलाही स्वत:ला तयार करायला हवे. नाहीतर आई-बाबा आणि इतर लोक मला कमी समजतील.' वगैरे विचारांनी आपण स्वत:वरच दडपण आणत असतो आणि अनाहूतपणे आपल्या भावंडांपासून आपणच स्वत:ला मनाने दूर करत असतो.

या विरुद्ध म्हणजे प्रत्येक बाबतीत आपल्या मोठ्या भावंडावर अवलंबून राहणे. हे धाकट्या भावंडाच्या बाबतीतही घडू शकते. पौगंडावस्थेत बऱ्याचदा पालकांकडून आवश्यक तो भावनिक आधार मिळत नसल्यामुळे असे होऊ शकते. अशा वेळी जवळचे मित्र-मैत्रिणी नसतील / समजून घेत नसतील, तर तो आधार भावंडांमध्ये शोधला जातो.

तसेच मोठे भावंड असल्यास त्याच्याकडून बऱ्याचदा 'दादागिरी' होत असते आणि हे पौगंडावस्थेत अजिबात सहन होत नसते; हाताळताही येत नसते! मग त्यावरून वाद, भांडण — हे अगदी घरोघरी दिसणारे दृश्य! मग आई-बाबा कोणाची बाजू घेतात, कोणाला रागवतात यावरून त्यांच्या बाबतची मते तयार होत असतात!

पण मुलांनो, हे सगळे घडत असताना 'कोण बरोबर आणि कोण चूक' याबद्दलची मते आणि आई-बाबांचे रागावणे, हे त्या-त्या प्रसंगापुरतेच असते, असे लक्षात आले, तर घरच्यांबद्दल प्रेम आणि माया मनात कायम राहून कोणतेही वाईट

/ चुकीचे मत तयार होणार नाही. मग भावंडांमधील नात्यातील खोडसाळपणा, दंगा-मस्ती, भांडणे यांची मजा येऊ लागते! असे असूनही त्या-त्या प्रसंगाच्या वेळी राग येणे, वाईट वाटणे अगदी साहजिक आहे; पण त्याचे रूपांतर संताप आणि दुःखात झाले आणि मनात घर करून बसले, तर ते कोणत्याही नात्याला हानिकारकच आहे!

भावंडांच्या नात्यामधील विविध पैलू आपण बघितले. आपल्या आजूबाजूलाही आपण अनेक उदाहरणे आपण बघत असतो. काही भावंडे एकमेकांना खूप समजून घेणारी, जणू जिवाभावाचे मित्र / मैत्रिणी! तर काही, जणू कधी एकमेकांचा सूड घेतायत, अशा विचारांची! हे नाते कसे जपायचे आणि कोणत्या दिशेने न्यायचे, हे अगदी लहानपणापासून अर्थातच आपल्या हातात असते! पौगंडावस्थेत त्याचा पाया रोवला जातो. काहीही झाले, तरी एकत्र एकाच घरात, सुख-दुःखे एकत्र झेलत पुढे जाणारे, आपले हक्काचे आणि विलक्षण आपुलकीचे असे हे भावंडांचे नाते असते! पालकांचे छत्र नाहीसे झाल्यावर भक्कम पाठिंबा म्हणून पुढील आयुष्यात ते सतत उभे असते!

पौंगडावस्था व मानसिक आजार

आपण मागील प्रकरणात माणसामधील चार प्रकारच्या व्यक्ती कशा असतात, हे पाहिले. आपला व्यक्तिमत्त्वाचा प्रकार ओळखून त्याचा योग्य तो विकास करणे अत्यंत आवश्यक आहे. आपले व्यक्तिमत्त्व कमजोर व अविकसित असेल, तर या वयात मानसिक अवस्था बिघडून इतकी विकोपाला जाते की, त्यातून मानसिक आजारांची सुरुवात होते. या वयात कोणते मानसिक आजार उद्‌भवतात ते पाहू –

एके दिवशी शेखर माझ्याकडे आला. त्याचे बारावीचे वर्ष नुकतेच सुरू झाले होते. त्याचे आई-वडील दोघेही डॉक्टर. वडील न्यूरॉलॉजिस्ट, तर आई गायनॅकॉलॉजिस्ट. म्हणजे तसा तो उच्च-मध्यमवर्गात मोडणारा. आईबरोबर माझ्याकडे आला होता. आईच्या डोळ्यांत पाणी होते. चेहऱ्यावर खूप अजिजी होती. त्यांना शेखरची खूपच काळजी वाटत होती. शेखर नेहमीच मेरिटमध्ये येणारा मुलगा होता. दहावीत मेरिटमध्ये आलेला आणि बारावीतही येण्याची अपेक्षा असलेला. अगदी पुस्तकातला किडा होता तो! पण हल्ली अभ्यास अजिबात करेनासा झालेला होता.

माझ्याकडे आला तेव्हा पहिल्यांदा काहीच बोलत नव्हता. आई काय म्हणत होती, ते फक्त ऐकत होता आणि खूप अस्वस्थ होत होता. भिरभिरणारे डोळे, हाताच्या बोटांशी चाळे, खुर्चीवरून मागे-पुढे करणे, चेहऱ्यावर कावरे-बावरे भाव, बऱ्यापैकी वजन उतरलेला. या सगळ्यांमधून अस्वस्थता जाणवत होती. म्हणूनच माझ्याकडे बघून त्याने एक स्माइल दिले. जणू तो सांगत होता की, 'मला काहीही झालेलं नाही.' त्याची आई अशाच उद्विग्न अवस्थेत बाहेर गेली. मग शेखरच्या चेहऱ्यावरची अपराधी भावना आणखी वाढली. मी विचारले, "तू खूप अस्वस्थ दिसतो आहेस. आईने आत्ता जे तुझ्याबद्दल सांगितले, ते खरे आहे का?" तो म्हणाला, "हो, माझा खरेच अभ्यासच होत नाही. सारखा घाम येतो. घशाला कोरड पडते. परीक्षा म्हटले की, छातीत धडधडायला लागते. डोकेही दुखायला लागते. डोक्यात असंख्य विचार येतात. रात्री नीट झोप लागत नाही. भूकही नीट लागत नाही. मम्मी-डॅडी मला सर्वकाही पुरवतात. माझी स्टडीरूम वेगळी करून दिली आहे त्यांनी. कधीकधी उलटी होईल का, असे वाटते. हे असे का होते; माहीत नाही." मग मी थोडा वेळ जाऊ दिला. मग तो पुढे म्हणाला, "या वेळेला मी

मम्मी-डॅडींचा अपेक्षाभंगच करणार, असे वाटतेय.'' म्हणून तो रडू लागला. मी त्याला रडू दिले. शांत झाल्यावर तो पुढे म्हणाला, ''माझा अभ्यासाचा प्रश्नच नाहीये. मी आजपर्यंत नियमित अभ्यास करत आलेलो आहे. माझ्या मम्मीची इच्छा आहे, मी त्यांच्यासारखे डॉक्टर व्हावे. त्यांचीही अपेक्षा बरोबरच आहे; पण आजकाल खरेच कशातच लक्ष लागत नाही माझे! सारखे पुढचे विचार करून डोक्याला मुंग्या येतात माझ्या. आता हा आला तो सप्टेंबर महिना. केव्हा अभ्यास करणार मी? मुख्य म्हणजे, माझी रिव्हिजन केव्हा होणार? पुन्हा MH-CITची परीक्षा लगेच. आजकालची Cut Throat Competetion. कसे व्हायचे माझे? डोक्यात विचारांची गर्दीच गर्दी असते. मला भाऊ, बहीण कॉम्पिटिशनला नाही. घरात तसे फारसे कुणाचे येणे-जाणे नसते. कोणाशी बोलणार मी? आणि मुख्य म्हणजे, आजकाल खूप घाणेरडे विचार येतात माझ्या डोक्यात. सेक्सविषयीचे खूप विचार येतात. किती थांबवण्याचा प्रयत्न केला मी, पण थांबतच नाहीत. आणि काय हे? अभ्यासाचे दिवस! मला मेरिटमध्ये यायचेय. कसे होणार हो माझे?''

मी त्याच्या डोक्यात जो विचारांचा गोंधळ होता, त्यातील एकेका गोष्टींवर विश्लेषणात्मक चर्चा करायला सुरुवात केली. प्रथम मी त्याची जी शारीरिक लक्षणे आहेत, त्या विषयी विचारले. त्यानंतर मानसिक अस्वस्थतेमुळे काय काय परिणाम झाला आहे आणि होतो आहे, यावर चर्चा केली. तसेच लैंगिकतेविषयीची जी घृणा व अपराधी भावना होती, त्यावर बोलायला सांगितले आणि त्या विषयी त्याला सविस्तर माहिती दिली.

आई-वडिलांकडून असलेल्या खूप अपेक्षा, तसेच स्वत:कडूनही मेरिटमध्येच येण्याच्या अपेक्षा आणि आजकालचे स्पर्धात्मक युग, तसेच दिवस वाया चालल्याचे दु:ख, लैंगिकतेविषयीची अपराधी भावना या सर्व कारणांमुळे 'मानसिक अतिचिंता' (generalised anxiety disorder) या मानसिक आजाराला शेखर बळी पडला होता.

या आजाराची शारीरिक व मानसिक लक्षणे काय?

(Anxiety disorder) दोन प्रकारच्या लक्षणांवरून अति चिंतेचे निदान केले जाते.

१) शारीरिक लक्षणे – शारीरिक अस्वस्थता, छातीत धडधड होणे, हातापायांना घाम सुटणे, हातापायांची थरथर, डोके दुखणे किंवा ठरावीक भागातील स्नायू दुखणे, हातापायांची अस्वस्थ हालचाल, हाताच्या बोटांशी चाळा करणे, डोळे सतत भिरभिर फिरवणे.

२) मानसिक लक्षणे – कोणत्याही कामात धड लक्ष न लागणे, एकाग्रता कमी होणे, रात्री शांत झोप न लागता अस्वस्थता जाणवणे, सतत गोंधळलेली स्थिती, सतत भविष्याचे विचार करणे व त्याचा त्रास होणे, निर्णय घेण्याची क्षमता कमी होणे, सतत अनामिक भीती वाटणे.

ही सर्व लक्षणे सहा महिने ते एक वर्षापेक्षा जास्त काळ टिकली व त्याचा दैनंदिन जीवनावर परिणाम जाणवू लागला, तर त्याचे मानसिक आजारात रूपांतर झाले आहे, असे समजावे.

अशा वेळेस मनोविकारतज्ज्ञांना (Phsychiatrist) दाखवणे अतिशय गरजेचे आहे. या मानसिक आजारावर औषधोपचार होणे, हा या प्रक्रियेतील पहिला टप्पा आहे.

समुपदेशनाचा दुसरा टप्पा, म्हणजे निदान झाल्यावर मानसोपचारपद्धती वापरणे. यावर सर्वप्रथम JPMR (Jacobsan's Progressive Muscle Relaxation) म्हणजेच 'रिलॅक्सेशन'चे तंत्र वापरणे. यामागची कल्पना अशी की, सतत चिंता, काळजी, भीती यामुळे शरीरातील स्नायू आकुंचन पावतात. परिणामी, शरीरात एक प्रकारची अस्वस्थता येते. या JPMRमुळे शरीरातील सर्व स्नायू प्रथम आकुंचित केले जातात, नंतर प्रसारित केले जातात. या तंत्राचे रुग्णाला काही ठरावीक कालावधीकरिता प्रशिक्षण देऊन शरीरातील स्नायूंवर येणारा ताण आणि अस्वस्थता कमी केली जाते. त्यामुळे मनाची अस्वस्थता हळूहळू कमी होऊन एकाग्रता वाढायला मदत होते.

याचबरोबर विचारांचा गोंधळ कमी करण्यासाठी 'कॉग्निटिव्ह थेरपी' (Congnitive Therapy) वापरून त्याच्या विचारांना दिशा मिळवून देण्याचे तंत्र सांगितले जाते. तसेच 'रॅशनल इमोटिव्ह थेरपी' (विवेकनिष्ठ विचारपद्धती) वापरून त्याला स्वत:ची ओळख, स्वत:च्या क्षमतांची जाणीव, तसेच अपेक्षा व मागणी यातील फरक अशी तंत्रे वापरून सकारात्मक विचार व आत्मविश्वासाकडे न्यायला मदत केली जाते.

या अति चिंतेबरोबर औदासीन्यसुद्धा (Depression) ओघाने येतेच. त्यावरही उपचार केला जातो.

आजकालच्या जगात या आजाराला बळी पडलेले अनेक लोक आपल्याला पाहायला मिळतात. बदलत्या परिस्थितीमुळे समुपदेशन व मानसोपचार (Psychotheropy) उपलब्ध असताना त्याचा प्रभावीपणे उपयोग करून घेणे, हे आपल्या हातात निश्चितच आहे.

पौगंडावस्थेतील छिन्न विमनस्कता
(स्किझोफ्रेनिया - Schizophrenia) व समुपदेशन

माझ्याकडे एके दिवशी एक बाई आणि तिची सोळा वर्षांची कामिनी नावाची मुलगी, दोघी आल्या. मुलगी गप्प बसली होती, पण चेहऱ्यावर हास्य होते. मी बघेन तेव्हा छान स्माइल देत होती. आईने बोलायला सुरुवात केली. ''काय सांगायचं तुम्हाला, ही माझी चौथी मुलगी. आम्हाला चार मुलीच आहेत. त्यात ही सर्वांत लहान म्हणून हिच्या वडिलांची लाडकी. काय म्हणेल ते दिलं हिला. नववीत नापास झाली आहे. अभ्यास करते; पण काय करते, तिचं तिलाच ठाऊक. स्वत:शीच काहीतरी बडबड करत असते; मधूनच हसते. काही लोक तिला मारायला येताहेत, म्हणून घाबरून किंचाळते. आम्हालाही सारखी तेच सांगते. त्यांचे कट म्हणे हिला ऐकू येतात. आणि सारखी पायावर पाय घासते. म्हणते, माझ्या पायात सतत मुंग्या आहेत. त्या मला चावतील का असं वाटतं म्हणून सारखे पाय झटकते. सुरुवातीला मला खरंच वाटलं की, पायावर मुंग्या चढल्यात का, पण नाही. मला कळेचना; असं का म्हणते आहे ही? कळतच नाहीये हो काय होतंय हिला. आम्ही ते संत म्हणून आहेत त्या सायकिॲट्रिस्टना दाखवलं आहे. त्यांनी गोळ्या सुरू केल्या आहेत, पण हिची बरी होण्याची काही लक्षणं मला दिसत नाहीत.''

हे सर्व बोलत असताना तिचे पायावर पाय घासणे सुरूच होते. जेव्हा जेव्हा पाहिले तेव्हा माझ्याकडे बघून तेच स्माइल देत होती. आईच्या बोलण्याचा तिच्यावर काहीच परिणाम होत नव्हता.

आई पुढे सांगू लागली, ''काय चुकलं हो आमचं? काय तो तिला आजार झाला, तो बरा होईल ना हो? कारण आता थोडी मोठी झाली की, लग्नच करून टाकणार तिचं. काय वडलांनी लाड केलेत तिचे, तिला चढवून ठेवली म्हणूनच हे असले काहीतरी चाळे करते, असं वाटतं मला. सहा-सात महिन्यांपासून हे सुरू आहे. पाहा म्हणजे वर्षापूर्वी ही महाबळेश्वरला पिकनिकला गेली होती. शाळेची ट्रिप होती. तिथून जाऊन आल्यावर दुसऱ्या दिवशी अचानक बडबड करायला लागली खूप. मला खूप राग आला. मी ओरडले तिच्यावर, तर माझ्या अंगावर धावून आली आणि काहीतरी तोंडातल्या तोंडात पुटपुटायला लागली. चेहरा

वेगळाच होता तिचा. असेल काहीतरी घडलेलं म्हणून मी सोडून दिलं. दुसऱ्या दिवशी शाळेतपण गेली व्यवस्थित; पण तेव्हापासून हे अधून-मधून सुरूच. तिला कोणत्याही परिस्थितीत बरं करा हो! कितीपण काऊन्सेलिंगचे सेशन घ्या; पण तिला बरं करा. मध्ये तर पंधरा दिवस आजारीच होती. आतापण गेले पंधरा दिवस शाळेतच जाईनाशी झालीये. माझी काही अपेक्षा नाही तिच्याकडून ऐंशी-नव्वद टक्क्यांची; पण निदान पास तरी व्हायला पाहिजे ना! पुढलं दहावीचं वर्ष आलं तिचं. काय होणार आहे, कुणास ठाऊक! गाणं खूप छान म्हणते हो ती, म्हणून गाण्याच्या क्लासला घातली. पण आता दोन महिने झाले, जातच नाही तिकडेपण. काय करायचं? आता तुम्हीच सांगा!''

मी त्यांना म्हटलं, ''मला समजतंय की, तुम्ही कोणत्या मानसिक स्थितीतून जात आहात. तुम्ही ज्या सायकिॲट्रिस्टची ट्रीटमेंट तिला देत आहात, त्यांनी तुम्हाला हिच्या आजाराबद्दल सांगितलं आहे का?''

त्या म्हणाल्या, ''नाही. असं काही डिटेल नाही सांगितलं; पण स्किझोफ्रेनिया का काहीतरी, असं सांगितलं. म्हणाले, गोळ्या अजिबात चुकवू नका. महिन्यातून एकदा दाखवायला जातो हिला. पण त्यांनीच तुमचं नाव सुचवलं आणि सांगितलं, तुम्ही त्यांना जाऊन भेटा, म्हणून तुमच्याकडे आले.''

मी म्हटलं, ''बरं. त्यांनी जो आजार सांगितला आहे, त्याबद्दल काही माहिती दिली का? नसेल, तर मी तुम्हाला सविस्तर सांगणारच आहे.''

त्या म्हणाल्या, ''नाही, तसं काही त्यांनी सांगितलं नाही.''

मी म्हटलं, ''बरं, मी आता तुम्हाला या आजाराबद्दल सविस्तर सांगते.''

त्या म्हणाल्या, ''हिला भुताने वगैरे झपाटलंय, असं कोणीतरी म्हणत होतं, म्हणून हिला मांत्रिकाकडेसुद्धा नेऊन आणलं; पण काहीही उपयोग झाला नाही.''

मी म्हटलं, ''कसं होतं माहिती आहे का, आई-वडलांना आपल्या पाल्याविषयी अपार प्रेम असतं. आपलं मूल आजारी पडलं, तरी ते हवालदिल होतात. मग त्यातून जर मानसिक आजार असेल, तर त्या विषयीचा स्वीकारच मनामध्ये होत नाही. त्यामुळे आपल्या पाल्यामध्ये अशी काही असाधारण (abnormal) वर्तणूक घडली, तर त्याचा धक्का सहन होत नाही आणि पालक दुःखामध्ये (Grief) जातात. मग कोण काय उपाय सांगेल त्याप्रमाणे करतात. त्यांच्यामध्ये खूप अस्वस्थता येते. दुर्दैवाने काही मानसिक आजार असे आहेत, जे जन्मभर मागे लागतात. त्याची योग्य ट्रीटमेंट झाली नाही, तर त्याचा त्या रुग्णाला खूप त्रास होतो. तुमच्या कामिनीला असाच 'स्किझोफ्रेनिया' नावाचा मानसिक आजार झाला आहे. तिची जी वर्तणूक होते आहे, त्यात तिचा काहीच दोष नाही. ही आजारातून उद्भवलेली लक्षणं आहेत.''

लगेच त्या म्हणाल्या, ''मग यावर काही उपाय नाही आहे का हो? मला असं बघवत नाही तिच्याकडे. ती पूर्वीसारखी होणार नाही का हो?''

मी म्हटलं, ''मला कळतंय तुमचं दु:ख. आधी आपण समजावून घेऊ या की, हा आजार कामिनीला का झाला? मगच उपाय काय याबद्दल मी तुम्हाला सविस्तर सांगेन. हा आजार साधारणत: बारा ते पंचवीस या वयामध्ये होतो. मेंदूमध्ये 'डोपामाइन' नावाचे एन्झाइम असते. त्याची पातळी कमी होते व हे सर्व अचानक होते. याला ठोस कारण असे काहीच नाही; पण कधीकधी अति ताणामुळे किंवा मेंदूला सहन न होणाऱ्या प्रसंगामधून अशी परिस्थिती उद्‌भवू शकते. मग मेंदूत हा रासायनिक बदल झाल्यामुळे वर्तनामध्ये असाधारण लक्षणे दिसू लागतात. जसे –

१) आभास होणे (Hallucinations) – यामध्ये रुग्णाला प्रत्यक्ष काहीही घडत नसताना काही घडते आहे, असे भास होतात. तसेच कानात विविध आवाज ऐकू येणे, एका व्यक्तीचे किंवा अनेक व्यक्तींचे आवाज ऐकू येतात. त्याला प्रतिसाद म्हणून रुग्ण स्वत:शी बोलतात.

२) न बदलणारी ठाम मते (Beliefs) तयार होणे – विभ्रम (Delusions) – यामध्ये रुग्णात असा पक्का विश्वास तयार होतो की, आपल्याविरुद्ध काही लोक कट करत आहेत किंवा काही लोक आपल्याला मारणार आहेत किंवा खून करणार आहेत. असे वाटणे याला परसिक्युटरी डेल्युजन्स असे म्हणतात.

काही रुग्णांना इलेक्ट्रॉनिक उपकरणांद्वारे काही असे सिग्नल्स येतात की, ज्यामधून त्या रुग्णाचे विचार, भावना, कृती सर्वकाही नियंत्रित केले जाते. त्यालाच डेल्युजन ऑफ कंट्रोल असे म्हणतात.

काही रुग्णांना आपल्या आयुष्याची गोष्ट किंवा आपल्याविषयी टीव्हीवर किंवा रेडिओवर प्रक्षेपित केले जाते, असा ठाम विश्वास वाटून ते त्याप्रमाणे प्रतिसाद देतात किंवा कृती करतात. त्यालाच डेल्युजन ऑफ रेफरन्स असे म्हणतात. आपल्यामध्ये काही विशेष शक्ती (Special Power) आहे की, ज्यामुळे आपण एक प्रख्यात व्यक्तिमत्त्व आहोत, असा ठाम विश्वास काही रुग्णांमध्ये तयार होतो. उदा. नेपोलियन, स्पायडर मॅन किंवा येशू ख्रिस्त, इंदिरा गांधी वगैरे. त्यालाच ग्रँडिओर डेल्युजन्स असे म्हणतात. असे अनेक प्रकारचे डेल्युजन्स या रुग्णामध्ये दिसून येतात.

कामिनीला जे पायावर मुंग्या येतात असे वाटते किंवा दिसते, त्यालाच टॅक्टाईल हॅल्युसिनेशन असे म्हणतात.

३) असंबद्ध बोलणे (Disorganised Speech) –

विचारांची मालिका खंडित झाल्यामुळे (Thought Disorder) बोलण्याच्या शृंखलेत असंबद्धपणा येतो.

४) स्वतःच्या आरोग्याकडे व दैनंदिन स्वच्छतेकडे दुर्लक्ष करणे (Not maintaining personal hygeine) – त्यामध्ये रोजचे दात घासणे, अंघोळ करणे, स्वच्छता राखणे या गोष्टींकडे दुर्लक्ष केले जाते. यामागची जी स्व-प्रेरणा असते, तीच नष्ट होते.

अशी अनेक लक्षणे स्किझोफ्रेनियाच्या रुग्णांमध्ये दिसतात.

''आता यावर उपाय काय करावा, असा तुमचा प्रश्न आहे. तर सर्वांत आधी वरीलपैकी कोणतीही लक्षणे दिसल्यास मनोविकारतज्ज्ञला (Phsychiatrist) दाखवणं अत्यंत आवश्यक आहे. या लक्षणांवर गोळ्या, औषधे, इंजेक्शन्स यांचा उपचार घेणं आवश्यक असतं. डॉक्टर आजाराचं नीट निदान करून हे सर्व तर देतातच; पण काही वेळा ECT (Electro Convulsive Therapy) म्हणजेच प्रचलित भाषेत शॉक ट्रीटमेंट देतात; पण दुर्दैवाने आपल्याकडे याबद्दल बरेच समज-गैरसमज आहेत. खरं म्हणजे, ही अत्यंत प्रभावी उपचारपद्धती आहे; पण त्याचा धसका आपल्या हिंदी चित्रपटात दाखवलेल्या अवास्तवतेमुळे सामान्य जनतेने घेतला आहे. अतिरंजित दृश्यांमधून शॉक ट्रीटमेंट दाखवली जाते, हे अत्यंत चुकीचं आहे. वास्तविक पाहता ECT हा अर्ध्या सेकंदाच्या वर दिल्यास रुग्ण दगावू शकतो; पण चित्रपटात अति अवास्तवता दाखवली जाते. त्यावर विश्वास ठेवू नये. लक्षणांची तीव्रता पाहून, रुग्णाच्या नातेवाइकांची परवानगी घेऊनच मनोविकारतज्ज्ञ ही ट्रीटमेंट देतात. त्यानंतरचा भाग येतो तो समुपदेशनाचा व रुग्णाच्या पुनर्वसनाचा.

''समुपदेशनामध्ये रुग्णाच्या कुटुंबातल्या व्यक्तींना या आजाराबद्दल पूर्ण माहिती दिली जाते. तसंच दुःखद घटनेतून बाहेर पडण्यासाठी कुटुंबाचं समुपदेशन (Grief Counseling) केलं जातं. त्यानंतर रुग्ण जर लक्षणांपासून मुक्त झाला, तर त्याचं दैनंदिन जीवन सुरळीत चालण्यासाठी मदत केली जाते. तसंच पुनर्वसन केंद्राबाबत माहिती पुरवली जाते, जिथे रुग्णाचा सर्वतोपरी विकास होण्यासाठी मदत केली जाते.''

पौगंडावस्थेतील आत्महत्या व त्यामागील मानसिकता!

५ मुला-मुलींची वेगवेगळ्या गावांमध्ये गळफास लावून घेऊन आत्महत्या – ५ जानेवारी २०१० (वर्तमानपत्रातील बातमी)

एका दिवसात ६ मुला-मुलींची गळफास, विषारी औषध प्राशन करून आत्महत्या – ६ जानेवारी २०१० (वर्तमानपत्रातील बातमी)

''परीक्षेत मार्क्स कमी पडले म्हणून, नैराश्यातून, परीक्षेत २/३ वेळा नापास झाल्यामुळे, हव्या असलेल्या अभ्यासक्रमाला प्रवेश न मिळाल्याने अशी अनेक कारणे देऊन, आत्महत्येबाबत चिठ्ठी ठेवून या वयात येणाऱ्या मुला-मुलींनी आपली कायमची सुटका करून घेतली.''

१० जानेवारी २०१०

(या आत्महत्येमागील पोलिसांनी शोधून काढलेली कारणे.)

अशा धक्क्यांवर धक्के देणाऱ्या अनेक बातम्यांनी सर्वांचीच झोप उडवली आहे. जी कारणे दिलेली आहेत, ती तात्कालिक आहेत का खरी आहेत याची कारणमीमांसा करण्याची वेळ आली आहे. या मुलांची वयं काय, तर साधारण ८ वर्षे ते २२ वर्षे! म्हणजेच पौगंडावस्थेचा काळ!

आपण आत्तापर्यंत पाहिले की, या मुलांमध्ये कोणकोणते मानसिक आजार होतात; पण औदासीन्य म्हणजेच Depression या मुलांमध्ये कोठून निर्माण होते, ते हे आपण थोडक्यात बघू या!

आपण जे ताण-तणाव प्रकरण पाहिले, त्यात या मुलांची अनेक बदलांशी जुळवून घेताना तारेवरची कसरत होते, हे बघितले. काही मुले ती उत्तम प्रकारे हाताळतात व पुढे जातात. पण काही मुलांमध्ये स्वत:बद्दलची नकारात्मक भावना निर्माण होऊन त्यातून औदसीन्य म्हणजेच (Depression) या मानसिक आजाराला खतपाणी मिळावयास सुरुवात होते.

ही मुले अभ्यासाच्या किंवा इतर सर्व बाबतींत छोट्या-छोट्या आशा, अपेक्षा घेऊन जगतात. काय असते या मुलांचे विश्व? तर शाळा, कॉलेजमध्ये जायचे, लेक्चर्स अॅटेन्ड करायची, अभ्यास करायचा, परीक्षा द्यायच्या, नवनवीन गोष्टींची ओळख करून घ्यायची, शारीरिक आकर्षणामधून निर्माण होणाऱ्या नात्यांकडे म्हणजेच गर्लफ्रेंड/बॉयफ्रेंड (शारीरिक स्व-प्रतिमा प्रकरणात सांगितल्याप्रमाणे) याकडे कुतूहलाने पाहत त्याची मजा अनुभवायची, पैसे कमावण्याचे स्वप्न बाळगून त्यानुसार करिअर निवडण्याच्या मार्गाला लागायचे, भरपूर मित्र-मैत्रिणी जोडून त्यांच्याबरोबर टाइमपास करायचा, वेगवेगळे फॅड्स, रोज-रोज नवीन येणाऱ्या फॅशन्सचा आनंद घ्यायचा. पण हे सर्व परिस्थितीनुसार नाही करायला मिळाले, तर न्यूनगंडामध्ये जायचे. डिप्रेशनमध्ये जायचे आणि आयुष्यातला आनंद संपला आहे, अशा पद्धतीने वागायचे.

ही मुले छोट्या-छोट्या अपयशाचा बागुलबुवा करतात. मार्कांची प्रचंड स्पर्धा आणि त्यानुसार ठरणारी श्रेणी म्हणजेच शैक्षणिक बुद्धिमत्तेचे मोजमाप मानतात. त्यावरून शाळा-कॉलेजमध्ये शिक्षक, पालक, प्राध्यापकांकडून लावल्या जाणाऱ्या लेबल्सची भर! यातूनच ही मुले-मुली या नव्या गोष्टीकडे आकर्षित होत आहेत. ती म्हणजे, हे सर्व क्षणात संपवून टाकणे म्हणजेच स्वत:ची हत्या! म्हणजेच आत्महत्या!!!

पण ही जी स्वत:ची हत्या होते, तिला तात्कालिक कारण दिले जाते ते पेपर अवघड गेला, पालकांचे प्रेशर होते, नापास होण्याच्या भीतीने वगैरे वगैरे! पण ही हत्या भावनिक आवेगातून (impulse) न येता त्याचे नियोजन ५ ते ६ महिने सुरू असते. म्हणजेच, या सर्व मुलांच्या आत्महत्येच्या आधीचे ५-६ महिने तपासले, तर अशी अनेक कारणे सापडतील, ज्यामधून त्यांची आयुष्याबद्दलची नकारात्मकता वाढतच गेलेली दिसते आणि त्यातून त्यांना मृत्यूचे आकर्षण वाटायला लागते. सर्वेक्षणावरून असे लक्षात आले आहे की, सर्वांनाच जीवनाबद्दल आकर्षण असतेच, असे नाही. काहींना मृत्यूचेसुद्धा आकर्षण असू शकते.

योग्य वयात व वेळेत मार्गदर्शन न मिळणे, आयुष्य भरकटल्यासारखे वाटणे, परिस्थितीला रिअॅक्ट होणे, स्वत:मधील असमर्थतेची जाणीव होणे, आयुष्य थांबलेय असे वाटणे, भविष्यामध्ये अंधार दिसणे अशा कारणांमधून ही नकारात्मकता निर्माण होते. पालक-शिक्षक, मित्र-मैत्रिणी असे आजूबाजूचे लोक त्यात भर टाकतात. त्यातून सुरू होते, आयुष्य संपविण्याचे नियोजन (Planning). यामध्ये मुख्य विचार असा असतो की, आत्ताच, या वयात आपली ही परिस्थिती आहे आणि ताण असह्य होतो आहे, तर पुढे जाऊन जीवन जगणे अजूनच कठीण होऊन जाईल. त्यापेक्षा हे नैराश्याने, काळोखाने भरलेले जीवन आत्ताच संपवले, तर बरे होईल.

या सर्वाला पालकांनाच मुख्यत्वेकरून जबाबदार धरले जाते. पालक हवालदिल होतात. आपले नेमके काय चुकले याचा त्यांना उलगडाच होत नाही. सर्वच जण त्यांच्याकडे अपराध्यासारखे बघायला लागतात. यातूनच अशा मुलांचे पालक अपराधित्वाच्या (Guilt) भावनेत जातात, पण त्यांचे दु:ख खऱ्या अर्थाने कोणालाच समजत नाही. म्हणजे 'बैल गेला आणि झोपा केला' अशी त्यांची अवस्था होते.

या सर्वांमागे एक महत्त्वाचा मुद्दा आहे, जो विचारात घेणे गरजेचे आहे. तो म्हणजे पालकांचा या मुलांविषयीचा स्वीकार (Acceptance) नसणे; तसेच मुलांचाही पालकांविषयीचा विश्वास कमी होणे. आपण आत्तापर्यंत या पुस्तकात पाहिलेच आहे की, या मुलांमध्ये संप्रेरकांमुळे अनेक स्व-प्रतिमांमध्ये बदल घडायला सुरुवात होते. त्यातून ही मुले मुख्यत: हट्टी, उद्धट, विक्षिप्त, मूडी आणि नेहमीपेक्षा अचानक वेगळी वागायला सुरुवात करतात. मग त्यांचे अभ्यासावरचे लक्ष उडायला सुरुवात होते. शारीरिक आकर्षणातून बाहेर प्रेम मिळवण्याचा प्रयत्न व त्यातून आलेले अपेक्षाभंग आणि पालकांचा या गोष्टीकडे बघण्याचा दूषित दृष्टिकोन त्यामुळे ही मुले बिथरतात. पालक ओघानेच या सर्व प्रकाराकडे वेगळ्या दृष्टिकोनातून बघायला सुरुवात करतात. चारचौघांत मुलांचा अपमान करणे, इतर मुलांशी तुलना करणे, त्यांनी सुधारावे म्हणून सल्ले/उपदेश व सूचना देणे, आदर्श व्यक्तींची किंवा स्वत:ची आदर्श उदाहरणे देऊन मुलांचे अस्तित्व नाकारणे, मार्कांची अपेक्षा वाढणे, मुलांवर बंधने टाकणे, लेबल्स लावणे, चारचौघांत त्यांच्या अकलेची टिंगल करणे अशा अनेक गोष्टी पालकांकडून नकळतपणे केल्या जातात. त्यामागे मुलांबद्दलची काळजी, प्रेमच असते; पण मुलांकडून त्या वेगळ्या प्रकारे घेतल्या जातात. त्यामुळे मुलांच्या मनात आई-वडिलांविषयी थोडा राग, कटुता, अविश्वास निर्माण व्हायला सुरुवात होते. यातून जास्तच हट्टीपणा करणे, आई-वडिलांना आपण ओझे आहोत, आपण त्यांची अपेक्षा पूर्ण करू शकत नाही याची लाज वाटणे, त्यांना आपण आवडतच नाही असे वाटणे, आपले म्हणणे कोणीच ऐकून घेत नाही, असा फील येणे आणि महत्त्वाचे म्हणजे आपल्याला कोणीच समजावून घेत नाही असा गैरसमज होणे. यातून खूप एकटेपणा, एकाकीपणाचा फील येणे. आपल्याला काहीच नीट जमत नाही आणि चुकाच होतात यावर विश्वास बसून ती आत्मविश्वास गमावतात. तसेच मूल नको असताना जन्माला आले असेल, तर स्वत:च्या जन्माविषयी तिरस्कार वाटणे, हे सर्व विचार-भावनांचे दुष्टचक्र सुरू होऊन त्याच्या मनात आयुष्याबद्दल अनास्था निर्माण होते आणि त्याचा परिणाम म्हणून Depression सुरू होते. पर्यायाने सुरू होते आयुष्य संपवण्याचे प्लॅनिंग!

मुलांना आलेल्या Depressionकडे दुर्लक्ष करून पालक स्वत:च्या चिंतेतून

मुलांवर अपेक्षांचे ओझे लादायला सुरुवात करतात. कधी खालावलेल्या आर्थिक परिस्थितीचा धाक दाखवून, कधी नोकरी मिळवण्यासाठी कराव्या लागणाऱ्या संघर्षाचा धाक दाखवून, तसेच अभ्यास व मार्क्स मिळवले नाहीत, तर मनाजोगत्या अभ्यासक्रमाला आणि कॉलेजला ॲडमिशन न मिळण्याचा धाक दाखवून या मुलांवर अंमल ठेवण्याचा प्रयत्न करतात. हे करण्यामागे पालकांचा विचार असतो की, आपला मुलगा/मुलगी सुधारेल आणि चांगला अभ्यास करून त्याला/तिला चांगले मार्क्स पडतील. काही मुले पालकांच्या प्रभावाखाली येऊन स्वत:वर ओझे लादून घेतात आणि छोट्याशा अपयशानेसुद्धा खचून जातात.

आई-वडिलांना धडा शिकवावा या हेतूने किंवा मृत्यू आल्यावर सर्व प्रश्न सुटतात, या विचारांमधून किंवा मुळातच मृत्यूच्या आकर्षणातून या मुलांकडून आत्महत्या घडतात.

या आत्महत्यांचे काय प्रकार असतात ते आपण पाहू.

आत्महत्या –

१ पूर्ण केलेली आत्महत्या (Completed Suicide)

२ फसलेली आत्महत्या (Attempted Suicide)

३ आत्महत्येचा आभास (Para Suicide)

४ आत्महत्येचे विचार (Suicidal Thoughts)

१. पूर्ण केलेली आत्महत्या (Completed Suicide) : ज्या आत्महत्यांमधून मृत्यू येतो, त्यांना पूर्ण केलेली आत्महत्या असे म्हणतात. यामध्ये आयुष्य संपवण्याचाच हेतू असतो. वर चर्चा केलेल्या Depression या मानसिक आजारातून, तसेच मृत्यूच्या आकर्षणातून या आत्महत्या घडतात. अशा व्यक्तींनी आत्महत्येचा विचार कधीतरी गांभीर्याने बोलून दाखवलेला असतो किंवा अशा व्यक्ती अचानकपणे खूप आनंदी वागायला सुरुवात करतात. त्यातून आजूबाजूच्या लोकांना इशारे न देता पूर्ण तयारीनिशी आत्महत्येचे प्लॅनिंग करतात आणि त्यात यशस्वी होतात.

या प्रकारामध्ये ज्या पद्धतीचा अवलंब केलेला असतो, तो केल्यानंतर जगण्याच्या ओढीने त्यांना केलेल्या कृत्याचा पश्चात्ताप अचानक होऊ शकतो; पण मृत्यू अटळ असतो. असा विचार जर गांभीर्याने बोलून दाखवला असेल, तर त्याची दखल घेणे अत्यंत गरजेचे असते आणि त्यामुळे अशा प्रकारच्या आत्महत्यांना रोखणे काही प्रमाणात शक्य होते. म्हणूनच पालकांनी आणि मुलांनी समुपदेशकाची मदत घेणे अत्यंत गरजेचे आहे.

२. फसलेली आत्महत्या (Attempted Suicide) : या प्रकारामध्ये मृत्यू नेमका कशाने येऊ शकतो याची पूर्ण कल्पना नसल्यामुळे किंवा अर्धवट

माहितीद्वारे आत्महत्येचा प्रयत्न केल्यामुळे किंवा भावनिक आवेगात (Impulse) प्रयत्न केल्यामुळे या प्रकारच्या आत्महत्या फसू शकतात आणि ताबडतोब मदत मिळाल्यामुळे जीव वाचून ते पुन्हा नव्याने आयुष्य जगायला सुरुवात करतात. अशा व्यक्तींना जीव वाचल्यामुळे खूप अपराधीपणाची आणि शरमेची भावना येते किंवा हतबलता येते. काही वेळेस जीव वाचला याबद्दल कृतज्ञताही वाटते. मुले एकतर नव्याने आयुष्य जगायला सुरुवात करतात किंवा परत या मार्गाला जाऊ शकतात.

३. आत्महत्येचा आभास (Para Suicide) : या प्रकारामध्ये मरण्याचा कोणताही हेतू नसतो. फक्त इतरांना धाक बसावा म्हणून, ब्लॅकमेलिंग म्हणून, तसेच लक्ष वेधून घेण्यासाठी सर्वांसमोर काही ठरावीक पद्धतीने फक्त शरीराला थोडी इजा होईल, पण मरण येणार नाही याची काळजी घेऊन आत्महत्येच्या प्रयत्नाचा आभास निर्माण केला जातो. कधीकधी मनगटाची नस ब्लेडने वरच्यावर कापून, झोपेच्या थोड्या गोळ्या घेऊन, कमकुवत गळफास लावून, खूप थोड्या उंचीवरून उडी मारण्याचा प्रयत्न करून, तसेच गाडी सुसाट वेगात चालवून इतरांना जरब बसवली जाते; पण खऱ्या अर्थाने ही मुले मनातून मृत्यूला अत्यंत घाबरत असतात. मुले असे काही जर करत असतील, तर त्यांना वेगळ्या पद्धतीने हाताळणे आवश्यक आहे.

४. आत्महत्येचा फक्त विचार (Suicidal Thoughts) : या प्रकारामध्ये परिस्थितीवर प्रतिक्रिया म्हणून किंवा तात्पुरते नैराश्य आले असल्यास किंवा नैराश्याच्या भावनेला वाट करून देण्यासाठी म्हणून मनामध्ये आत्महत्येचे विचार तरळून जातात; बोलले पण जातात. पण त्यामागे काही कृती करण्याचा किंवा मरण्याचा मुळीच हेतू नसतो. अशी मुले ''मला मरावेसे वाटते, पण माझ्या अंगात हिंमत नाही. मी तसे काहीच करू शकणार नाही.'' असे बोलून दाखवतात. अशा वेळेस त्यांचा हा विचार गांभीर्याने घेण्याची गरज नाही. फक्त त्यामागे त्या मुलांचे काय भावविश्व आहे, हे समजावून घेण्याची गरज आहे.

सामाजिक स्व–प्रतिमा

मंदारची गोष्ट व स्व-संघर्ष

तीस वर्षांचा मंदार माझ्याकडे आला. चेहऱ्यावरून बराचसा गोंधळलेला, बोलण्यात आत्मविश्वासाचा अभाव. खरं म्हणजे पत्रकार म्हणून नोकरी करत असलेला, तरीही आयुष्यात सर्वकाही चाचपून बघत-बघत पुढे चाललेला. आल्यानंतर मला म्हणाला, ''माझ्याकडे तुम्हाला सांगण्यासारखं काहीच नाही खरं म्हणजे; पण तरी कुठेतरी काहीतरी चुकतंय बहुतेक, असं वाटतं, म्हणून आपलं काउन्सेलिंग करून घ्यावं.'' मग त्याने असंच सांगायला सुरुवात केली. ''मी साधारण आठवीत असताना एक-दोन प्रसंग घडले. साधारण पंधरा-सोळा वर्षांपूर्वीच्या घटना आहेत. मला त्या वेळेस पैसे खर्च करण्याची हुक्की यायची; पण घरातून कधीच पैसे मिळत नव्हते. अगदी चार-आठ आणेसुद्धा नाहीत. मग शाळेत वर्गात माझा एक मित्र होता. त्याच्याकडे भरपूर पैसे असायचे, म्हणजे दहा रुपये, पन्नास रुपये त्याचा तो आम्हाला खाऊ आणायचा आणि एकदा मला त्याने नोटबुक घेऊन दिली. मला खूपच आनंद झाला. खाऊ खातानापण खूप मजा यायची. एकदा काय झालं, अचानक एक दिवस त्याने मला सांगितलं, ''मी घरातून पैसे चोरतो आणि तुम्हाला खाऊ देतो.'' त्याचा मला खूप धक्का बसला. कारण मी समजत होतो की, त्याला घरातून पैसे मिळतात. मग मला कळेचना की, तो चुकला का त्याचं बरोबर होतं?

''आणखी एक प्रसंग घडला. माझे वडील डॉक्टर आहेत आणि शाळेसमोरच आमचा मोठा बंगला होता, पण माझ्या वडलांचं फार उत्पन्न नसल्यामुळे ते आम्हा तीन भावंडांना जेमतेम पोसू शकायचे; हे आत्ता कळतंय म्हणा, पण त्या वेळेस कळत नव्हतं. आमचा शाळेत चित्रकलेचा तास असायचा. मग ओघाने रंगपेटी स्वत:ची आणणं अपरिहार्य होतं आणि त्या वेळी रंगपेटीची किंमत होती फक्त दोन रुपये! मला रंगपेटी हवी होती म्हणून मी वडलांना सांगितलं, तर त्यांनी साफ नकार दिला. शाळेमध्ये चित्रकलेचे नवीन सर आले होते. ते पहिल्यांदा वर्गात आले आणि पहिल्याच तासाला त्यांनी सर्वांना जिंकलं. त्यामध्ये त्यांनी असे सांगितलं की, जी मुलं गरीब आहेत आणि काही शालेय साहित्य आणण्यासाठी त्यांच्याकडे पैसे नसतील, तर मी त्यांना जरूर मदत करणार आहे. मग मला एकदम वाटलं की, रंगपेटीसाठी या सरांकडून पैसे घ्यावेत. मी पुढे जाऊन सरांना पैसे देण्याबाबत

सांगितलं आणि ते सांगताना मला काहीच वावगं वाटलं नाही. मग त्यांनी मला माझे आई-वडील काय करतात, असं विचारलं. मी बिनधास्त सांगितलं की, शाळेसमोरचा बंगला आहे, तो आमचाच आहे. तरी त्या सरांनी मला पाच रुपये दिले. मला खूप आनंद झाला. संध्याकाळी मी हा प्रकार घरी सांगितला, तेव्हा आईला काहीच वाटलं नाही. मी जाऊन रंगपेटी आणली. दुसऱ्या दिवशी मला मुख्याध्यापकांनी त्यांच्या केबिनमध्ये बोलावलं आणि थोडंसं झापल्यासारखं केलं. मला कळलंच नाही की, माझं काय चुकलं? त्यानंतर एका बाईंनी दुसऱ्या दिवशी मला तासभर सर्व वर्गासमोर मारलं आणि त्या म्हणत होत्या, "तुझ्या बापाची इस्टेट वाया चालली आहे का? पैसे मागायला लाज वाटली नाही का?" खरं म्हणजे, मी अभ्यास केला नाही म्हणून त्यांनी मला उभं केलं होतं; पण मारलं वेगळ्याच कारणाकरिता! तेव्हा मला तो नक्की अपमान वाटला. पण असं का झालं, ते कळलंच नाही. पण या सगळ्याचा अर्थ थोडा मोठा झाल्यानंतर कळला.

"तिसरा प्रसंग – नववीमध्ये माझी शाळा बदलली. मग नवीन मित्र. वर्गामध्ये मुलींची संख्याही बऱ्यापैकी होती. शाळा नावाजलेली. मी जरा बुजलो. माझं स्वागत चांगलं केलं सगळ्या वर्गाने. मग दुसऱ्या दिवसापासून मुलींशी बोलणं सुरू झालं. म्हणजे मुलींनी माझ्याशी बिनधास्त बोलायला सुरुवात केली. छान वाटलं! पण जरा वेगळं वाटलं. खूप लाज वाटायची सुरुवातीला. मग असं लक्षात आलं की, आमच्या वर्गातली एक मुलगी माझ्या घराजवळच राहते. एका संध्याकाळी सहज म्हणून मी तिच्या घरी गेलो, तर तिला इतका धक्का बसलेला दिसला आणि ती घाबरलीपण होती थोडीशी, पण 'तरी घरात ये' म्हणाली. मी आत गेलो, बसलो, गप्पा मारल्या आणि थोड्या वेळाने निघून आलो. दुसऱ्या दिवशी ती वर्गात आली नसल्याचं माझ्या लक्षात आलं. मग मी विचारलं, तर मला तिच्या मैत्रिणींनी सांगितलं की, आदल्या दिवशी तिला तिच्या वडिलांनी खूप मारलं होतं आणि आता आठ-दहा दिवस ती शाळेत येणार नव्हती. मी खूप अस्वस्थ झालो. मग आठ-दहा दिवसांनी ती शाळेत आली. त्या वेळेस गप्प-गप्प होती, कोमेजली होती. मी बोलायला गेलो, तर प्रचंड घाबरली आणि दूर पळून गेली. मग तिच्या मैत्रिणीने मला सांगितलं की, तू घरी गेला होतास ना तिच्या, तर तिच्या वडलांनी तिच्यावर वेगळाच संशय घेतला आणि खूप मारलं. मला कळेचना परत की, माझं आणि तिचं काय चुकलं? मी घरी गेलो, ही चूक घडली का? मला कळतच नव्हतं. आणि त्याची शिक्षा तिला का झाली? त्यामुळे वर्गात मुलींनी माझ्यावर बहिष्कार टाकला. त्याचा माझ्या प्रतिमेला धक्का बसला असावा, असं वाटतं.

"चौथा प्रसंग असा घडला की, मला खूप नवनवीन गोष्टी बघण्याची, करण्याची आवड होती. म्हणजे वर्गात मागे बसून शिक्षकांची चित्रं काढायची सवय

माझ्या एका मित्राला होती. मी त्याच्याजवळ जाऊन बसायचो. हा असा का करतो, हे शोधायचा प्रयत्न करायचो! दुसरा उद्योग म्हणजे, आम्ही गल्लीतले चार-पाच मित्र चक्क उकिरडे फुंकायला जायचो. म्हणजे उकिरड्यावर जायचं आणि वेगळं काही दिसतं का ते पाहायचं. उगीचच थ्रिल वाटायचं. वर्गातली मुलं काही वेळेस प्लेबॉयसारखी यलो मॅगझिन्स आणायची. तीही बघण्यात थ्रिल वाटायचं. आम्ही त्याची चोरून-चोरून चर्चा करायचो. हे सर्व करण्यामधून आपल्याला जगाचं ज्ञान हवं, असं वाटायचं. नाहीतर आपली सामाजिक प्रतिमा चांगली राहणार नाही, असं वाटायचं. कारण या सगळ्याची वर्गात, घरात, गल्लीत चर्चा व्हायची. त्यामुळे छान वाटायचं. एक दिवस एक-दोन मित्रांनी सिगारेट ओढण्याचा प्रस्ताव माझ्यासमोर ठेवला. मला जरा भीती वाटली, कारण तोही उद्योग एकदाच केला होता आणि घरात बेदम मार खाल्ला होता. तरी परत एकदा करावं, पण चोरून करावं, असं वाटलं. मग आम्ही दोघा-तिघांनी त्याचं फुल प्लॅनिंग केलं की सिगारेट कुठे विकत घ्यायची? कुठे ओढायची? कारण मनात सारखी धाकधूक की, सिगारेट घेताना कुणी पकडलं तर? ओढताना कुणी बघितलं तर? विशेषत: वर्गातल्या मुलींनी बघितलं, तर मवाली म्हणतील म्हणून भीती वाटत होती; पण मनात वाटत होतं की, का नाही ओढून बघायची सिगारेट? इतके जण ओढतात. त्यामुळे मग आम्ही तिघं चोरून एका बागेत गेलो. तिथे जवळच एक पानाचं दुकान होतं. तिथून तीनच सिगारेटी घेतल्या. मग लक्षात आलं, माचिस हवी. मग ती विकत घेतली आणि बागेत आडोसा शोधायला लागलो. बराच वेळ आडोसा सापडेचना. इतका वैतागलो! असं वाटलं, काढावी सिगारेट आणि ओढावी; पण कोण बघेल काय, हीच भीती आणि मार पडेल काय, ही भीती. मग शेवटी एक झाड सापडलं. मी प्रथम सिगारेट पेटवली आणि मस्त झुरका मारला. खूप खोकला आला, पण मस्त वाटलं. असं वाटलं, वा! आपण हेही करून बघितलं; पण कुठूनतरी बाबांच्या मित्रांनी ते बघितलं आणि घरी आल्यावर बेदम चोप बसला. परत असं वाटलं की, आपलं काय चुकलं बरं? सिगारेट ओढली, हे चुकलं? का ओढताना कोणी बघितलं, ही चूक झाली? कळतच नव्हतं. आज मी अजिबात सिगारेट ओढत नाही; पण त्या वेळचं थ्रिल वेगळं होतं.

‘‘आता माझ्या आयुष्यात तसा काहीच प्रॉब्लेम नाही. अजून माझं लग्न व्हायचंय. आता नोकरीमध्येसुद्धा फारसा प्रॉब्लेम नाही; पण काही वेळेस जे मी करतो ते बरोबर असतं का, अशी शंका माझ्या मनात उगीचच सारखी येत असते. म्हणजे जे मी चार प्रसंग सांगितले तेव्हापासून सारखं चूक की बरोबर, अशी शंका येत असते. ती का येते, हेच कळत नाही. आजपर्यंत मी जे काही केलेलं आहे, ते माझ्याच हिमतीवर केलं आहे. आई-वडलांशी माझे संबंध छान आहेत. भावाशी

थोडे खटके उडतात; पण ठीक आहे. आणि माझे आत्ताचे काही मित्र, माझे काही चुलत-मामेभाऊ यांना माझ्याविषयी विश्वास वाटतो; ते माझ्याकडे येतात. त्यांचे प्रॉब्लेम्स सॉल्व्ह होतात. पण तरी सतत मनात शंका येत असते की, आपण करतो ते नेमकं काय करतो? सतत लोकांचे विचार डोक्यात येतात. मी असं केलं, तर लोक काय म्हणतील; मी अमुकतमुक केलं तर लोक काय म्हणतील, असा विचार येतो. त्यामुळे एक प्रकारे माझी जी प्रतिमा आहे, तिच्याशी माझा संघर्षच सुरू आहे म्हणा ना! माझ्या मनात नकारात्मक विचार येतात आणि कधीकधी वाटतं, आपण तर आजपर्यंत बरोबरच वागत आलोय. तुमच्याबरोबर चर्चा करता-करता माझ्या असं लक्षात आलंय की, मी फारसाकाही चुकलेलो नाही; पण कुठेतरी हे सर्व बोलण्याची माझी गरज होती. हा माझ्याबरोबरचा जो संघर्ष आहे, तो माझ्या कुमार वयापासून सुरू आहे; पण आता मला माझ्यातला 'मी' सापडला आहे, असं वाटतंय.''

तर त्याला 'तो स्वत:' सापडलाय म्हणजे नेमकं काय झालं, ते पाहू –

आपण या स्व-संघर्षातून स्वत:ची आदर्श प्रतिमा (Ideal Image of Self) बनवण्यास सुरुवात करतो. म्हणजे काय? तर साधारण दहा वर्षांपर्यंत आपला खराखुरा स्व (real self) जपला जातो. म्हणजे दहा वर्षांपर्यंतची मुलं आपल्या मनात येईल तशी वागतात. त्यांच्यामध्ये खूप निरागसता असते. मोठ्यांशी वागताना किंवा कोणत्याही प्रसंगामध्ये स्वत:ला वाटत असतं तशीच ती वागतात. मग त्यामध्ये चुकासुद्धा बिनधास्तपणे करतात. मोठे किती ओरडले, त्यांनी मारलं तरी पटकन विसरून जातात आणि परत तीच निरागसता त्यांच्यामध्ये दिसते; पण जसजसं मूल कुमार वयात प्रवेश करतं तसतसं त्याला आजूबाजूच्या जगाचं भान यायला सुरुवात होते. त्याच्या सामाजिक जाणिवा जागृत व्हायला सुरुवात होते. मग ही मुलं ज्या चुका करतात किंवा काही वेळा गोंधळल्यासारखी वागतात, त्याचं एक कारण म्हणजे पालकांनी किंवा शिक्षकांनी त्यांच्या चुकीची जाणीव करून देणं किंवा दोषारोप करणं, टीका करणं, ओरडणं. अशा अनेक मार्गांतून त्यांच्यातल्या निरागसतेला आव्हान दिलं जातं आणि मग खऱ्याखुऱ्या स्वप्रमाणे न वागता एक आदर्शाकडे वाटचाल करणारा 'स्व' समोर यायला सुरुवात होते. उदा. मंदारच्या उदाहरणात जेव्हा तो मैत्रिणीच्या घरी जातो तेव्हा खराखुरा स्व घेऊनच गेलेला असतो; पण त्यावर वेगळीच प्रतिक्रिया आल्यामुळे आदर्श वागलं पाहिजे, असं त्याला वाटायला लागतं आणि त्यातूनच समाजात वावरण्यासाठी अशी 'स्व'ची प्रतिमा व्हायला सुरुवात होते. मग मला काय वाटतं यापेक्षा इतर लोकांना काय वाटतं याचा अति विचार सुरू होतो आणि मग एक आदर्श मी (ideal self) ची प्रतिमा तयार व्हायला सुरुवात होते. मग जाणवायला लागतो ताण. मला असं वागायचं आहे, पण इतरांना ते आवडत नाही म्हणून मग

नेमकं माझ्या मनासारखं वागायचं की इतरांच्या, हा खरा स्व-संघर्षाचा मुद्दा उपस्थित होतो. मंदारच्या उदाहरणात सिगारेटचं उदाहरण हे याचंच स्पष्टीकरण देतं. मग अशीच 'स्व'ची आदर्श प्रतिमा बनवता-बनवता खराखुरा 'स्व' कधी हरवतो, तेच कळत नाही. म्हणून मंदारच्या उदाहरणात आपण पाहिलं की, चर्चेतून त्याला त्याचा 'मी' सापडतो. म्हणजेच खऱ्याखुऱ्या 'स्व'ला धरून राहणं आवश्यक आहे.

तर मुलांनो, कुमार वयात स्वत:बद्दल शंका यायला सुरुवात होते. बरोबर का चूक, अशी शंका मनात येत असते; पण नवनवीन प्रयोग करण्याची, नवनवीन शिकण्याचीही खुमखुमी असते. आपल्याला मोठ्यांच्या गप्पांत सामील करून घेतलं जावं, असं वाटत असतं. पण 'तू अजून लहान आहेस' असं हिणवलं जातं. तेव्हा मग आपलं नेमकं स्थान काय, अशी शंका यायला लागते. आपण या समाजाचे एक घटक आहोत, असंही वाटायला लागतं. त्याचबरोबर आपण स्वत: काय आहोत, याची सतत अपघाताने डिस्कव्हरी होत असते. मग सुरू होतो एक संघर्ष! अनेक प्रसंग घडतात. शाळेत, कॉलेजमध्ये, घरामध्ये, नातेवाइकांमध्ये, मित्रांमध्ये आपलं एक स्थान निर्माण होतं आहे, अशी जाणीव व्हायला लागते; पण बऱ्याचदा अपमानही सहन करावा लागतो. मग मोठ्यांचे आणि आपले विचार का जुळत नाहीत, हेच समजत नाही. अपमानातून अनेकदा मोठ्यांना धडाच शिकवावा, असाही विचार येतो; पण त्याचबरोबर त्यामुळे आपल्या प्रतिमेला धक्का बसेल काय, हीही भीती मनामध्ये असते. त्यामुळे या शंकांमधून एक ब्लॅक अँड व्हाइट चित्र मनात उभं राहत असतं आणि त्यातूनच योग्य मूल्यशिक्षणाने आणि योग्य मार्गदर्शनाने आपलं व्यक्तिमत्त्व व्यवस्थित फुलायला मदत होते. त्यामुळे अशा स्व-संघर्षामध्ये कोणाचंतरी मार्गदर्शन घेणं अत्यंत आवश्यक आहे. त्यातून वर्तनात्मक बदल होऊन आपली सामाजिक प्रतिमा ठीकठाक करण्यामध्ये फारशी अडचण येत नाही.

अहंगंड-न्यूनगंड

"ही माझी मुलगी पल्लवी. बारावीला आहे. अहो, तिचं काय चाललंय, तेच कळत नाही. सायन्समध्ये आणि मॅथ्समध्ये ती हुशार आहे, पण त्या विषयांचा जास्त अभ्यास करायला पाहिजे ना! तो ती करतच नाही. तिला वाटतं, किती अभ्यास करायचा अजून? तिला मी अभ्यासाचे खूप वेगवेगळे मार्ग सांगते, पण ती करतच नाही. तिला कॉन्फिडन्सच नाहीये. तिला आम्ही सर्व सुविधा दिल्या आहेत, देत आहोत. ती काय मागेल ते देतो, पण तिला कशाचंच काही नाही. कळतच नाहीये तिला करिअरचं महत्त्व! आजकाल लक्ष नसतं तिचं कशातच. नुसतं काहीतरी करत बसायचं आणि जरा काही बोलायला गेलं की रडायचं. नाहीतर बसायचं घुम्यासारखं. नववीपर्यंत खूप छान मार्क्स पडायचे हिला, पण नववीपासून गडबडलंच आहे काहीतरी. नुसता अभ्यासच नाही, तर घरातली कामंसुद्धा हिला धड जमत नाहीत. सारखं 'मला हे जमत नाही, मला ते येत नाही. माझं सारखं चुकतंच, मला सुधारताच येत नाही' याचाच पाढा. आम्ही तिला किती समजावून सांगत असतो की, कसा अभ्यास करायचा, कसं कॉन्फिडन्टली राहायचं, बोलायचं, पण काहीच फरक नाही. वेंधळ्यासारखी वागत राहते. कसली भीती आहे हिला एवढी, ते कळतच नाही. कपडेसुद्धा कितीतरी प्रकारचे आहेत. पण 'हा ड्रेस मला चांगला दिसत नाही, त्या ड्रेसचा

कलर शोभून दिसत नाही, मला सारखं सगळे बोलतात, नावं ठेवतात.' असं आणि असंच सारखं बोलणं सुरू असतं तिचं. मला तर काळजीच वाटायला लागली आहे हिची! हिचं पुढं कसं व्हायचं? सांगा तुम्हीच हिला जरा समजावून की, या जगात कसं वागायचं, कसं बोलायचं, कसं राहायचं ते. तिचं कॉन्सन्ट्रेशनपण वाढायला हवं.''

पल्लवीची आई एवढा वेळ असंच बोलत होती आणि पल्लवी मान खाली घालून ऐकत होती. चेहऱ्यावर आपण केवढ्या मोठ्या चुका करतो अन् आपलं आता काही खरं नाही, असे भाव होते. आई बऱ्यापैकी आक्रमक (agressive) होती आणि वडीलपण असावेत, असा आईच्या बोलण्यावरून अंदाज येत होता. त्यांच्या बोलण्यावरून असं वाटत होतं की, त्यांनी पल्लवीला खूपकाही देऊ केलं होतं आणि त्या बदल्यात अपेक्षांची भली मोठी यादी तिच्याच माथ्यावर मारली होती. त्या अपेक्षांमध्ये पल्लवीने असंच वागलं पाहिजे, छान मार्क्स पडलेच पाहिजेत, छान राहिलंच पाहिजे, चटपटीतपणे सगळं काम केलंच पाहिजे, सर्वकाही कॉन्फिडन्टली केलं पाहिजे, सगळ्यांनी नाव काढलं पाहिजे असं तिने वागलं पाहिजे, अशी भली मोठी लिस्ट पल्लवीसमोर होती. पण पल्लवी जे करत, वागत होती; त्याबद्दलचे समाधान नव्हते. तिच्या चुकांवर बोट ठेवून तिच्या आत्मविश्वासाला कुठेतरी तडा जाईल, अशा पद्धतीने पालकांचे वर्तन होत होते. त्यामुळे आपण बिनकामाच्या, बिनमहत्त्वाच्या, अनाकर्षक, मंद, काहीच न जमणाऱ्या आहोत; असा नकारात्मक समज तिच्या मनात हळूहळू पक्का झालेला होता.

आई-वडिलांच्या आक्रमक आणि आग्रही स्वभावापुढे पल्लवीचं अगदीच पडवळ झालेलं दिसत होतं. त्यामुळे कुठल्याही प्रकारचा आत्मविश्वास, उत्साह पल्लवीच्या देहबोलीमध्ये दिसत नव्हता. चेहऱ्यावरही एक प्रकारचा न्यूनत्वाचा भाव होता. माझं सगळंच जीणं फोल आहे, मी का जगते आहे असे भाव तिच्या चेहऱ्यावर दिसत होते. आईच्या बोलण्यातून वडलांचा थोडा कडक स्वभाव आणि तिरकस बोलण्याची पल्लवीला भीती होती, असं लक्षात येत होतं.

मी तिच्या आईला बाहेर बसायला सांगून पल्लवीशी बोलायला सुरुवात केली तेव्हा सुरुवातीला ती गप्पच होती. आपल्या सगळ्या चुका कबूल करत होती. मध्येच तोंडात पुटपुटत होती. मी तिचं ते स्वरूप पूर्णत: स्वीकारून तिच्या भावना शब्दांत मांडायला सुरुवात केली. त्याबरोबर ती एकदम रडायला लागली. तिच्या बोलण्यावरून एकंदर असं लक्षात आलं की, घरातल्या वातावरणामुळे तिचं व्यक्तिमत्त्व कोमेजून गेलेलं होतं आणि शाळा-कॉलेज, मित्र-मैत्रिणी आणि नातेवाइकांकडून तिला सतत टोमणे झेलावे लागले होते. घरामधून सतत अपेक्षा असल्यामुळे त्या पूर्ण करणं तिला अशक्य वाटू लागलं होतं. त्यामुळे आपण खरंच फालतू आहोत, दिसायला छान नाही आहोत, आपल्याला काहीच जमत नाही, असा न्यूनत्वाचा गंड

तयार तिच्या मानात तयार झालेला होता. तिचा सेल्फ एस्टीम खूपच लो झालेला होता. घर-कॉलेज-घर एवढंच रूटीन होतं. जगण्यातले सर्व रंग फिके पडलेले होते. त्यामुळे तिची स्वत:ची प्रतिमा एवढी नकारात्मक झालेली होती की, तिच्यामध्ये जे सकारात्मक मुद्दे होते, तेसुद्धा नकारात्मक झालेले होते. अशा प्रकारे तिच्यामध्ये न्यूनगंड तयार झालेला होता.

ही न्यूनगंडाबद्दलची कथा आहे. अशाच प्रकारे ज्यांचा अहं लहानपणापासून जोपासला जातो, त्यांना अहंगंडाने पछाडलं जातं. साधारणपणे लहान वयातल्या मुलांच्या प्रत्येक कृतीचं, वागण्याचं खूप कौतुक केलं जातं. त्यांच्या साध्या-साध्या गोष्टींना खूप महत्त्व दिलं जातं. त्यांचे दिसणं, हसणं, रडणं याचं खूपच प्रदर्शन केलं जातं आणि त्याला सगळ्यांनी छान म्हटलंच पाहिजे, अशा प्रकारे या लहान वयात त्याची जोपासना केली जाते. त्यामुळे ते मूल याच भावनेतून आणि जाणिवेतून वाढतं. बऱ्याच वेळा एकुलतं एक मूल असणारे पालक किंवा दोन-तीन मुलींनंतर जन्माला येणारा मुलगा किंवा अतिमहत्त्वाकांक्षी पालक यांच्या बाबतीत असं घडायचा बराच वाव असतो. पौगंडावस्थेपर्यंतचा प्रवास हा असा अहं जपणाऱ्या पोषक वातावरणामधूनच तयार होतो आणि त्या मुलांवर अहंगंडाची छाया गडद होत जाते.

कशी ते पाहू –

दहावीतल्या राहुलला घेऊन त्याचे आई-वडील माझ्यासमोर बसलेले होते. तो जरासा घुश्श्यातच होता. आई-वडलांच्या चेहऱ्यावर काळजीचे भाव, तसंच काही करता येत नाहीये, असा असहायतेचा भावही होता. राहुल केबिनमधल्या भिंतीवरच्या पोस्टरवर लिहिलेल्या ओळींकडे तुच्छतापूर्वक पाहत होता. आई-वडलांनी बोलायला सुरुवात केली, तरी राहुलचं त्यांच्या बोलण्याकडे काडीमात्र लक्ष नव्हतं. वडलांनी उसासे टाकत बोलायला सुरुवात केली, "अहो, आम्ही किती कष्ट करून शिक्षण घेतलं, नोकरी केली आणि इथपर्यंत आलो. किती वेळा याला सांगितलं की, असं जरा नम्रपणे वाग, अभ्यास-शिक्षण महत्त्वाचं आहे. त्याकडे लक्ष दे; पण ऐकतच नाही. मित्र-मैत्रिणींबरोबर पार्ट्या सुरू असतात. त्याला सांगितलं, त्या कमी कर, करिअरकडे लक्ष दे; पण हा ऐकतच नाही. सतत पैसे मागतो. नाही दिले, तर ओरडतो. धमक्या देतो. घरातून निघून जाण्याच्या गोष्टी करतो आणि आमच्याकडून असे पैसे काढतो. याला आम्ही अनेक वेळा सांगितलं आहे की, हे चांगले दिवस दिसण्यामागे माझे आणि तुझ्या आईचे भरपूर कष्ट अन् मेहनत आहे. खूपच जिद्दीने आणि अपार परिश्रम करून हे ऐश्वर्य आलं आहे;. पण याला त्याचं काही नाही. हा म्हणतो, मी पुढे जाऊन कष्ट करणार आहे आणि भरपूर पैसा कमावणार आहे. मला सगळं जमतं. हा मोठ्या माणसांना काहीही किंमत देत नाही. काही वेळा

खुशाल कार घेऊन जातो आणि भरधाव चालवत असतो. बाइक रेसमध्ये याला तीन-चार मेडल्स मिळाली आहेत, पण म्हणून त्याला सगळं जग जिंकल्याचा फील आला आहे. आम्हाला म्हणतो, ''अभ्यास करून असं मोठं काय मिळणार आहे?'' आता हे अहंकारी वर्तन म्हणायचं, नाहीतर काय! लहानपणापासून आमच्या पोटाला चिमटा घेऊन याला काय पुरवलं नाही ते विचारा, पण त्याची याला काहीच किंमत नाही. आता तुम्हीच असं काहीतरी सांगा, त्याच्याशी बोला, नाहीतर हा पोरगा असाच वाया जाणार, असं आम्हाला वाटतंय.''

हे सगळं बोलत असताना राहुलच्या चेहऱ्यावर ???? भाव होते. मी जेव्हा राहुलशी एकट्याशी बोललो तेव्हा मला जाणवला तो त्याच्यातला अति आत्मविश्वास! तुम्ही मला कोण सांगणार, मला समजतंय काय करायचं ते आणि मी जसा आहे तसाच राहणार. आई-वडीलसुद्धा मला बोलत नाहीत, तर इतर कुणीही मला काही सांगण्याची आवश्यकता नाही, अशी वाक्यं त्याच्याकडून सतत येत होती. त्याचं म्हणणं सतत एकच होतं की, मला समजतंय सगळं, मी बघायला समर्थ आहे. एकूण, सर्व ऐकून घेतल्यावर मी आई-वडिलांशी बोलले. त्यांना त्याची एकूण स्थिती सांगितली. आई-वडलांच्या एकंदरीतच बोलण्यावरून लक्षात आलं की, त्यांनी एकुलता एक असल्यानं राहुलचे लहानपणापासून खूप लाड पुरवले होते. त्याचं सर्व वागणं बरोबरच आहे, हे समजून अधिक प्रोत्साहन दिलेलं होतं. त्याच्या हट्टांना, मागण्यांना कधीही नाही म्हटलेलं नव्हतं. त्याच्या उर्मट बोलण्याचं, इतरांना तुच्छ लेखण्याचं इतरांसमोर सतत कौतुकच केलेलं होतं. त्याच्यातल्या नकारात्मक गोष्टी अधिक ग्लोरिफाय करून त्यांना गुणांचा दर्जा बहाल केलेला होता. परिणामत: आता तो त्यांच्या नियंत्रणाबाहेर गेलेला होता. त्यामुळे त्यांना त्याची काळजी वाटत होती; पण तरीसुद्धा तो असा होता, याचापण एक प्रकारे अभिमानच वाटत होता. आता या अशा प्रकारच्या पोषक परिस्थितीत मुलगा योग्य / अयोग्य याचं भानच विसरलेला होता आणि जे त्याला स्वत:ला योग्य वाटत होतं, ते बरोबर, अशा अहंगंडामध्ये अडकलेला होता. मुलगा या अहंच्या कोशात अडकलेला होता आणि त्याची सजगता त्याला नव्हती, त्यामुळे 'आपलं तेच बरोबर आणि योग्य' अशा प्रकारे त्याचा प्रवास सुरू होता. कुठलाही गंड म्हणजेच आपण आधी बघितल्याप्रमाणे न्यूनगंड आणि अहंगंड — दोन्हीही त्रासदायकच. तर त्यातला नेमका फरक आपण बघू या.

आपण आधीच्या दोन्ही प्रकरणांमध्ये बघितलं की, स्व-संघर्षाचे परिणाम काय असतात, त्याचा उगम कशात असतो. त्या प्रक्रियेमधून आपला संघर्ष कमी करत आरामदायी म्हणजेच कंफर्टेबल जीवन कसं जगायचं याची गुरुकिल्ली किंवा मंत्र सापडावा, असं प्रत्येकालाच वाटत असतं. कारण नकारात्मक जीवन जगणं

कोणालाच आवडत नाही. सगळ्यांनाच सकारात्मक जीवन पाहिजे असतं; पण मिळत नाही. म्हणूनच अंतिमत: कोणीच तृप्त नसतो. फार थोडे लोक आपल्या जीवनाची तृप्ती अनुभवतात. तर नेमकं असं काय आपल्या आत खळबळत असतं की, ज्यामुळे आपला स्वत:शीच सतत संघर्ष चाललेला असतो? त्याचा थोडा आढावा आपण घेणार आहोत.

कुठल्याही माणसाच्या स्वभावाची जडणघडण आणि प्रभाव साधारणपणे याच कुमार वयात होत असतात. या मुलांचं सर्व विश्व घर-पालक-भावंडं-नातेवाईक-शाळा-मित्र-मैत्रिणी यांनी व्यापलेलं असतं. प्रत्येक माणूस वेगळा, तसंच प्रत्येक मूल वेगळं! त्याचा स्वभाव, वागणं, विचार करणं, प्रतिसाद देणं, मदत करणं, स्वत:ला सादर करणं, नेतृत्व करणं इ. अनेक विशेषणांनी या मुलांचा स्वभाव प्रकट होत असतो. कोणी एखादा गट किंवा संघ अतिशय कुशलतेने हाताळतो, तर मुली वैयक्तिक पातळीवर उत्तम, अभ्यासात हुशार असतात. एखादीला अनेक मित्र-मैत्रिणी असतात, तर कोणाला एखादीच किंवा एकही नाही. एखादा सर्वांशी मिळून-मिसळून, आदरयुक्त वागतो, तर एखादा सगळ्यांशीच तुसडेपणाने वागतो, सगळ्यांना तुच्छ लेखतो, तर एखादा खूपच कमी बोलणारा, सतत खाली मान घालून बसणारा, कधीही वर्गात किंवा इतर ठिकाणी स्वत:विषयी किंवा स्वत:हून काही न सांगणारा, विचारणारा — असे अनेक स्वभावविशेष आपल्याला आढळून येत असतात. सर्वसाधारणपणे या मुलांच्या संगोपनात घरातलं वातावरण, पालकांचं मुलांबरोबरचं वर्तन, एकमेकांशी वर्तन, घरातल्या इतर माणसांशी व नातेवाइकांशी वर्तन, सार्वजनिक जगामधलं वर्तन, मित्रांबरोबरचं वर्तन आणि पालकांच्या व्यावसायिक वर्तनाचा प्रभाव मोठ्या प्रमाणावर पडत असतो. त्याचप्रमाणे मित्र-मैत्रिणी, शिक्षक, इतर शेजारी-पाजारी यांच्या वर्तनाचासुद्धा या मुलांवर प्रभाव पडत असतो. असा हा प्रभाव कधी नकारात्मक, तर कधी सकारात्मक पडत असतो. त्यातून या मुलांमध्ये नकारात्मकतेचा किंवा सकारात्मकतेचा उगम होतो. सामाजिक अपेक्षा (वर्तनाबद्दलची) आणि स्वत:ची अपेक्षा यातला नेमकेपणा समजून न आल्याने या मुलांमध्ये स्व-संघर्षाचं आंदोलन तीव्र स्वरूपात चाललेलं असतं. ज्यांच्या आंदोलनात अतिआत्मविश्वासाकडे जास्त कल असतो, ते साधारणपणे अहंकडे झुकतात आणि ज्यांच्या संघर्षात नकारात्मकतेकडे जास्तीत जास्त कल असतो, ते साधारणपणे न्यूनत्वाकडे झुकतात.

अहंगंड : ज्याचा अहं तीव्र स्वरूपाचा आहे, अशा व्यक्ती अहंगंडाने पछाडलेल्या आहेत, असं म्हणतात. हा अहंगंड फायद्यापेक्षा नुकसानकारक अधिक ठरू शकतो. अहंगंडाने पछाडलेल्या मुलांना इतरांचं भान कमी असतं. अशी मुलं

स्वकेंद्रित होऊ शकतात. त्यात मी म्हणेन तोच कायदा, मी हुशार, बाकी सारे ढ, माझं बोलणं-वागणंच इतरांपेक्षा चांगलं इ. प्रकारच्या भावना तयार होतात. स्वत:च्या हुशारीचा, दिसण्याचा, बोलण्याचा, वागण्याचा, श्रीमंतीचा, तुच्छतेचा, जातीचा, विनम्रतेचा, सच्चेपणाचा, इतरांना मदत करण्याचा, नेतृत्व गुणांचा, दयाळूपणाचा, नीटनेटकेपणाचा, कलात्मकतेचा, माहितीचा, ज्ञानाचा असे अनेक प्रकारचे अहंगंड असू शकतात. त्यात प्रौढी मिरवण्याचा भाग खूप मोठा असतो. अशा व्यक्तींपासून, मुलांपासून बाकीच चार हात लांबच राहणंच पसंत करतात. समुपदेशनातून आपण बघितलं की, अशा प्रकारचे गंडांची तीव्रता वैचारिक पातळीवर संवाद करून आणि त्याचे फायदे-तोटे समोर ठेवून कमी करता येते.

न्यूनगंड : स्वत:चं सर्व कमीच, फालतू, दर्जाहीन, कधीच न वाखाणण्याजोगं, न आवडणारं असा एक कायमचा विचार अशा प्रकारच्या मुलांमध्ये असतो. अशी मुलं कितीही हुशार, स्मार्ट, दिसायला छान, वागण्या-बोलण्यात हुशार असली, तरी घरातली परिस्थिती, सामाजिक स्तर आणि आर्थिक कुवत यांचा या मुलांवर खूप खोलवर परिणाम झालेला असतो. त्यामुळे सतत कमीपणा वाटणं, मागे-मागे राहणं, कमीत कमी बोलणं अशा प्रकारची या मुलांची वागण्याची पद्धत असते. कोणी चांगलं म्हणालं, तरी त्यांना त्यात उगाचच चांगलं म्हणतेय समोरची व्यक्ती, म्हणायचं म्हणून म्हणतेय, असं वाटतं असतं. अशा मुलांशी समुपदेशनाद्वारे समोरासमोर चर्चा करून त्यांचा न्यूनगंड बऱ्यापैकी कमी करता येतो.

वर उल्लेख केलेल्या पल्लवीच्या केसमध्ये न्यूनगंडाची लक्षणं खूपच होती. इतरही प्रश्न होते; पण त्यातले न्यूनगंडामुळे निर्माण होणारे प्रश्न खूप होते. स्वत:चं मुलगी असणं, मुलांनी कमेंट्स करणं, घरची परिस्थिती मध्यम असणं, आई-वडलांच्या शिस्तीची कडक अंमलबजावणी, असंख्य नीतिनियम आणि शिस्तीचे बडगे यांनी तिचं व्यक्तिमत्त्व खूपच कोमेजलेलं होतं. न्यूनगंडामुळे ती स्वत्वच विसरली होती. काही बैठकांनंतर तिच्यात हळूहळू प्रगती होत गेली. तिच्या आई-वडलांबरोबरपण दोन / तीन वेळा बोलावं लागलं. ज्याला आपण न्यून म्हणतो, असं खरोखरच अस्तित्वात नाही; पण आपल्या दृष्टिकोनामुळे आपण न्यूनगंडाने बाधित आहोत, हे तिला नीट समजलं. अशा बऱ्याच बैठकांनंतर तिची तिनेच सुधारणा घडवून आणली आणि बारावीच्या परीक्षेला व्यवस्थित सामोरी गेली. तसंच तिच्या मित्राबरोबर म्हणजेच समीरबरोबरही तिची मैत्री छान सुरू राहिली.

लक्षवेधीपणा

सोळा वर्षांची साक्षी. सुसंस्कृत घर, घरात आई-बाबा, आजी-आजोबा आणि धाकटी बहीण. साक्षी म्हणजे तिच्या आजी-आजोबांची पहिली नात. ती झाल्यापासूनच घरामध्ये सगळ्यांनाच तिचे कौतुक! घरामध्ये साक्षीच्या सुखसोईंसाठी आवश्यक त्या सर्व गोष्टी होत्या. साक्षीलाही या सर्व गोष्टींची सवय झाली होती. ती हळूहळू मोठी होत होती. दिसायलाही गोंडस. खेळकर स्वभाव, सगळ्यांनाच ती हवीहवीशी वाटणारी! ती सहा वर्षांची असताना तिला धाकटी बहीण आली. ताई झाल्याचा आनंद, आपल्याशी खेळायला कोणीतरी लहान, या सगळ्या गोष्टी तिच्या घरच्यांनी तिच्या मनात नीट रुजवल्या होत्या. साक्षी ते 'ताईपण' एन्जॉय करत होती; पण जसजसे बाळ मोठे होऊ लागले, त्याच्याही वेगळ्या मागण्या, हट्ट सुरू झाले, तसे साक्षीचे वागणे बदलले. आपल्या वस्तू आपली धाकटी बहीणही वापरणार, याहूनही आई-बाबा, आजी-आजोबा आणि बाहेरचे लोकसुद्धा धाकट्या बहिणीकडे जरा जास्तच लक्ष देतात, तिचे लाड करतात, या गोष्टीचा तिला प्रचंड त्रास होऊ लागला होता. आतातर नकळतपणे ते तिच्या वागण्या-बोलण्यातूनही स्पष्ट जाणवू लागले होते. नको असलेल्या गोष्टींचादेखील उगीच हट्ट करणे, त्रागा करणे, 'सिद्धीला जे हवं ते सगळं मिळतं, मग मला का नाही? तीच तुमची लाडकी आहे आता.' असे उद्गारही येऊ लागले होते.

धाकटे भावंड घरात आले की, सुरुवातीला हे असे होणारच, हे समजून आई-बाबांनी त्याकडे दुर्लक्ष केले. साक्षीला समजावणेही सुरूच होते; पण दिवसभर आजी-आजोबा मात्र सतत दोन नातींमध्ये तुलना करत असत. लहान सिद्धीला हे फारसे काही कळत नव्हते. दहा वर्षांच्या साक्षीच्या मनात मात्र असुरक्षितता (insecurity feeling) अधिक वाढत चालली होती. आणि आतातर ती क्रोध (tantrums) दाखवू लागली होती. इतरांनी लक्ष द्यावे म्हणून जोरात बोलणे, हट्ट करणे, हातवारे करणे, दंगा करणे सुरू झाले. विशेषत: घराबाहेर इतर लोकांसमोर असे केल्यावर आई-बाबाच काय, पण बाकी लोकही आपल्याकडे लक्ष देतात, आपल्याला काय हवे-नको ते बघतात, हे तिने ओळखले होते. म्हणूनच लक्ष वेधण्यासाठी वाट्टेल तसे वागणे, हा तिचा स्वभावच झाला! पुढे हायस्कूलला गेल्यावर तर हेच सगळे दिसण्यातून, बाह्यरूपातूनही साध्य करता येते, हे त्या वयात साक्षीला कळून चुकले होते. मैत्रिणींमध्येही या विषयी चर्चा व्हायची. मग छान फॅशनेबल, इतरांचे लक्ष जाईल असे कपडे घालणे, नटणे, हेअरस्टाइल, मेकअप करणे, मुद्दाम आकर्षक हावभाव करणे सुरू झाले. या सगळ्यांमुळे शाळेत अनेक मुले साक्षीच्या मागे होती. सगळे तिला माहीत होते; पण त्यामधले इतरांचे आपल्याकडे लक्ष जाते, एवढाच भाग ती एन्जॉय करत होती. यापलीकडे जाऊन पुढे काय होणार, मला कोणी आवडते का किंवा हे बरोबर का चूक, याचा विचारही तिच्या मनात नव्हता. बरे, हे फक्त शाळेत किंवा समवयस्कांपुरते मर्यादित नव्हते, किंबहुना सुरुवात घरापासून होऊन बाहेर इतर मोठ्या लोकांमध्येही हे सुरूच होते. आतातर साक्षीची मजल धमक्या देण्यापर्यंत गेली होती. स्वत:चे खरे करून घेण्यासाठी, लक्ष वेधून घेण्यासाठी ती आत्महत्येच्या आणि घरातून पळून जायच्याही धमक्या देत होती. असे केल्यावर घरातले सगळेच आपले म्हणणे ऐकतात, सहानभूती मिळते, हे तिला चांगलेच कळले होते.

आता साक्षी सोळा वर्षांची होती. दहावीत गेल्यावर आई-बाबांना तिच्या या अशा वागण्याचा त्रास होऊ लागला होता. बाहेर ऑकवर्ड होऊ लागले होते. सगळ्यांत महत्त्वाचे म्हणजे, त्यांना साक्षीची काळजी वाटू लागली होती. 'हा सगळा वयाचा, मित्र-मैत्रिणींचा प्रभाव आहे का तिचा स्वभावच असा झाला आहे? आता ती कॉलेजमध्ये जाणार. पुढे यामुळे तिच्यावर कोणते संकट तर नाही येणार? हे सगळे तिला कसे समजवायचे? हे थांबणार का नाही?' अशा अनेक प्रश्नांनी त्यांच्या मनात खळबळ माजली होती.

वर दिलेले उदाहरण वाचून काय वाटते तुम्हाला? त्याही आधी हे मात्र सांगावेसे वाटते की, या वयात जवळजवळ सर्वच मुला-मुलींना, 'आपल्याकडे बाकी लोकांनी बघावे, कौतुक करावे' असे वाटत असते. आणि ते साहजिकच

आहे. कारण या वयातच जसे शारीरिक बदल घडत असतात तशीच स्वत:ची वेगळी अशी मतेही तयार होत असतात आणि 'आयुष्यात काहीतरी करून दाखवायचे आहे' ही जिद्द आकार घेत असते. यासाठी कोणकोणते मार्ग अवलंबले जातात, हे आपण शारीरिक व मानसिक स्व-प्रतिमा भागात पाहिले आहेच, परंतु याही पलीकडे जाऊन हे सगळे प्रयत्न जेव्हा केवळ 'इतरांचे लक्ष स्वत:कडे वेधून घेण्यासाठी' केले जातात, त्या वेळी मात्र ते वेगळ्या पद्धतीने हाताळावे लागते. ते कसे, हे वरील उदाहरणाच्या अनुषंगानेच पाहू या!

पण त्याआधी 'लक्षवेधीपणा' (Attention Seaking) कशामुळे तयार होतो, त्यामागची कारणे, मानसिकता काय असते, हे समजून घेणे फार आवश्यक आहे.

१) अति लाड (over-pampering)

लहानपणी घरच्यांकडून केले गेलेले अति लाड आणि त्याची झालेली सवय हे पुढे जाऊन लक्षवेधीपणाचे कारण होऊ शकते. हे एकुलत्या एका अपत्याच्या बाबतीत दिसून येतेच, परंतु भावंडेही याला अपवाद नाहीत. याला विविध कारणे असू शकतात. जसे घरातले पहिलेच मूल / नातवंडं किंवा खूप वर्षांनी झालेले अपत्य इ.

बऱ्याचदा असेही दिसून येते की, मुलाच्या घरातील रोजच्या गरजा केवळ आई अथवा घरातील एखादी विशिष्ट व्यक्तीच भागवत असते. जसे खाणे-पिणे, फिरायला नेणे, खेळणे, अभ्यास वगैरे. त्या मुलाला त्या व्यक्तीकडूनच सर्व करून घेण्याची सवय लागते आणि पुढे जाऊन ती व्यक्ती काही कारणास्तव उपलब्ध राहिली नाही, तर तो आधार किंवा ती सुरक्षितता मिळवण्यासाठी ते मूल इतरांचे लक्ष वेधून घेण्यासाठी प्रयत्न करते.

थोडक्यात, मुलाचे 'पालकत्व' कशा प्रकारे केले जाते, यावर हे बऱ्याच प्रमाणात अवलंबून असते. अति लाड हा त्यातलाच एक भाग. मूल जे मागेल ते त्याच्या हातात देणे, त्याला कशासाठीच 'नाही' न म्हणणे, घरात व बाहेर त्याचे फक्त कौतुकच करणे, त्याच्या चुकांवर पांघरूण घालणे, घरातील इतर कोणी मुलाला 'शिस्त' लावायचा प्रयत्न करत असल्यास त्याला साथ न देणे अथवा तसे करू न देणे, हे सगळे प्रकार घडताना आपण कुठे ना कुठे पाहत असतो.

२) उपेक्षित बालपण (Neglected Childhood) :

अति लाड / over-pampering च्या बरोबर विरुद्ध म्हणजे उपेक्षित बालपण / Neglected Childhood हेही एक कारण असू शकते. यामागे नको असताना झालेले मूल, मुलगा हवा असताना झालेली मुलगी, पालकांमध्ये मूल वाढवण्याची

क्षमता नसणे किंवा केवळ वेळेअभावी मुलाकडे लक्ष न देऊ शकणे, यांमुळे लहानपणी जेव्हा मुलाला सर्वाधिक लक्ष हवे असते तेव्हा पालकांकडून ते न मिळणे अशा अनेक शक्यता असतात. त्याचे हवे तसे संगोपन, पालकत्व, संस्कार होत नाहीत. यामुळे अनेक वेळा ते मूल एकलकोंडे होते. बऱ्याचदा त्याच्यामध्ये न्यूनगंडही निर्माण होऊ शकतो. पुढे जाऊन म्हणजेच पौगंडावस्थेत त्याला लहानपणी न मिळालेले प्रेम, लक्ष ते बाहेरून म्हणजेच शाळेत, क्लासमध्ये, इतर ठिकाणी मिळवायचा प्रयत्न करते. यातून लक्षवेधीपणा निर्माण होऊ शकतो.

३) कुटुंबात/पालकांमध्ये मतभेद :

मुलांच्या संगोपनावरूनच पालकांमध्ये किंवा कुटुंबीयांमध्ये अगदी लहान-सहान गोष्टींवरून अनेकदा मतभेद असतात. जसे, मुलांना कोणत्या शाळेत घालायचे? इंग्रजी माध्यम की मराठी? अभ्यास कोणी घ्यायचा? वगैरे. हे अनेकदा प्रत्यक्ष त्या मुलादेखतच घडत असते! मूल जरा मोठे झाले, म्हणजेच शाळेत जायच्या वयाचे झाले की, त्याला हे सर्व कळू लागते. 'आपल्यावरून घरात भांडणे होतात, तरीपण आपल्याकडे मात्र कोणाचेच लक्ष नाही!' ही भावना त्याच्या मनात घर करू लागते. मग तेच लक्ष मिळवण्यासाठी त्याचे प्रयत्न सुरू होतात. मग हट्ट करणे, वस्तू फेकाफेकी करणे इ. सुरू होते. असुरक्षित भावना हे याचे महत्त्वाचे कारण असते.

काही केसमध्ये पालकांपैकी एक जण मुलापासून लांब, म्हणजेच परगावी राहत असल्यासही हे दिसून येते.

४) भावंडांमध्ये तुलना (Comparison amongst sibblings) :

भावंडांपैकी एकामध्ये लक्षवेधीपणा निर्माण होण्याचे हे सर्वांत महत्त्वाचे कारण होय. अनेक घरांत ते बघायला मिळते; त्यातूनही ज्या कुटुंबात दोन भावंडे असतात तिथे! वर दिलेल्या साक्षीच्या उदाहरणातून हे स्पष्ट दिसतेच. धाकटे भावंड आल्यावर मोठ्यामध्ये निर्माण होणारी असुरक्षितता, प्रेम कमी मिळणे व लक्ष कमी होणे, वाढलेल्या अपेक्षा इ.मुळे बऱ्याचदा हे घडते. त्या वेळी पालकांनाच ते अतिशय काळजीपूर्वक हाताळावे लागते. नवीन आलेल्या बाळाचे व्यवस्थित संगोपन, त्याचबरोबर थोरले भावंड म्हणून त्याची जबाबदारी त्याला मनोमन पटवून देणे आणि तरीही त्याचेही बालपण, खेळकरपणा जपणे अशी अवघड कसरत पालकांना करावी लागते. त्यामुळे कोणत्याही भावंडात 'लक्षवेधीपणा' निर्माण होणे टाळता येते. तसेच भावंडांमध्ये तुलना करणे कटाक्षाने टाळावे लागते. ही तुलनादेखील कोणत्या बाबतीत व्हावी व ती 'हेल्दी कॉम्पिटिशन' म्हणून असावी,

याची काळजी घ्यावी लागते. कोणत्याही तुलनेमुळे कोणत्याही भावंडामध्ये न्यूनगंड निर्माण होऊ नये, याची काळजी घ्यावी लागते.

५) समवयस्कांचा प्रभाव (Peer Group Influence) :

या वयातील मानसिकतेमागे 'समवयस्कांचा प्रभाव' हा एक महत्त्वाचा घटक असतो, हे आपण या आधीच्या लेखांमध्येही पाहिले आहेच. 'लक्षवेधीपणा'ला बहुतेक वेळा जरी घरातील वातावरण कारणीभूत असले, तरीही या बाबतीतही मित्र-मैत्रिणींचा प्रभाव दिसून येतो. केवळ एखाद्या मित्र / मैत्रिणीचे अनुकरण म्हणून किंवा त्याने असे केल्यावर इतर लोक त्याकडे लक्ष देतात मग आपणही करून बघू, म्हणूनही 'लक्षवेधीपणा' जाणूनबुजून अंगी बाळगला जातो.

वरील कारणांव्यतिरिक्त या वयातील 'भिन्न लिंगी व्यक्तींविषयीचे आकर्षण' हे लक्षवेधीपणाचे कारण होऊ शकते. हे विषय जे आपल्या भारतीय संस्कृतीत अजूनही घरातील वा इतर मोठ्या व्यक्तींबरोबर मोकळेपणे चर्चिले जात नाहीत, ते मित्र-मैत्रिणींमध्ये मात्र वारंवार चर्चिले जात असतात. त्यातून क्वचितच अचूक माहिती मिळते! परिणामी, मुला / मुलींचे लक्ष वेधून घेण्यासाठी विविध युक्त्या वापरल्या जातात. हे आपण या प्रकरणात मागे दिलेल्या साक्षीच्या उदाहरणात पाहिलेच आहे.

शालेय जीवन व त्याचा प्रभाव / नातेसंबंध याचा नेमका अर्थ / मित्रमैत्रिणींचा प्रभाव

मी आणि सविता आठवीपासूनच्या मैत्रिणी! आज पस्तीस वर्षांच्या आहोत; पण नात्यामध्ये कुठेही विसंवाद नाही. मी प्राथमिक शाळेमधून उच्च माध्यमिक शाळेत प्रवेश घेतला. शाळा मोठी, वर्ग मोठे. पहिल्याच दिवशी ओळख झाली ती सविताची! पहिल्याच भेटीत ओढ वाटली होती. खूप बुजले होते मी; पण सविताने छान धीर दिला. शाळेबद्दल, स्वत:बद्दल छान माहिती दिली. मग सुरू झाला मैत्रीचा प्रवास!

आठवीतली पहिली चाचणी परीक्षा. सविता अभ्यासात हुशार, गाणे म्हणण्यात हुशार, अभिनयात हुशार, नाचात हुशार, संभाषणकलेत हुशार! अशा सर्वच गोष्टी तिच्याजवळ असल्यामुळे त्याचे मला विशेष अप्रूप! मी सतत तिच्या मागे-मागे! कशासाठी? एक सुंदर नाते तयार होत आहे याची जाणीव झालेली. एकमेकींना भेटायची ओढ रोजचीच! सर्व भावनांचा एकत्र मिलाफ. प्रेम, माया, ईर्षा, कधी मत्सर, आनंद, समाधान, शेअरिंग, काळजी घेणे, मुख्य म्हणजे सहवास! रोज नवनवे शोध! मग नाटकात एकत्र भाग घेणे, नाट्यवाचन, गाण्याच्या स्पर्धा, विविध क्रीडात्मक स्पर्धांत भाग घेणे अशा अनेकविध कार्यक्रमांचा एकत्र आनंद घेण्याची धडपड!

या सर्वांमधून सुरू झाले शेअरिंग. खूप उत्सुकतेपोटी सहज स्वीकारलेले! आपले ऐकणारे, सांगणारे कुणीतरी

आहे, ही भावना छान! एकमेकींच्या घरी जाणे, खाणे-पिणे, आई-बाबांशी एकत्र संवाद, त्यांचे प्रोत्साहन!

एकमेकींकडून शिकणे, तेसुद्धा खूप मनापासून. सविताची प्रत्येक गोष्टीतील जिद्द वाखाणण्यासारखी. शिक्षकांत कौतुकाचा विषय! त्याचा प्रभाव माझ्यावर. अनेक मूल्यांची ओळख. ती मूल्ये, गुण आपल्यामध्ये असावेत, असे सतत प्रयत्न! त्यातूनच प्रगती. अभ्यासाची गोडी लागलेली. त्यामुळे ईर्षेमुळे का होईना, मार्कांमध्ये वाढ. त्याचा आनंद! अशी दोन वर्षे आमची मैत्री रंगात आली होती. या नात्यामध्ये काय नव्हते? सर्वकाही आनंददायी होते. पण दहावीच्या सुरुवातीला सविताचे दहावी-अकरावीतल्या मुलांशी बोलणे सुरू झाले. किती सहजता होती त्यात! मला त्याचे खूप कुतूहल वाटू लागले. मग दहावीचा एकत्र अभ्यास, पुढे काय करायचे या विषयीच्या स्वप्नांविषयी चर्चा. मग दहावीनंतर अकरावीला परत एकाच कॉलेजमध्ये! फरक एवढाच की, ती आर्ट्सला गेली, मी सायन्सला गेले; पण भेटणे, बोलणे सुरूच होते. ते तुटेल, असे कधी वाटलेच नाही; पण एकदा कॉलेजमध्ये एक प्रसंग घडला. प्रसंग साधाच, पण खूपकाही बदलणारा!

एकदा मी आणि सविता कॉलेज संपल्यानंतर एका मित्रांच्या टोळक्यामध्ये गप्पा मारत होतो. दुपारचे चार वाजले असतील. पावसाची चिन्हे होती, पण गप्पांमध्ये भान राहिले नाही. वास्तविक पाहता मुलांशी कशा व काय गप्पा मारायच्या असतात याचे ज्ञान नसल्यामुळे त्याची एक जबरदस्त उत्सुकता, थ्रिल! मग सहा वाजता पाऊस पडू लागला. आम्ही सगळे कॉलेजमध्येच अडकलेलो; पण मजा येत होती. सहाचे सात कधी वाजले, कळलेच नाही. अचानक प्रिन्सिपॉल आमच्यासमोर उभे. खूप रागाने पाहत होते. त्यांनी माझ्या बाबांना फोन केलेला आणि सविताच्याही घरी कळवले होते. झाले! घरी गेल्यानंतर बोलणी, मार खाणे असे सगळेकाही झाले! माझ्या बाबांचा गैरसमज असा झाला की, मी सविताच्या नादी लागून मुलांच्या संगतीला लागले. मी त्यांना समजवायचा खूप प्रयत्न केला; पण फोल! मग आमच्या मैत्रीलाच घरामधून विरोध. आम्ही आठ दिवस भेटलो नाही. सवितापण मला भेटू शकत नव्हती. फोन करू शकत नव्हती. मी अस्वस्थ, खूप निराश. मग एक दिवस चोरून तिच्या घरी गेले, तर मला बघून सविताचा बांधच फुटला. खूप रडलो. जे काही घडले त्यामुळे माझ्या आई-बाबांचा माझ्याबद्दलचा विश्वास कमी झाला होता. मी काहीतरी लफडी करणार, अशाच भीतीने त्यांनी विरोध केला होता; पण प्रत्यक्षात असे काहीच नव्हते.

सविताने त्या काळात माझ्या आई-बाबांचा विरोध पत्करून, सहन करून मला खऱ्या अर्थाने मानसिक आधार दिला. नात्यांचा अर्थ या विषयावर खूप चर्चा झाली.

पुढे काही कारणांनी एक-दोन वर्षं आमचा संवाद कमीच राहिला. दरम्यान,

सविताला तिला हवा तसा मित्र भेटला. मग त्यांचे प्रेमप्रकरण सुरू होऊन दोन वर्षांनी लग्न झाले. तीही ग्रॅज्युएट झाली आणि मीही! मग लग्नानंतरचे तिचे आयुष्य आणि आमची मैत्री नव्याने सुरू झाली. तिचे सर्व अनुभव ती प्रामाणिकपणे शेअर करत आली आणि मी 'पुढच्यास ठेच मागचा शहाणा' या उक्तीप्रमाणे अनुभव घेत गेले. मी पुढे उच्चशिक्षण घेऊन पदवी घेतली आणि करिअर करायचे ठरवले, पण दुर्दैवाने सविता तिचे करिअर करू शकली नाही. या सर्व प्रवासामध्ये सगळ्याच टप्प्यांवर आम्ही एकमेकींना साक्षी होतो. नात्याची वीण घट्ट होत होती. वेळोवेळी एकमेकींना मदत करणे, एकमेकींना न सांगता समजावून घेणे, भावनिकरीत्या एकमेकींच्या जवळ असणे, आधार वाटणे हे सर्वच त्यात होते आणि त्यामध्ये अनेक अडचणी येऊनसुद्धा मैत्रीत बाधा कधीच आली नाही. अगदी दोघींच्या लग्नानंतरसुद्धा! आता तिची मुलगी पौगंडावस्थतेत आहे आणि मी तिची समुपदेशक म्हणून गाईड! तर असा हा प्रवास सुरूच आहे. आमच्या दोघींच्या पौगंडावस्थेत सुरू झालेला आणि तिच्या मुलीच्या पौगंडावस्थेपर्यंत सुरूच असलेला!

तर नाते म्हणजे नेमके काय? त्याचा आयुष्यात नेमका उपयोग काय? ते कसे सुरू करावे? कसे टिकवावे? या सर्व प्रश्नांची उत्तरे आपण जेव्हा खरे नाते बांधतो, तेव्हा मिळतात. आपल्या आयुष्यात अशी विविध नाती असतात. या नात्यांमध्ये दोन प्रकार पडतात. १) असलेली / रक्ताची नाती २) निर्माण केलेली नाती.

अनेकदा नाती निर्माण करत असताना असलेल्या नात्यांचा अडथळा होऊ शकतो. असलेली / रक्ताची नाती म्हणजे आपल्या कुटुंबातील व्यक्ती व आपले जवळचे नातेवाईक. निर्माण केलेली नाती म्हणजे मित्र-मैत्रिणी.

आपल्या आयुष्यात असलेली नाती चांगल्या प्रकारे निभावणे आणि निर्माण केलेली नाती टिकवणे याला खूप महत्त्व आहे. ज्याला खूप सारे मित्र / मैत्रिणी आहेत, ते बऱ्यापैकी बाह्यवेधी असतात. जो कौटुंबिक नात्याच्या जिव्हाळ्यावर नाती टिकवतो, तोही बाह्यवेधीच असतो.

नात्यामध्ये प्रेम, जिव्हाळा, लाड, माया, ममता, वात्सल्य अशा अनेक सकारात्मक भावनांची अनुभूती येते आणि त्यातून जगण्याला एक वेगळे प्रोत्साहन, प्रेरणा मिळते. अपेक्षा अगदी कमी असते. भावनिक बंध खूप घट्ट असतात. अहंकाराला वाव नसतो.

तर मुलांनो, या वयात आपल्या-आपल्या पद्धतीने नाते जोडणे, ते टिकवणे खूप आवश्यक बाब आहे. याचा पुढच्या आयुष्यात फायदाच होतो. नाते म्हणजे काय, हे जर नीट समजावून घेतले, तरच ते टिकू शकते. ते दुतर्फीच असावे लागते. फक्त मला पाहिजे म्हणून किंवा मला कुणीतरी असावे म्हणून न करता ती दोघांचीही गरज आहे, असे समजूनच टिकवावे. तरच त्याला अर्थ आहे.

आपण आता नाते म्हणजे नेमके काय, ते पाहू –

नाते म्हणजे काय?

नाते म्हणजे दोन व्यक्तींमधील सुंदर ऋणानुबंध!

आपल्या आयुष्यात नात्यांना पदोपदी महत्त्व असते. लहानपणी आई-वडिलांशी नाते, मग मित्र-मैत्रिणींशी नाते, मग शेजाऱ्या-पाजाऱ्यांशी नाते, आजी-आजोबांशी नाते, नातेवाइकांशी नाते, मग नोकरी करताना सहकाऱ्यांशी नाते, अगदी दुकानदारांशी, भाजीवाल्यांशी, कोणत्याही सामाजिक बांधिलकीतून आलेले नाते. या सर्व नात्यांचा आपल्यावर परिणाम होत असतो. अनेकदा आपल्या आयुष्यात दु:ख, आनंद अशा भावना नात्यातील गुंत्यातूनच निर्माण होतात. अपेक्षाभंग, तीव्र दुखावणे, संवादाचा अभाव अशा गोष्टींनी जीवनावर परिणाम होतो, तो नात्यामधील विसंवादामुळेच!

आपण थोडक्यात पाहू की, आपण नात्यात कसे बांधलेले असतो –

मग यातून निर्माण होतात ती अवघड नाती / ताणतणावाची नाती आणि दुसरीकडे सोपी नाती / आनंद / सुख देणारी नाती.

वरील उदाहरणात आपण पाहिले की, सविता आणि मी हे सोपे, छान, आनंद देणारे नाते आहे; पण कदाचित आई-वडिलांशी अवघड नाते होते.

मग या नात्यांमध्ये नेमके कशाचे बंध असतात, ते पाहू किंवा नात्यामध्ये काय असले पाहिजे, ते पाहू –

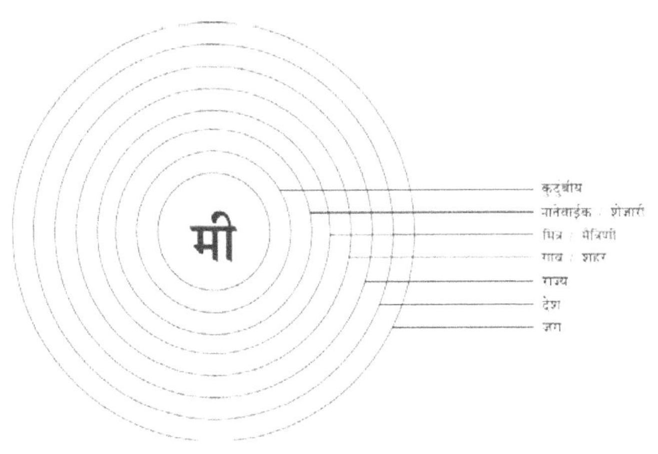

१) प्रेम

२) विश्वास

३) आदर

४) विचारांची देवाणघेवाण
५) कृतज्ञता
६) सुरक्षितता
७) समजूतदारपणा
८) भावनिक बंध
९) केव्हाही मदत करण्याची तयारी
१०) दोषांचा मनापासून स्वीकार
११) क्षमा करण्याची तयारी
१२) निरपेक्षता / अपेक्षा खूप कमी
१३) गुणात्मक वेळ देणे
१४) एकमेकांची हवी तिथे प्रशंसा करणे.
१५) एकमेकांची करमणूक करणे / मजा करणे.
१६) सुसंवाद असणे.

अशा अनेक गोष्टींची गरज नात्यामध्ये असते, तरच नाते टिकते; पण या सर्वांमध्ये व्यक्तिमत्त्व विकास म्हणजे नेमके काय, असा जर प्रश्न विचारला, तर त्याचे एकच उत्तर आहे – स्वत:चे स्वत:शी सुंदर नाते तयार करणे!

भावनिक व्यवस्थापन म्हणजे दुसरे-तिसरे काही नसून स्वत:लाच स्वत:चा सुंदर मित्र / मैत्रीण तयार करणे आणि त्याच्या / तिच्या बरोबर त्याच्या / तिच्या प्रेमात पडून त्याचे हित साधणे. वर दिलेली जी यादी आहे त्यातील आपल्यामध्ये नेमकी कशाची कमतरता आहे, हे ताडून पाहणे तुमचेच कर्तव्य आहे. तर बनाल आजपासून, आत्तापासून स्वत:चे मित्र / मैत्रीण? खूप धमाल येईल पाहा! मग कोणतेही नाते (इतरांशी) निभावणे अवघड नाही, हे जरूर लक्षात ठेवावे.

अभ्यास म्हणजे काय? कशासाठी?

"अहो, काय सांगू, आजकाल वैभव अजिबातच अभ्यास करत नाही. सारखा टीव्ही, मित्रांबरोबर गप्पा, नाहीतर Orkut किंवा इतर कॉम्प्युटर गेम्स असेच उद्योग चाललेले असतात. अहो, नववीचं वर्ष आहे, पुढच्या वर्षी दहावी. किती समजावलं, रागावलं तरी काहीही फरक पडत नाही. याच्यासाठी किती गोष्टी मी करत असते! सकाळी लवकर उठवलं, तरी उठायचा कंटाळा करतो. अर्धा ते पाऊण तास तोंड धुणं, आवरणं यातच टाइमपास करतो. मग अभ्यासाला बसला की, तू समोर येऊन बैस, अशी याची मागणी असते. अहो, आता मी घरातली कामं सोडून याच्यासमोर कशी काय येऊन बसू? सांगा. तरी चहा करून येऊन बसते. तेव्हा हा ढिम्म बसलेला. काय अभ्यास करू, कोणता करू असं चाललेलं असतं. शेवटी मीच त्याला सुचवते की, राजा, सायन्स कर किंवा हिस्ट्री कर. तेव्हा मग धडा वाचू का विकास-प्रश्न सोडवू अशा असंख्य प्रश्नांनी भंडावून सोडतो. कशीबशी अभ्यासाला सुरुवात. मग मला स्वयंपाक करायचा असतो. याला शाळेत डबा, नाश्ता द्यायचा असतो. ते सगळं सुरू होतं. मी किचनमध्ये गेले की, हा पंधरा-वीस मिनिटांत तिकडे येतो किंवा हाका मारतो. वैताग येतो हो! संध्याकाळी शाळेतून आल्यावरसुद्धा टीव्ही किंवा कॉम्प्युटरवर टाइमपास सुरू. ठीक आहे, मला कळतं की, शाळेतून आल्याबरोबर लगेच

अभ्यास करावासा वाटत नाही. परत क्लासला जायचं असतंच; पण म्हणून काय दोन तास टाइमपास करायचा? याला काही अर्थ आहे की नाही? आपल्याला चांगले मार्क्स पडावेत, असं याला वाटतच नाही की काय? अहो, हुशार आहे हो! पण अभ्यास करायचा म्हटलं की, याचं डोकं फिरलंच म्हणून समजा. बरं, फार बोलायची सोय नाही. लगेच रुसून बसतो किंवा अजिबातच जुमानत नाही. कसाबसा क्लासला जातो. आल्यावर परत तेच रडगाणं. शेवटी मी त्याला चिडून विचारते की, अरे, काय चाललंय काय? ही काय वागण्याची पद्धत झाली का? तर, मला अभ्यासच करावासा वाटत नाही, असं उद्धटपणे बोलतो. नाही करणार अभ्यास. मला नाही जमणार. सारखं अभ्यास अभ्यास ऐकून माझं डोकं फिरायची वेळ आलीये, असं म्हणतो हो! मी खरंच हतबुद्ध झालीये हे सगळं बघून. मला काहीच सुचत नाही, काय करायचं. तुम्ही बोलून बघाल का त्याच्याशी?''

साधारणपणे चाळीस वर्षांच्या बाई माझ्यासमोर बसून हे सगळं बोलत होत्या. खूप टेन्शन आलं होतं त्यांना. मुलगापण बरोबर आलेला होता. चांगला उंच-बिंच, स्मार्ट आणि चेहऱ्यावर त्रासिक त्याचबरोबर वैतागल्याचे भाव होते त्याच्या. थोडा वेळ त्या बाईंशी बोलल्यावर मग मी त्यांना म्हटलं की, मी मुलाशी एकट्याशी बोलू का जरा? तेव्हा 'हो' म्हणून त्या बाहेर बसल्या आणि मी मुलाबरोबर बोलायला सुरुवात केली. त्याला एकंदरीतच सकाळी अभ्यास, शाळा, संध्याकाळी क्लास, रात्री होमवर्क आणि अभ्यास याच्यामुळे फारच वैताग आलेला दिसला. त्यात इतर अनेक जण अभ्यास न करता चांगल्या मार्कांनी पास होत होते, अशी भावनापण त्याने बोलून दाखवली.

''मुळात अभ्यास कशासाठी करायचा? अभ्यास करून मला काही त्या हुशार मुलांसारखं शिष्ट व्हायचं नाही. स्वत:ला फार शहाणे समजतात. घासूगिरी करून परीक्षेत भरपूर मार्क्स मिळवायचे आणि आमच्यावर तोरा मिरवायचा, आम्हाला तुच्छ लेखायचं. त्यापेक्षा आम्ही बरे. सगळ्यांशी मिळून-मिसळून वागतो; पण सगळ्या टीचर्ससुद्धा त्या मुलांचं जास्तच कौतुक करतात. जरा नाही अभ्यास केला, भरपूर मार्क्स मिळवले की, दुनियेतली सगळी अक्कल यांनाच आली, असंच समजतात. मला फार राग येतो त्यांच्या अशा वागण्याचा आणि सारखी बरोबरी करतात. फालतू लेकाचे! त्यामुळे अभ्यासच करावासा वाटत नाही. माझं मुळीच त्यांच्यासारखं नाही. मला एअरफोर्समध्ये जायचंय; यांच्यासारखं टिपिकल इंजिनिअर, डॉक्टर किंवा आयटी नाही करायचंय.'' असा त्याचा सर्व एकूण सूर होता.

अभ्यास म्हणजे घासूगिरी, टीचर्सच्या पुढे-पुढे करणं, त्यांची मर्जी सांभाळणं, भरपूर मार्क्स मिळवणं, त्याचा तोरा मिरवणं व इतरांना तुच्छ लेखणं, परत जगातलं सगळं शहाणपण आपल्यालाच आहे असं समजणं आणि त्यामुळे

आपल्या सर्व छोट्या-मोठ्या चुकांकडे इतरांना काणाडोळा करायला लावणं, असाच सर्वसाधारण अर्थ त्याला त्याच्या अनुभवातून, विचारातून उमगलेला दिसला. म्हणजे अभ्यासाची एक वेगळी, निगेटिव्ह बाजू त्याच्यासमोर गडद स्वरूपात आल्यामुळे आणि हुशार मुलांच्या फक्त वर्तनात्मक बाजूमुळे अभ्यास करायचा म्हणजे हेच, असं समीकरण कदाचित त्याच्या मनात निर्माण झालेलं दिसलं. त्यामुळे अभ्यास म्हणजे नेमकं काय आणि कशासाठी करायचा याबद्दल त्याच्याशी बोलत गेलो.

अभ्यास म्हणजे एखादी विशिष्ट नवीन माहिती म्हणजे वर्गात जे काही शिकवलेलं असतं ते ग्रहण करणं, समजावून घेणं, उजळणी करणं आणि ते रुजवणं; या प्रक्रियेला अभ्यास, सराव, प्रॅक्टिस असं म्हणता येईल, असं मी त्याला अनेक उदाहरणं देत समजावून सांगितलं. म्हणजे गणितातला एखादा समीकरणाचा धडा जेव्हा वर्गात शिकवला जातो तेव्हा तो शिकवला आणि कळला, असं होतं का? असं विचारल्यावर तो म्हणाला, कळतंच असं नाही. दोन-तीन वेळा वहीत उतरवलेलं वाचावं लागतं, टीचरकडून शंका समजावून घ्याव्या लागतात. मग समजलेलं अधिक खोलात समजावून घेण्यासाठी त्याची उजळणी करावी लागते. मग त्या स्वरूपातल्या कुठल्याही गणिती प्रश्नांना त्या समीकरणाद्वारे सोडवून अचूक उत्तरं लिहिण्याची प्रॅक्टिस करावी लागते. तेव्हा कुठे ते समीकरण आपल्या डोक्यात रुजतं, असं सर्वसाधारणपणे म्हणता येईल. यालाच अभ्यास असं नाव देता येईल. वाचन, मनन, ग्रहण, चिंतन, सराव अशा क्रमाने एखादी माहिती, ज्ञान रुजवावं लागतं. तेव्हा नवीन माहिती घ्यायला आपण हळूहळू रुळत जातो. शेवटी सरावानेच त्या गोष्टी होत असतात. म्हणून त्याला अभ्यास म्हणता येईल. सर्वसाधारणपणे हा मुद्दा त्या मुलाला अतिशय पटलेला दिसला. पण प्रश्न होताच की, शेवटी का करायचा अभ्यास?

मी त्यालाच तो प्रश्न विचारला. तो म्हणाला, इतर करतात, आई-वडील म्हणतात, म्हणून भरपूर मार्क्स मिळवायला करायचा. ''इतर किंवा आई-वडील असं का म्हणतात?''

तर वैभवचं उत्तर असं आलं, ''भरपूर मार्क्स मिळवून मी मोठा झालो की, चांगल्या पगाराची नोकरी मिळेल.''

''मग त्याने काय होईल?''

''काही नाही, पण धम्माल करता येईल, गाडी-बंगला घेता येईल, मोठ्या ट्रिपला जाता येईल.''

''आणखी काय होईल?''

''छान बायको मिळेल. मग आणखी धमाल करता येईल. पार्ट्यांना जायला

मिळेल. समाजात रुबाब वाढेल.''

''आणखी काय होईल?''

''पैसे साठवता येतील. जगभर हिंडता येईल. औषधं, दवाखाना यासाठी पैसे उपयोगी पडतील. नातेवाईक, मित्र यांच्यात रुबाब वाढेल. सगळे जण तारीफ करतील.''

''पण हे सगळं केव्हा होईल?''

''मला चांगली नोकरी मिळाल्यावर.''

''कशी मिळेल नोकरी?''

इथे तो थोडा गोंधळला. मग थोड्या वेळाने म्हणाला, ''एअरफोर्सच्या कोर्सला ॲडमिशन मिळाली की.''

''कशी मिळेल ॲडमिशन?''

''नव्वद ते पंचाण्णव टक्के मार्क्स मिळाले तर.''

''कसे मिळतील मार्क्स?''

''भरपूर अभ्यास केल्यावर.''

मी त्याला म्हणालो, ''बघ, अभ्यास का करायचा, या तुझ्या प्रश्नाचं उत्तर तुझं तूच दिलंस. तेव्हा आता तुला अभ्यास म्हणजे काय आणि कशासाठी करायचा या गोष्टी समजल्या आहेत, असं गृहीत धरायला हरकत नाही. मग आता प्रश्न काय आहे?''

तो म्हणाला, ''हे सगळं बरोबर आहे हो, पण तरीसुद्धा सारखं हेच बोअर होतं. सारखा-सारखा अभ्यास करायचा कंटाळा येतो की! पण आईला ते पटतच नाही.''

मग त्याच्याशी बोलताना त्याला मी म्हणालो, ''अरे, अभ्यास म्हणजे काय, हे तुला कळलं आहेच. अभ्यास निरनिराळापण असू शकतो. शाळेत शिकवतात त्याचाच अभ्यास नसतो फक्त. अभ्यास म्हणजे आधी सांगितल्याप्रमाणे अनेक विषय आपण अभ्यासू शकतो. अनेक खेळ, करमणुकीचे प्रकार, निसर्गातल्या अनेक गोष्टी, आजूबाजूची माणसं असं प्रचंड वैविध्य आहे अभ्यासण्यासाठी. ते समजावून घेणं, ग्रहण करणं आणि त्यातून निरामय आनंद मिळवणं, हा अभ्यासाचा भाग आहे. उदाहरणार्थ, तू समजा एखाद्या सिनेमाला गेलायस आणि आधीचा शो सुटायला अर्धा तास आहे, तर त्या वेळात तू आजूबाजूचा परिसर, माणसं, त्यांचे प्रकार इ. अनेक गोष्टींचा अभ्यास करू शकतोस. त्यांचं निरीक्षण करता-करता वेळ कधी संपतो, तेच कळत नाही किंवा एखाद्या निसर्गरम्य ठिकाणी ट्रिपला गेलास किंवा एखाद्या ऐतिहासिक किल्ल्यावर गेलास, तर तिथे निसर्गात भटकणं, त्याचा आस्वाद घेणं, विविध प्रकारचे आकार, पानं, फुलं, झाडं बघणं, किल्ल्यावरची एखादी लढाई आठवणं, ती कशी झाली असेल याचा विचार करत जणूकाही आत्ता

डोळ्यांसमोर तू ती लढाई बघतो आहेस, असा अनुभव घेणं हासुद्धा अभ्यास असू शकतो. अगदी मित्रांबरोबर गप्पा मारताना एकाच विषयावर प्रत्येकाची वेगवेगळी मतं, अनुभव, अंदाज याचा अभ्यासपण असू शकतो. आता नववीची फायनल आणि पुढचं दहावीचं वर्ष या खूप टेन्शनच्या गोष्टी आहेत किंवा त्याचं भयंकर टेन्शन घ्यायला पाहिजे, असं सर्वसाधारणपणे आपण ठरवून टाकलेलं असल्यामुळे त्या अभ्यास करण्याचाच त्रास होतो आणि त्या त्रासाचा परिणाम म्हणजे अभ्यासच नको वाटणं या विचारात होतो आहे. अर्थात असं वाटण्यात मुळात गैर काहीही नाही. पण आपण असा विचार करू शकतो की, मजा, चैन, करमणूक आपण एरवीही करत असतोच. दहावीच्या वर्षातसुद्धा हे करायचं नाही, असं अजिबात नाही. त्याची गरज नक्कीच आहे. फक्त नियमित आणि नियोजनबद्ध अभ्यास करून आत्मविश्वास वाढवायचा आहे. अनेक जण करतात तसं खेळणं, टीव्ही, सिनेमा, पिकनिक पूर्णपणे बंद आणि फक्त अभ्यास एके अभ्यास, असं करणं मात्र अजिबातच योग्य ठरणार नाही. कारण आपल्याला तोचतोचपणाचा कंटाळा येणं साहजिक आहे. म्हणूनच विविध गोष्टींचा अभ्यास करण्याने त्यातला एकसुरीपणा कमी व्हायची शक्यता नक्कीच आहे.''

करमणूक, टीव्ही, कॉम्प्युटर, मित्र, पिकनिक वगैरे बंद न करता नियोजन करून अभ्यास करता येईल, असं त्याला पटल्यावर त्याची कळी खुलली. मग अभ्यासाची तंत्रं आणि मंत्र यासाठी पुढल्या वेळेस चर्चा करू, असं सांगून आमची ती मीटिंग संपली.

अभ्यासाचं तंत्र आणि मंत्र

आपण वर अभ्यास म्हणजे काय आणि तो कशासाठी करायचा, याबद्दल चर्चा केली. त्याचे येणारे ताण-तणाव नेमके कशामुळे येतात, हे बघितलं. अभ्यासाबद्दल, अभ्यास करणाऱ्या हुशार मुलांबद्दल, शिक्षकांबद्दल आणि अभ्यासाचा धोशा लावणाऱ्या पालकांच्या दृष्टिकोनामुळे होणाऱ्या समज आणि गैरसमजांबद्दल समजावून घेतलं. आता प्रश्न आहे, अभ्यास नेमका कसा करायचा? शाळेत शिकवल्यावर ढोबळमानाने त्याचा सराव करणं, क्लासला जाऊन अधिक सराव करणं, जास्त वेळ सराव करणं, घोकंपट्टी करणं, एखादा धडा बऱ्याच वेळा वाचणं, प्रश्न-उत्तरं पाठ करणं, अति महत्त्वाच्या प्रश्नांची उत्तरं पाठ करणं असे वेगवेगळे मार्ग अभ्यासासाठी वापरले जातात. हे मार्ग पूर्वापार चालत आलेले आहेत. याचा साचा तयार झालेला आहे. त्याचे फायदे-तोटे कळूनसुद्धा परत-परत तेच मार्ग वापरले जातात. विशेषत: पालकांकडून अशाच मार्गांचा दबाव मुलांवर येत राहतो.

''पहाटे लवकर उठून अभ्यास केल्यावर लक्षात राहतो. आम्ही हेच केलं, म्हणून आज मी उच्चशिक्षण घेऊन यशस्वी झालेलो आहे.''

''मला कळलं होतं की, दहावी-बारावीच्या मार्कांवरती माझं भवितव्य अवलंबून आहे. आठवी-नववीपर्यंत ठीक होतं, पण दहावीपासून जबरदस्त अभ्यास केला. इकडे-तिकडे लक्षच दिलं नाही. नेम धरून नेटाने अभ्यास केला. क्लास, शाळा, गृहपाठ, वाचन, पाठांतर यातूनच मी आज उत्तम शिक्षण आणि त्यामुळेच उत्तम आयुष्य जगतो आहे.''

अशा प्रकारचे दबावयुक्त उद्‌गार पालकांकडून मुलांवर सतत आदळत असतात. शाळा / क्लासेसमधल्या शिक्षकांकडूनसुद्धा साधारणपणे अशाच प्रकारचे सल्ले दिले जातात.

आपण मुळातच अभ्यास करण्याचं तंत्र जर नीट समजावून घेतलं, तर उत्तम अभ्यासाचा मंत्र आत्मसात करू शकतो.

अभ्यासाचे प्रकार

तणावपूर्ण खूप अभ्यास	**सर्वसाधारण मध्यम अभ्यास**	**स्मार्ट अभ्यास**
१. विषय समजला पाहिजे, असं बंधन नाही. समजला तर आवडेल; पण तो परीक्षेत लिहिता येणं जास्त महत्त्वाचं.	१. विषय समजलाच पाहिजे, असं काही नाही. नाही समजला तरी चालेल.	१. विषय समजावून घेण्याला महत्त्व.
२. घोकंपट्टी, खूप वाचन आणि भरपूर सराव करून परीक्षा यशस्वी द्यायची, हेच महत्त्वाचं.	२. जमेल तेवढा, पचेल तेवढा अभ्यास. परीक्षेत काहीही करून, नाना लटपटी करून यश मिळवणं हे महत्त्वाचं!	२. विषयांची अवघड, मध्यम, सोपे अशी वर्गवारी करून त्याप्रमाणे अभ्यास करणं.
३. किती टक्के मार्क हे महत्त्वाचं.	३. मिळतील तेवढे मार्क महत्त्वाचे.	३. टार्गेटेड अभ्यास. परीक्षेचं महत्त्व नक्कीच. याचबरोबर अभ्यासाचापण आनंद.

४.कमी मार्क मिळाले तर नैराश्य.	४. कमी मार्क मिळाले की नाराजी. परत शिक्षणाकडे बघण्याची उदासीनता वाढते.	४. कमी मार्क मिळाले तरी हेच फक्त अपयश आहे, असं न समजता पर्याय शोधणं.
५.परीक्षेचीच भीती वाटणं.	५. टाइमपास करणाऱ्या गोष्टींकडे जास्त ओढ.	५. उद्दिष्टांची पुनर्रचना. त्यामुळे ताण कमी. स्वत:ची कुवत ओळखून उद्दिष्ट ठरवणं.
६.फक्त अभ्यास! इतर सर्व छंद, आवडी पूर्णपणे बंद.	६.नेमकं उद्दिष्ट ठरवता येत नाही. गोंधळलेलं व्यक्तिमत्त्व.	६. सर्व छंद, आवडी-निवडी यांनासुद्धा अभ्यासाइतकंच महत्त्व.
७.मनावर सतत ताण, थकलेपणाची जाणीव.	७. दिशा ठरवण्याचा ताण आणि आयुष्याबद्दल अधिकच वैताग.	७. अभ्यासाची क्रमवारी केल्यामुळे अवघड विषयाचा ताण नाही.
८.स्वत:कडून अवास्तव अपेक्षा, अधिक ताण. घरातल्या इतरांच्या दृष्टीने मी मार्क मिळवायलाच हवेत, असं अपेक्षांचं ओझं.	८.कुठलाही विषय अवघड, मध्यम, सोपा असा काहीच विचार नाही. त्यामुळे धड अभ्यास नाही.	८. एकंदरीतच अभ्यास आणि इतर छंद, आवडी यांचं बऱ्यापैकी नियोजन. त्यामुळे नेहमीच यश.
९.परीक्षेत अपेक्षित यश न मिळाल्यामुळे आयुष्यावर राग. पुढे करिअर काहीही नाही.	९. इतर म्हणतात म्हणून अभ्यास करणं.	९. आनंदासाठीच अभ्यास करणं. करिअर आपोआप घडणं.
१०. अवघड विषय परीक्षेत सोपा गेलाच पाहिजे, असा हट्ट. त्यामुळे जास्त ताण. कधीच यश नाही,सतत अपयश असे विचार.	१०. एकंदरीतच सिस्टिमॅटिक अभ्यास न जमल्यामुळे कधी यश, कधी अपयश.	१०.परीक्षा अतिशय ताणविरहित देणं. यशाचा-अपयशाचा विचार न करता.

तर अभ्यासाचं, अर्थातच स्मार्ट अभ्यासाचं हे तंत्र आहे. ते आत्मसात केल्यास अभ्यासाचा मंत्रही उत्तम प्रकारे जमू शकतो.

स्मार्ट अभ्यास करण्याची काही तंत्रं खालीलप्रमाणे देता येतील. विषयांचा अभ्यास करताना प्रथम वर सांगितल्याप्रमाणे अवघड व सोप्या विषयांची वेगळी यादी करावी. त्यामध्ये प्रत्येक विषयाची अभ्यास करण्याची पद्धती ठरवावी. जसे–

१) गणित, बीजगणित, भूमिती, रसायनशास्त्र या विषयांसाठी समीकरणांची यादी करून, तसंच भूमितीतले सिद्धान्त व प्रमेयं अशांची कागदावर वेगळी यादी करून ती आपल्या रूममध्ये रोज समोर दिसेल अशी लावून ठेवावी.

२) सायन्सचा अभ्यास – विषयवारी करणं. म्हणजे प्रत्येक विषयामध्ये किती मुद्दे आहेत त्याची यादी करणं. कारण सायन्समध्ये मुद्दे लिहिणं महत्त्वाचं असतं. त्याप्रमाणे मुद्दे आपापल्या पद्धतीने पाठ करणं किंवा काही वेळा फ्लो-चार्ट्स बनवणं सोपं जातं.

३) भाषा विषयाचा अभ्यास – यामध्ये सविस्तर लिहिणं अपेक्षित असतं. त्यामुळे धडा समजावून घेऊन, त्यामध्ये आपला विचार भरून उत्तरं लिहिणं अपेक्षित असतं. त्यामुळे आपली आकलनशक्ती वाढवणं आवश्यक असतं.

अभ्यास इंटरेस्टिंग बनवणं आपल्या हातात आहे. कारण नुसत्या वाचनाने, पाठ करण्याने शब्द आणि वाक्यं लक्षात राहतात; पण नेमकी परीक्षेच्या वेळेस जी समस्या संभवते ती अशी की, पाठ केलेल्याची किंवा वाचलेल्याची सुरुवातच नाही आठवली, तर मधलंही आठवत नाही. मग सगळाच घोळ होतो. त्यामुळे बऱ्याच मुला-मुलींना हाच प्रश्न पडतो, असं मी आजपर्यंतच्या अनुभवात पाहिलं आहे. त्यामुळे अशा स्मार्ट मेथड्स वापरणं आवश्यक आहे.

व्यसने

सकारात्मक व नकारात्मक व्यसने

नकारात्मक व्यसन म्हणजे काय?

↓

सर्वप्रथम उत्सुकता

↓

कृती आवडणे

↓

रोज हवेसे वाटणे

↓

दीर्घ काळ सवय

व्यसन (सवयीची सवय) व
त्याचे आजारात रूपांतर

अपराधी भावना

आयुष्यापेक्षा व्यसनाला
किंमत जास्त

आयुष्य बरबाद होण्याची
क्रिया (स्वत्व हरवणे)

Self–Killing
(no reverse back)

मृत्यू

व्यसने

श्री. मधुकर, वय पंचावन्न. खूप थकलेत ते. बँकेत नोकरी, पण शारीरिक तंदुरुस्ती नसल्याने स्वेच्छानिवृत्ती घेतलेले. खरे म्हणजे दोन महिन्यांपूर्वी त्यांना हॉस्पिटलमध्ये अचानक ॲडमिट करावे लागले. लीव्हर सिऱ्हॉसिस असे निदान डॉक्टरांनी केले. खूप काळजी घ्या, असे सांगितले. त्यामुळे सध्या बायको, मुले बऱ्यापैकी त्यांच्या दिमतीला – तेसुद्धा थोडे मनाविरुद्धच. मग काही दिवसांपासून बायकोची चिडचिड खूप वाढलेली.

बायको समुपदेशनासाठी आली. किती बोलायचे होते त्यांना! राग, संताप, चिडचिड, उद्विग्नता, अगदी आत्महत्येचे विचार करण्यापर्यंत मजल गेलेली. सर्वांचे एकच कारण. दारूचे व्यसन! वीस वर्षांच्या मुलालाही लागलेले दारू, सिगारेटचे व्यसन. या विषयीची प्रचंड अस्वस्थता. यावर काही करता आले नाही याची वेळोवेळी खंत व्यक्त. भविष्याची घोर चिंता. पैशाचे नियोजन शून्य. त्यामुळे त्या विषयीची चिडचिड. अशा अनेक बाजूंनी परिस्थिती गंभीर झालेली. मग व्यसनांच्या वाईट परिणामांवर गंभीर विचार व्हायला लागला.

श्री. मधुकर समुपदेशनासाठी आले. चेहऱ्यावर एक प्रकारची सूज, शरीर थकलेले, चेहऱ्यावर अपराधी भावना. आयुष्याविषयीची आस्था कमी झालेली. त्यांनी सांगायला सुरुवात केली, "खरंच, ही दारू मला केव्हा चिकटली कळलंच नाही. साधारण नववी-दहावीत असताना मला आठवतंय, आमच्या शाळेत एक झोपडपट्टीतला मुलगा होता. त्याच्या घरी जाण्याचा योग आला. तिथे त्याचा 'अड्डा' असायचा. म्हणजे काय? तर सर्व नवनवीन गोष्टी करून बघायच्या! मग त्यामध्ये मटक्यापासून दारू, सिगारेट, बिडी असे सर्व प्रकार करून बघायचे. मला या सर्वांची खूप उत्सुकता होती. तसे आमचे वडील कडक, आई अगदीच मऊ. त्यामुळे या सर्व गोष्टी करून पाहायची एक मस्ती होती. मग मी त्या व्यक्तीबरोबर दोन-तीनदा गेलो होतो त्याच्या अड्ड्यावर उत्सुकता म्हणून. त्याने कसलीतरी बेचव दारू पाजली. लिकर म्हणतात त्याला. इतकी घाण चव होती, पण तरी प्यावीशी वाटली. घरी हे समजल्यावर वडिलांनी बेदम मारलं, पण त्या विषयीची उत्सुकता कमी होईना. अभ्यासात लक्ष तसं सो-सोच! त्यामुळे त्या मित्राबरोबर

जाऊन एकदा बिडी ओढली. छान वाटलं. एक वेगळी ऊर्मी वाटली. आपण काहीतरी ग्रेट करत आहोत, असा फील होता. जेव्हा हातात बिडी असायची तेव्हा झुरके मारताना छान वाटायचं. पिक्चरही असेच चोरून बघायचो. त्यामुळे देव आनंद, दिलीपकुमारसारखी स्टाइल मारावी, असं वाटायचं. दुःखी नायकाची प्रतिमा मनात बसलेली. त्यामुळे एक वेगळं थ्रिल वाटायचं हे सर्व करताना. त्यातून हे सर्व चोरून करण्यात वेगळीच मजा यायची. पण हे सर्व दहावीची परीक्षा वगैरे असल्याने आणि घरातल्यांचं लक्ष असल्यामुळे थांबलं; पण नंतर बी.कॉम.च्या दुसऱ्या वर्षाला असताना असाच एक श्रीमंत मित्र भेटला. त्याने त्या वेळेस हॉटेलमध्ये आम्हाला छोटी पार्टी दिली होती, तेव्हा त्याने दारू म्हणजेच बिअर पाजली. तेव्हा त्या चवीची आठवण पुन्हा एकदा नव्याने झाली. मग त्याच्याच पैशाने थोडी-थोडी घेणं सुरू झालं. कधी काळी घरातून आईकडून पैसे घेऊन बिअर घेणं थ्रिलिंग वाटायला लागलं. खरं म्हणजे त्या वेळेस याचे परिणाम किंवा व्यसन, असं काहीच डोक्यात नव्हतं; पण घ्यायला आवडायची. नंतर बी. कॉम. झाल्यावर वडलांनी वर्षभरात बँकेत चिकटवून दिलं. विसाव्या वर्षापासून पैसा खिशात खेळायला लागला. मग तर काय, रोज घ्यावीशी वाटायची. मग सुरू झाला हा सवयीचा प्रवास आणि गेली तीस वर्षं सुरूच आहे. सवयीचं व्यसनात कधी रूपांतर झालं, कळलं नाही. दरम्यान, सव्विसाव्या वर्षी माझं लग्न झालं आणि वर्षभरात माझे वडील अचानक गेले. आईची जबाबदारी माझ्यावर आली. मला दोन भाऊ, त्यांची लग्नं, ही माझीच जबाबदारी, पण मी ती नेटाने पार पाडली. एका गोष्टीला मात्र मी खूप वैतागलो होतो. माझ्या आईचं आणि बायकोचं अजिबात पटत नव्हतं. रोजचं भांडण. घरी गेलो की, एक प्रकारचं प्रेशर यायचं. त्यातून मग जास्तीत जास्त वेळ घराबाहेर राहणं सुरू झालं. संध्याकाळी बँकेतून आल्यावर मग मित्रांना शोधायचो आणि अड्ड्यावर जायचो. जेव्हा रात्री घरी जायचो तेव्हा सगळं शांत झालेलं असायचं. बायको मग दुसऱ्या दिवशी आणखीनच चिडचिड करायची; पण तिला मी तोंड देऊ शकत नव्हतो. त्यामुळे मला असहाय वाटायचं. मग माझं दारूचं प्रमाण वाढत गेलं. मग कधीकधी मी मुद्दामहून मित्रांना घरी आणून पिऊ लागलो. त्या वेळेस आमची दोघांची भांडणं व्हायची. कधीकधी ती माझा अपमान करायची. त्या गोष्टीने मी अजून वैतागायचो. मग मुलांसमोर आमची भांडणं व्हायची. एक-दोनदा माझा तिच्यावर हातही उठलेला आहे. मग अशा वेळेस सगळं दुःख पचवायला दारूचा ग्लास म्हणजे आधार वाटायचा.

''बँकेत असूनसुद्धा पैशाची मॅनेजमेंट जमली नाही. म्हणावी तशी पैशांची बचत झाली नाही. परवा हॉस्पिटलमध्ये भावाने निम्मं बिल भरलं. मुलीचं लग्न मात्र मीच केलं; पण तिच्याही घरी दुर्दैवाने तीच कथा आहे. सुरुवातीला लक्षात आलं

नाही. कधीतरी ऑकेजनली घेतो, असं तिच्या सासरच्यांनी सांगितले होतं; पण माझा जावई तसाच आहे. मग मी काय करणार? आयुष्य असं सगळं दु:खातच गेलंय माझं. मला दोन मुलं आहेत. मुलीचं लग्न झालं आहे. मुलगा मात्र वाया चालला आहे. त्याचीसुद्धा माझीच कथा! खूप वाटोळं केलंय मी सगळ्यांचं! आता दारू चवीसाठी, आनंदासाठी घेत नाही, तर सवय म्हणूनच घेतो आहे. रोज ठरवतो, आज प्यायची नाही; पण ते होतच नाही. आता जगण्यात अर्थ वाटत नाही. आत्महत्यापण करू शकत नाही. कारण मुलाचं भवितव्य घडवायचं आहे; पण अंधारच दिसतोय एकंदर. तुम्हाला खोटं वाटेल, माझा मुलगा मला वाट्टेल तसा बोलतो. एकदा तर मारलंय त्यानं मला. काय आदर्श राहिला माझा? मग असं काही झालं, तर जास्तच घ्यावीशी वाटते. आता माझं तर काहीच होऊ शकत नाही. म्हणजे मीही दारू प्यायचं बंद करणार आहे. मी प्रयत्न करतोय, पण इतक्या वर्षांची सवय सुटत नाही. तसं निम्मं आयुष्य दारूतच गेलंय. कधी मित्रांबरोबर, कधी एकटं. अनेक ग्लास रिचवलेत. आयुष्यात तसं नोकरीशिवाय फार काही करू शकलो नाही. मी कॉलेजमध्ये असताना बासरी वाजवायचो. खूप कौतुक करायचे सगळे; पण नंतर खोकल्यामुळे बासरी बाजूलाच पडली. बायकोचा तर मी शतश: अपराधी आहे. कारण तिचं म्हणणं आहे, दारू हीच खरी माझी लाइफ पार्टनर आहे. खरंच आहे ते!

''आणि आता खरंच असं वाटतंय, मी दारू बंद करून काय करणार आहे आयुष्यात? ही दारूच मला मारणार आहे. माझे फार दिवस उरले नाहीत आता. पण असं वाटतंय, फार मागेच काहीतरी करायला हवं होतं. प्रयत्न केला व्यसनमुक्तीचा वगैरे सात-आठ वर्षांपूर्वी; पण असफलच झाला. म्हणजे मलाच ते कळलं नाही मी केव्हा सुरू केली; पण मी दोन महिने दारूला स्पर्शही केला नव्हता, हे खरं! म्हणजे सोडू शकतो, एवढं नक्की; पण ते जमलं नाही कधी.''

नंतर सहा महिन्यांनी अचानक त्यांच्या मृत्यूची बातमी कळली. बायको परत समुपदेशनासाठी आली. तिच्या चेहऱ्यावर एक प्रकारचा नि:श्वास टाकल्याचा भाव होता. 'सुटले यातून' असा फील होता; पण मुलाच्या चक्रात नव्याने अडकून पडल्याचाही भाव होता. दुसरी तीच कथा सुरू झाली होती!

या केसमध्ये मुलगा आता साधारण वीस-एकवीस वर्षांचा. पौगंडावस्थेमधून प्रौढत्वामध्ये प्रवेश केलेला; पण पौगंडावस्थेत असताना त्याहीपेक्षा बाल्यावस्थेत असताना दारू खूप जवळून पाहिलेला. कारण बाबांच्या मित्रांनी घरी येणे, दारूच्या पार्ट्या होणे, त्याचे परिणाम बघणे, आई-वडलांची भांडणे बघणे, कधी काळी आर्थिक ओढाताण म्हणजे शाळेतली पुस्तके वगैरे आणण्याच्या वेळेस पैसे नाहीत असे सांगणे; पण दारूमध्ये पैसा उडवणे, हे ग्राह्य मानले जायचे. बाबांचे असे कधी दोघा मुलांकडे

फार लक्ष नसायचे. त्यामुळे आईचाही अनेक ठिकाणी अपमान. या सगळ्यामुळे खरे प्रेम मिळालेच नाही. बाबांविषयीचा आदर कमी झालेला आणि आईविषयीची सहानुभूती वाढलेली. शाळेत जेव्हा बाबांचा 'असा' उल्लेख व्हायचा तेव्हा खूप राग, संताप मनात भरलेला. असे का? या प्रश्नाचे उत्तर न मिळालेले. त्यामुळे रागाने एक दिवस हळूच बाबांच्या बाटलीतली दारू पिऊन बघितलेली. मग आवड निर्माण झाली. मग राजरोसपणे वडलांसमोर पिणे सुरू झाले. अगदी बैठकीत बसून. मग हक्काने पैसे मागून बाहेर मित्रांबरोबर पिणे सुरू झाले. आई-वडिलांना त्याला 'नाही' म्हणता आले नाही. कोणत्या तोंडाने नाही म्हणणार? मग त्याची आक्रमकता वाढलेली. शिक्षण एक सोपस्कार म्हणूनच घेत होता. लॉ करायचे होते, पण त्यातही गचकेच अनुभवायला येत होते. आयुष्याकडे बघण्याचा दृष्टिकोन नकारात्मक झालेला. पण...

आयुष्य सावरायचा हाच तर काळ होता. त्याच्या कोवळ्या वयात काय काय घडायला हवे होते? मुलांनो, साधारण दहा ते सोळा-सतरा हे वय प्रयोग करून बघण्याचे. बरोबर काय, चूक काय, याचा सतत पडताळा पाहणारे. जेव्हा एखादी चुकीची गोष्ट सतत बरोबर आहे, न्याय्य आहे अशा स्वरूपात येते, तेव्हा त्यावर शिक्कामोर्तब होते. वरील मुलाच्या आाणि वडिलांच्या केसमध्ये दारूच्या बाबतीत 'हे चुकीचे आहे.' असे शिक्कामोर्तब न झाल्यामुळे कुमार वयात त्यांनी या गोष्टी उत्सुकतेपोटी केल्या आणि त्या वेळेस पालकांकडून त्याला ठाम विरोध न झाल्यामळे ही कृती न्याय्य आहे, असे त्यांना वाटले असण्याची शक्यता आहे. जसे आपण रंग, स्पर्श, चव यांचा अनुभव घेतो, त्याचप्रमाणे दारू किंवा कोणत्याही वाईट सवयींचा प्रथम अनुभव घेणे आणि तो पुन:पुन्हा घेणे आणि मोठे झाल्यावर केवळ मस्तीपायी किंवा थ्रिलपायी किंवा प्रतिष्ठेपायी त्याची सवय लावून घेणे, हे आयुष्याच्या दृष्टीने अत्यंत घातक असते.

म्हणूनच कुमार वयात आयुष्याची किंमत कळणे खूप गरजेचे असते. नाहीतर आयुष्याचा अर्थ पन्नासाव्या वर्षी तुम्ही शोधणार का? काही वेळा परिस्थितीची कारणे देऊन किंवा कोणत्याही स्व-प्रतिमेतील मलिनतेमुळे व्यसनांच्या मागे लागून आपल्या पायावर आपणच धोंडा पाडून घेणे म्हणजे मूर्खपणाच आहे ना? आता वरील केसमध्ये भावनांचा अतिरेक होणे, परिस्थिती हाताळता न येणे, एक पळवाट म्हणून दारू किंवा कोणत्याही व्यसनाचा आधार घेणे; मग त्यातून येणारी अपराधीपणाची भावना आणि अशा अनेक गोष्टींचा गुंता आपणच आयुष्यात वाढवून ठेवतो.

म्हणूनच मुलांनो, या कोवळ्या वयात अपरिहार्यपणे जगामध्ये अस्तित्व असणाऱ्या या गोष्टींच्या व्हॅल्यूज किंवा मूल्य तपासणे व त्यापासून दूर राहण्याचा निर्णय घेणे आणि आपल्याच व्यक्तिमत्त्वाला योग्य तो आकार देणे खूप महत्त्वाचे आहे. कारण सर्व नकारात्मक, सकारात्मक मूल्यांची ओळख या वयात होत असते. सकारात्मक

मूल्यांची ओळख व त्यांची जपणूक, त्यांचा विकास करणेही आपल्याच हातात आहे. नकारात्मक मूल्ये जाणून घेणे, त्याचे दुष्परिणाम व त्या जाणीवपूर्वक टाळणे, हेही आपल्याच हातात आहे.

म्हणूनच कोणतेही नकारात्मक व्यसन असणे किंवा टाळणे, हे पूर्णपणे तुमच्याच हातात आहे.

मुलांनाच व्यसन लागते. तुलनात्मकरीत्या मुलींना/बायकांना याची सवय लागत नाही. दु:ख पचवण्यासाठी हा एकच मार्ग असतो, असे नाही.

सामाजिक जीवनात व्यसनांच्या बाबतीत आपण नेहमी काही ठोस वाक्ये आणि उद्‌गारवाचके ऐकतो की, दारू पिणे अत्यंत वाईट असून दारू अजिबात पिऊ नये. गेली कित्येक वर्षे अनेकविध सार्वजनिक, सामाजिक आणि शासकीय धोरणांमधून दारूबंदीसारखे विचार ऐकवले गेले आहेत. त्याबद्दल कायदेकानून झाले आहेत. त्याबद्दल शिक्षा आणि दंडात्मक तरतुदी केलेल्या आहेत. शासकीय पातळीवर तर महात्मा गांधींनी त्यांच्या काळात राबवलेल्या ग्रामीण केंद्राधिष्ठित कल्पनांचा आधार घेऊन दारूबंदीचा पाठपुरावा हिरिरीने केलेला आहे. अनेक सामाजिक संस्थांनी दारूबंदी व्हावी यासाठी दारूचे दुष्परिणाम दाखवणारे अनेकविध उपक्रम राबवून याबाबत जागृती करण्याचा प्रयत्न केलेला आहे. दारूच्या व्यसनामुळे होणाऱ्या आर्थिक, शारीरिक, कौटुंबिक, सामाजिक दुष्परिणामांचे यथार्थ चित्रण वेगवेगळ्या माध्यमांतून समाजातल्या सर्व थरांपर्यंत पोचवण्याचा प्रयत्न केलेला आहे; पण एकंदर चित्र पाहता खरोखरच हे प्रयत्न पुरे पडत आहेत का, याबद्दल शंका येते. मुळातच एखादी गोष्ट अस्तित्वात असेल – मग ते दारूचे व्यसन असले, तरी समूळ नाहीसे करणे खरोखरीच शक्य आहे काय याचा विचार झालेला असावा, असे वाटत नाही. ज्या गोष्टीचे अस्तित्व आहे, ती गोष्ट कशा पद्धतीने हानिकारक आहे आणि तिचे दुष्परिणाम कोणकोणत्या पातळीवर होऊ शकतात याचा विचार केला गेला, तर त्या बाबतीतली जागरूकता आणणे तौलनिकदृष्ट्या शक्य होईल, असे वाटते. मुळात ज्या गोष्टींनी आपली हानी होते, अशी गोष्ट आपल्याला कळत नसते, असे नाही; पण त्यात सजगता आली, तर ती होणारी हानी किंवा त्या व्यसनाचे दुष्परिणाम कमी करता येणे शक्य आहे आणि त्यातून आपली जबाबदार जीवनप्रणाली जगणेही शक्य आहे, असा विचार कुठेतरी येणे आवश्यक आहे. व्यसन टाळले जाणार असेल, तर उत्तमच; पण ते टाळता येणे शक्य नसेल, तर निदान अशा मर्यादेपर्यंत ते करता आले पाहिजे की, ज्यामुळे कदाचित त्याचे नकारात्मक परिणाम आणि दुष्परिणाम टाळले जातील. हे करू नका, हे वाईट आहे, याचे असे गंभीर वाईट परिणाम होतील असे सतत बिंबवून त्याचे रिझल्ट्स कसे आले आहेत, ते आपण बघितले आहेत. व्यसन करण्याचे काही फायदेही असू शकतात. जसे की कधीकधी रिलॅक्सेशन मिळते, स्टिम्युलेशन मिळते. हलक्या

नशेमुळे येणारा आनंद छान फील देऊन जातो. म्हणजेच जर सकारात्मक कारणांसाठी व्यसन केले गेले, तर त्याचे चांगले रिझल्ट्सही मिळू शकतात. छान अवस्थेमध्ये जगण्यासाठी आपले रूटीन लाइफ, जबाबदाऱ्या यांचे भान व्यवस्थित ठेवून एका मर्यादेपर्यंत व्यसन करणे शक्य आहे, असा विचार आत्तापर्यंत आपण कधी केलाच नाही. तसा तो सामाजिक वा शासकीय पातळीवरही कधीच झालेला नाही. त्यामुळे व्यसन म्हटले की, सतत नकारात्मक गोष्टींवर फोकस टाकला जातो; पण मुळात व्यसनांच्या चक्रव्यूहात अडकताना मानवी भावभावनांचा जो मनोव्यापार असतो, त्याकडे जर सकारात्मक दृष्टिकोनातून पाहिले गेले, तर योग्य पद्धतीने व्यसन करूनसुद्धा चांगल्या दर्जाचे जीवन जगता येणे शक्य आहे.

पण मुळातच दारू का पिऊ नये याबद्दलची जागृती किंवा तिची उपलब्धता रोखणे यावर काहीच ठोस उपाय झालेले नाहीत. सिगारेटचेही तसेच. तिची उपलब्धताही सहज व सोपी आहे. पण त्या उपलब्धतेचा वापर टाळावा, अशी एकही ठोस योजना आजपर्यंत सरकारने हाती घेतलेली नाही. आजकाल नव्याने निर्माण झालेली व्यसने म्हणजे मोबाइल, फोन, इंटरनेट, फेसबुक, ऑर्कुट, कॉम्प्युटर गेम्स, हॉटेलिंग इ.इ. खरे म्हणजे या वयात नवनवीन गोष्टी डिस्कव्हर करण्याचे वेड या मुलांना लागते आणि त्यातूनच आजची पिढी खूपच नशीबवान आहे की, त्यांना ही सर्व साधने उपलब्ध आहेत. आजकाल पालकांची सर्वांत मोठी डोकेदुखी म्हणजे मोबाइलचे व्यसन. रात्रभर sms करणे. तेसुद्धा इतक्या स्पीडने की, एका मिनिटात २५ sms करू शकतात. रात्री-बेरात्री मित्र-मैत्रिणींना missed call देणे. तसेच रात्री फोनवर तासन्तास बोलण आणि मोबाईलचा आणखी एक उपयोग म्हणजे २४ तास रेडिओवरील गाणी ऐकायला मिळणे. बघेल तेव्हा कानात इअरफोन घालून गाणी ऐकणे.

मोबाइल फोन ही अशी गोष्ट आहे की, ज्यामध्ये भरपूर creativity आहे. त्यामुळे त्याचा अतिवापर करणे, हे केव्हाही घातकच आहे. पण योग्य प्रमाणात वापर करणे, हे कदाचित या पिढीलाही माहिती नाही आणि पालक तर या चिंतेनेच हवालदिल होतात की, आम्हीही एवढा वापर करत नाही, तर ही मुले इतका वापर का करतात? या संघर्षात मोबाइल फोनची प्रगती लक्षणीय आहे. ती थांबतच नाही. अशा परिस्थितीत या तांत्रिक सुविधांचा वापर आपण किती, कसा करायचा हे ज्याचे-त्याने ठरवायचे आहे. जोपर्यंत एखाद्या गोष्टीचा वापर होतो, उपभोग घेतला जातो तोपर्यंत काहीच त्रास होत नाही, पण या वापराची जेव्हा सवय होते तेव्हा ते व्यसनाकडे झुकत आहे असे म्हणायला हरकत नाही.

जसे मोबाइल फोनचे, तसे फेसबुक, ऑर्कुट इ.इ.चे आकर्षण! कॉम्प्युटर गेमचे (त्यातले चॅलेंज) आकर्षण, हॉटेलिंगचे आकर्षण! हे सर्व आजच्या तरुण

पिढीला उपलब्धही आहे आणि त्याचे आकर्षणही वाढते आहे. त्यावर कंट्रोल कसा ठेवायचा याचा विचार करण्यापेक्षा आपण या सर्व गोष्टींचा उपभोग कितपत घ्यायचा हे आपण ठरवायचे आहे.

तर मुलांनो, हा सर्व विचार करणे आपल्या हातात आहे. सर्व व्यसनांच्या बाबतीत हा नियम लागू आहे.

सकारात्मक व्यसने

हे सर्व जरी खरे असले, तरी व्यसनांची सकारात्मक बाजूही आहे. ती म्हणजे, सकारात्मक व्यसने. त्यांचा फायदा आपल्याला आयुष्यभर मिळतो.

वाचन, स्पोर्ट्स, गाणे किंवा कोणतीही कला आत्मसात करणे, निसर्गात रमणे, नवनवीन गोष्टी शिकणे, मित्र-मैत्रिणी करणे, लेखन करणे, चांगले पदार्थ बनविणे, जंगलात भटकणे, प्राण्यांची, पक्ष्यांची माहिती, साहसी ट्रेक, आकाशनिरीक्षण, शिक्षणाचे व्यसन अशी काही सकारात्मक व्यसनांची उदाहरणे देता येतील.

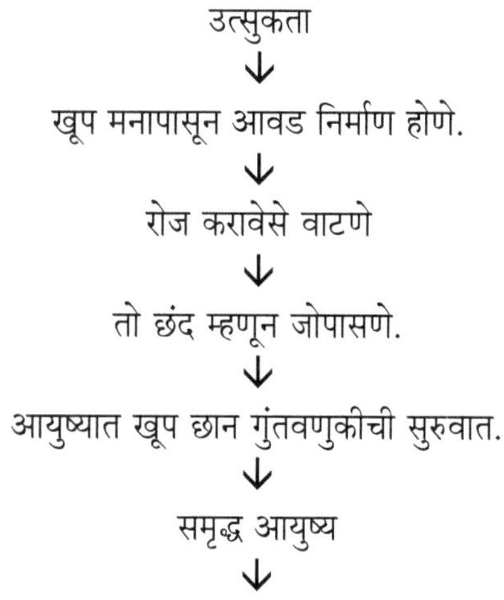

व्यसन हा शब्द नकारात्मक गोष्टींसाठीच वापरला जातो. पण चांगल्या गोष्टींचे व्यसन (ज्याला आपण ध्यास म्हणू) असणे, ही समृद्ध आयुष्याची सुरुवात असू शकते.

साहिलला सहावीपासूनच वाचनाची गोडी लागली. त्याच्या हातात असेच योगायोगाने 'इसापनीती'चे पुस्तक पडले. त्याला वाचन करणे इतके आवडले! मग

चांगल्या पुस्तकांचा शोध सुरू झाला. तो त्याचा छंदच होऊन गेला. पुस्तकातून अनेक गोष्टींची ओळख होऊ लागली आणि चांगल्या मूल्यांची गुंतवणूक सुरू झाली. पुढे जाऊन साहिलला साहित्यिक बनायचे आहे.

श्रेयाला असेच गाण्याचे वेड. वेगवेगळ्या कॅसेट्स ऐकणे, गाण्याच्या क्लासला नियमितपणे व आवडीने जाणे. मुळातच श्रेयाला आवाजाची देणगी लाभलेली, पण आवाज आणखी तयार करण्यासाठी तिने आठवीपासून मेहनत घ्यायला सुरुवात केली. अकरावी-बारावीपर्यंत रागदारी गायला लागली. पुढेही हे व्यसन सुरू ठेवून एक उत्तम गायिका होण्याचे स्वप्न ती पाहते आहे.

तसेच प्रसादचे. निसर्गात रमण्याचे त्याला प्रचंड वेड! मग सतत पानाफुलांशी, झाडांशी संवाद, निसर्गप्रेमी संस्थेतून माहिती मिळवणे, छोटे-छोटे ट्रेक्स करणे, चौदाव्या वर्षीच त्याने झाडे लावण्याचा ध्यास घेतलेला. असे व्यसन म्हणजे पुढे जाऊन फायदाच ना!

तसेच पार्थ, श्वेता, सुरभी, रश्मीचे. कुणाला आकाशनिरीक्षणाचे व्यसन, तर कुणाला अभ्यासाचे व्यसन! कुणाला जंगलात भटकण्याचे व प्राणी बघण्याचे व्यसन, तर कुणाला मित्र-मैत्रिणी जमवण्याचे व्यसन!

पण या व्यसनाला, या आवडीला पालकांनी प्रोत्साहित करणे तितकचे गरजेचे आहे. 'अभ्यास सोडून हे कसले धंदे?' अशा प्रकारे विचार न करता या व्यसनांमधून मूल्यांची जाणीव करून देणे, त्याच्यासाठी थोडीफार गुंतवणूक करणे, हे पालकांच्या हाती आहे. कित्येकदा पालकांना या गोष्टी मारण्यात, दाबण्यातच गम्य आहे, असे वाटत असते. पण मुलांना व्यसनपूर्तीसाठी वेळेच्या किंवा पैशांच्या मर्यादा विश्वासात घेऊन सांगणे तितकेच गरजेचे आहे, म्हणजे या वयातील मुलांची सैरभैरता थोडी मार्गी लागेल, असे म्हणायला हरकत नाही.

करिअर मार्गदर्शन

हम होंगे कामयाब एक दिन

या वयात / कुमार वयात आपण सगळेच अनेकदा असे म्हणत असतो! परंतु विचार करायला हरकत नाही की, आपण हे केवळ इतरांना दाखवायला अथवा टिमकी मिरवायला म्हणतो का? त्या क्षणापुरते असेलही कदाचित, पण त्यामागे आपल्या मनात, डोळ्यांसमोर आपल्या भविष्याबद्दलच्या स्वप्नांची अक्षरश: मोठी मालिकाच असते! बरोबर ना? पालकही जेव्हा भविष्याचा काय विचार केला आहे, असे वारंवार विचारत असतात, त्या वेळी तुमच्यापैकी काही जणांची उत्तरे चटकन तयार असतात, तर काहींना गोंधळल्यासारखे वाटत असते. काहीच उत्तर नसते. आणि हा महत्त्वाचा आणि काहीसा अस्वस्थ करून सोडणारा प्रश्न उद्‌भवतो, तो नेमका नववी / दहावीत असताना किंवा झाल्यावर!

हा प्रश्न दुसरा कशाचा नसून तो असतो 'करिअर'चा! या संदर्भात बघण्यात येते की, काही मुले / मुली अगदी लहान वयापासून आपल्याला पुढे काय करायचे आहे (म्हणजेच करिअर) यावर अगदी ठाम असतात, परंतु त्यातील किती जण ते ठरवल्याप्रमाणे करून ते तडीस नेतात, हे महत्त्वाचे! यामध्येसुद्धा हे बघायला मिळते की, अनेक जण इतर कोणाचेतरी अनुकरण करून मलाही असेच

व्हायचे आहे, हे सांगतात. अशी व्यक्ती त्या मुलांपेक्षा वयाने मोठी अथवा समवयीन असू शकते. परंतु तिचा बऱ्यापैकी प्रभाव त्या मुलावर / मुलीवर असतो. असा प्रभाव कधी ना कधी आपल्या प्रत्येकावर पडत असतो. हे 'करिअर'च्या बाबतीत असेल, तर हे जाणून घेणे गरजेचे आहे की, आपण त्याचे करिअर व राहणीमानाची बाह्य चकाचक बाजू बघून त्यामागे वाहवत तर नाही ना जात आहोत? त्या करिअरमागचे कष्ट, हाल, शिक्षण, खर्च आणि इतर खाचखळग्यांची जाणीव आपल्याला आहे का? हे वेळीच माहीत करून घेतले, तर त्या करिअरला आवश्यक त्या सर्व गोष्टी करायला आपण सज्ज होतो. ते आपल्या नावडीचे अथवा क्षमतेपलीकडचे असेल, तर आपोआपच वेगळी वाट शोधण्यास सुरुवात होते.

'करिअर' निवडताना पालकांचा सक्रिय सहभाग असावा लागतो. बऱ्याच वेळा मुलांना व्यवसाय / करिअरचे विविध उपलब्ध पर्याय माहीत नसतात, तर कधी आवडत्या क्षेत्रात पोचण्याचे मार्ग माहीत नसतात. अशा वेळी मुले मुख्यत: पालकांकडेच आधारस्तंभ म्हणून पाहत असतात. पालकांनी आवश्यक ती अचूक माहिती मिळवण्यात मुलांना मदत करणे, योग्य व्यक्तींकडून मार्गदर्शन मिळवून देणे, विविध शैक्षणिक संस्थांमध्ये घेऊन जाणे इ.मध्ये मनापासून सहभाग घ्यावा. या प्रक्रियेमध्ये मुलांना त्यांच्या 'करिअर'बद्दलचे गांभीर्य (Seriousness) लक्षात आणून देणे खूप महत्त्वाचे आहे. त्यांना सर्व माहिती व मार्ग आयते आणून देणे, सुचवणे हे मुलांना आयुष्यभर परावलंबीच बनवेल. तसेच त्यांना 'मोकाट सोडणे' म्हणजेच आजच्या काळात ज्याला अभिमानाने 'संपूर्ण मुक्तता' (Complete Freedom) म्हटले जाते, तो खरे म्हणजे 'बेजबाबदारपणा'. 'माझ्या मुलाला आयुष्यात काहीही करायचे स्वातंत्र्य मी दिले आहे.' असे अभिमानाने सांगणारे पालक बघायला मिळतात. अगदी बरोबर! स्वातंत्र्य तर प्रत्येकालाच हवे! आणि 'करिअर'च्या निर्णयाच्या महत्त्वाच्या टप्प्यावर तर हवेच हवे! परंतु हे स्वातंत्र्य म्हणजे दुर्लक्ष नाही ना, हे पालकांनी जरूर तपासून पाहावे. हवी ती माहिती, मार्गदर्शन, सल्ला न मिळाल्यास चुकीचा मार्ग / व्यवसाय निवडला जाऊ शकतो. आवड निर्माण न झाल्यास त्यात मन लागत नाही, हवे तसे यश मिळत नाही आणि सगळ्यातून पदरात पडते ती फक्त निराशा! 'करिअर'मधल्या अपयशामुळे घरीदेखील ताणतणाव निर्माण होतो. यातूनच पुढे कौटुंबिक समस्या, आर्थिक समस्या, तर प्रसंगी ती व्यक्ती व्यसनांच्या अधीन होऊ शकते. हे सर्व टाळण्यासाठीच स्वत: मुलांनी, तसेच त्यांच्या पालक व शिक्षकांनी 'करिअर'विषयीचे गांभीर्य जरूर लक्षात घ्यावे. म्हणूनच कदाचित 'दहावी' व 'बारावी' या दोन टप्प्यांना आपल्या भारतीय शिक्षणपद्धतीमध्ये खूप महत्त्व दिले आहे. याला दिलेल्या अवास्तव महत्त्वामुळेच

मुलांना होणारा मानसिक त्रास हा वादाचा विषयच आहे व याबद्दलची अचूक माहिती आपण आधीच्या भागात वाचली आहे, परंतु 'दहावी व बारावी' हा आजच्या जीवघेण्या स्पर्धायुगात तुमच्या करिअरचा पाया आहे, हे तुम्हालाही मान्य असेल! इथे मला एक गोष्ट मात्र नमूद करावीशी वाटते की, केवळ अभ्यासच नव्हे, तर बालपणापासूनच तुम्ही ज्या-ज्या गोष्टी करत असता— जसे वाचन, कला, क्रीडा, इतर छंद, इतकेच नव्हे तर ज्या लोकांच्या सान्निध्यात तुम्ही जास्तीत जास्त वेळ घालवता त्या सर्व गोष्टी तुमच्या भावी आयुष्याचा 'पाया'च तयार करीत असतात!

बऱ्याचदा कौटुंबिक व्यवसायाची (Family Business) परंपरा दिसून येते. म्हणजेच पिढ्यान्‌पिढ्या एखाद्या कुटुंबात स्थापन केलेला आणि पुढे सुरू ठेवलेला व्यवसाय! यामध्ये जसे फायदे, तसेच तोटेही असू शकतात. कौटुंबिक व्यवसाय असल्यास संपूर्णपणे तयार सेटअप पुढच्या पिढीला मिळत जातो. यामध्ये परत नव्याने गुंतवणूक करायची फारशी गरज पडत नाही. याचबरोबर त्या व्यवसायात असलेला वडीलधाऱ्या व्यक्तींचा पाठिंबा, सल्ला, अनुभवही मिळतोच! परंतु हे सगळे असूनही जो मुलगा/ मुलगी, ज्याच्या 'करिअर'चा निर्णय होत असतो त्याला / तिला त्या क्षेत्राची/व्यवसायाची मनापासून आवड असणे फार महत्त्वाचे आहे. अनेकदा कौटुंबिक व्यवसाय त्या मुलावर/मुलीवर लादला जातो. 'ही आपल्या खानदानाची परंपरा आहे. पिढ्यान्‌पिढ्या हेच चालत आलेले आहे. तुझीसुद्धा ही जबाबदारी आहे.' वगैरे गोष्टी लादल्या जात असतात. असे झाल्यास ती व्यक्ती तेवढ्याच कुशलतेने असा व्यवसाय पुढे सांभाळू शकेलच, असे नाही. त्यामुळे पालकांनीही त्या मुलाची/मुलीची आवड, कल, जबाबदारी पेलण्याचे सामर्थ्य इ. गोष्टी ओळखूनच 'करिअर'बाबतीत मार्गदर्शन करावे. तसेच तुम्हीदेखील स्वत:ची वेगवेगळी कौशल्ये ओळखून, स्वत:च्या क्षमता ओळखूनच 'करिअर'ची दिशा ठरवू शकता. या बाबतीत खूप 'स्वप्नाळू' राहिल्यास पुढे निराशा / न्यूनगंड येऊ शकतो किंवा हलगर्जीपणा म्हणजेच 'पुढचे पुढे बघू' या ॲटिट्युडमुळे स्वत:च्या आवडीचे क्षेत्र न मिळणे, कुणाच्यातरी दबावाखाली काम करावे लागणे, या गोष्टी घडू शकतात.

बऱ्याचदा या सगळ्याकरिता योग्य मार्गदर्शन किंवा मुला / मुलीची कौशल्ये, क्षमता व आवडीनुसार कोणकोणती क्षेत्रे उपलब्ध आहेत त्याची माहिती, कॉलेज, इन्स्टिट्युटची माहिती, खर्च व या क्षेत्रातील योग्य व्यक्ती इ. माहिती पालक व शिक्षकांनाही नीटशी उपलब्ध नसते. याकरिता 'ॲप्टिट्यूड टेस्ट' व 'करिअर काउन्सेलिंग' या प्रोफेशनल सोयी आता उपलब्ध आहेत!

'ॲप्टिट्यूड टेस्टिंग'मध्ये मुलांच्या आवडी, कल, त्याचबरोबर त्यांच्या क्षमता कळू शकतात आणि त्यानुसार योग्य असलेली क्षेत्रे व त्यासंबंधी माहिती करिअर समुपदेशनाने मिळू शकते. हे साधारणपणे दहावी व बारावीनंतर करून घेतले जाते.

त्यायोगे योग्य वेळी करिअरबद्दल प्लॅनिंग होऊन कोणत्याही निर्णयामागे कोणताही गोंधळ राहत नाही. या सगळ्या प्रोसेसमध्ये मुलगा / मुलगी व पालक यांना 'वास्तवात' राहून, त्यांच्याकडेच असलेले उपलब्ध रिसोर्सेस वापरून (यामध्ये मुला / मुलीची आवड, विविध क्षमता, पालकांची आर्थिक ऐपत, इतर कौटुंबिक जबाबदाऱ्या, बाहेरगावी जाण्याची तयारी, भविष्यात हवी असलेली जीवनशैली, त्या काळात मागणी असलेली क्षेत्रे, मिळकतीची अपेक्षा इ. घटक येतात) सर्वांत उत्तम असा कोणता मार्ग / क्षेत्र निवडता येईल, हाच हेतू ठेवून काम केले जाते!

तर थोडक्यात, 'करिअर'चा निर्णय घेताना लक्षात घ्यायचे महत्त्वाचे घटक :

१) मुला / मुलींची आवड किंवा कल (Liking/Interests)
२) मुला / मुलींच्या विविध क्षमता (Capacities & Capabilities)
३) मुला / मुलींच्या अंगी असलेली विविध कौशल्ये (Skills & Talents)
४) अभ्यासातील गती व हुशारी (Academic Excellence & Intelligence)
५) शारीरिक क्षमता / अंगमेहनतीची तयारी (Physical Ability & Capacity)
६) पालकांची आर्थिक क्षमता (Economical Status of the Parents)
७) भावी आयुष्याची कल्पना (The required Lifestyle – Social Status due to Profession)
८) मिळकतीची अपेक्षा (Income Expectations)
९) त्या काळातील आघाडीचे क्षेत्र (Market Trends, Top Career Fields)
१०) त्या क्षेत्रातील विविध ठिकाणच्या उपलब्ध संधी (Various opportunities in the field at different locations)
११) इतर घटक आणि सगळ्याबरोबरच एक वास्तविकतेचा सकारात्मक (realistic & optimistic approach) दृष्टिकोन!

आता हे सर्व घटक लक्षात घेऊनच आपल्या आयुष्यातील उद्दिष्ट साध्य करणे महत्त्वाचे आहे. त्यासाठी उद्दिष्ट ठरवणे, म्हणजेच Goal Setting महत्त्वाचे आहे. शिक्षण घेत असताना फक्त शिक्षणाबाबतच विचार करणे महत्त्वाचे ठरेल.

उद्दिष्ट चार प्रकारे ठरवता येते –

१) अगदी छोट्या कालावधीचे दोन दिवसांचे उद्दिष्ट (Momentary Goal.)
२) आठवड्याभराचे उद्दिष्ट (Weekly Goal.)
३) लघु उद्दिष्ट म्हणजेच Short Term Goal (हे साधारणपणे एक महिना ते सहा महिन्यांच्या कालावधीसाठी असते.)
४) दीर्घ उद्दिष्ट म्हणजेच Long Term Goal (हे साधारणपणे एक ते पाच वर्षांच्या कालावधीसाठी असते.)

वरीलप्रमाणे आपण आपले उद्दिष्ट वेळोवेळी लिहून ठेवत आलो, तर त्याचा दीर्घ काळासाठी उपयोग होतो.

करिअर निवडताना जसे वरील घटक महत्त्वाचे, तसेच आपली कौशल्ये व गुण कोणत्या क्षेत्रामध्ये नेमकेपणाने कार्यरत होतील या विषयीचा अंदाज येण्यासाठी खाली अनेकविध क्षेत्रांची यादी दिली आहे –

समुपदेशन प्रक्रियेमध्ये करिअरची जी अनेक क्षेत्रे प्रामुख्याने सांगितली जातात –

१) **शिक्षकी पेशा Lecturership –** यामध्ये

अ) कोणत्याही ग्रॅज्युएशननंतर नेट व सेटची परीक्षा देऊन प्राध्यापक होणे.

ब) बी. एड. करून शाळेमध्ये शिक्षकाची नोकरी.

क) मॉंटेसरीचा किंवा बालवाडीचा कोर्स करून लहान मुलांची शाळा काढणे अथवा बालवाडीत किंवा अंगणवाडीत नोकरी करणे. आजकाल प्ले-स्कूल किंवा पाळणाघर हेही करता येते.

२) संवादात्मक कौशल्ये (Communicative Field) –

अ) पत्रकारिता (Journalism)

ब) कायद्याचे शिक्षण किंवा वकिली (LL.B., LL.M.)

क) MBA किंवा BBA (मार्केटिंग)

ड) काउन्सेलिंग (समुपदेशन). त्यासाठी (M.A. (Psychology) किंवा M.S.W. (मास्टर ऑफ सोशल वर्कची पदवी)

इ) टीव्हीसारख्या माध्यमातून कौशल्ये वापरणे.

फ) राजकारणी नेता बनणे

३) व्यवस्थापन क्षेत्र (Administration) –

अ) कोणत्याही बँकेत, हॉस्पिटलमध्ये, सरकारी कचेरीमध्ये, तसेच पोस्ट खात्यामध्ये आजकाल निघालेल्या कॉल सेंटर्समध्ये व्यवस्थापक म्हणून नोकरी.

ब) कोणत्याही संस्थेमध्ये, आयटी कंपनीमध्ये नोकरी.

क) हॉटेल मॅनेजमेंट, हॉस्पिटल मॅनेजमेंटचे प्रशिक्षण.

४) धाडसी कौशल्य असणारे (Adventureous) –

अ) विमानचालक किंवा (Pilot Training.)

ब) नेव्हीचे प्रशिक्षण.

क) मिलिटरीचे प्रशिक्षण.

ड) एअर होस्टेसचे प्रशिक्षण.

इ) लढाऊ वैमानिक (Fighter Pilots)
फ) राष्ट्रीय संरक्षण प्रबोधिनीचे (Defence-NDA) प्रशिक्षण
ग) फायर ब्रिगेड प्रशिक्षण

५) संगणक क्षेत्र (Computer Field) –

अ) हार्डवेअर प्रशिक्षण
ब) सॉफ्टवेअर प्रशिक्षण
क) डीटीपी प्रशिक्षण
ड) ॲनिमेशन आणि मल्टिमीडिया
इ) इंटेरिअर डिझायनिंग

६) पॅरा-मेडिकल क्षेत्र –

अ) नर्सिंग
ब) पॅथॉलॉजीचे प्रशिक्षण
क) ऑप्टिमेट्री – डोळ्यांबाबतची पदवी व पदव्युत्तर प्रशिक्षण
ड) सोनोग्राफी, एक्स-रे प्रशिक्षण

७) फॅशन डिझायनिंगचे प्रशिक्षण

८) योग-अभ्यास प्रशिक्षण –

अ) जिम इन्स्ट्रक्टर
ब) योग प्रशिक्षक
क) बॉडी मसाजचे प्रशिक्षण

९) कृषी क्षेत्र (**Agriculture**)

अ) कृषिक्षेत्रातील पदवी व पदव्युत्तर प्रशिक्षण

१०) वेगवेगळ्या देशांच्या भाषा शिकणे. उदा. जर्मन, रशियन, चिनी व त्यामध्ये Language Translator म्हणून प्रशिक्षण घेणे.

११) अभियांत्रिकीचे (Engineering) प्रशिक्षण

अशी अनेक क्षेत्रे आहेत. त्याचा विचार तुम्ही नववी ते दहावीपासून करणे गरजेचे आहे. आणखीही अशी क्षेत्रे शोधून काढायला काहीच हरकत नाही.

सांस्कृतिक स्व-प्रतिमा

सांस्कृतिक स्व-प्रतिमा म्हणजे काय?

''सणवार करणे आपल्याकडचा रिवाज आहे. तो तुला पाळावाच लागेल.''

''हे असले जीन्स आणि टॉप्स घालणे आपल्या संस्कृतीत बसत नाही.''

''आपल्या घराण्यात शिक्षणाची परंपरा आहे. तू अभ्यास नाही केलास, तर तू आपल्या घराण्याला कलंक लावशील.''

''आजकालच्या पिढीला संस्कार म्हणजे काय, हेच माहिती नाही. देवाधर्मावर विश्वासच नाही. ही पिढी पुढे कशी घडणार आहे, याची चिंताच वाटते.''

''आजकालच्या मुलींना वागण्याची काही रीतच नाही. कुठेही, कशाही वागतात.''

''वडीलधाऱ्या मंडळींना मान / आदर देणे ही परंपरेप्रमाणे चालत आलेली रूढी आहे, पण आजकालच्या या मुलांना ती पाळणे म्हणजे मागासलेपणा वाटतो.''

वरील संवादातून प्रत्येक कुटुंबाचे, ओघानेच समाजाचे आचार, विचार, परंपरा, रूढी, चालीरीती, धार्मिकता इ. सगळ्यांचे प्रदर्शन त्या-त्या प्रदेशातल्या माणसांच्या दैनंदिन व्यवहारातून प्रतीत होत असते. त्यालाच संस्कृती असे म्हणतात. संस्कृती म्हणजे निव्वळ परंपरा, संस्कार, रूढी असे केवळ नसून त्यातल्या समूहातील लोकांचे कलात्मक, आचारात्मक आणि मूल्यात्मक आचरण दिसून येते. या सगळ्यांचा एकत्रित मिलाफ म्हणजे संस्कृती. उदा. आपण रोमन संस्कृती, ग्रीक संस्कृती, हिंदू संस्कृती पाहिल्या, तर आजही हिंदू संस्कृती टिकून आहे आणि रोमन व ग्रीक संस्कृती लयास गेली आहे. याचे सर्वसाधारण विश्लेषण असे करता येईल की, रोमन आणि ग्रीक संस्कृतीमध्ये सत्तेचे केंद्र आणि ते केंद्र चालवणारी माणसे महत्त्वाची होती. त्या दृष्टीने फक्त सत्ता आणि सत्तेच्या व्यवस्थापनेसाठी लागणारे स्वस्त मनुष्यबळ हा एक महत्त्वाचा भाग या सत्ताकारणामध्ये होता. त्यासाठी लढाया करणे, धर्माचा प्रसार करणे, इतर भूप्रदेश बळकावणे, तिथले उद्योगधंदे आणि संपत्ती स्वत:च्या ताब्यात घेणे, त्या-त्या प्रदेशातील माणसांना आपल्या सत्तेसाठी राबवून घेणे, असे सर्व प्रकारचे मार्ग या संस्कृतीच्या सत्तानरेशांनी वापरले. इतर भूप्रदेशातील माणसांचा विकास झाला पाहिजे, त्यांना उत्तम माणूस म्हणून जगण्यासाठी आपल्याकडील विकसित ज्ञानाचा वापर करून दिला पाहिजे,

या दृष्टिकोनाचा अभाव असल्यामुळे या संस्कृतीमध्ये अनेक तत्त्वचिंतक आणि विद्वान पंडितांचा भरणा असूनही माणूस विकसित करण्यास या संस्कृतीतील सत्तास्थानी असलेले नरेश कमी पडले आणि एका मर्यादेनंतर संस्कृतीचा ऱ्हास त्यांना थोपवता आला नाही.

या उलट हिंदू संस्कृतीमध्ये माणसाला आणि त्याला माणूस म्हणून जगण्याला महत्त्व दिले असल्यामुळे अनेक आक्रमणे, धार्मिक स्थित्यंतरे आणि बदल होऊनसुद्धा ही संस्कृती माणसांच्या मनामध्ये घट्ट पाळेमुळे रोवून बसली होती. त्यामुळे हिंदू संस्कृतीप्रमाणे प्रादेशिक विकास झाला नसला, तरी बाहेरून आलेल्यांना हिंदू संस्कृतीने सामावून घेतले. त्यामुळे तत्त्वज्ञानात आणि जीवनाच्या अंतरंगांत हिंदू संस्कृती कायम तेवत राहिली.

संस्कृतीबाबत जो विचार आपण बघितला, त्यात सर्वसाधारणपणे संस्कृती म्हणजे काय इतकाच विचार ढोबळमानाने मांडायचा प्रयत्न केलेला आहे. त्याचा सखोलपणे अभ्यास करणे व मांडणे इथे अपेक्षित नाही; तर सध्याच्या कुमारवयीन पिढीला एक ओळख देणे, एवढाच माफक उद्देश आहे.

कुमारवयीन मुला-मुलींच्या कानावर प्रकरणाच्या सुरुवातीस नमूद केलेले उद्‌गार घरातल्या किंवा इतर नातेवाईक, सग्या-सोयऱ्यांकडून अनेक वेळा पडतात, तेव्हा त्यांचा गोंधळ उडालेला असतो. त्यांना नेमके काय म्हणायचे असते, असा त्यांना प्रश्न पडतो. मग संस्कृती, परंपरा या गोष्टी जबरदस्तीने आचरणात आणाव्या लागतात. मग असे का करायचे, तसे का करायचे, असे प्रश्न आल्यावर घरातील वडीलधारे 'आम्ही सांगतो म्हणून!' अशा प्रकारचे उत्तर देतात. मग एक प्रकारचा औदासीन्याचा / तुच्छतेचा दृष्टिकोन या मुलांमध्ये तयार होतो. मग मनामध्ये संघर्ष सुरू होतो की, ही संस्कृती, संस्कार, परंपरा, रूढी, चाली-रीती म्हणजे नेमके काय? आणि यातील फरक काय, याचा गोंधळ सुरू होतो आणि वडीलधारी मंडळीसुद्धा या सर्वांतील फरक नेमकेपणाने समजावून न सांगता त्याप्रमाणे वागणुकीचा आग्रह मात्र धरतात. त्यामुळे या मुला-मुलींना हे सर्व जाचक व बंधनकारक वाटू लागते. संस्कृती, परंपरा, रुढी, आणि चाली-रीती यांच्याकडे नकारात्मकतेने न बघता आपला विकास करण्याचा एक भाग म्हणून बघितले, तर नक्कीच तोटा होणार नाही, हे या कुमारवयातील मुला-मुलींना सांगण्याची जबाबदारी पालकांनी स्वीकारणे गरजेचे आहे. आता आपण एक केस बघू.

अकरावीतील ईशा तिचे कॉलेज लाइफ पहिले दोन-तीन महिने पूर्ण एन्जॉय करत होती. घरी आई-वडील आणि बहीण. बहिणीचे नुकतेच लग्न झालेले. एक दिवस ईशा गॅदरिंगची प्रॅक्टिस करून घरी आली. त्या दिवशी तिला बराच उशीर झाला होता. रात्रीचे दहा वाजता वाजून गेले होते. ईशा तशी मॉडर्न होती. फॅशनेबल

कपडे घालायला तिला आवडायचे आणि तिला ते शोभूनही दिसायचे. ज्या दिवशी तिला उशीर झाला, त्या वेळेस तिचा एक मित्र तिला घरी सोडायला आला होता, हे तिच्या आईने बघितले आणि त्यामुळे घरी आल्यावर ईशावर प्रश्नांचा भडिमार सुरू झाला. "ही काय वेळ झाली घरी यायची? मुलीच्या जातीला हे शोभते का? इतका वेळ असते का प्रॅक्टिस? आणि हे काय, असले कपडे घालतेस? काय रोज-रोज नटून जायचे कॉलेजला? हेच संस्कार केले का तुझ्यावर आम्ही? आणि एवढ्या रात्री हा कोण होता तुझ्याबरोबर? रोज येतो का सोडायला? बाकी सगळ्या तुझ्या वर्गातल्या मुली असेच करतात का? त्यांच्या घरात असे चालत असेल, पण आपल्याकडे चालणार नाही. तुला कॉलेजमध्ये एवढ्याचसाठी पाठवतो का? समाजात लोक काय म्हणतील याची कल्पना आहे का? हे असे वागणे आपल्या परंपरेत बसत नाही. असले धंदे करायचे असतील, तर उद्यापासून कॉलेज वगैरे सगळे बंद!"

ईशा आईबाबांचे हे रूप बघून चकितच झाली. तिच्या मनात विचार आले — 'एवढं काय झालं यांना रागवायला? मी असं काय केलंय? प्रॅक्टिसला उशीर झाला आणि मित्र सोडायला आला म्हणजे माझ्यावर संस्कारच नाहीत, असंच वाटतं का? आणि ही परंपरा म्हणजे काय? माझ्या सगळ्या मैत्रिणी असंच एन्जॉय करतात की!' पण ही वाक्ये तिच्या मनातच राहिली. कारण अचानक आई-बाबांचा तो अवतार बघून आपण आत्ता न बोललेलेच बरे, हे तिला समजले होते; पण मनात अनेक प्रश्न, चूक/बरोबर, संस्कार म्हणजे नेमके काय, याचा गोंधळ माजला होता. हे सर्व कोणाशी बोलावे, हे तिला कळत नव्हते.

अशा प्रसंगांना तुम्हालाही सामोरे जावे लागते ना? पण हे नेमके काय असते, हे समजत नसते! बरोबर ना? तर यामध्ये पालकांची, कुटुंबातील लोकांचीही जबाबदारी आहे की, मुलांना विश्वासात घेऊन काही गोष्टींना विरोध का केला जातो, त्याचे दूरगामी परिणाम काय होतात, हे कोणताही उपदेश न करता उदाहरणासह पटवून सांगणे गरजेचे आहे. आपल्या कुटुंबाची, ठरावीक जातीची काय संस्कृती आहे, का आहे, त्याचे फायदे काय, यावर चर्चात्मक संवाद साधून या मुलांना स्वतंत्र विचार करण्यास मुभा द्यावी. कारण शेवटी लादलेली संस्कृती ही बंधनकारक, जाचक वाटू शकते. त्यामुळे सांस्कृतिक स्व-प्रतिमा हाताळताना आपली मुले, आपली मते याचा विचार जरूर करणे आवश्यक आहे.

आता आपण पाश्चात्त्य संस्कृतीचे सकारात्मक तसेच नकारात्मक परिणाम सविस्तरपणे पाहू.

मॉडर्नायझेशनचे किंवा आधुनिकीकरणाचे परिणाम

“आमच्या वेळी हे असले प्रकार नव्हते रे बाबा! जमाना बदलतोय वगैरे सगळं ठीक आहे, पण असं? आपले संस्कार, मूल्यं सगळं सोडून वागणं म्हणजे आजचा ‘स्मार्टनेस’ काय?”

“काय ती टीव्हीवरची गाणी, उघड्यावाघड्या मुली, धांगडधिंगा, नाच! बघवत नाही अक्षरश:! आपल्या वडीलधाऱ्यांसमक्ष तुम्ही हे बघूच कसं शकता?”

“काय ते तासन्तास मोबाइलवर बोलणं आणि जोडीला ते इंटरनेटवरच चॅटिंग! घरच्यांसाठी वेळच राहिलेला नाही!”

घरोघरी हेच उद्गार अगदी नित्यनेमाने ऐकायला मिळतात. होय ना? आणि गंमत म्हणजे, यावरची आपली उत्तरंदेखील एवढीच ठरावीक असतात!

“तुमच्या काळात चालत असेल तसं! आत्ताच्या मॉर्डन युगात तुमच्या वेळेसारखं असं वागलं / केलं तर लोक मूर्ख म्हणतील!”

“या सगळ्या गोष्टी करणं काळाची गरज आहे. बदलत्या काळाप्रमाणे वागायला नको का?”

बऱ्याचदा या सर्व गोष्टींकडे ‘जनरेशन गॅप’ / दोन पिढ्यांमधील वैचारिक अंतर म्हणून बघितले जाते आणि हे अंतर पुढे वाढतच जाणार आहे, असेही ठामपणे सांगितले जाते. हे जरी अगदी सत्य असले, तरीही घडणाऱ्या या गोष्टींकडे दुर्लक्ष करून चालणार नाही. आधुनिकीकरणाच्या या वाढत्या प्रभावाचे, परिणामांचे फायदे व तोटे लक्षात घ्यायलाच हवेत.

आधुनिकीकरणाचा प्रभाव व त्याचे दुष्परिणाम :

प्रभाव :	**दुष्परिणाम**
१) अश्लील टीव्ही चॅनेल्स	लहान, कोवळ्या वयापासून सतत हे गाणी, सिनेमे, रिमिक्स बघितले गेल्यास लैंगिकतेविषयी (सेक्स) अनेक गैरसमजुती तयार होतात व पुढील आयुष्यावर याचा नकळत परिणाम होऊ शकतो. यामध्ये दाखवली जाणारी अश्लील दृश्ये, व्हॉयोलन्स यामधूनही काही जण प्रेरणा घेत असतात. उदाहरणार्थ, फक्त थ्रिल म्हणून बलात्कार किंवा खून करणे.
२) उत्तान कपडे (Revealing Clothes)	सर्वच आधुनिक पोशाख अश्लील/वाईट आहेत, असे नक्कीच नाहीये. बदलत्या काळाप्रमाणे, वातावरणाप्रमाणे, कामे, नोकऱ्यांच्या पद्धतीप्रमाणे आधुनिक पेहरावाचा स्वीकार करणे योग्यच आहे. परंतु आधुनिक आणि Revealing किंवा सेक्सी (अश्लील) कपड्यांमधील फरक नक्कीच जाणून घेतला पाहिजे. बऱ्याचदा अश्लील कपडे घालून मुली आपल्यावर अतिप्रसंग होण्याची वेळ ओढावून घेतात. हे सहज टाळता येऊ शकते. तसेच मुला-मुलींच्या बाबतीत कपड्यांवरून मिळणाऱ्या कमेंट्स, एकटक बघणे, छेडछाड वगैरे टाळणे हे सर्वस्वी त्या व्यक्तीच्याच हातात आहे. यातून तयार होणारा न्यूनगंड, टेन्शन डिस्कम्फर्ट, लाज, भीती हे टाळता येऊ शकते. या वयात फॅशनेबल कपडे घालणे, दिसणे याची क्रेझ असणे साहजिकच आहे, पण त्यामुळे कोणते संकट ओढावून घेतले जात नाही ना,

याची खबरदारीही आपणच घ्यायची आहे. सगळ्यात महत्त्वाचे म्हणजे, पोशाख / पेहराव हा एखाद्याच्या व्यक्तिमत्त्वाचा एक पैलू आहे. संपूर्ण व्यक्तिमत्त्व खुलवण्यासाठी, आदर्श बनविण्यासाठी अनेक सुंदर गोष्टी अनुभवून, शिकून, आजमावून बघायच्या आहेत, त्याही या वयातच!

३) आधुनिक खाण्या–पिण्याच्या सवयी (Modern Food Habits)

जगातील प्रत्येक देशामधील खाण्या–पिण्याच्या सवयी या तिथल्या लोकांना त्यांच्या राहणीमानानुसार, भौगोलिक स्थिती, कामाच्या पद्धतीनुसार ठरविल्या आहेत. भारताच्या बाबतीतही असेच आहे. पोळी / भाकरी, भाजी, चटणी, लोणचे, आमटी, उसळ, कोशिंबीर, भात, गोड इ. हा आपला संपूर्ण आहार असून यातून सर्व जीवनावश्यक पोषकतत्त्वे मिळतात; परंतु आपण मात्र हळूहळू फास्टफूड / जंक फूड खाद्यपदार्थांच्या आहारी जात आहोत. हे फास्ट फूड, जंक फूड अतिशय टेस्टी व जिभेला चाळा लावणारे असतात खरे; पण ते किती प्रमाणात व किती वारंवार घ्यायचे, हे मात्र अगदी काळजीपूर्वक ठरवायला हवे. या खाद्यपदार्थांची (कोल्ड्रिंक्स्, सँडविचेस, बर्गर्स, पिझ्झा, पास्ता वगैरे) सवय लागल्यास शरीराला त्याचे दीर्घकालीन परिणाम भोगावे लागतात, हे सांगणे न लागे. फास्ट फूड खाणे नियंत्रणात ठेवून पुढे जाऊन तब्येतीच्या अनावश्यक तक्रारी, औषधे, ट्रीटमेंटचा खर्च सहज टाळता येऊ शकतो.

४) टीव्ही आणि कॉम्प्युटर गेम्स, इंटरनेट

आपल्या लहानपणापासूनच घरातील मोठी माणसे आपल्याला मैदानी खेळ खेळायला उद्युक्त करत असतात. यामधील फायदे सर्वांनाच माहीत आहेत. शरीराला मिळणारी ताजी हवा, व्यायाम, भेटणारे सवंगडी व सगळ्यात महत्त्वाचे, त्यातून तयार होणारी 'खिलाडू वृत्ती'. परंतु आजकाल हे दृश्य बदलताना दिसतेय. मैदानापेक्षा मुले कॉम्प्युटरवर खेळणे, फेसबुक, ऑर्कुटवर जास्त एन्जॉय करताना दिसतात. वर दिलेला कोणताही फायदा यातून दिसत नाहीच; उलट डोळ्यांवर ताण, शरीराचा व्यायाम न झाल्याने स्थूलता इ. दुष्परिणामही लहानपणापासूनच भोगावे लागतात.

५) ललित कला (Performing arts)

जसा खेळांच्या पद्धतीमध्ये आधुनिक संस्कृतीचा प्रभाव दिसून येतो; तसाच, किंबहुना त्याहून अधिकच सध्याच्या परफॉर्मिंग आर्टवर दिसून येतो. अगदी शाळा-कॉलेजच्या गॅदरिंग्जपासून सिनेमांपर्यंत तीच धांगडधिंग्याची गाणी आणि नाच बघायला मिळतात! आपली भारतीय शास्त्रीय नृत्य, गायन व संगीतपरंपरा कुठे हरवली आहे का? आज अगदी बोटांवर मोजण्याइतके लोकच आहेत, जे अशा अभिजात शास्त्रीय कलांच्या कार्यक्रमांना आवर्जून जातात. आपली भारतीय संस्कृती, कला जी आपली अनेक वर्षांची परंपरा आहे, ती जपणे, तिचा उद्धार करणे व या कलांचे केवळ आपल्या देशातच नव्हे, तर जगात वेगळे स्थान निर्माण करणे आजच्या पिढीच्याच हातात नाही का?

६) गर्लफ्रेंड / बॉयफ्रेंड

'बालविवाह', 'सती' या जुन्या चुकीच्या रूढींमधून आपण केव्हाच बाहेर आलो आहोत. रूढींमधून आपण केव्हाच बाहेर आलो. परंतु सध्या 'पुढारलेला' म्हणवल्या गेलेल्या काळात गर्लफ्रेंड, बॉयफ्रेंड, मल्टिपल अफेअर्स, डेटिंग वगैरे तरी किती योग्य आहे, हा वादाचाच मुद्दा! फॅड किंवा प्रतिष्ठेसाठी केली जाणारी लफडी / अफेअर्स (कोणाला जास्ती गर्लफ्रेंड्स, बॉयफ्रेंड्स), यापाठोपाठ डेटिंग, स्टायलिश / फॅशनेबल राहण्यासाठी केला जाणारा अवास्तव खर्च आणि या सगळ्यामधून आयुष्याच्या महत्त्वाच्या उद्दिष्टांकडे होणारे दुर्लक्ष! यामधील सर्वांत मोठा दुष्परिणाम म्हणजे, तयार होणारी 'उथळ नाती.' भावनिक बंध नसलेली, कोणतीही जबाबदारी / बांधिलकी नसलेली! यामधून अनेक मानसिक व शारीरिक त्रासांना तोंड द्यावे लागते. नात्यांमध्ये धरसोड करणे, ही मुळातच आपली संस्कृती नव्हे व ते कधी आपल्या समाजात स्वीकारलेही जाणार नाही. 'आधुनिकीकरणा'च्या नावाखाली याच्या आहारी कितपत जायचे, हे विचारपूर्वक ठरवायला हवे.

आधुनिकीकरणाचे जसे दुष्परिणाम आहेत तसेच असलेले फायदेही नाकारता येत नाहीत.

१) इंटरनेट, चॅटिंग, ई-मेल्स, वाय-फाय, मोबाइल्स इ. आधुनिकीकरणामुळे जगात आता कुठेही, कधीही आणि कुणाशीही संपर्क साधणे शक्य आहे (The world has come closer). ही काही प्रमाणात आधुनिक संस्कृतीची देणगी म्हणायला हरकत नाही! या सगळ्या तांत्रिक व वैज्ञानिक आधुनिकीकरणाचा सर्वांत जास्त फायदा आजच्या पिढीला, म्हणजे तुम्हालाच आहे! याचे दुष्परिणाम आपण

पाहिले; परंतु विचार करून याचा उपयोग करायचे ठरवले, तर तुमची ही पिढी किती नशीबवान आहे, हे तुम्हाला प्रकर्षाने जाणवेल!

याचा सगळ्यात मोठा फायदा 'उच्च शिक्षणासाठी' करून घेता येतो. अभ्यासातील प्रत्येक विषयाची सखोल आणि परिपूर्ण माहिती इंटरनेटवर उपलब्ध आहे. तसेच उच्च शिक्षणाकरिता उपलब्ध असलेले विविध पर्याय, कोर्सेस, शैक्षणिक संस्था इ. सर्व माहितीही यावर मिळते. एवढेच नव्हे, तर आता अनेक विषयांतील ऑनलाइन कोर्सेस उपलब्ध आहे. तसेच इ-मेल्स, चॅटिंग, टेलिफोन, मोबाइल, फॅक्स इ. द्वारे कोणतीही माहिती कुठल्याही व्यक्तीपर्यंत कोणत्याही क्षणी पोचविणे शक्य आहे.

२) अमेरिकेत किंवा पाश्चात्त्य देशांमध्ये साधारण पंधरा-सोळाव्या वर्षी मुले स्वतंत्र होतात, हे आपण इथे अगदी कौतुकाने बोलत असतो. परंतु आपल्या देशात, इथल्या वातावरणात, संस्कृतीमध्ये शिक्षणपद्धती व अनेक इतर कारणांमुळे ते जोपासणे शक्य नाही, हेही आपल्याला मान्य आहे. बऱ्याचदा आपण व अगदी घरातली मोठी माणसेसुद्धा सोयीस्कररीत्या अमेरिकन किंवा पाश्चात्त्य संस्कृतीचे काही भाग / अंग आत्मसात करीत असतो. म्हणजे कसे? की, फॅशनच्या नावाखाली त्यांचे खाणे-पिणे व कपडे घालण्याची पद्धती, तिथले संगीत, नृत्य व खेळ एन्जॉय करायला लागतो. गर्लफ्रेंड, बॉयफ्रेंडचे फॅड इ. सर्व गोष्टी आपण वर वाचल्याच आहेत; परंतु तिथल्या संस्कृतीप्रमाणे 'कमवा आणि शिका' हे आपल्याकडे हवे तेवढे फॉलो केलेले दिसत नाही. तसेच या देशांमध्ये मुला-मुलींना दिली जाणारी समान वागणूक, शैक्षणिक व व्यावसायिक प्रोत्साहन व संधी, हे आपण नक्कीच आत्मसात करायला हवे! परंतु या विषयी 'हे काही आमच्या संस्कृतीत नाही.' असे सोयीस्कररीत्या सांगून आपण मोकळे होतो! हा सगळा वादाचा मुद्दा आहे, हे नक्की! परंतु सगळ्यामधून शक्य तेवढे सकारात्मक आणि चांगले गुण घ्यावेत, हे आपल्याला लहानपणापासूनच शिकवले जाते. ते या बाबतीतही लागू होतेच, नाही का?

३) अमेरिकन किंवा पाश्चात्त्य संस्कृतीचा अजून एक महत्त्वाचा फायदा म्हणजे आपल्या संस्कृतीमधील अनेक चुकीच्या, मागासलेल्या रूढी, अंधश्रद्धा काढून टाकल्या गेल्या. जसे बालविवाह, सती इ. हे शक्य झाले, ते तिथल्या मॉडर्न / आधुनिक विचारसरणीमुळेच! आणखी एक महत्त्वाचा फायदा म्हणजे प्रत्येक गोष्टीला असलेले कायदेशीर महत्त्व आपल्याला पटू लागले. लोक कोणताही महत्त्वाचा निर्णय घेताना त्या दृष्टीने विचार करू लागले.

अशा रीतीने अमेरिकन किंवा पाश्चात्त्य संस्कृती व आपली भारतीय संस्कृती यातील श्रेष्ठ कोणती, हा मुद्दा नसून याचा सुरेख समतोल कसा साधता येईल, यावर विचार करणे, ही आजच्या काळाची गरज आहे!

भारतीय संस्कृतीतून विवाहपद्धती

"आई-वडिलांचं, माझं घरं सोडायला लागणार, त्यामुळेच मला लग्न करायचं नाही."

"लग्नानंतर फार जबाबदाऱ्या वाढतात, टेन्शन्स असतात. त्यामुळे लग्न करावं का नाही, ते कळत नाही."

"शीऽऽ! लग्न म्हणजे एकदम बकवास! घाणेरडं! मला त्याचा फार राग येतो. ते सगळं बंडल, चावट आहे."

"ते पोरं-बिरं जन्माला घालणं, वाढवणं मला जमणार नाही अजिबात."

"लग्न हा काही गुन्हा नाही; ते एक जबाबदारीचं छान जगणं आहे."

"एकमेकांचा स्वभाव आवडला, जमला आणि पटला तर पुढं जायचं, नाहीतर द्यायचं सोडून."

"छे! माझ्याशी कोण लग्न करणार? माझं हे असंच आहे. कोणाला मी आवडणार? त्यामुळे माझं लग्नच होणार नाही. मी एकटा / एकटी राहणार."

"मी अजिबात लग्न करणार नाही. मला कुठलंही बंधन नको. मला माझं करिअर करायचं आहे. त्यात हे लग्न अडथळा होईल."

"लग्न म्हणजे भयंकर बोअर काम आहे. सारखं हे करा नि ते करा."

"माझ्या उद्देशांमध्ये लग्नामुळे अडचणी येतील. कोणाच्यातरी तालावर नाचून माझं उद्दिष्ट अपूर्ण राहील. नकोच हे लग्न!"

''लग्न म्हणजे नुसता खेळखंडोबा! या बावळट मुलांबरोबर लग्न करायचं म्हणजे मूर्खपणाचं आहे. यांना काही अक्कल नसते. उगाचच काहीही फालतूपणा चाललेला असतो.''

''छे – छे! लग्न झाल्यावर स्वातंत्र्यावर फार बंधनं येतात. सारखं अडकल्यासारखं होतं. कुठेही जाताना, काही करताना एकट्याचा विचार करून निर्णय घेता येत नाही. फारच भानगडीचं काम आहे बुवा!''

''लग्न ही खरंतर एक छान मैत्री आहे. म्हणजे ज्या व्यक्तीबरोबर तुम्ही अख्खं जीवन घालवू शकता, त्या व्यक्तीबरोबर केलेली छान मैत्री, असं म्हणता येईल.''

''लग्न म्हणजे ना, फक्त पुरुषांनी स्वत:च्या सोयीसाठी तयार केलेली गोष्ट आहे. सगळ्यात वैतागवाडी म्हणजे स्वत:ला स्वयंपाक करावा लागतो.''

''आई-वडलांनी खूपच आग्रह केला किंवा जबरदस्ती केली, तरच लग्न करणार; नाहीतर अजिबात नाही.''

''लग्न म्हणजे अगदी अशक्य काम! खूप-खूप लाज वाटते.''

''लग्न म्हणजे धम्माल! हिंडायचं, हॉटेलमध्ये जायचं, हनिमूनला जायचं. त्यामुळे मज्जाच मज्जा!''

वरील उद्‌गार आपल्याला अनेक घरांमधील कुमार वयातील मुला-मुलींकडून ऐकू येत असतात. अगदी आपल्यापण घरात ऐकू येऊ शकतात. साधारणपणे शिक्षण संपत आले, नोकरी किंवा व्यवसायात स्थैर्य आले की लग्न करणे, हे एक ठरून गेलेले समीकरणच झालेय. त्यामुळे कॉलेजमध्ये असतानाच याबद्दल अनेक जण मते प्रदर्शित करायला सुरुवात करतात. कोणाला खरेच गंभीरपणे त्याकडे बघायचे असते, तर कोणाचा नकारात्मक दृष्टिकोन असतो, तर कोणी अजिबातच गंभीर नसतात, कोणी त्याबद्दल बोलणे टाळतात. असे प्रत्येक कुमार वयातील मुला-मुलींचे अनुभव आपल्याला येत असतात. या सगळ्यात लग्नामुळे निर्माण होणारे लैंगिक आकर्षण आणि प्रणय हा महत्त्वाचा मुद्दा असतो. मुळातच आपण हे मुद्दे सविस्तर मांडलेले आहेतच; पण एकंदरीतच लग्नाबद्दलचे विचार सुरू झाले की, आपला जोडीदार कसा असावा आणि त्याच्याबरोबर आपले लैंगिक संबंध कसे असावेत, याचे कल्पनाचित्र नकळतपणे, तर कधी जाणीवपूर्वक रंगवायला सुरुवात होते. मुळातच प्रत्येक मुला-मुलींसमोर सध्याच्या जाहिरात, सिनेमाक्षेत्रातील उघड प्रणय-प्रसंगांमुळे, त्यातल्या नग्नतेमुळे जे एक्सपोजर मिळालेले आहे, त्यामुळे त्या ठरावीक व्यक्तींच्या प्रतिमा बऱ्यापैकी मनावर ठसल्या जातात. मग त्या प्रतिमेची आपल्या आसपास असणाऱ्या व्यक्तींशी तुलना करायला सुरुवात होते. साहजिकच पहिला भर दिसण्यावर असतो. दिसण्याशी बऱ्यापैकी साधर्म्य असलेल्या मुला-मुलींना साहजिकच या अशा गटांमध्ये फारच मागणी येते आणि मग सुरू होतो

कल्पना आणि वास्तव यातील संघर्ष! त्यातूनच अनेकदा मुलांकडून अशा प्रकारचे वर्तन घडते आणि त्या बाह्य वर्तनाला भुलून मुली त्यांच्याकडे आकर्षिल्या जातात. तसेच मुलांबद्दलही होते. यामध्ये खरोखरच लैंगिक शिक्षणाबद्दल फारसे कुणी गांभीर्याने पाहतच नाही.

आजकाल अनेक शाळांमधून साधारणपणे आठवीपासूनच लैंगिक शिक्षणाचे ज्ञान / माहिती द्यायला सुरुवात केलेली आहे. त्यामुळे या विषयाकडे तिटकाऱ्याने बघण्यापेक्षा त्याबद्दल आवश्यक तेवढी माहिती या मुला-मुलींना जर मिळाली, तर त्यांची उत्सुकता थोड्याफार प्रमाणात शमली जाऊ शकते. तसेच अनेकदा चुकीची आणि नसलेली माहिती मिळाल्यामुळे जो धोका असतो, तो काही प्रमाणात टाळला जाऊ शकतो. त्याचप्रमाणे लग्न-विषयक विचार जेव्हा या मुला-मुलींमध्ये सुरू असतात, त्यामध्ये जबाबदाऱ्यांपेक्षा त्यातून मिळणाऱ्या आनंदावर वा करमणुकीवर जास्त भर असतो. लग्नामुळे मनाप्रमाणे धमाल करता येईल, खरेदी करता येईल, हिंडता-फिरता येईल असा एकूण मौजेचा भाग जास्त फोकस होत असतो. त्यामुळे ज्या मुला-मुलींना आपल्या आजूबाजूला अनेक जोडप्यांमध्ये होणारी भांडणे, ताण, जबाबदाऱ्यांमुळे होणारी कुतरओढ बघायला मिळते, त्यांना असे वाटू शकते की, हे नको, पण मजा पण हवी. अशा परस्परविरोधी विचारांमुळे या लेखाच्या सुरुवातीला नमूद केलेले उद्‌गार ऐकू येतात.

लग्न म्हणजे या सगळ्याची गोळाबेरीज आहे. त्यात मजा, आनंद, ताण, दु:ख, जबाबदाऱ्या, बंधने या सर्व गोष्टींचा मिलाफ आहे आणि त्याचाच आस्वाद घेत मजेत आयुष्य जगायचे असते, इतका सारासार विवेक या वयातील मुला-मुलींना कमी असतो. परंतु पूर्वीप्रमाणे मुलींच्या बाबतीत ग्रॅज्युएशन झाले की, लग्न आणि मुलांच्या बाबतीत नोकरीला लागले की, लग्न ही संकल्पना मात्र बदलते आहे. मुले-मुली, दोघांच्या बाबतीत आजकाल करिअर सेट झाल्यावरच लग्नाचा विचार, ही संकल्पना दृढ होत चालली आहे. वास्तविक पाहता, आजच्या स्पर्धायुगात आणि गतिमान जगात ही विचारसरणी योग्यच वाटते, परंतु यामुळे 'लग्न' हे एक आयुष्यभराचे नाते (Life-long relationship) आहे आणि आयुष्यातला अतिशय महत्त्वाचा टप्पा आहे, या बाबतीत कॅज्युअल दृष्टिकोन दिसून येतो. म्हणजे, एखादा मुलगा / मुलगी आवडली किंवा अफेअर असणे म्हणजे त्याच्याशी / तिच्याशी 'लग्न' करणारच, असे नाही. किंवा केवळ थ्रिल म्हणून 'Sex'चा अनुभव घेणे किंवा लग्न झाल्यावरही नेमके हे नाते कसे निभवायचे हे कळत नाही किंवा आजकाल अतिशय सहज पद्धतीने मिळणारे घटस्फोट आणि त्याचे प्रमाण, यामुळे 'जमले तर ठीक आहे, नाहीतर सोडून द्यायचे.' हा विचार बळकट होताना दिसतो. वर म्हटल्याप्रमाणे 'लग्ना'बद्दलची मॅच्युरिटी जरी या वयात नसली, तरीही हे विचार मात्र या वयातच आजूबाजूच्या जोडप्यांचा impact

, इतर प्रसारमाध्यमांचे परिणाम (media exposure) सासू-सून मालिका आणि मित्र-मैत्रिणींच्या ग्रुपमधील यावरची चर्चा यावरून (build) तयार होत असतात.

भारतीय संस्कृतीमध्ये लग्नाला विवाहसोहळ्याचे स्वरूप आहे. याचे कारण आपल्या प्राचीन परंपरेमध्ये सापडते. परंपरेप्रमाणे, प्रथा / रूढीप्रमाणे हा एक धार्मिक आनंदाचा विधी आहे. पावित्र्य आणि मांगल्य या मुद्द्यांशी त्या विधीचे जोडून असलेले अस्तित्व यावर कायम भर राहिलेला आहे. सोहळा म्हटला की, उत्सव आलाच. सर्वांच्या आनंदासाठी, मजेसाठी उत्सव साजरा करणे हे उत्तमच; परंतु तो खिशाला परवडतो वा त्यात अवास्तव संपत्ती / ताकदप्रदर्शन होत आहे का, याला महत्त्व आहे. ज्यात कुणावर जबरदस्ती नाही, किमतीची वसुली नाही अशा कुठल्याही रूढी-परंपरा साजरी करणे, हे आनंददायकच ठरू शकते. त्यानुसार बघायला गेले, तर आपल्या संस्कृतीमध्ये विवाहविधीला धार्मिक पावित्र्याचे आणि मांगल्याचे अधिष्ठान दिले गेलेले आहे. त्यात अनेक जबाबदाऱ्या आणि बंधने यांचा स्वखुषीने स्वीकार केलेला आहे. त्यातच त्याची परिपूर्णता आहे. मग बाकीचा सर्व विधिवत् सोहळा मजेचा / आनंदाचा भाग आहे, एक साजरे करणे आहे. अनेक वर्षांच्या चालीरिती आणि परंपरा-रूढींची जाचक बंधने आज त्रासदायक ठरत असतानाही काही समाजाग्रह सुरू आहे. यात लग्नेच्छुक मुला-मुलींचा फारसा विचार केलेला दिसत नाही. त्याचे खोलवर परिणाम कुमार वयातील मुला-मुलींवर होऊ शकतात. आपला जोडीदार कसा निवडावा याचेच स्वातंत्र्य कालपर्यंत नव्हते, त्यामुळे आई-वडील म्हणतील तो जोडीदार, यासारखे अविवेकी विचार रुजले आणि त्याची परिणती खूप नैराश्याकडे गेलेल्या पिढीतून समोर आली. मुळातच विवाह ही एक कल्पना आहे आणि ती जीवनात प्रत्यक्ष आचरणात आणण्यासाठी कुमार वयातील मुला-मुलींना माहिती देऊन त्यांचे प्रबोधन करणे आवश्यक आहे. त्यातून कुठेतरी या मुला-मुलींना स्वत:बद्दल आणि जोडीदाराबद्दल नेमक्या काय अपेक्षा ठेवायच्या याचा अंदाज येण्यास मदत होऊ शकेल. अनेक वेळेस पालक आणि सभोवतालची परिस्थिती अवास्तव अपेक्षा ठेवण्यास कारणीभूत ठरतात. तिथे बऱ्याच वेळेस निराशा पदरी पडण्याचा संभव असतो. अशा वेळेस पालकांची जबाबदारी वाढू शकते. ते स्वत:ला अपराधीपणाच्या भावनेत अडकवून त्याचेच उसासे टाकत राहतात आणि मुला / मुलीच्या पदरी मात्र काहीच पडत नाही. म्हणून ‘विवाह’ या संकल्पनेचे आवश्यक व भावनिक प्रशिक्षण कुमार वयातील पाल्यांना देणे पालकांसाठी आवश्यक ठरते. म्हणून त्यांनी हे ज्ञान मिळवून वा समुपदेशकाची मदत घेऊन आपल्या पाल्यांना या विषयाबाबत सजग करणे आवश्यक आहे.

बौद्धिक स्व-प्रतिमा

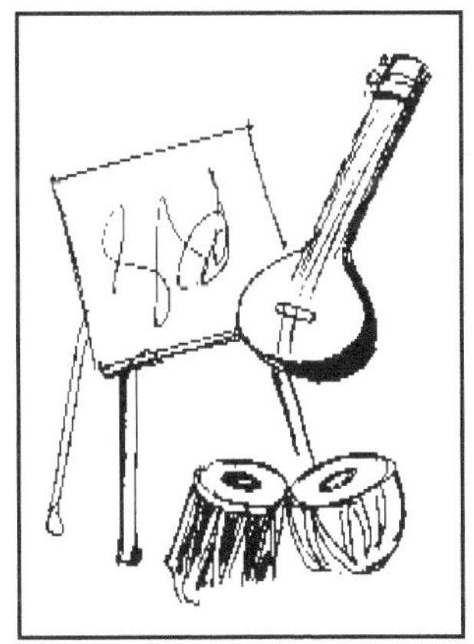

बुद्धिमत्ता (Intelligence) म्हणजे नेमकं काय?

हॉवर्ड गार्डनरनुसार बुद्धिमत्तेची व्याख्या पुढीलप्रमाणे –

"Ability to solve problems or to fashion products that was valued in one or more cultural or community settings."

“तुला अक्कलच नाही. हे काम करण्याची तुझी लायकीच नाही. तू बेअक्कल आहेस किंवा गाढव आहेस. तुझी मती गुंग झाली आहे किंवा माठ आहेस! मंद आहेस. अजून तुला साधा कॉमनसेन्स आलेला नाही. तुला व्यवहारज्ञानच नाही. बुद्धूच आहेस!”

अशी वाक्ये आपल्याला बरेचदा ऐकावी लागतात. बरोबर? तर ही बुद्धी किंवा बुद्धिमत्ता म्हणजे काय, ते पाहू.

बुद्धिमत्ता तीन प्रकारची असते –

१) शैक्षणिक बुद्धिमत्ता – (Scholastic Intelligence)
२) भावनिक बुद्धिमत्ता – (Emotional Intelligence)
३) सामाजिक बुद्धिमत्ता – (Social Intelligence)

१) शैक्षणिक बुद्धिमत्ता

अंजली चौदा वर्षांची, आठवीतील मुलगी. अतिशय हुशार. वर्गात कायम पहिली येणारी. नव्वद टक्क्यांच्या आत कधी मार्क्स पडलेच नाहीत तिला. प्रत्येक चाचणीत बहुतेक विषयांत पैकीच्या पैकी मार्क्स! सगळ्या शिक्षकांची लाडकी विद्यार्थिनी. अभ्यास, परीक्षा म्हटले की किंवा काही शंका विचारायच्या म्हटल्या की, अंजलीचेच नाव पुढे असायचे. अभ्यास तिला खूप आवडायचा. ती मनापासून अभ्यास करायची. वर्गात हजेरी शंभर टक्के असायची. तिच्या आई-वडिलांना तिचा सार्थ अभिमान असायचा; पण ती बोलायची कमी. वर्गात दुसऱ्यांपेक्षा कधी काळी तिला थोडे जरी कमी मार्क्स पडले, तरी खूप फुगून बसायची. कधीकधी तर मधल्या सुट्टीत एकटीच रडत बसायची. विचारायला गेले, तर काहीच बोलायची नाही. मग दहावीला अपेक्षेप्रमाणे बोर्डात आली. शाळेत पहिली आली. साहजिकच तिने

सायन्स घ्यायचे ठरवले. तिने कॉलेजमध्ये प्रवेश केला. कॉलेजमध्ये जरा लाजत-बुजतच अकरावीचा अभ्यास सुरू केला. मुळातच हुशार असल्यामुळे अकरावीतसुद्धा ती पहिली आली. मग बारावीत तिच्याकडून अपेक्षा होत्याच. बारावीतही बोर्डात नववी आली. पंच्याण्णव टक्के मार्क्स पडले. मग तिने डॉक्टर व्हायचे ठरवले. एम.बी.बी.एस.ला ॲडमिशन घेतली. परत सुरू झाला अभ्यासाचा दणकून प्रवास! डोके वर काढायला वेळ नाही. तिला मैत्रिणी फारशा नसायच्या. मग अभ्यास हाच एक पक्का मित्र होता तिचा. एम.बी.बी.एस. पहिल्या वर्गात उत्तीर्ण झाली. मग तिच्या लग्नाविषयी चर्चा सुरू झाली. लग्न म्हटले की, ती दचकायची; पण एक प्रकारची उत्सुकताही होतीच. इतक्या फर्स्ट क्लास करिअरची मुलगी म्हटल्यावर चांगली स्थळे यायला लागली तिला. मग मुले बघता-बघता एम.डी.चे पहिले वर्ष झाल्यावर तिचे लग्न झाले. नवरासुद्धा एम.डी.च होता. हुशार होता तोही. मग संसारात तिचे पाऊल पडले आणि काहीतरी बिनसायला सुरुवात झाली. तिने एम.डी.चे दुसरे वर्ष करायचे ठरवले, पण अभ्यासच होईना. धड नवऱ्याशी जमेना. वरचेवर भांडणे व्हायची; पण ती गप्पच बसायची. स्वयंपाकघरात किंवा पाहुण्यांचे करताना काहीतरी बारीक-सारीक चुका व्हायच्या. मग तिच्या हुशारीचा अभिमान असलेले तिचे सासू-सासरे, नवरा तिला घालून-पाडून बोलायला लागले. तिलाही कळेना, आपले नेमके काय चुकते आहे ते. तरी ती नेटाने अभ्यास करून एम.डी.चे दुसरे वर्ष पास झाली. घरात आनंद झाला. आता तिने नोकरी करावी, असा प्रस्ताव आला. मग तिने एका हॉस्पिटलमध्ये नोकरी करायला सुरुवात केली; पण तिथेही तिच्या हातून काही चुका घडायला लागल्या. तिला समजेना, तिचा आत्मविश्वास असा कमी का व्हायला लागला होता? नवरासुद्धा वरचेवर खूप बोलायला लागला होता तिला. तिला खूप रडू यायचे. तिच्या भावना तिला मॅनेजच करता येईनात. एक दिवस नवऱ्याने घटस्फोटाचा प्रस्ताव ठेवला तेव्हा ती पूर्णत: कोसळली. दरम्यान, नोकरीही सोडली तिने. ती माहेरी आई-वडिलांकडे राहायला आली ती डिप्रेस होऊनच.

एवढी हुशार असूनही पुढे ती काहीच करू शकली नाही. मग सर्वांनाच प्रश्न पडला की, अंजलीचे असे का बरे झाले?

तर शैक्षणिक बुद्धिमत्ता असणे म्हणजे काय? तर शैक्षणिक अभ्यास म्हणजेच अभ्यासक्रम आत्मसात करणे. पूर्वी बुद्ध्यंक म्हणजे Intelligent quotiant विचारात घ्यायचे. १९४०मध्ये हार्वर्डच्या शाळेमधील पंचाण्णव विद्यार्थ्यांचा त्यांच्या चाळिशीमध्ये अभ्यास करण्यात आला. त्या वेळेस ज्यांचा बुद्ध्यंक उत्तम होता, ते चाळिशीच्या दरम्यान फार यशस्वी ठरले नाहीत. म्हणजेच इतर ॲव्हरेज विद्यार्थ्यांच्या तुलनेत त्यांचा पगार, उत्पादनक्षमता आणि त्यांना मिळणारी प्रतिष्ठा खूपच कमी होती.

आणि महत्त्वाची गोष्ट म्हणजे, आयुष्यात म्हणावे तसे समाधान लाभले नव्हते. मैत्री, कुटुंब या संबंधित नात्यांमध्ये आनंद नव्हता.

अंजलीच्या उदाहरणातून असेच दिसून येते की, शाळेतील अभ्यासक्रम आत्मसात करण्याचा तिचा बुद्ध्यंक उत्तमच होता; पण त्याचबरोबर येणाऱ्या भावनांच्या व्यवस्थापनात ती कमी पडायची. बुद्ध्यंक हा काही मानसशास्त्रीय चाचण्यांमधून पाहिला जातो आणि त्यामधून बुद्धिमापन करून त्याचा निश्चित आकडा ठरवला जातो.

बुद्ध्यंकाच्या पातळ्या खालीलप्रमाणे मोजतात.

बुद्ध्यंक	**बुद्धिमापनाचे प्रमाण**
१३०च्या पुढे	ओव्हर जिनियस / व्हेरी सुपिरियर
१२० ते १२९	जिनियस / गिफ्टेड
११० ते ११९	ब्राइट नॉर्मल
८५ ते १०९	ॲव्हरेज
७० ते ८४	बॉर्डर लाइन
५५ ते ६९	सौम्य मतिमंदत्व
४० ते ५४	मध्यम मतिमंदत्व
२५ ते ३९	तीव्र मतिमंदत्व
२५च्या खाली	अतितीव्र मतिमंदत्व

तर सर्वसामान्यत: लोकसंख्येमध्ये दोन टक्के लोक ओव्हर जिनियस किंवा जिनियस या कॅटेगरीत असतात, तर मतिमंदत्व असलेलेही दोन टक्के असतात. बाकीचे सर्व ॲव्हरेज बुद्ध्यंक असलेले असतात. ज्यांचा फक्त बुद्ध्यंक उच्चतम असतो, ते जीवनात कमी यशस्वी होतात. असे का होते?

आजकाल नवी आलेली संकल्पना म्हणजे भावनांक किंवा भावनिक बुद्धिमत्ता (Emotional Intelligence). तर हा भावनांक म्हणजे काय, ते पाहू.

२) भावनिक बुद्धिमत्ता –

अंजलीच्या वर्गातील आभा ही एक हरहुन्नरी विद्यार्थिनी. घरात गरिबी, पण शाळेत नेहमी आनंदी असायची. अभ्यासात तशी कमीच हुशार, म्हणजे साठ-पासष्ट टक्के पडणारी; पण पेपर उत्तम लिहायची. ती जे काही लिहायची, त्याची तिला समज असायची. अंजलीबद्दलही तिला आदर वाटायचा. तिला मनाच्या

कोपऱ्यात तिला असे वाटायचे की, आपल्यालाही असे हाय्येस्ट मार्क्स पडावेत; पण कधीच पडायचे नाहीत; पण शाळेतल्या सर्व ॲक्टिव्हिटीजमध्ये ती भाग घ्यायची. वर्गात सर्व मुलींशी तिचे चांगले जमायचे. काही मुलांशीसुद्धा तिची छान मैत्री होती. तिला मार्क्स कमी पडायचे, पण कधी खचायची नाही ती. कधीकधी अंजलीला समजून घ्यायचा प्रयत्न करायची. जेव्हा ती रडायची, तेव्हा तिला समजावयाची. बघेल तेव्हा आभा हसतमुख असायची. काही शिक्षक तिला तिच्या परफॉर्मन्सविषयी वाईट बोलले, तरी तेवढ्यापुरती खट्टू व्हायची; पण लगेच सावरायची आणि आपले नेमके काय चुकते, हे शोधायचा प्रयत्न करायची. दहावीला तिला सत्तर टक्के मार्क्स पडले. खूप आनंद झाला तिला. कारण तिच्या मानाने थोडे जास्तच मार्क्स होते तिला; पण हुरळून गेली नाही ती. अकरावीला सायन्स घ्यायचे ठरवले तिने. मग अकरावीला कॉलेजमध्ये तिने प्रवेश केला. कॉलेजची रंगीन दुनिया तिला खूप आवडली. कॉलेजमधले वातावरण, खुलेआम मुलांशी बोलणे, कधीकधी येणाऱ्या मुलांच्या कमेंट्स हे सर्व ती एन्जॉय करू लागली. त्याचबरोबर नेटाने अभ्यासही करायला लागली. तिने ठरवले की, आता आपण आयुष्याकडून खूपकाही शिकायचे. तिची उंची तुलनात्मक थोडी कमी होती. त्यामुळे कॉलेजमध्ये मित्र-मैत्रिणींचे टोमणे सहज झेलायची ती. कारण तिला माहीत झाले होते की, शारीरिक उंचीपेक्षा बौद्धिक उंची असणे महत्त्वाचे. तिने खूप मित्र-मैत्रिणी केल्या. मैत्रीचा अर्थ समजून घेण्याचा प्रयत्न केला. अनेक जणांना तिची मदत होऊ लागली. असे करता-करता बारावी आली. तिने खूप जीव तोडून अभ्यास करायचे ठरवले. जास्तीत जास्त समजून घेऊन अभ्यास करू लागली; पण बारावीला तिला मार्क्स अपेक्षेपेक्षा कमी पडले. एक दिवसभर रडली ती; पण नंतर तिने ठरवले की, आपण यानंतर आपल्या आवडीचे क्षेत्र निवडायचे. तिला बॉटनी खूप आवडायचे. झाडाफुलांची, निसर्गाची मुळातच तिला आवड. त्यामुळे बी.एस्सी. करायचे ठरविले तिने. त्यात ती फर्स्ट क्लासमध्ये पास झाली. आता तिला प्रश्न पडला की, नेमके काय करायचे? दरम्यान, ती गंमत म्हणून एका संस्थेतर्फे पथनाट्यात भाग घेत होती आणि त्यात तिला यश येत होते. मग कोणीतरी सुचवले की, तुझा आत्मविश्वास लोकांसमोर चांगला आहे. तू असे क्षेत्र निवड की, ज्यामधून तुला लोकांसाठी काहीतरी करता येईल. तिला ही कल्पना आवडली. तिने समाजकार्याची पदवी घेण्याचे ठरविले. त्यातही ती फर्स्ट क्लासमध्ये पास झाली; पण तिला असे वाटत होते की, आपण आयुष्यात अजून काहीतरी खास मिळवणे आवश्यक आहे, ज्यामधून आपले नाव मोठे व्हावे. दरम्यान, समुपदेशन हे नवीनच क्षेत्र तिच्यासमोर खुले झाले. तिला त्याचेही आकर्षण वाटू लागले. तिच्या घरातून या सर्वालाच विरोध होता. वेगळी वाट निवडण्याचे स्वातंत्र्य नव्हते आणि तिच्या

लग्नाची चर्चा सुरू झाली, पण हे सर्व प्रतिकूल असताना तिने आई-वडिलांना व्यवस्थित पटविले की, हे सर्व ती का करत होती? लग्नाबाबतीतही प्रचंड भावनिक उलघाल होऊनही तिने ठामपणे आपला निर्णय आई-वडिलांना सांगितला. जोपर्यंत तिच्या हातात आयुष्यात करण्याजोगे येणार नव्हते आणि ती स्वत:च्या पायावर उभी राहणार नव्हती, तोपर्यंत ती लग्न करणार नव्हती. मग तिने पुढे जाऊन आपले निर्णय घेतले. समुपदेशन या क्षेत्रातले जितके ज्ञान मिळवता येईल तितके घेतले. अनेकविध नोकऱ्या आणि कोर्सेस केले. एकटीने जिद्दीने एक दिवस स्वत:चे समुपदेशन केंद्र उभारून ती स्थिरावली. मग त्यातच तिची लग्न करण्याची मनाची पूर्ण तयारी झाली. तिच्या मनासारखा जोडीदार तिला मिळाला. त्यानेही तिच्या या करिअरला मनापासून प्रोत्साहन दिले. आज ती यशस्वीरीत्या संसारही करते आहे आणि समुपदेशनाद्वारे लोकांना मदतही! पुढेही तिची महत्त्वाकांक्षा हीच आहे.

वरील दोन्ही केसमध्ये आपण फरक पाहिला. शैक्षणिक बुद्धिमत्ता उच्चतम असेल आणि भावनांकही चांगला असेल, तर व्यक्ती उच्च पदाला पोचते. फक्त शैक्षणिक बुद्धिमत्ता असेल, तर त्या व्यक्तीमध्ये फाजील आत्मविश्वास दिसून येतो. इतरांना हिणवण्याची वृत्ती तिच्यामध्ये येते; पण भावनांक चांगला असेल, तर आत्मविश्वास आत्मसात करण्याची वृत्ती विकसित होते; तसेच आत्मपरीक्षण करून अंगी नम्रता खूप चांगल्या प्रकारे विकसित होते. आता आपण भावनांक म्हणजे काय, हे सविस्तर पाहू –

जॅक ब्लॉक या सायकॉलॉजिस्टने बुद्ध्यंक व भावनांक असलेल्या दोन वेगवेगळ्या प्रकारच्या गटांवर काम केले आणि संशोधनात त्याला असे आढळले की, ज्या पुरुषांचा फक्त बुद्ध्यंक उच्चतम आहे, ते सर्व खूप महत्त्वाकांक्षी, तसेच उत्पादनक्षमता असणारे असतात. ते टीकाकार, भिडस्त असतात. तसेच लैंगिकतेबाबत सहजता व संवेदनशीलता कमी असलेले, अभिव्यक्ती कमी असलेले, तसेच थोडे अलिप्त आणि भावनिकरीत्या थंड असतात.

याविरुद्ध ज्यांचा भावनांक उच्चतम असतो, ते बाह्यवेधी समाजीकरण झालेले, उत्साही, निर्भय व काळजी, चिंता कमी करणारे असतात. त्यांच्या लोकांबरोबर असलेल्या सामाजिक बांधिलकीची, सहिष्णुतेची, तसेच जबाबदारीची त्यांना जाणीव असते. तसेच ते नैतिकतेबाबत जागरूक असतात. नाती खूप काळजीपूर्वक व सहानुभूतीपूर्वक सांभाळतात. त्यांचे भावनिक आयुष्य खूप उत्तम असते. ते ज्या वातावरणात ज्यांच्याबरोबर राहतात, त्यांच्याशी खूप कम्फर्टेबल असतात आणि महत्त्वाचे म्हणजे स्वत:शी खूप कम्फर्टेबल असतात.

स्त्रियांच्या बाबतीतही त्याने काढलेले काही निष्कर्ष असे – ज्या स्त्रियांचा बुद्ध्यंक उच्चतम असतो, त्या वैचारिकरीत्या अतिशय आत्मविश्वासू आणि वैचारिक पातळीवर

सहज व्यक्त होताना दिसतात. त्या पूर्ण बुद्धिवादी असून त्या सर्व क्षेत्रांत रस घेतात. त्या आत्मपरीक्षण करतात; पण त्यामध्ये अति चिंता, अपराधी भावना असते. त्या आपला राग व्यक्त करण्यास घाबरतात; पण अप्रत्यक्षरीत्या तो बाहेर काढतात.

याविरुद्ध उच्चतम भावनांक असलेल्या स्त्रिया आपल्या मतांशी ठाम असतात व त्या त्यांच्या भावना थेट व्यक्त करतात आणि त्यांच्यामध्ये स्वत:बद्दल खूप सकारात्मक भावना असते, आयुष्याबद्दल खूप आनंदी दृष्टिकोन असतो. त्या खूप बाह्यलक्ष्यी (Outgoing) असतात व ताणाचे व्यवस्थित नियोजन करण्याकरिता योग्य रीतीने स्वत:च्या भावनांचे प्रकटीकरण करतात. नवीन लोकांच्या ओळखी सहज होऊन त्या इतरांशी खूप कम्फर्टेबल असतात आणि त्यांच्यात खूप खिलाडूवृत्ती असते. त्या स्व-प्रेरित असतात. त्या कधीतरी खूप चिंतित होतात व अपराधी भावना बाळगतात.

भावनांकामध्ये आणखी काय काय गोष्टी समाविष्ट केल्या जातात, ते पाहू –

पीटर सॅलोव्हे नावाच्या सायकॉलॉजिस्टने पाच मुद्दे असे मांडले आहेत की, ज्यामध्ये त्याने भावनांमध्ये बुद्धिमत्ता कशी आणावी, याबाबत सांगितले आहे.

ते पाच मुद्दे खालीलप्रमाणे –

१) आपल्या भावना काय आहेत याची स्वत:ला ओळख होणे –

स्वत:च्या भावना स्वत:ला ओळखता येणे. हा भावनांकामधील एक महत्त्वाचा मुद्दा आहे. ज्या व्यक्ती स्वत:च्या भावनांबाबतीत निश्चिती बाळगतात, त्या आपल्या आयुष्याबाबत व घेतलेल्या महत्त्वाच्या निर्णयांबाबत निश्चिन्त असतात. उदा. कोणाशी लग्न करावे, काय प्रकारचा जॉब किंवा व्यवसाय करावा, हे महत्त्वाचे निर्णय घेत असताना खूप ठाम व निश्चयी असतात. भावना म्हणजे काय? भावना कोणत्या प्रकारच्या असतात? त्यांचे व्यवस्थापन कसे करावे? या बाबतीत आपण पुढे सविस्तर पाहणारच आहोत.

२) भावनांचे व्यवस्थापन –

स्वत:च्या भावना हाताळता येणे आणि तेसुद्धा योग्य प्रकारे, ही स्व-ओळखीमधील एक मुख्य क्षमता आहे. ज्यायोगे राग, दु:ख, चिंता यांसारख्या अयोग्य भावनांचे व्यवस्थापन करता येणे शक्य होईल त्यायोगे, ती क्षमता आत्मसात करणे हा एक भावनिक बुद्धिमत्तेचा भाग आहे. ज्यांच्यामध्ये ही क्षमता नसते, अशा व्यक्ती आयुष्यात सतत दु:खाशी झगडत असतात व सतत ताणाखाली वावरतात. पण ज्यांच्यामध्ये ही क्षमता असते, त्या व्यक्ती मोठीमोठी संकटे, आपत्ती सहज परतवून लावतात.

३) स्व-प्रेरित / स्व-प्रोत्साहित करणे –

आयुष्यातील लक्ष्य साध्य करण्यासाठी भावनांवर विजय मिळवणे आणि त्यातून स्व-प्रेरणा मिळवणे, जगण्याचे उद्दिष्ट ठरवणे व सर्जनशीलता वापरणे सहज साध्य होते. ज्या व्यक्ती चंचल नसतात किंवा कोणत्याही प्रसंगात घाई करत नाहीत किंवा कोणत्याही भावनेच्या चटकन आहारी जात नाहीत व पूर्णपणे समाधान मिळवण्याची पुरेपूर प्रतीक्षा करू शकतात, अशा व्यक्ती जीवनात खूप उच्च पदावर पोचून जीवनातला सर्व प्रकारचा आनंद घेतात. जे काही करतात त्यामध्ये अत्यंत प्रभावी ठरतात.

४) दुसऱ्यांच्या भावना अचूक ओळखणे –

सह-अनुभूती (Empathy) स्वत:बरोबरच इतरांच्या भावना अचूक ओळखणे, त्याप्रमाणे समोरच्या व्यक्तीची नेमकी भावनिक गरज काय आहे, हा अनुभव घेणे म्हणजेच सह-अनुभूती दाखवणे. या प्रकारच्या व्यक्ती आपला व्यवसाय म्हणून शिक्षक किंवा विक्रेते किंवा व्यवस्थापक किंवा समुपदेशक अशा क्षेत्रात काम करतात व त्या यशस्वी होतात.

५) नातेसंबंध जोपासणे किंवा नाती जपणे व हाताळणे –

नातेसंबंध जोपासणे, ही एक कला आहे. त्यामध्ये समोरच्या व्यक्तींच्या भावनांची जपणूक करणे महत्त्वाचे असते. या प्रकारच्या व्यक्ती चारचौघांमध्ये खूप लोकप्रिय असतात. त्या उत्तम नेतृत्व करू शकतात, तसेच अनेक नात्यांची यशस्वीरीत्या हाताळणी करत असतात. या व्यक्ती इतरांना खूप मदत करणाऱ्या, सहकार्य करणाऱ्या व प्रेमळ असतात. नात्यांचे महत्त्व जाणणाऱ्या असतात.

या सर्व मुद्द्यांवरून आपण पाहिले की, फक्त शैक्षणिक सत्रामध्ये ज्यांना चांगले मार्क्स पडतात व जे हुशार मानले जातात, त्यांना भावनांक विकसित करण्याची जोड मिळाली, तर आपले करिअर यशस्वीरीत्या करण्याची संधी त्यांना मिळतेच, पण शिक्षण संपल्यानंतरसुद्धा आयुष्यातील महत्त्वाचे निर्णय घेत असताना दोन्हींचा संगम साधून ते समाधानी आयुष्य जगतात. आता वरील आभाच्या केसमध्ये आपण पाहिले की, शैक्षणिक बुद्ध्यंक फारसा चांगला नसूनसुद्धा भावनांक विकसित केल्यामुळे एक समाधानाचे आणि आनंदाचे आयुष्य जगण्याचा आनंद तिला मिळाला. मुख्य म्हणजे जीवनात यशस्वी होणे, हे प्रत्येकाच्या विचारानुसार बदलत जाते.

आपल्या आयुष्यात तीन टप्पे असतात; ज्यामध्ये बुद्ध्यंक व भावनांक काम करतात. पहिला टप्पा म्हणजे शैक्षणिक. म्हणजेच तुमचे जिथपर्यंत अध्ययन सुरू आहे तेथपर्यंत, असे म्हटले जाते. दुसरा टप्पा म्हणजे आपला व्यावसायिक किंवा

करिअरचा म्हणजेच कोणत्यातरी क्षेत्रात जबाबदारीचे काम स्वीकारणे व स्वतंत्ररीत्या आपले आयुष्य सुरू करणे. त्यामध्ये मग लग्नाचा निर्णय व संतती होणे व त्यांचे संगोपन हा भाग येतो आणि तिसऱ्या टप्प्यामध्ये सर्व उद्दिष्टांची पूर्ती (अचिव्हमेंट्स) होऊन एक प्रकारचे आरामदायी आयुष्य घालवणे किंवा आपल्या आवडीच्या क्षेत्रात काम करून आपल्या अनुभवांचा इतरांना उपयोग करून देणे.

आता आपण तिसऱ्या प्रकारची बुद्धिमत्ता पाहू, जी बुद्ध्यंक व भावनांकाबरोबर तितकीच महत्त्वाची असते. ती म्हणजे सामाजिक बुद्धिमत्ता –

३) सामाजिक बुद्धिमत्ता (Social Intelligence) –

सामाजिक बुद्धिमत्ता म्हणजे काय, हे आपण खाली दिलेल्या दहा मुद्द्यांवरून पाहू–

सामाजिक बुद्धिमत्ता आपल्या वर्तनामधून सिद्ध होते. ज्या वर्तनाला आपण भावनिक किंवा वर्तनात्मक प्रगल्भता (Emotional/Behavioural Maturity) असे म्हणतो, ते आता पाहू –

१) दुसऱ्यांच्या मनातले म्हणजेच भावना अचूक ओळखून त्याप्रमाणे त्याला सह-अनुभूती दाखवणे व आधार देणे.
२) दुसऱ्यांचे विचार व हेतू योग्य रीतीने ओळखणे.
३) अनेक नात्यांचे कंगोरे ओळखता येणे व त्याप्रमाणे वेगवेगळ्या प्रसंगांत वेगवेगळी नाती हाताळणे.
४) दुसऱ्यांच्या वर्तनाचा योग्य अंदाज असणे. त्याप्रमाणे स्वत:च्या मनाची तयारी करणे व त्याप्रमाणे समोरच्या व्यक्तीशी संवाद साधणे.
६) स्वत:च्या फायद्याकरिता इतरांशी योग्य रीतीने जुळवून घेऊन त्याप्रमाणे वागणे.
७) योग्य वेळेला योग्य कृती करणे, ज्यायोगे स्वत:लाही त्रास होणार नाही आणि इतरांनाही.
८) आपल्या दृष्टिकोनामध्ये व इतरांशी वागण्यामध्ये लवचीकता असणे.
९) व्यक्तिगत नात्यांमध्ये सौजन्यशील असणे.
१०) आपल्या वागण्यामधून आयुष्यात दूरदृष्टीने विचार करणे म्हणजे आपण आत्ता असे का वागलो किंवा वागतो आहोत, याचा दूरगामी परिणाम लक्षात घेणे.

मुलांनो, या सर्व चर्चेमधून तुमच्या लक्षात आले असेल की, जीवनात खऱ्या अर्थाने म्हणजे तुमच्या वयापासून या तिन्हीही बुद्धिमत्तेचा योग्य प्रकारे विकास केल्यास जीवनात यशस्वी होण्यात कोणतीच अडचण येत नाही; पण त्यासाठी

स्वत:चा योग्य रीतीने शोध घेणे महत्त्वाचे आहे आणि त्यासाठी योग्य मार्गदर्शन घेणेही तितकेच महत्त्वाचे आहे. तर स्वत:चा शोध घेण्यासाठी एक छोटीशी प्रश्नावली देत आहे. ती सोडवण्याचा प्रयत्न करायला हरकत नाही.

प्रश्नावली –

१) तुमचे शरीर कसे आहे? तुम्ही बाह्यत: कसे दिसता?

२) तुमच्या दिसण्याबाबत तुम्ही समाधानी आहात का?

३) तुमचे स्वभावविशेष कोणते?

४) तुमच्यातले कोणते स्वभावविशेष तुम्हाला चांगले वाटतात? ते विकसित करण्यासाठी तुम्हाला काय केले पाहिजे, असे वाटते? कोणते स्वभावविशेष अयोग्य वाटतात? त्यावर मात करण्यासाठी तुम्ही काय केले पाहिजे, असे वाटते?

५) तुम्हाला अभिमान वाटावा, असे तुमच्याजवळ काय आहे?

६) प्रश्न क्र. ३, ४, ५ च्या संदर्भात तुम्ही वयाच्या विसाव्या, पंधराव्या व दहाव्या वर्षी कसे होता?

७) तुमच्या कुटुंबाबाबत लिहा. कुटुंबातील तुमचे स्थान काय आहे? तसेच समाजातील स्थान काय आहे?

८) तुमच्या आवडी-निवडी, तसेच नावडत्या गोष्टी कोणत्या?

९) आयुष्यात तुम्ही कशाला महत्त्व देता? तुमची महत्त्वाकांक्षा काय आहे? किंवा तुमचे स्वप्न काय आहे?

१०) आयुष्यात संकटकाळी तसेच वाइटातल्या वाईट परिस्थितीत काय करता? किंवा काय कराल?

यानंतर आपण भावना म्हणजे नेमके काय, त्या ओळखाव्या कशा व त्याचे व्यवस्थापन कसे करावे, हे सविस्तर पाहू.

भावना व त्यांचे व्यवस्थापन
(Emotions and Emotional Management)

तनया अकरावीतली मुलगी. कॉलेजमध्ये जाणारी गोड मुलगी; पण आजकाल चेहऱ्यावरून जरा ***उदास*** दिसायची. तिच्या मनाविरुद्ध थोडं जरी काही झालं, तरी तिला ***राग*** यायचा. आईवर ती प्रचंड ***चिडचिड*** करायची. घरी आल्यावर दार लावून एकटीच रडत बसायची. नेमकं कोणत्या गोष्टीचं तिला **वाईट वाटतं होतं,** हे कळायचं नाही. आजकाल तिचं जेवण जरा कमी झालं होतं. टीव्ही बघतानासुद्धा तिच्या चेहऱ्यावर ***मरगळ*** दिसायची. हे सर्व पाहून तिच्या आईला ***काळजी*** वाटू लागली. तिचं काय करावं, हेच आईला कळेना. तनयाला काही प्रश्न विचारायला गेलं, तर ती आईला टाळू लागली. आपलं काही चुकलं का, असे मनात विचार येऊन आईला ***खंत*** वाटू लागली. त्यातच तनया पहिल्या सहामाहीत नापास झाली आणि तिच्या चेहऱ्यावर एक ***विफलता, अस्वस्थता*** दिसू लागली आणि तिला वाटू लागलं, 'आपण आयुष्यात खूप अपयशी आहोत. आपण काहीच करू शकणार नाही.' तिचा ***आत्मविश्वास*** कमी होऊ लागला. तिची आई पूर्णपणे ***हताश*** आणि ***हतबल*** झाली. **निराशा** तनयाच्या वागण्यामधून दिसायला लागली, तेव्हा आईने तिला समुपदेशकाकडे घेऊन जायचा निर्णय घेतला.

प्रथम तनया तयारच होईना, कारण तिला आपल्याला काही झालं आहे का, याची ***भीती*** वाटू लागली. पण तरी आईने ठरवलं की, हिला मदतीची गरज आहे. तेव्हा त्या समुपदेशकाकडे ***घाबरतच*** आणि ***अनिच्छेने*** आल्या. त्या दोघी जेव्हा माझ्या केबिनमध्ये आल्या, त्या वेळेस आईच्या चेहऱ्यावर ***चिंता*** स्पष्ट दिसत होती. आईने सर्व परिस्थिती कथन केली. तेव्हा तनया शेजारी बसून, खाली मान घालून ऐकत होती. मग मी आईला थोडा वेळ बाहेर बसायला सांगितलं. तनया अजून मान खाली घालूनच बसली होती. मी तिला म्हटलं, "खूप त्रास होतो आहे ना या सगळ्याचा? खूप ***टेन्शन*** आलं आहे का?" तिने थोड्या ***अविश्वासाने*** माझ्याकडे पाहिलं. तिच्या चेहऱ्यावर थोडा ***संकोचही*** होता. मग मी थोडा वेळ नुसतंच तिच्याकडे ***सह-अनुभूतीने*** (Emphathatically) पाहिले. ती थोडी ***अस्वस्थ*** झाली, पण थोड्या वेळाने आपणहून बोलू लागली, "माझं कशातच मन रमत

नाहीये. मी कोणालाच नको झालीये. आईला तर नकोच आहे. स्वत:बद्दल खूप ***अपराधी*** भावना येताहेत. मी सगळीकडे अपयशी ठरतेय. मी कोण आहे, तेच मला कळत नाहीये.'' असं म्हणून ती हमसून-हमसून रडू लागली. बराच वेळ रडत होती ती. रडत-रडत पुढे सांगत होती, ''मला एका गोष्टीचं खूप ***आश्चर्य*** वाटतंय की, आईने माझ्यापासून ही गोष्ट इतके वर्षं का लपवून ठेवली? मला खूप ***एकटं एकटं*** वाटतंय. कोणाचाही ***आधार*** नाही, असं वाटतंय.'' मी म्हटलं, ''मला तुझ्या सर्व भावना नीट कळताहेत. तुला काय होतंय, कळतंय मला. आणि कशाचंतरी खूप दु:ख झालं आहे, असं मला वाटतंय. तर सविस्तर सांगू शकशील का काय घडलंय ते?''

असे ***मायेने*** विचारल्यावर ती सांगू लागली, ''मी... मी दत्तक मुलगी आहे. या आईने मला दत्तक घेतलंय आणि एक-दोन महिन्यांपूर्वी आमच्या शेजारच्या बंगल्यात देवेकर म्हणून आँटी राहतात, त्यांनी ही गोष्ट मला अचानक एक दिवस सांगितली. मला ते ऐकून ***धक्काच*** बसला. क्षणभर ***सुन्नच*** झाले मी. मग मला जाणवायला लागलं की, आईला माझ्याविषयी का ***प्रेम*** नाही ते. का मला ती अशी वागणूक देते? सारखे मनात विचार येतात की, माझे खरे आई-वडील कसे असतील? ते कुठे असतील? खूप आठवण येते मला त्यांची. मी आईला खूप त्रास देते. तिने मला एवढं वर्षं सांभाळून माझ्यावर ***उपकार*** केलेत, असं कधीकधी वाटतं आणि इतकी वर्षं तिने मला ही गोष्ट का नाही सांगितली, याचा ***राग*** येतो. मैत्रिणींच्या आयांना पाहून मला त्यांचा खूप हेवा वाटतो. खूप ***कीव*** येते स्वत:ची.''

मी म्हटलं, ''म्हणजे तू दत्तक आहेस याचंच तुला जास्त ***दु:ख*** होतंय, असं मला वाटतंय. मी समजू शकते.''

असं म्हटल्यावर परत तिने पोटभर रडून घेतलं. मग थोड्या वेळाने शांत झाल्यावर ती म्हणाली, ''मला बरं वाटतंय थोडं आता. मन मोकळं केल्यामुळे निचरा झाल्यासारखा वाटतोय.''

मी म्हटलं, ''मी तुला इथे मदत करण्यासाठीच बसले आहे. तुला जे काही बोलायचंय, ते तू माझ्याकडे बिनधास्त बोलू शकतेस.''

ती म्हणाली, ''यातलं आईला काही सांगू नका. नाहीतर घरी जाऊन मला ती ओरडेल.''

मी म्हटलं, ''***काळजी*** करू नकोस. मी हे सर्व गुप्त ठेवेन.'' तिच्या चेहऱ्यावर आता एक प्रकारचे ***शांत*** झाल्याचे भाव होते. थोडं हास्यही होतं. मग आई आत आली.

त्यांना मी सांगितलं, ''मी तिच्याशी बोलले आणि यापुढे बोलेन. मला वाटलं, तर मी तुमच्याशी बोलेन; पण काळजी करण्यासारखं नाही. मी तुमच्याशी वेगळं बोलीनच.'' असं आश्वासन दिल्यावर त्या दोघी गेल्या. पुढच्या सेशनमध्ये तनया छान हसत आली. तिच्या चेहऱ्यावर आनंद स्पष्ट दिसत होता. तिला खूप ***हलकं*** वाटत होतं.

या केसमध्ये अधोरेखित शब्द काय दाखवतात हे कळलं असेलच तुम्हाला!

त्यांनाच ***भावना*** असं म्हणतात. भावना या फक्त शरीराच्या माध्यमातून व्यक्त होतात. भावना मनात असतात व त्या क्षणाक्षणाला बदलत असतात. कधी त्या आपल्याला कळतात, तर कधी कळतही नाहीत; पण स्वतःच्या भावनांची योग्य जाणीव असणे, हे अत्यंत कौशल्याचे काम आहे; पण अवघड अजिबात नाही. कोणत्याही प्रसंगात आपल्या भावना नेमक्या काय आहेत, हे समजलं, तर परिस्थिती आपोआप चांगल्या पद्धतीने हाताळता येते. मुलांनो, तुम्ही आता ज्या वयात आहात, त्या वयामध्ये या भावनांची जाणीव व विकास व्हायला सुरुवात होते. या वयातलं लहरीपणाने वागणं, बेताल वागणं म्हणजे चटकन राग येणं, तसंच चटकन उदास होणं सर्व नैसर्गिक आहे; पण ते इतरांना – विशेषतः पालकांना – कधीकधी अनैसर्गिक वाटतं आणि त्याची काळजीही वाटते; पण हे समजून घेतलं, तर थोडं सोपं जातं. तुमचा मूड जाणं, हे पालकांच्या दृष्टिकोनातून त्रासदायक ठरतं. मग ते रागावतात, हताश होतात आणि मग एकमेकांच्या भावना समजून घेण्यापेक्षा वादावादीच सुरू होते आणि मग पालकांना असं वाटतं की, हा तोंड वर करून बोलतो, लगेच 'रिॲक्ट' होतो, जो आधी कधी होत नव्हता.

मग अशा वेळेस एकमेकांच्या भावना अचूक ओळखणं आणि वादावादीपेक्षा समेट करणं इष्ट ठरेल. पण भावनांच्या आधी विचार असतात. त्यातून भावना निर्माण होतात आणि मगच कृती होते. कसं ते पाहू –

घटना	विचार	भावना	कृती
१) आई-वडील 'अभ्यास कर' असं सतत सांगतात किंवा मागे लागतात.	'अभ्यास माझ्यावर लादला गेला आहे.' 'अभ्यास करून काय होणार?' 'सारखं बघेल तेव्हा अभ्यास करायचा.' 'मला अभ्यास करायचं मशीन समजतात.'	कटकट कंटाळा राग नाखुषी, खुन्नस हट्टीपणा नावड	अभ्यास सोडून इतर गोष्टी मुद्दाम करणं किंवा अभ्यासाचं नाटक करणं.
२) आई-वडील सारख्या चुका दाखवतात आणि इतर समवयस्कांशी तुलना करतात.	'मला कधीच चांगलं म्हणत नाहीत.' 'मला योग्य वागणूक मिळत नाही.' 'मी आई-वडलांना आवडत नाही.' 'मी आई-वडलांच्या अपेक्षा पूर्ण करू शकत नाही.'	तीव्र संताप, राग, द्वेष, सूड, एकाकीपणा, असहायता, नैराश्य, चिंता, भीती. स्वतःबद्दलचा तिरस्कार	वागण्यात वारंवार चुका होतात. आणखी हट्टी व कोडगेपणाने वागले जाते.

हे दोन्ही तक्ते बघितल्यावर आपल्या लक्षात येईल की, कुमार वयातल्या मुला-मुलींच्या मनात येणारी भावनिक आंदोलनं तीव्र स्वरूपाची असतात आणि त्यामुळे त्यांना मानसिक / शारीरिक त्रास होऊ शकतो. भावनांमध्येसुद्धा दोन प्रकार आहेत. सर्वच भावना काही दु:खदायक किंवा त्रासदायक नसतात. काही भावना चांगल्या, सकारात्मक ऊर्जा देणाऱ्या असतात. त्यांचे दोन प्रकार म्हणता येतील.

१) निरोगी/योग्य भावना

२) घातक/अयोग्य भावना

काही भावनांना निरोगी किंवा योग्य भावना अशासाठी म्हणता येईल की, त्या मानसिक / शारीरिक अस्वस्थता, ताण कमी प्रमाणात निर्माण करतात. त्याचप्रमाणे आनंद, प्रेम, आकर्षण या भावनासुद्धा प्रमाणित आनंद निर्माण करतात. त्यात पूर्णपणे भान हरपून वाहून जाण्याची वा बेताल होण्याची भीती नसते. म्हणजे पहिला नंबर आला, तर मी म्हणजे जगज्जेता, बाकीचे फालतू, मी ग्रेट अशा भावना निर्माण न होता एक उत्सव, अभिमान, आनंद यांसारख्या भावना निर्माण होतात.

घातक किंवा अयोग्य भावनांच्या स्रोतामध्ये टोकाची भावनिक आंदोलनं आणि त्यामुळे निर्माण होणारा शारीरिक / मानसिक ताणतणाव, प्रचंड अस्वस्थता यामुळे जास्तीत जास्त तोटाच व्हायची शक्यता दाट असते. वर म्हटल्याप्रमाणे पहिला नंबर आल्यावर अभिमानाऐवजी दुरभिमान ही भावना; आनंद, उत्सव याऐवजी मस्ती, बेताल, उधळ-माधळ, मी एकमेव ग्रेट, बाकीचे फालतू आणि यातून

सकारात्मक भावना		**नकारात्मक भावना**	
निरोगी / योग्य	**घातक /अयोग्य**	**निरोगी / योग्य**	**घातक /अयोग्य**
आनंद	आसुरी आनंद	दु:ख	तीव्र दु:ख
प्रेम	एकतर्फी प्रेम / स्वामित्वाची भावना	काळजी	अति चिंता
समाधान	हव्यास	राग	तीव्र संताप
अभिमान	दूरभिमान, गर्व	असूया	द्वेष
इच्छा	तीव्र इच्छा	अपराधीपणा	स्वत:वर ओढून घेणे
भीती	फोबिया / प्रचंड भीती	नैराश्य	उद्ध्वस्तपणा
गरज	हव्यास	संशय	संशयपिशाच

आसुरी आनंद अशा प्रकारच्या भावना निर्माण होतात; पण नकारात्मक भावना येऊच नयेत, असं नाही. तर त्या येतातच, पण त्यांचा मनोमन स्वीकार करणं गरजेचं असतं.

म्हणजे मुळात भावना या दोन स्थितीवाचक असतात. १) सकारात्मक २) नकारात्मक. सकारात्मक भावनांमध्येसुद्धा घातक / अयोग्य भावना असू शकतात. तसंच नकारात्मक भावनांमध्येसुद्धा निरोगी / योग्य भावना असू शकतात. शेजारच्या तक्त्यामध्ये आपल्याला ते बघता येईल.

भावनांचं व्यवस्थापन आणि नियोजन – भावनिक उलथा-पालथीमुळे त्या भावाना कशा प्रकारे घातक आणि हानिकारक ठरू शकतात, हे आपण बघितलं. तेव्हा या मानसिक त्रासांचं म्हणजेच भावनांचं व्यवस्थापन आणि नियोजन कसं करायचे, ते आपण बघू.

१) सर्वप्रथम आपल्या भावना अचूक ओळखायला शिकणं. म्हणजे एका वेळेस एकच भावना आहे का अनेक भावना आहेत आणि त्या योग्य (appropriate) आहेत वा घातक (inappropriate) आहेत, हे लक्षात घेणं.

२) ज्या भावना दाबता येत नाहीत, त्यांचा स्वीकार करणं. तनयाच्या केसमध्ये आपण हे पाहिलंच.

३) आपल्या भावना योग्य रीतीने योग्य व्यक्तीसमोर व्यक्त करणं. यातूनच भावनांचं नीट व्यवस्थापन होऊन आपल्याकडून योग्य आणि प्रगल्भ असं वर्तन आपोआप घडतं.

आर्थिक स्व-प्रतिमा

आकाश व आशनाची गोष्ट

आकाश नववीतला मुलगा. त्याच्या आईची तक्रार अशी, "हा सारखा शंभर रुपये, पन्नास रुपये घरातून उचलतो आणि त्याच्या सीडी आण, पोकेमॉन आण, लेजचे वेफर्स आण, अशा गोष्टी करतो. आमची आर्थिक परिस्थिती फार चांगली नाही हो! पण मी घरात कुठेही पैसे ठेवले, तर हा बरोबर शोधून काढतो आणि पळवतो. मग काय करायचं? विचारलं, तर खर्च केले, असं बोलतो किंवा मग घेतलेच नाहीत, असं खोटं बोलतो. त्याला आता कळायला नको का की, पैसे असे चोरू नयेत. एवढा मोठा झाला, पण आमची दु:खं याला कळतच नाहीत."

आशना आठवीतील मुलगी. रोज बोलणी खाते घरात. कशावरून? तर पैसे उचलण्यावरून. कधी आईच्या पर्समधून, कधी बाबांच्या खिशातून, कधी आजीला गूळ लावून तिच्याकडून काढून घेते आणि रोज बाहेरचं खाते. मग कधी उरलेल्या पैशातून कानातलं घे, गळ्यातलं घे, ब्रेसलेट घे. मग आशनाच्या आईने युक्ती करून तिच्या हाताला पैसेच लागणार नाहीत, अशी व्यवस्था केली आणि तिला रोज दोन रुपये, पाच रुपये असे द्यायला सुरुवात केली, पण तरी आशनाचं बाहेरचं खाणं थांबेना. कधी दोन रुपयांचे शेंगदाणे घे. कधी वडापाव खा, भेळ खा. मग मात्र आई-बाबा वैतागले. मग बाहेर खाते म्हणून घरामध्ये रोज असे पदार्थ करून आई तिला खाऊ घालू लागली. पण घरातलं नको. म्हणे, बाहेरची भेळ जास्त चवदार असते. तरी आईने उपाय करून तिला पैसे देणं बंदच केलं; पण आशना हुशार ना! ती मैत्रिणींच्या आयांकडे पैसे मागायला लागली आणि आईशी धडधडीत खोटं बोलू लागली. पण एक दिवस तिच्या मैत्रिणीच्या आईने जेव्हा तिच्या आईच्या कानावर ही गोष्ट घातली, तेव्हा मात्र आशनाची आई हतबल झाली, 'या पोरीला नक्की काय होतंय?'

या दोन्ही केसमध्ये पैसा आणि बाहेरच्या गोष्टी विकत घेण्याचे जबरदस्त आकर्षण या दोन गोष्टी प्रकर्षाने आढळतात. या वयात एकतर पैसा म्हणजे काय, त्याची व्हॅल्यू काय, त्याची मोजदाद कशी असते, पैसा मिळवण्यासाठी काय कष्ट लागतात या सर्व गोष्टींची अनभिज्ञता असते. त्यामुळे या विषयावर त्यांच्याशी कोणी बोललेलेही नसते. त्यामुळे आपली आर्थिक परिस्थिती कशी आहे, आपले

आई-बाबा पैसे कमावतात म्हणजे नेमके किती कमावतात, तो खर्च कसा करतात, या बाबतीत अज्ञान असते. मग पैशाची किंमत न समजल्यामुळे 'मी पन्नास रुपये किंवा शंभर रुपये खर्च केले तर काय बिघडते? आणि मग ते रोजच खर्च केले, तरी कुठे बिघडते?' हे समजत नाही.

म्हणूनच अशा प्रसंगांमध्ये या वयातील मुलांना आर्थिक व्यवहार त्यांना समजेल अशा भाषेमध्ये समजावून सांगण्याची अत्यंत गरज असते. आकाशच्या केसमध्ये आपण जर त्याला पैशाचे / करन्सीचे महत्त्व, त्याची कौटुंबिक आर्थिक परिस्थिती व बचतीचे महत्त्व व्यवस्थित पटवून दिले, तर अशा प्रकारची कृती तो नक्कीच करणार नाही, अशी हमी दिली जाते.

आशनाच्या केसमध्ये घरात आर्थिक सुबत्ता असल्यामुळे तिचा असा समज होता की, 'आई-बाबा घराच्या रिनोव्हेशनसाठी भरपूर पैसे खर्च करतात, नवीन गाडी घेतात, त्या अर्थी त्यांच्याकडे भरपूर पैसे खर्चायला असतात. मग मी खर्च केला, तर बिघडते कुठे?' अशी काहीशी बेफिकीर वृत्ती तयार होते आणि मग आपण 'या मुलांना काय कळतेय पैशातले!' असे म्हणून नेमका 'पैसा' हा विषय टाळून प्रसंगी मारून, रागावून ही 'कृती' कशी वाईट आहे, हे समजावून सांगण्याचा प्रयत्न करतो आणि मग मुले अजून गोंधळात पडतात.

आजकाल 'कमवा आणि शिका' या योजनेनुसार पैशाचे नियोजन, पैसा मिळवण्याचा आनंद, बचत करणे या सर्व गोष्टी समजण्याच्या दृष्टीने हा उपक्रम उपयोगी वाटतो. त्याचे पालकांकडून मुलांपर्यंत योग्य रीतीने 'मूल्यशिक्षण तेसुद्धा प्रात्यक्षिकातून' दिले, तर हा हेतू साध्य होईल, असे वाटते. पण मग त्याचे काही वाईट परिणामही असू शकतात, याचेही भान असणे आवश्यक आहे. कॉलेजजीवनात प्रवेश केल्यानंतर पैशाचे महत्त्व या विषयी आपण आता थोडक्यात चर्चा करू.

आर्थिक स्वातंत्र्य

पौगंडावस्थेत जशी स्वातंत्र्य उपभोगायची भावना तीव्र असते, त्याच्या जोडीलाच 'स्वावलंबी' होण्याची गरजसुद्धा प्रकर्षाने जाणवायला लागते. या बाबतीत 'स्वावलंबन' म्हणजे अर्थातच असते ते 'आर्थिक स्वावलंबन.' याचे फलस्वरूप म्हणजेच 'पॉकेटमनी'ची पद्धत. श्रीमंत ते अगदी मध्यमवर्गीय कुटुंबातसुद्धा ही पद्धत दिसून येते!

पॉकेटमनीमागची मुला-मुलींची मानसिकता अशी — 'महिन्याच्या खर्चासाठी एक ठरावीक रक्कम एकाच वेळी मिळून जाते. प्रत्येक वेळी घरी हात पसरायला लागत नाहीत. बरं, पॉकेटमनीच्या खर्चाचा हिशोब द्यावा लागत नाही, हा सगळ्यात मोठा प्लस पॉइंट!' यातून स्वातंत्र्य मिळाले, याचा आनंद फार मोठा असतो! याच

बाबतीत पालकांचे विचार साधारणपणे असे असतात — 'मुलं म्हटली की, खर्च आलाच! मग तो पॉकेटमनीच्या स्वरूपात असो वा आणखी कोणत्या. काही वेळा तर पॉकेटमनीमुळे या खर्चावर आळा बसतो आणि मुलांना 'बजेटिंग'ची सवय लागते.' तर काही पालक म्हणतात — 'काही वेळेस पॉकेटमनीची ही पाश्चात्त्य प्रथा आम्हा पालकांना नाइलाजाने मान्य करावी लागते, पण त्यामुळे मूल पैसा नक्की कुठे आणि कशावर खर्च करतंय यावर नियंत्रण ठेवणं अवघडच आहे. अशात वाईट संगत वा वाईट सवयी, व्यसनं लागायला कितीसा वेळ लागणार? त्यापेक्षा शाळा, कॉलेज आणि क्लासेसच्या फीज, पुस्तकं, छंदवर्ग इ.साठी लागतील तसे पैसे भरणं, हेच योग्य आहे.' यामधले नक्की कोणते व कोणाचे उद्दिष्ट साध्य होते, हा वादाचाच विषय आहे!

तर क्वचित काही केसेसमध्ये असेही आढळून येते की, पालक आपल्या अपत्यावर, त्याच्या शिक्षणावर व करिअरवर केलेल्या खर्चाकडे 'गुंतवणूक' म्हणून पाहत असतात. 'आपले अपत्य आपल्याला पुढे सांभाळणारच आहे', 'बुढापे की लाठी' वगैरे भावना यामागे असू शकतात. हे सर्व आजच्या बदलत्या काळामध्ये योग्य की अयोग्य, हे आपणच ठरवायचे आहे!

या वयात फॅशन, गर्लफ्रेंड / बॉयफ्रेंड, मग हॉटेलिंग, सिनेमे बघणे, डिस्कोथेक, पब्जमध्ये 'एन्जॉय' करणे, ब्युटी पार्लर, जिममध्ये चकरा मारणे इ.ला अवास्तव महत्त्व दिले जाते. हे वेळीच आवरले नाही, तर यावर केला जाणारा खर्चदेखील अनावर कधी होतो, हे उमगतच नाही!

एक गोष्ट इथे अगदी लक्षात घेण्यासारखी आहे. ती म्हणजे, हा खर्च नव्वद टक्के केसेसमध्ये केला जातो, तो आपले बाह्यरूप आकर्षक करण्यासाठी. खरे आहे ना? तसेच याचाच दुसरा पैलू म्हणजे आपले 'स्टेटस' इतरांसमोर निर्माण करण्यासाठी. यासाठी मग खरी गरज नसतानादेखील हट्टाला पेटून महागातला मोबाइल खरेदी करणे, मुलांना बाइक व मुलींना मोपेड / स्कूटी हाच स्टेटस सिंबॉल वाटायला लागतो. त्याचप्रमाणे मित्र-मैत्रिणींच्या वाढदिवसाला परवडत नसतानाही केवळ इतरांची बरोबरी करण्यासाठी महागडी भेटवस्तू देणे, आपल्या वाढदिवसाची जंगी पार्टी देणे इ. सुरू होते.

पैशाचे महत्त्व व पैशाची बचत

पालकांनी मुलांच्या या गरजा पूर्ण केल्या नाहीत, तर मुले बऱ्याचदा हताश होऊन वा प्रसंगी बंडखोरी करून चुकीच्या मार्गांनी पैसे कमवायला लागतात. मग ती चोरी असो, ड्रग्ज-विक्री असो किंवा आणखी कोणता मार्ग. यातूनच पुढे व्यसनांची सवयही लागू शकते. हे काही प्रत्येकाच्या बाबतीत घडत नाही, हे अगदी

खरे! पण मग इतर काही सो-कॉल्ड ‘सोफिस्टिकेटेड’ मार्ग आहेतच, जे आजच्या पिढीला सतत खुणावत आहेत आणि आजच्या युवा पिढीलाही हे सगळे खूपच फॅशनेबल आणि स्टायलिश वाटतेय, जसे सध्याचे अत्यंत प्रचलित असलेले ‘कॉल सेंटर’ व ‘मार्केटिंग जॉब्ज’!

आता तुम्ही विचाराल, यात काय चुकीचे आहे? मेहनत करून पैसे कमावणे, हीच तर शिकवण दिली जाते ना घरी? आणि शिक्षण घेत असताना अशा प्रकारचे जॉब्ज करणारे असंख्य विद्यार्थी बघायला मिळतात. अगदी बरोबर! पण मुलांनो, तुम्हाला हे माहीत आहे का की, नोकरीसुद्धा योग्य वयात सुरू केली, तर त्याबरोबर येणाऱ्या जबाबदाऱ्या, टेन्शन्स समर्थपणे पेलता येतात. कारण त्या वयात आपले शरीर, मन तसेच मेंदू तेवढा परिपक्व झालेला असतो. म्हणजेच मॅच्युरिटी आलेली असते. लहान / कोवळ्या वयात अभ्यासाची जबाबदारी असताना जर या नोकऱ्या धरल्या, तर त्या टेन्शन्समुळे शरीरावर व मनावर विपरीत परिणाम होतो. तसेच संप्रेरकांवरही याचा विपरीत परिणाम होऊ शकतो. हे परिणाम दूरगामी असू शकतात. याव्यतिरिक्त अभ्यासाकडे दुर्लक्ष होऊन घरी व शाळा / कॉलेजमध्ये तणावाचे वातावरण निर्माण होते, ते वेगळेच! या सगळ्यामुळे दहावी व बारावी या महत्त्वाच्या टप्प्यांवर जर कमी गुण मिळून ‘करिअर’बद्दलच्या अतिशय महत्त्वाच्या निर्णयाच्या वेळी ‘नैराश्य’ आले, तर काय अर्थ आहे? आपली शिक्षणपद्धती व ‘करिअर’ या विषयांवरही पुस्तकात सविस्तर चर्चा केली आहे. बरे, कॉल सेंटर, मार्केटिंग किंवा रिसेप्शनिस्टच्या नोकऱ्या कोणालाही करिअर म्हणून आयुष्यभर करायला आवडणार नाहीत, हे तुम्हीदेखील मान्य कराल!

आर्थिक गरजा जशा फॅशन व स्टेटस निर्माण करण्यासाठी वाढत जातात, त्याचप्रमाणे ‘तुलनेतून’सुद्धा वाढत जातात. ही तुलना होत असते एकमेकांच्या आर्थिक परिस्थितीची. मग श्रीमंत मित्र-मैत्रिणी जोडण्याची व त्यांना खूश ठेवण्याची धडपड सुरू होते. एकीकडे त्यांचा हेवा वाटत असतो, तर आपण यांच्यापेक्षा कमी नाही म्हणून दिखाव्यासाठी खर्च करणे सुरू होते. अशा श्रीमंत विद्यार्थ्यांना शाळा /कॉलेजमध्येसुद्धा खूप महत्त्व दिले जाते — अगदी शिक्षक व पालकांकडूनदेखील! त्यांचे भाव खाणे, हा तर शाळेमध्ये चर्चेचा विषय असतो!

काही वेळा तर पालकांच्या आर्थिक परिस्थितीचीपण तुलना केली जात असते. मग ‘तू काय बाबा, लकी आहेस! बंगला, गाडी, डिझायनर कपडे-बूट... सगळंच आहे की!’ आपण आपल्या घरच्या परिस्थितीमुळे अनलकी आहोत, ही भावना मनात रुजू लागते. यावरून घरात वादावादी सुरू होते. पालकांना हे उमगत नसते की, ते कुठे कमी पडताहेत? यामुळे तर जिवाभावाच्या मैत्रीमध्येदेखील फूट पडू शकते.

मध्यमवर्गीय मुले-मुली आपल्या सर्व गरजा पालकांनी पुरवल्याच पाहिजेत, ते त्यांचे कर्तव्यच आहे, हे खुलेपणाने सांगायला मागे-पुढे पाहत नाहीत; तर श्रीमंतांकडे ही मालमत्ता वापरणे, खर्च करणे हा तर माझा हक्कच आहे, हे मलाच मिळणार आहे, ही भावना असते. याचे उत्तम उदाहरण म्हणजे इतक्यात पडद्यावर झळकलेल्या 'सातच्या आत घरात' या चित्रपटातील 'केतकी' ही व्यक्तिरेखा! मग जे मी खर्च करतोय / करतीये ते मिळवण्यासाठी आई-बाबांना किती कष्ट करावे लागतात, हा विचारही मनात येत नाही.

परंतु काही मुले मात्र जाणीवपूर्वक याचा विचार करतही असतात. म्हणूनच याच वयातील काही मुले 'कमवा आणि शिका' अशा योजनांमध्ये भाग घेताना दिसतात. मुलांनो, याच वयात पैशाची किंमत कळू लागते व त्यातूनच बचतीची सवयही लागते.

याचे फायदे या वयात लक्षात घेऊन त्या दृष्टीने वाटचाल सुरू झाली, तर भावी आयुष्यात फायदाच आहे; परंतु या गोष्टीला अवास्तव महत्त्व देऊन पैशाची हाव, भरपूर खर्च, अभ्यासाकडे दुर्लक्ष इ. दुष्टचक्रात अडकल्यास भविष्यात नुकसानही आपल्यालाच सहन करावे लागेल.

कलात्मक स्व-प्रतिमा

पौगंडावस्थेतील कलात्मक विकास

आपल्या देशात एखाद्या कलेमध्ये करिअर करणं म्हणजे थोडं कमीपणाचं समजलं जातं. म्हणजे एखाद्या मुलाने जर डान्समध्ये करिअर करायचं ठरवलं किंवा एखाद्या मुलीने अभिनयात करिअर करायचं, म्हणजे जरा 'ऑडच' वाटतं. खरं आहे. कारण आपल्याला कला जोपासणं म्हणजे काय, याचाच अर्थ खूप संदिग्ध कळलेला आहे. खरं म्हणजे नृत्य, गायन, अभिनय, चित्रकला या मानवाला अत्युच्च आनंद देणाऱ्या कला आहेत; पण आपण आपल्या जीवनात त्यांचा किती वापर करतो? फक्त गाणी ऐकणं, सिनेमातली गाणी पाहणं, टीव्हीवरच्या सिरिअल्स पाहणं, इतकाच छंद आपण जोपासतो आणि त्याला भरभरून नावंही ठेवतो. मग 'पूर्वीच्या सिनेमातली गाणी किती कर्णमधुर, हल्लीची गाणी ऐकावीशीच वाटत नाहीत! कर्कश वाटतात!' असे संवाद ऐकू येतात. मग वाटतं, या कलांचं जे मूळ आहे, ते आपण जोपासतो का? केरळमध्ये प्रत्येक घरात शास्त्रीय नृत्य शिकणारा / शिकणारी एक तरी व्यक्ती असतेच. मग आपल्याला नृत्यातलं, गायनातलं काही कळतच नाही, म्हणून आपण अशा कार्यक्रमांना विरळाच जातो. मग नेमकी कला म्हणजे काय आणि ती नेमकी कशी जोपासावी आणि तेसुद्धा साधारण पौगंडावस्थेपासूनच, ते पाहू –

सातवीतली निशा तेरा वर्षांची. तिची आई गाण्याची म्हणजे शास्त्रीय संगीताची ट्युशन घ्यायची. घरातच चालायच्या ट्युशन्स. निशाचा आवाज चांगला; पण जरा कच्चा होता. पण तिला असं वाटायचं, एवढा पुरे आहे. मग शाळेमध्ये, स्पर्धेमध्ये मराठी, हिंदी अशी गाणी म्हणायची आणि तिला बक्षिसंही मिळायची. मग तेवढ्यावर ती खूश असायची; पण तिच्या आईला ते थोडं खटकायचं. ती तिला कितीतरी वेळा "अगं, माझ्या क्लासला बसत जा. अजून बेस पक्का होईल." असं सांगायची. पण तिला असं वाटायचं, 'आईला काही आपलं कौतुकच नाही. सदा म्हणते की, तुझा हा सूर व्यवस्थित लागत नाही. गळ्याला खर येते. मग मला राग येतो. मला जी बक्षिसं मिळतात, ती उगीचच का?' असं केल्याने शास्त्रीय संगीत शिकायची तिला गरजच वाटेना. मग सिनेमातली गाणी ऐकून ती बसव, त्याची प्रॅक्टिस कर, असंच करायची. आईची घरात ट्युशन सुरू झाली की, निशा

घरातून गायब व्हायची. मग कधीतरी निशा एकटीच तबला काढून बसायची. त्याच्यावर येईल तसं वाजवायची, पण तिला आनंद व्हायचा. मग आईने पुन्हा सुचवलं, ''अगं, तू तबला शीक.''

पण निशा ढिम्मच! ''मी कशाला शिकू? मी काय कार्यक्रमात वाजवणार आहे का?'' आई सांगून थकली.

आईने मग तिला आग्रह धरला, ''अगं, निदान गाण्याची परीक्षा तरी दे.''

निशा म्हणाली, ''पुढे बघू.'' मग निशा गॅदरिंगमध्ये, स्पर्धेमध्ये दहावीपर्यंत बक्षिसं मिळवू लागली. पुढे कॉलेजमध्येसुद्धा बऱ्याच ठिकाणी गाणी म्हणून निशाने बक्षिसं मिळवली. असं करता-करता तिला एका वाद्यवृंदामध्ये बोलावणं आलं. तिला खूप आनंद झाला. ती त्या वाद्यवृंदामध्ये सामील झाली; पण तिथे मात्र तिला बऱ्याच टीकेला सामोरे जावं लागलं. कारण तिला नेमके सूर कळत नव्हते. घशाला खर येणंही सुरू झालं. वाद्यवृंदातले बाकीचे कलाकार शास्त्रीय संगीत शिकलेले असल्यामुळे तिला इन्फिरिऑरिटी कॉम्प्लेक्स येऊ लागला; पण तिला स्वत:ला सिद्ध करायचं होतं म्हणून तिने आईला मला आता गाणं शिकव म्हणून लकडा लावला. मग आईने तिला चांगलंच फैलावर घेतलं. तिला त्याच्या मर्यादा सांगितल्या. मग निशाच्या डोक्यात प्रकाश पडला की, खरंच तिने एवढी वर्षं वाया घालवली होती. 'आपण शिकलो असतो, तर आपलं स्थान पक्कं निर्माण झालं असतं.' वयानुसार कला शिकणं थोडं अवघड होऊन जातं. मग निशा तशी मागे-मागेच पडत गेली. तिला करायचं होतं गाण्यात करिअर; पण पुन्हा पहिल्यापासून शिकून तिला तयार व्हायला लागेपर्यंत सात-आठ वर्षं गेली; पण तिची जिद्द वाखाणण्यासारखी होती. म्हणून तेवढा संयम राखून तिने शास्त्रीय संगीताच्या मैफली सुरू केल्या, पण करिअर म्हणून तिला एवढा स्कोप मिळाला नाही.

मुलांनो, आजकाल टीव्हीवर ज्या गाण्यांच्या स्पर्धा बोकाळल्या आहेत, त्यातून खरंच किती गायक / गायिका तयार होतात? त्यांना किती स्कोप मिळतो, हा प्रश्नच आहे. शास्त्रीय संगीत, नृत्य यांचा मागमूसही या स्पर्धेत दिसत नाही. याला काय म्हणावं? एखाद्या गाण्याचा रियाज करून कोणाचंतरी गाणं कॉपी करून किती कला जोपासली जाते, हा प्रश्नच आहे. हे फक्त अळवावरचं पाणी आहे, जे या स्पर्धेनंतर गळून जातं. शास्त्रीय नृत्य, जसं भरतनाट्यम्, कथक, कुचिपुडी आणि असे अनेक प्रकार आपल्या भारतीय संस्कृतीची परंपरा आहेत आणि आपल्याला माहीतही नाहीत, हेच केवढं दुर्दैव!

आपल्याकडे जे थोर कलाकार निर्माण झाले ते फक्त शास्त्रीय संगीत, नृत्य, अभिनय यांचे अभिजात ज्ञान घेऊनच. उदा. भीमसेन जोशी, पंडित जसराज किंवा वाद्यसम्राट म्हणजे हरिप्रसाद चौरासिया, पंडित शिवकुमार शर्मा, तसंच नृत्यामध्ये

बिरजू महाराज, पद्मा सुब्रह्ममण्यम, अलारमेलवल्ली, कनक रेळे अशी अनेक नावं घेता येतील; ज्यांनी कलेची खरी जोपासना केली. प्रत्येक जण या स्तराला जातोच असं नाही; पण निदान त्या-त्या कलेत 'मास्टरी' मिळवण्यासाठी शास्त्रीय कला शिकणं अत्यंत गरजेचं आहे. तरच एक सच्चा कलाकार तयार होतो.

पौगंडावस्थेमध्ये आपण यातले कोणतेही कलागुण ओळखून त्यावर शास्त्रीयरीत्या काम करणं आवश्यक आहे. चित्रकला ही अशीच एक कला आहे, जी आपण छान जोपासू शकतो. त्यावर तेवढी मेहनत घेणं, त्या कलेवर तेवढं प्रेम करून त्याची साधना करणं, हे नक्कीच तुमच्या करिअरला सुंदर झालर देणारं ठरेल. तेव्हा कला या क्षेत्रात करिअर करणं खरोखरीच कौतुकास्पद ठरेल. फक्त अभ्यासच करून व्यक्तिमत्त्व विकास होतो, असे नाही. म्हणजे आठवी-नववीपर्यंत मुलाने/मुलीने कोणत्याही कलेचा क्लास लावलेला चालतो, तोपर्यंत ते करण्याची पालकांकडून परवानगी दिली जाते, पण दहावी आली की, दावणीला बांधलेल्या गुरासारखी त्याची अवस्था होते. मग कलेत खरोखर आवड निर्माण झाली असेल, तर ती आपोआप मारली जाते. मग ती शेवटपर्यंत तशीच मारली जाते. नंतर आयुष्याच्या कोणत्यातरी टप्प्यावर याची जाणीव होते आणि त्याबद्दल खंत वाटू लागते. त्यामुळे पालकांची, शिक्षकांची ही जबाबदारी आहे की, कला व कलेचं सौंदर्य जाणून त्यातून मुलांना प्रोत्साहित करणं व अभ्यासाबरोबर याचंही आपल्या आयुष्यात महत्त्व आहे, हे पटवून देणे.

क्रीडात्मक स्व-प्रतिमा

पौगंडावस्थेतील क्रीडात्मक विकास

तेवीस वर्षांची मंजू, माझी होस्टेलवरची मैत्रीण. अतिशय उत्साही, तडफदार शारीरिकरीत्या तंदुरुस्त. रोज पहाटे पाच वाजता उठून पर्वती तीन-चार वेळा चढून यायची. मग कधी रिले स्पर्धा, कधी मॅरेथॉन, कधी लाँग जंपची, तर कधी गोळाफेकीची स्पर्धा खूप नेटाने करायची. सर्व मेडल्स मिळवायची. एक हुशार स्पोर्ट्समन म्हणून तिला बँकेत छान नोकरी लागली होती. तिच्या उत्साहाकडे, तिच्याकडे बघून मलापण स्पोर्ट्समन असावं, असं वाटायचं. तिला कोणताही आजार झालेला फारसा पाहिला नाही मी किंवा कंटाळलेली, थकलेली पाहिली नाही. तिच्याशी बोलताना तिने हे सर्व सहावी-सातवीत असतानाच करायला सुरुवात झाली, हे माझ्या लक्षात आलं. तिच्या शाळेत अशीच एक रिले स्पर्धा होती. त्यात तिने भाग घेतला आणि पहिली आली. तिला लक्षात आले की, तिला हे आवडतंय आणि अभ्यासाबरोबर याचा मेळ सुरेखरीत्या घालत त्यात तिने गती मिळवली. मुख्य म्हणजे, तिच्या आई-वडलांनी कधी विरोध केला नाही; पण जेव्हा लग्न करण्याची वेळ आली, तेव्हा हे सर्व पुढे सुरू ठेवणं शक्य होईल का, असा तिला प्रश्न पडला.

पाचवीतला ईशान. स्विमिंगमध्ये अतिशय छान गती होती त्याला. शाळा संपल्यानंतर रोज संध्याकाळी साडेसात ते साडेनऊ स्विमिंगची प्रॅक्टिस करायचा. ईशान त्याच्या आजोळी कोकणात जायचा तेव्हा विहिरीत डुबक्या मारायचा, आनंद घ्यायचा. सातवी-आठवीपर्यंत आई-वडलांनी त्याचा हा गुण ओळखून खूप प्रोत्साहन द्यायला सुरुवात केली. मग चौदा वर्षांखाली असलेल्या जलतरण स्पर्धेत तो पहिला आला. तेव्हा आई-वडलांना खूपच कौतुक वाटलं त्याचं. आत्तापर्यंत तो आनंदासाठी करायचा; पण अचानक सर्वांच्या त्याच्याकडून अपेक्षा वाढल्या. आठवीत असताना अशीच एक शेवटची संधी आली. चौदा वर्षांखालील मुलांची जलतरण स्पर्धा जाहीर झाली. मग ओघानेच ईशानला आई-वडलांनी फॉर्म भरण्यास सांगितलं, पण ईशान दर वेळेसारखा उत्साही नव्हता. तरी त्यात त्याने भाग घेतला. स्पर्धेचा दिवस

उजाडला. पन्नास मीटरच्या स्विमिंगचं आव्हान होतं ईशानसमोर. त्याच्या आईला खात्री होती त्याच्याबद्दल. स्पर्धा सुरू झाली. ईशानने पोहायला सुरुवात केली; पण दहा मीटर अंतर राहिलेलं असताना अचानक ईशान जागेवरच थांबला. पुढे जायलाच तयार नाही. मागून त्याच्याबरोबरीचा अक्षय पुढे गेला, पण ईशान पुढे जायलाच तयार नाही. त्याला माहीत होतं की, ही खूप मोठी संधी होती; पण तो अतिशय संथपणे पुढे गेला आणि जवळजवळ चौथा आला. पाण्याबाहेर आल्यावर आई त्याच्यावर इतकी ओरडली. तिथेच त्याला खूप बोलली. ईशान रडवेला झाला. घरी गेल्यावर बाबापण बोलले. पण ईशानला स्वत:लाच कळेना, 'असं का झालं? आपण असं का केलं?'

ईशान आणि त्याची आई माझ्यासमोर बसले होते. आई हा सर्व प्रसंग सांगत होती आणि ईशान गप्प राहून ऐकत होता. मग आई गेल्यावर ईशान बोलायला लागला. त्याला प्रथम त्याच्या आई-वडलांबद्दल समाधान वाटत होतं की, ते दोघंही त्याला खूप प्रोत्साहन देत होते; पण त्यांची दुसरी बाजूही तो सांगत होता. त्याला मुळातच स्विमिंग खूप आवडत होतं; पण जेव्हा त्याचा आनंद म्हणून तो करत होता, तेव्हा खूप कौतुक व्हायचं त्याचं; पण अचानक स्पर्धा, चुरस या गोष्टींना सुरुवात झाली. त्याच्या आईचा सगळा फोकस स्पर्धा आणि चढाओढ याकडे नकळतपणे जायला लागला अन् त्याच्याकडून अपेक्षा वाढल्या अन् त्याप्रमाणेच ते त्याला ट्रीट करू लागले. मग ईशान गडबडला. तरी त्याने मेहनत घेण्याचं ठरवलं. मग एका कोचच्या मार्गदर्शनाखाली प्रशिक्षण घेण्याचं ठरवलं. पण ईशानच्या मतानुसार ते कोच त्याला वाट्टेल तसे बोलायचे, अपमान करायचे, प्रसंगी मारायचेसुद्धा. मग या सगळ्याचा परिणाम अभ्यासावर व्हायला लागला. नेहमी ऐंशी-पंच्याऐंशी टक्के पडणारा ईशान सत्तर टक्क्यांवर आला. या दोन्ही पातळ्यांवर अपयश मिळाल्यावर त्याच्या मनाचा गोंधळ उडायला लागला. पण तो आई-बाबांसमोर बोलू शकत नव्हता. काय चुकलं होतं, तेच त्याला कळत नव्हतं. मग माझ्याशी बोलल्यावर त्याला एक गोष्ट कळाली की, त्याला परफॉर्मन्स ॲन्क्झायटी (Performance Anxiety) येते. म्हणजे काय, तर जेव्हा एखादी व्यक्ती आपलं कौशल्य दाखवते, तेव्हा तिच्याकडून अति अपेक्षा असतील, तर त्या व्यक्तीला नर्व्हसनेस येऊन त्याच्या परफॉर्मन्सवर परिणाम होतो आणि परिणामी अपयश येतं. मग ती व्यक्ती खचून जाते आणि तिचा आत्मविश्वास एकदम कमी होतो. जसं सचिन तेंडुलकरच्या बाबतीत आपण ऐकलेलं, बघितलेलं आहे की, त्याच्याकडून दर वेळेस सेंच्युरीचीच अति अपेक्षा केल्यामुळे तो नव्वदवर आउट होतो. त्यालाच 'नर्व्हस नाइन्टी' असं संबोधलं गेलं आहे.

मग त्याच्या आई-वडलांशी हे सर्व बोलल्यावर त्यांना त्यांची चूक कळाली आणि त्यांनी ईशानला वचन दिलं की, ते असे स्पर्धेच्या मागे लागून त्याच्यातला

जो क्रीडागुण होता, तो मारणार नाहीत. त्यानंतर त्यांनी ईशानला योग्य प्रोत्साहन, साथ दिली. आता ईशान दहावी झालाय. त्याला चौऱ्याऐंशी टक्के मार्क्स पडलेत आणि त्याच्या या स्विमिंगच्या क्रेडिटमुळे त्याचे चार टक्के वाढलेत. आणि यापुढेही तो स्विमिंग सुरूच ठेवणार आहे.

माझ्यासमोर माझा नऊ वर्षांचा मुलगा उभा होता. त्याचं नाव शार्दूल. चेहऱ्यावर एक अडेलतट्टूपणा, हट्ट आणि बंडखोर भाव. गेला तासभर मी त्याच्याशी बोलत होतो. बहुधा ते त्याला पटत होतं, पण अजिबात मान्य होत नव्हतं. त्यामुळे साहजिकच त्याची चिडचिड सुरू होती आणि त्यामुळेच तो जरा बंडखोर, आक्रमक झाला होता. त्याची अवस्था मला कळत नव्हती असं नाही, तरीसुद्धा मला वाटत होतं की, त्याने 'मल्लखांब'च्या क्लासला जायला पाहिजे. एका वर्षात त्याने खूप प्रगती केलेली होती. त्याचे सर त्याच्यावर खूश होते. त्याचं अंग छानच वळत होतं. तो मल्लखांबाची कौशल्यं मनापासून आत्मसात करत होता. पुढच्या वर्षी स्पर्धेत उतरण्याची तयारी सुरू केली होती. अचानक काय बिनसलं कोण जाणे, पण त्याने शाळेचं चौथीचं वर्ष सुरू होण्याअगोदर सांगितलं, "मी मल्लखांब करायला जाणार नाही." मला कारण कळेना. आधी वाटलं की, माझ्यावर रागावला असेल, रुसला असेल. कारण मी आणि वंदना (म्हणजे त्याची आई) दोघंही त्याने मल्लखांब चांगल्या प्रकारे शिकावा, त्यात प्रगती करावी, प्रावीण्य मिळवावं, असा विचार करत होतो. बरं, मल्लखांब शिकायचा ही त्याचीच इच्छा होती. आधी मला शंका होती की, तसा तो नाजूक प्रकृतीचा आहे, तर मल्लखांब त्याला झेपेल की नाही; पण वंदनाचा आग्रह होता की काय हरकत आहे? त्याला आवडत असेल, तर घालू या आपण त्याला मल्लखांब शिकायला. महाराष्ट्र मंडळात त्याचे रोज क्लासेस आहेत. तिथे मल्लखांबाचं प्रशिक्षण खूप वर्षांपासून दिलं जातंय आणि शिवाय घरापासून जवळच होतं. मीही विचार केला, खरंच काय हरकत आहे? जाऊ देत. बघू या काय होतं ते. अशा तऱ्हेने शार्दूल महाराष्ट्र मंडळात मल्लखांब प्रशिक्षण घ्यायला लागला. सर्वसाधारणपणे त्याची आईच त्याला सोडायला आणि आणायला जायची. मी संध्याकाळचा घरी असेन, तर मी ते काम करायचो. एकंदरीत वर्षभरात त्याचं मल्लखांब-प्रशिक्षण सुरळीत सुरू होतं. तसा आमचा दोघांचाही निदान समज होता. त्यामुळे जेव्हा शार्दूलने एकदम नाही म्हटलं, तेव्हा वंदनाला आणि मला काय करावं तेच कळेना. 'हा पोरगा असं काय करतोय?' बरं, असंही नाही की, आम्ही त्याच्यावर जबरदस्ती केली होती. महाराष्ट्र मंडळाच्या सरांकडे चौकशी केली की, काही घटना घडल्या का, ज्याने त्याला अजिबात यावंसं वाटत नाही? त्याच्याबरोबर शिकणाऱ्या इतर मुला-मुलींना विचारलं. बाकीच्या सरांकडे विचारलं, पण अशी काही विशेष घटना घडली होती, असं कोणाचंच

म्हणणं नव्हतं. बरोबरची मुलं दादागिरी करतात का, मारतात का वा काही ग्रुपिझम करून त्याला एकटं पाडतात का, याचीही चौकशी केली. वंदनाबरोबर अनेक वेळा चर्चा झाली, पण काही केल्या कारण समजेना. आम्ही दोघंही त्याच्याशी एकत्रितपणे आणि वेगवेगळे बोलत होतो, पण याचा नकार ठाम. त्यालासुद्धा अनेक प्रश्न, कारणं विचारली; पण त्यावर मला मल्लखांब आवडत नाही, मी जाणार नाही, अशी उत्तरं मिळाली. आमचा त्याबाबतचा पिच्छा बघितल्यावर एके दिवशी अचानक तो म्हणाला की, मी स्विमिंगला जाणार. मग तर काही कळेचना की याचं चाललंय काय? घटकेत स्विमिंग, घटकेत बुद्धिबळ, तर कधी काहीच नाही, असं त्याचं सुरू झालं. मला वाटलं की, त्याचा हा सगळा टाइमपास चालला आहे. मग त्याचं वर्षभरातलं मल्लखांबाच्या क्लासला जाणं यावर मी आणि वंदनाने चर्चा केली आणि एक लक्षात आलं की, त्याला खरोखरच मल्लखांब आवडत नसावा. कारण रोज जाताना तो आज नको, आज कंटाळा आलाय, आज डोकं दुखतंय, आज होमवर्क जास्त आहे अशा सबबी सांगायचा. महाराष्ट्र मंडळात जाई तोपर्यंत त्याच्या सबबी / तक्रारी सुरूच असायच्या. मात्र एकदा तिथे गेला की, सगळं व्यवस्थित करायचा. घरी येताना मात्र परत तक्रारी — असं वर्षभर चाललं होतं. वार्षिक परीक्षा झाल्यावर तो वंदनाला म्हणाला होता, ''शाळेला सुट्टी आणि मल्लखांबच्या क्लासलाही सुट्टी!'' पण सुट्टीचा मूड असतो, असं आम्हाला वाटलं होतं. त्यामुळे आम्ही फारसं मनावर घेतलं नव्हतं. नंतर मात्र नावच काढेना आणि जेव्हा उद्यापासून जायचंय असं सांगितलं, तेव्हा वर उल्लेख केल्याप्रमाणे वाद सुरू झाला. एकंदरीतच खेळण्याच्या बाबतीत म्हणजे मैदानी प्रकारच्या खेळाच्या बाबतीत तो पहिल्यापासून उदासीनच होता, हे लक्षात आलं. कारण स्विमिंगचीसुद्धा त्याने फार काही आवड दाखवली नाही. ते आपलं विषय टाळण्यासाठी पुढं केलेलं कारण होतं. आता मला खात्री वाटते की, स्विमिंगच्या बाबतीतही त्याने थोडंफार असंच केलं असतं. मग मी, शार्दूल आणि वंदना असे एकत्र दोन-तीन वेळा चर्चा झाली आणि त्यात आम्ही शार्दूलला असा विश्वास दिला की, आम्ही त्याच्यावर कुठलीही जबरदस्ती करणार नाही. त्याने फिजिकली स्ट्राँग अ‍ॅन्ड स्टाउट व्हावं, मैदानी खेळात प्रावीण्य दाखवावं आणि त्यातून आनंद घ्यावा, जेणेकरून त्याला त्याचं आरोग्य व्यवस्थित राखायला मदत होईल, इतकाच आमचा उद्देश होता, असं त्याला पटवून दिलं. ''तुला प्रत्यक्ष ग्राऊंडवर न जाता घरीसुद्धा व्यायाम प्रकार करून तब्येत मेन्टेन करता येईल आणि तुझ्या आवडीच्या चित्रकलेच्या छंदामध्ये लक्ष आणि वेळ दोन्हीही देता येईल.'' असंही सांगितलं. या चर्चेनंतर स्वारी इतकी खुलली की, चित्रकलेवर त्याने छान लक्ष केंद्रित केलं. त्यासाठी त्याला आम्ही पूर्ण पाठिंबा दिला. त्यामुळे तो अभ्यासही व्यवस्थित करायला लागला आणि जरुरीपुरता

व्यायाम अन् खेळाकडेही त्याने लक्ष द्यायला सुरुवात केली.

वरील उदाहरणावरून आपल्याला काय दिसतं? मुलांचा नेमका कल काय, हे त्यांना पुरेसा वेळ देऊनच ओळखावं लागतं. मुळातच प्रत्येकाचं बालपण हे खेळ खेळण्यातच जात असतं. त्यात एकच असा चॉईस नसतो. आमच्या लहानपणीचे सगळेच म्हणजेच साधारण पंचवीस वर्षांपूर्वीचे खेळ म्हणजे कबड्डी, डब्बा पार्टी, भोज्जा, पळापळी, जोडसाखळी, विषामृत, दगड का माती? — अशा प्रकारचे खेळ मित्र-मैत्रिणींबरोबर खेळले जायचे. त्यात मुलींचे खेळ वेगळे आणि मुलांचे खेळ वेगळे. शाळेमध्ये खेळांच्या स्पर्धांमध्ये लाँग जंप, गोळाफेक, भालाफेक, रिले रनिंग अशा मुलींसाठी आणि मुलांसाठी क्रिकेट, व्हॉलिबॉल, हॉकी, फुटबॉल, टेनिस, बॅडमिंटन अशा स्पर्धा असायच्या; पण याच खेळांमध्ये एखादी मुलगी प्रवीण असेल, तर ते विशेष मानलं जायचं. आताही हीच परिस्थिती आहे. खेळामध्ये करिअर अभावानेच आढळतं. मग आपल्याला ऑलिंपिकमध्ये मेडल्स का मिळत नाहीत, यावर नुसतीच चर्चा होते; पण जेव्हा खेळामध्ये करिअर करावं की नाही, हा प्रश्न आपल्या घरात उद्‌भवतो तेव्हा आता दहावी आहे म्हणून किंवा बारावीत आहे म्हणून किंवा अभ्यासात दुर्लक्ष होतं म्हणून मुलांच्या मनाविरुद्ध निर्णय घेऊन पालक मोकळे होतात. या उदाहरणात पालकांनी योग्य ती साथ दिली, तर त्याचे दूरगामी फायदे मुलांना मिळतात, हे लक्षात घेणं गरजेचं आहे. यामध्ये मुलांनासुद्धा जर एखाद्या खेळात प्रावीण्य मिळवायचं असेल, तर किती कष्ट, मेहनत घ्यावी लागते, याचा अंदाज घेणं आवश्यक आहे. एखाद्या मुलाला क्रिकेटमध्ये गती असेल, तर त्याला काय इंटरनॅशनल टीममध्ये प्रवेश मिळणार आहे का, या चिंतेतूनच क्रिकेट खेळणं बंद होतं.

तर क्रीडात्मक स्व-प्रतिमा नीट ओळखणंही या वयाची गरज आहे. पालकांनी त्याकडे स्पर्धा म्हणून किंवा केवळ अभ्यासाकडे दुर्लक्ष होऊन त्याचं / तिचं करिअर घडणार नाही, या चिंतेमधून जर मुलांची क्रीडात्मक स्व-प्रतिमा मारली, तर पुढच्या आयुष्यावर त्याचे परिणाम होण्याची शक्यता असते.

समुपदेशन म्हणजे काय?

आत्तापर्यंतच्या अनेक प्रकरणांमध्ये आपण समुपदेशनामुळे असे घडले, तसे घडले, समुपदेशकाच्या भूमिकेमुळे काही बदल होऊ शकतो किंवा समुपदेशक हा एखादा मार्गदर्शक मित्र होऊ शकतो असे उल्लेख वारंवार वाचले.

तर हे समुपदेशन म्हणजे नेमके काय आहे? आणि मुख्य म्हणजे असे त्यात काय विशेष आहे, हे आपण आता बघणार आहोत. सर्वसाधारण समुपदेशनाची कन्सेप्ट त्याचप्रमाणे खास या वयातील मुलामुलींसाठी व त्याचबरोबर त्यांच्या पालकांनाही समुपदेशन केले जाते. त्याची प्रक्रिया जाणून घेऊयात.

एका घरातील संवाद –

''अहो, आपली मुलगी दहावीत आहे. काही ऐकत नाही. उलट उत्तरं देते. अभ्यास तर अजिबात करत नाही. आजकाल घराबाहेरच जास्त असते. तिचे नखरे तर पाहायला नकोत! काहीतरी गडबड आहे, असं मला वाटतं! तिला डॉक्टरला दाखवावी का? असं का डोक्यावर परिणाम झाल्यासारखी वागते, कळत नाही. काहीतरी करायला हवं हो तिचं.''

''काही नाही. ते माझे मित्र आहेत. त्यांना सांगतो दोन गोष्टी समजावून सांगायला. चार गोष्टी कानावर पडल्यावर येईल सरळ ती. जरा मीपण चार उपदेशाचे शब्द सांगतो तिला. तूही सांग. आमच्या वेळेस आम्ही असे नव्हतो वागत बुवा. आई-वडलांचा धाक असायचा आम्हाला. परवा बोललोय तसा मी तिला भरपूर अभ्यासाच्या बाबतीत; पण नुसतीच मान खाली घालून ऐकत होती आणि परिणाम शून्यच! मी एक प्रकारे काउन्सेलिंगच केलंय तिचं; पण काही उपयोग नाही झाला बहुतेक!''

समुपदेशनाबद्दल आपल्याकडे बरेच गैरसमज आहेत. जसे — समुपदेशन म्हणजे सल्ला देणे, उपदेश करणे, तत्त्वाच्या चार गोष्टी समजावून सांगणे वगैरे. पण समुपदेशन ही संज्ञा या सर्वांपेक्षा खूप वेगळी आहे. ती कशी, ते पाहू –

कित्येकदा आपण म्हणतो की, मी काउन्सेलिंग म्हणजेच समुपदेशन करतो/करते. वरील संवादातसुद्धा वडिलांना आपण मुलीला समुपदेशन करतो, असे

वाटते. पण समुपदेशन हे कधीही एकतर्फी नसते. म्हणजे एखादी व्यक्ती समस्याग्रस्त असेल किंवा अडचणीत असेल, तर चार तत्त्वज्ञानाचे शब्द सांगितले जातात. यातून बाहेर पडण्यासाठी असे कर, तसे कर, हे कर, हे करू नकोस, असे सल्ले दिले जातात. हे सल्ले वास्तवाला धरून असतातच, असे नाही. मग व्यक्ती तेवढ्यापुरती, तात्पुरती या समस्येतून बाहेर पडल्यासारखी वाटते. मग परत मूळपदावर येते. जसे आपण वरील संवादात पाहिले की, त्या मुलीला त्याचा तसा काहीच उपयोग होत नाही. मग खरेच आपण समुपदेशन करत असतो का? तर नाही. आपल्याला जेवढा अनुभव आहे, ज्ञान आहे, त्याआधारे दुसऱ्याला काहीतरी सांगणे, सल्ले देणे म्हणजे समुपदेशन नक्कीच नाही. तर समुपदेशन म्हणजे नेमके काय, हे पाहू.

समुपदेशन म्हणजे सल्ला नव्हे.

समुपदेशन म्हणजे कोणत्याही प्रकारचा सल्ला, उपदेश, तत्त्वज्ञान सांगणे, आपली मते लादणे यामधील काहीही नाही. तर ही एक प्रदीर्घ प्रक्रीया असून यामध्ये समस्याग्रस्त किंवा गरजू व्यक्तीशी व्यावसायिक नाते निर्माण करून व व्यावसायिक संवाद-कौशल्ये वापरून मनमोकळी व व्यावसायिक चर्चा केली जाते. आणि त्या व्यक्तीची समस्या तिची तिलाच सोडवण्यसाठी मदत केली जाते. या प्रक्रियेमध्ये समुपदेशक कोणत्याही दिशाहीन गप्पा न मारता त्या व्यक्तीला केंद्रस्थानी ठेवून, काही उद्दीष्टे समोर ठेवूनच त्या व्यक्तीशी संवाद साधतो.

समुपदेशनाची प्रक्रिया : समुपदेशक जेव्हा समस्याग्रस्त व्यक्तीशी बोलतो तेव्हा प्रथम तो त्या व्यक्तीवर पूर्णपणे विश्वास ठेवून कोणतीही टीका न करता त्या व्यक्तीचे म्हणणे अतिशय आपुलकीने ऐकून घेतो. ऐकून घेत असतानाच बऱ्याच वेळेस त्या व्यक्तीचा भावनिक उद्रेक होऊ शकतो. तेव्हा समुपदेशक साक्षीदार या नात्याने ते अनुभवतो. त्यालाच सह-अनुभूती (empathy) असे म्हणतात. समस्याग्रस्त व्यक्तींना अनेक वेळा आपल्या समस्येबाबत आपल्या कुटुंबीयांसमोर, नातेवाइकांसमोर किंवा मित्रमैत्रिणींसमोर मन मोकळे करण्याची अथवा रडायची लाज अथवा संकोच वाटत असतो. अशा वेळेस समुपदेशक त्या व्यक्तीच्या सर्व भावना, उद्रेकासकट, त्या व्यक्तीला आहे तसे स्वीकारून अतिशय तरल पातळीवर समजावून घेत असतो. त्याच वेळेला कुठल्याही प्रकारच्या अविश्वासदर्शक प्रतिक्रिया देत नाही अथवा सूचित करत नाही. समोरची व्यक्ती मनापासून आणि पूर्णपणे खरी आहे, तिच्या भावना, भावनिक उद्रेक, ताण, त्रास हे सर्व खरोखरच आहे यावर समुपदेशक पूर्णपणे विश्वास ठेवतो. आणि या विश्वासार्ह वर्तणुकीमुळे समस्याग्रस्त व्यक्ती खूपच रिलॅक्स होते. मनातली मळमळ किंवा होत असणारा त्रास, ताण असलेले विचार जसेच्या तसे बोलल्यामुळे त्या व्यक्तीला खूपच हलके वाटते. आपल्याला

आपुलकीने कोणीतरी समजावून घेणार आहे, या विश्वासामुळेच एक प्रकारचा हलकेपणा त्या व्यक्तीच्या मनात निर्माण होतो आणि समस्येवर आपापला उपाय शोधायला ती व्यक्ती प्रवृत्त होते.

समुपदेशनाची गरज : बऱ्याचदा हा प्रश्न विचारला जातो की, मीच का नेहमी बदलायचे? माझ्या समोरची व्यक्ती बदलणार नसेल, तर मी समुपदेशनाची मदत घेऊन काय उपयोग? प्रथम अगदी बरोबर आहे. खरे म्हणजे मीच का बदलायचे? या प्रकारामध्येच सारेकाही आले. मी बदललो/बदलले, तरच समोरची व्यक्ती बदलणार आहे हे तत्त्व समुपदेशनामुळे विकसित होण्यास मदत होते. बरेचदा अनेक व्यक्तींना माझ्या जवळच्या व्यक्तीला समुपदेशनाची गरज आहे असे वाटते आणि मग त्याचे किंवा तिचे मन वळवण्यासाठी समुपदेशकाची मदत घ्यावी असे वाटत असते; पण समुपदेशक हे दाखवून देतो की, ज्या व्यक्तीला जास्त मानसिक त्रास होत असतो किंवा भावनिक ताण जाणवतो त्याच व्यक्तीला समुपदेशनाची खरी मदत हवी असते. अशा वेळेस समस्येकडे दूरदर्शीपणे किंवा सर्व दिशांनी पाहण्याचे मार्गदर्शन समुपदेशक समस्याग्रस्त व्यक्तीला करतो आणि त्याच्या समस्येला बराचसा तोच जबाबदार असतो, हे दाखवून देतो. यातूनच स्वत:बद्दलचा आत्मविश्वास निर्माण होऊन ती व्यक्ती स्वत:ला मदत करण्यास समर्थ ठरते. यासाठी ठरावीक कालावधी देण्याची गरज असतेच.

समुपदेशन कोणासाठी :- दैनंदिन जीवनामध्ये आपल्याला बऱ्याच क्षेत्रांत समस्या येतात. उदा. वैवाहिक ताणतणाव, कौटुंबिक कलह, लहान मुलांच्या वर्तनसमस्या, लैंगिक समस्या, आर्थिक समस्या, ज्येष्ठ नागरिकांच्या समस्या. या समस्यांतून मार्ग काढण्याचा आपण प्रयत्न, धडपडही करत असतो; पण काही वेळेस व्यक्तींची मानसिक, वैचारिक, सामाजिक पातळीवर खूप ओढाताण होते. तसेच काही नात्यांमध्ये बाधा येऊन नाती खूप त्रासदायक वाटू लागतात आणि या सर्वांचा परिणाम दैनंदिन जीवनावर परिणामकारकरीत्या जाणवू लागतो. मग ती व्यक्ती भूतकाळातून बाहेर येऊ शकत नाही. तिच्या मनामध्ये एक प्रकारचा नकारात्मक दृष्टिकोन तयार होऊन औदासीन्य किंवा अति चिंता निर्माण होते. व्यक्ती असहाय बनते. अशा वेळेस व्यक्तीला आपले विचार, भावना कोणीतरी मनापासून समजून घेऊन मदत करावी, अशी अपेक्षा असते. मन मोकळे करण्याची आवश्यकता असते. अशा वेळेस आजूबाजूला असलेल्या व्यक्ती मदत करतीलच, असे नाही. त्या परिस्थितीत समुपदेशनाची खऱ्या अर्थाने मदत होते व व्यक्ती कोणत्याही प्रकारच्या समस्यांना तोंड देण्यासाठी समर्थ बनते.

आपण अगदी साधे उदाहरण घेऊ. एखाद्याला नोकरी करत असलेल्या कार्यालयात जर वरिष्ठ मंडळी रागावली असतील किंवा त्यांनी चारचौघांमध्ये

अपमानास्पद वागणूक दिली असेल, चुका निदर्शनास आणून दिल्या असतील, तर त्या व्यक्तीला त्यातून आपल्या चुका सुधारण्याची संधी प्राप्त झालेली असते. परंतु याकडे लक्ष न देता सगळ्यांसमोर अपमान केल्याबद्दल अथवा चुका निदर्शनास आणून दिल्याबद्दल तिला वरिष्ठांचा राग येतो; पण वरिष्ठांसमोर काही बोलता येत नाही. म्हणून आलेला राग ती व्यक्ती बऱ्याच वेळेस घरातल्यांची काहीही चूक नसताना घरातल्या व्यक्तींवर काढते किंवा आपल्यापेक्षा वडील मंडळींवर खेकसून किंवा त्यांचा अपमान करून राग व्यक्त करत असते. असे बराच काळ घडत गेल्यास त्या व्यक्तीचा आत्मविश्वास कुठेतरी खच्ची व्हायला लागतो. त्यातून ती व्यक्ती वैफल्यग्रस्त होऊ शकते आणि त्या व्यक्तीच्या रागाचा उद्रेक वारंवार व्हायला लागतो. अशा वेळेस समुपदेशक त्या व्यक्तीला तिच्या भावना आणि तिचे होणारे वर्तन यांचा तौलनिक पट तिच्यासमोर कुठेही त्या व्यक्तीला न दुखावता मांडतो. नेमका राग कशाचा येतो आहे? चुका होण्याचा, अपमान होण्याचा, चारचौघांमध्ये स्वत:चा दर्जा खालावला गेल्याचा की कनिष्ठ आहोत त्यामुळे वरिष्ठ बोलतात, या सगळ्याचा? विचार करण्यास उद्युक्त करण्याची मोलाची मदत समुपदेशक करू शकतो. आलेला राग कशा प्रकारे स्वीकारायचा आणि त्याचे व्यवस्थापन व समायोजित प्रकटीकरण कसे करता येईल, याचे पर्याय समुपदेशक त्या व्यक्तीसमोर मांडतो. त्याचप्रमाणे स्वत:चे काम कायमच बिनचूकपणे होणार असा अनाठायी विश्वास न बाळगता ते बिनचूक कसे करता येईल याबाबत त्या व्यक्तीलाच बोलावयास सांगतो. तेव्हा त्यासाठी समुपदेशक त्या व्यक्तीला सकारात्मक पाठिंबा देऊन त्या व्यक्तीचे मनोबल वाढवण्यासाठी मदत करत असतो. अशा प्रकारे जेव्हा समस्याग्रस्त व्यक्ती समोर येते, तेव्हा समुपदेशक त्या व्यक्तीच्या सकारात्मक निर्णय घेण्याच्या प्रक्रियेला विवेकनिष्ठ विचारपद्धतीने पाठिंबा देतो. सत्य आणि वस्तुस्थिती, वस्तुनिष्ठ आणि विवेकनिष्ठ विश्लेषण त्या व्यक्तीसमोर ठेवून नकारात्मक दृष्टिकोनातून सकारात्मक दृष्टिकोनाकडे नेण्यास मदत करतो. या सर्व प्रक्रिया समुपदेशक अतिशय हळुवारपणे, सजगपणे आणि विवेकनिष्ठ पद्धतीने हाताळतो. शास्त्रीय समुपदेशनात ही प्रक्रिया अत्यंत महत्त्वाची आहे.

आता समुपदेशन कोणाकडून करून घ्यावे, ते पाहू. समुपदेशकाचे दोन भाग पडतात. एक म्हणजे – आपल्या आपल्या सोईंनी करणारे, म्हणजेच या विषयातले प्रशिक्षण न घेतलेले सामाजिक कार्यकर्ते समुपदेशन करतात; पण प्रशिक्षण न घेतल्यामुळे फारसा रिझल्ट देऊ शकत नाहीत. दुसरे म्हणजे — ज्यांनी प्रशिक्षण घेतलेले आहे असे मानसशास्त्रज्ञ (Psychologist), तसेच सामाजिक कार्यकर्ते (Professional Social Workers) समुपदेशकाचे काम करतात. मुळातच

वेगवेगळ्या प्रकारच्या व्यक्तींना म्हणजे आक्रमक, मिळमिळीत किंवा आग्रही व्यक्तींना हाताळणे, हे कौशल्याचे काम आहे. त्यामुळे समुपदेशन करून घेत असताना समुपदेशक प्रशिक्षित आहे की नाही, हे पाहणे आवश्यक आहे. कारण प्रशिक्षण घेतल्याशिवाय हवे ते यश या क्षेत्रात मिळण्याची शक्यता कमी असते.

आपल्याला समुपदेशन शिकून घेणेही शक्य आहे. समुपदेशन शिकल्यामुळे स्वत:कडे बघण्याचा दृष्टिकोन तर बदलतोच; पण स्व-समुपदेशनही करायला भरपूर मदत होते. त्यामुळे समुपदेशन प्रशिक्षणामध्ये स्व-ओळख/जाणीव (Self-awareness), स्व-समुपदेशन (Self–counselling) व दुसऱ्यांचे समुपदेशन (Counselling to others) अशा तीन टप्प्यांमधून जाऊनच योग्य प्रशिक्षित समुपदेशक म्हणून करिअर करण्यास तर भरपूर संधी आहे.

कुमार वयातील मुलांबरोबर करण्यात येणाऱ्या समुपदेशनाची प्रक्रिया : - कुमार वयातील मुला-मुलींच्या समस्या आणखी वेगळ्या प्रकारच्या असतात. त्यात शारीरिक आणि संप्रेरकांच्या बदलांमुळे होणारे परिणाम नेमके कशामुळे होत आहेत, याची जाणीव बऱ्याच वेळेस या मुलामुलींना नसतेच; पण पालकांनासुद्धा याबाबत फारच कमी माहिती असते. अशा वेळेस शास्त्रीय समुपदेशनाद्वारे या कुमार वयातील मुला-मुलींच्या शारीरिक, संप्रेरक-बदलांची माहिती पालक व मुलांना दिली जाते. मुले आणि पालकांमधील संघर्षाला नेमक्या याच माहितीच्या अज्ञानामुळे सुरुवात होत असते. एकमेकांबद्दल असलेल्या अवास्तव अपेक्षा, पालकांना मुलांबद्दल असलेला अति किंवा खूप कमी विश्वास, मुलांच्या हुशारीबद्दलच्या अवास्तव कल्पना, लैंगिक भेदावर आधारित चमत्कारिक कल्पना, मुलांना समजावून घेण्यात असलेली कमतरता, इतर मुलांशी आपल्या मुलांची केली जाणारी अकारण तुलना अशा अनेकविध बाजूंनी या संघर्षाला धार चढते. ''आमचा प्रदीप इतका हुशार की, त्याला नेहमी उत्तम मार्क पडतात. मग एस.एस.सी.लाच इतके कमी मार्क का पडले?''

''सध्या आमची पायल इतकी बिघडलीये की, आमचं काही ऐकतच नाही; स्वत:चंच खरं करते. उद्धटासारखी बोलते. मार्क कॉपी करून मिळवले असतील हो, नाहीतर तिची कुठली एवढी झेप?'' अशा टोकाच्या प्रतिक्रियासुद्धा आपल्याला ऐकायला मिळतात. आपल्या मुलांबद्दल असणाऱ्या अपेक्षा ह्या वास्तव आणि तर्कावर आधारलेल्या असल्या पाहिजेत, याची जाणीव पालकांना येण्यासाठी समुपदेशक मदत करतो. मुलांच्या नेमक्या भावनिक अपेक्षा काय असतात, ती कुठल्या भावनिक संक्रमणातून जात असतात आणि त्या-त्या वेळेस त्यांना नेमकी काय गरज असू शकते आणि पालकांनी ती गरज, अपेक्षा ओळखून कशा प्रकारचे वर्तन करावे याचे पर्याय समुपदेशक पालकांसमोर ठेवू शकतो. पालकांना वाटणाऱ्या

काळजीपोटीच त्यांच्या मुलांबद्दल तक्रारी असतात याचे भान समुपदेशकाला असते आणि तो त्याबद्दल पालकांशी भावनिक सहमती दर्शवून त्यांना नेमक्या विचारांपर्यंत नेण्यास मदत करतो.

जेव्हा कुमार वयातील मुले-मुली समुपदेशनासाठी येतात, तेव्हा त्यांच्या मनात हीच भीती असते की, हा समुपदेशक आपल्याबद्दलच्या ज्या पालकांच्या तक्रारी आहेत, त्याबद्दल सल्ला देणार, तसे करण्यास भाग पाडणार; पण समुपदेशन प्रक्रियेमध्ये या मुलांशी त्यांच्याच भाषेत, त्यांना आवडेल असे, त्यांच्या पातळीवर जाऊन बोलले जाते व त्यांचा विश्वास संपादित करून, त्यांच्यावर कोणतीही टीका न करता त्यांना हळुवारपणे व जिव्हाळ्याने अनेकविध विषयांची माहिती दिली जाते. त्यांच्या भावनांना खूप महत्त्व दिले जाते. काही वेळेस थोडे पालकांविरुद्ध बोलून पालकांविषयी पाल्याच्या नेमक्या कोणत्या भावना आहेत, हे समजून घेतले जाते. त्यामुळे ही मुले समुपदेशन प्रक्रियेत अतिशय खुलेपणाने बोलतात व त्यांना त्याच प्रकारे योग्य मार्गदर्शन केले जाते.

पालकांचे समुपदेशन

आधी लिहिल्याप्रमाणे पौगंडावस्थेतील मुलांचे पालकत्व घेणे म्हणजे खऱ्या अर्थाने जोखीमच असते.

''माझा मुलगा तनय. आजकाल इतका वेगळा वागतोय माझ्याशी हा! ६ महिन्यांपूर्वी आमचा घटस्फोट झालाय. त्यामुळे हा माझ्याकडेच असतो. मी नोकरी करते एका फर्ममध्ये. सकाळी ९ ते ६पर्यंत माझा जॉब असतो. शनिवारी हाफ डे असतो. रविवारी सुट्टी असते. आमची खरी भेट रोज रात्री ८नंतरच होते. मी इतकी थकलेली असते, तरीपण याच्याबरोबर वेळ घालवते. हा आता नववीत गेलाय, पण याला याची जबाबदारीच अजिबात कळत नाही. शिस्त नाही बिलकूल. आपापली खोली आवरून ठेवत नाही. माझ्याशी उद्धटपणे वागायला लागलाय. परवाचा घडलेला एक प्रसंग सांगते. तनय दुपारी शाळेतून आला. मी साडीला इस्त्री करत होते, तर आल्या-आल्या मी त्याला म्हटलं, ''खाऊन घे.'' तर मला म्हणाला, ''मला जेवायला वाढ.'' मी त्याला म्हटलं, ''मी काम करते आहे, तर समजून नाही का घेता येत?'' असं म्हटल्यावर त्याने साडी चुरगाळली माझी. मीपण चिडले मग आणि त्याला इस्त्रीचा चटका दिला. त्याच्या अंगात भरपूर ताकद आली आहे त्यामुळे त्याने माझा हात इतका जोरात पिरगाळला! त्यावर मला त्याचा इतका राग आला आणि वाईट वाटलं की, याने माझ्या अंगावर हात टाकला. मी माझ्या मैत्रिणीला फोन करून सांगितलं. मला तिच्याशी हे शेअर केल्याशिवाय राहवेना. मग तिने याला फोन करून सांगितलं, ''तू अत्यंत चुकीचा वागला आहेस. आईची माफी माग. आईला सॉरी म्हण.'' तर हा म्हणायलाच तयार नाही. म्हणतो, ''माझी काही चूक नाही.'' मला धन्यच वाटली त्याची. माझ्याबद्दल त्याच्या भावनाच कमी झाल्या आहेत. मी आपणहून त्याची कस्टडी घेतली. जबाबदारी घेतली. कारण त्याचे वडील स्वभावानं भयानकच आहेत. काय केलं असतं त्यांनी कुणास ठाऊक! म्हणून आमचा सहा महिन्यांपूर्वी डिव्होर्स झाला आहे. माझा नवरा वेगळीकडे राहतो.

''मी याला माझ्याकडे ठेवून घेतला. पण हा असंच वागायला लागला, तर मला झेपायचा नाही. म्हणून मी त्याला काल विचारलं की, तुला वडलांकडे ठेवू का? का बोर्डिंग स्कूलला ठेवू? तर नाही म्हणाला. मला तुझ्याबरोबरच राहायचं

म्हणाला. मग माझ्याबरोबर राहायचं आहे, तर माझं ऐकत का नाहीस? माझ्याशी म्हणावं तसा ओपन आउट का होत नाहीस? मला काळजी वाटते आहे त्याची. बरं, याला धाकटं भावंडं नाही, त्यामुळे असा वागतो का? काही कळत नाही. शाळेतली प्रगतीपण खाली-खालीच जाते आहे. किती वेळा सांगते अभ्यास कर, अभ्यास कर. लक्षच देत नाही. टीव्ही, नाहीतर कॉम्पुटर गेम्स, हेच चाललेलं असतं. पूर्वी पाचवी-सहावीपर्यंत ९०-९२ टक्के मार्क्स पडायचे. आता ७५% टक्क्यांवर आलाय. पुढे याचं कसं होणार, हीच काळजी लागली आहे. त्यातून मला सगळे सुचवताहेत की, तू दुसरं लग्न कर. त्यामुळे तो अजून बिथरतो. असा विषय निघाला की, अस्वस्थ होतो. मला कळतच नाही, मी काय करायचं ते? मला असं वाटतं, याचं करियर व्यवस्थित व्हावं. मला कोणी नावं ठेवता कामा नये. त्याच्या वडलांनी त्याच्या शिक्षणाची जबाबदारी घेतली आहे; म्हणजे पैशाची. पण मला सगळंच बघायचं आहे. त्याच्याशी काय, कसं बोलायचं, तेच कळत नाहीये. तुम्हीच त्याच्याशी बोलून पाहा."

मी म्हटलं, "मला समजतंय की, तुम्हाला नेमका कशाचा त्रास होतो आहे. तनय आता पौगंडावस्थेमध्ये आहे. याचा कदाचित acceptance नसावा. दुसरं म्हणजे, तो तुमच्यापासून मनाने दूर जातो आहे की काय, याबद्दल असुरक्षिततेची भावना तुमच्यात निर्माण झाली आहे. कदाचित त्याची जबाबदारी पेलवणार की नाही, याबद्दल स्वत:विषयी शंका निर्माण झाली असावी. कारण एकटीने हे सर्व करायचं याबद्दल टेन्शन असावं आणि त्याच्याबरोबर जे नातं तुम्हाला अपेक्षित आहे, ते मनाप्रमाणे घडत नसावं. त्यामुळे मानसिकरीत्या कुठेतरी डिस्टर्बन्स निर्माण झाला आहे. मी आता त्याच्याशी तर बोलणार आहेच, पण हे नातं नेमकं कशाने बिघडलं आहे, त्याचा शोध घेऊन तुमचं नातं हार्मोनियस करण्यासाठी मी तुम्हाला मदत करणार आहे."

त्या म्हणाल्या, "हो, अगदी बरोबर सांगितलंत तुम्ही. तुम्ही त्याच्याशी बोला. त्याच्या मनात नेमकं काय आहे, हे मला जाणून घ्यायचंच आहे."

मी म्हणाले, "ओके, बोलते मी त्याच्याशी."

तनय आत आला आणि गोड हसला. बसला. मग मी म्हणाले, "तुला काय वाटतं की, आईने तुला इकडे का आणलं असावं?" तर तो म्हणाला, "आई उगाचच चिडचिड करायला लागली आहे. परवाचाच प्रसंग. मी आईला सांगून मित्राकडे राहायला गेलो होतो आणि रात्री १०.३०पर्यंत सिनेमा बघत बसलो होतो. मग झोपलो. सकाळी लवकर उठून घरी आलो. वेळेत शाळेत गेलो, पण डबा नेऊ शकलो नाही. मग दुपारी घरी आलो आणि आल्या-आल्या भूक लागली, असं म्हणालो, तर चिडलीच आणि तिने ओरडायला सुरुवात केली की, मी खूप वेळ

जागून सिनेमा बघितला आणि म्हणून सकाळी उशिरा गेलो. डबा नेला नाही. मला कळेचना! मग मीही तिच्यावर चिडलो आणि तिच्या अंगावर थोडंसं ओरडलो. ती इस्त्री करत होती. मी रागाने साडी थोडीशीच चुरगाळली, तर तिने इस्त्रीचा चटकाच दिला. मला खूप धक्का बसला आणि मी रडायला लागलो. मला कळेचना की, माझी नेमकी चूक काय झाली? तेव्हापासून तिला वाटतंय की, मी तिचं ऐकत नाही. तर असं काहीच नाहीये. ती मला आवडते आणि मला आईजवळच राहायचं आहे. कारण बाबा मला आवडत नाही. तो खूप दारू पितो आणि खूप अस्वच्छ, घाण राहतो. मी त्याच्याकडे दोन दिवस राहायला जातो तेव्हा माझ्याशी तो चांगला वागत नाही. मग मी तिथून जाऊन आलो की, दुसऱ्या दिवशी आई माझ्यावर चिडतेच. मला कळतच नाही, असं का होतं? परवाचा प्रसंग घडला तेव्हा मी बाबाकडे चार दिवस राहून आलो होतो, पण मला आईजवळच राहायचंय.''

मी म्हणाले, ''ओह! म्हणजे तुला थोडं कन्फ्युजन होतं आहे की, आई अशी का वागते? तू कसं वागायला हवं आहेस, त्याचंपण कन्फ्युजन आहे.''

तो म्हणाला, ''हो. माझं खरं म्हणजे इथे मनच लागत नाही. कारण मागच्या वर्षीपर्यंत आम्ही दुबईत होतो, पण बाबाची नोकरी गेल्यामुळे आम्ही इकडे परत आलो, पण मला तिकडेच जावंसं वाटतं. मला इथे करमत नाही. मी आईला हे सांगून झालंय. पण काय प्रॉब्लेम आहे, माहीत नाही. ती म्हणते, आता तिकडे जाणं शक्य नाही. मला खूप वाईट वाटतं.''

मी म्हणाले, '' अच्छा, म्हणजे आई-बाबांचा डिव्होर्स झाल्यामुळे खूप गोष्टी बदलल्या. तुला त्याच्याशी कोप-अप करायला अवघड जातंय, त्रास होतोय.''

वर दिलेल्या केसमधून असं लक्षात येतं की, जेव्हा सिंगल पेरेंटिंग म्हणजे एकात्म पालकत्वाची जबाबदारी येते, तेव्हा या वयातली मुलं हमखास बिथरतात. त्याहीपेक्षा अशा पालकत्वाची मनाची पूर्ण तयारी झाली नसल्यामुळे साहजिकच त्याचे पडसाद मुलांशी वागण्यावर उमटतात. मग निर्माण होते असुरक्षिततेची भावना. हीच गोष्ट आई-मुलाचं / मुलीचं तसंच वडील-मुलाचं / मुलीचं नातं थोडं बिघडण्यास कारणीभूत ठरते; पण मुलांशी पारदर्शी संवाद ठेवला, तर ती सहज सहकार्य देतात. नाहीतर त्यांनाही गूढपणे वागवल्याची भावना येऊन ती बिथरतात.

विश्वजितला त्याचे बाबा प्रथम घेऊन आले होते आणि त्याच्याबद्दल तक्रारी सांगत होते. मग मी विश्वजितशी बोलल्यावर त्याच्यात मला काहीच गडबड दिसेना. तो अतिशय मॅच्युअरली माझ्याशी बोलत होता आणि वडलांबाबत तक्रार करत होता की, त्यांचं त्याच्याकडे किती दुर्लक्ष होतं. मग मी जेव्हा विश्वजितच्या बाबांशी बोलले, तेव्हा ते अचानक त्यांच्या वैवाहिक आयुष्याबद्दलची खंत व्यक्त करायला लागले आणि त्यांच्या पत्नीचं मुलाकडे किती दुर्लक्ष होतं, याबद्दल

बोलायला लागले. तेव्हा मी त्यांना बोलू दिलं आणि माझ्या एक गोष्ट लक्षात आली की, विश्वजितपेक्षा त्याच्या आई-बाबांना समुपदेशनाची गरज होती. मग मी विश्वजितच्या आईला समुपदेशनासाठी बोलावलं. विश्वजितची आई माझ्याकडे आली त्या वेळी बरीच अस्वस्थ, काळजीने ओढलेला चेहरा, कोणाशीतरी खूप-खूप बोलायची गरज अशा स्थितीत आली. त्या विश्वजितपेक्षा त्यांचं वैवाहिक आयुष्य किती खडतर गेलं, याबद्दल ती तीन-चार सेशन्स बोलत राहिली.

अशा वेळेस पालक अपेक्षा करतात की, त्यांच्या मुलांचा त्यांना त्रास होतो. मुलांनी बदललं पाहिजे. यासाठी ते अट्टाहास करतात. अशा वेळेस समुपदेशकाने न दुखावता पालकांनाच समुपदेशनाची कशी गरज आहे, हे पटवून देणं गरजेचं आहे. कारण पालक अशा वेळेस मुलांच्या भवितव्याबद्दल अति चिंता, अति काळजी व त्यांच्या भविष्याचं महाभयंकरीकरण करताना दिसतात. उदा. इतक्या लहान वयातच खोटं बोलतो /बोलते, अभ्यास करत नाही म्हणजे माझ्या मुलाचं / मुलीचं करिअरच घडणार नाही आणि त्याचं आयुष्यच वाया जाईल, अशा प्रकारे सुतावरून स्वर्ग गाठतात. अशा पालकांभोवतीच समस्यांचं वलय असण्याची दाट शक्यता असते. त्यामुळे समुपदेशकाने पालकांना ते पटवून देणं गरजेचं आहे. हे समस्यांचं वलय कोणकोणत्या पातळ्यांवर असू शकतं, ते पाहू –

१) पालकांचे आपसातील मतभेद मुलांवर परिणाम करतात का?

२) कोणीही एक पालक कोणत्याही मानसिक आजाराने ग्रस्त आहे का?

३) पालकांची आर्थिक परिस्थिती मुलांच्या संगोपनाला पूरक आहे का?

४) पालकांपैकी, विशेषत: वडलांना कोणत्याही प्रकारचं व्यसन आहे का?

५) आई-वडलांत एकवाक्यता नसल्यामुळे होणारे वाद, भांडणं, कधीकधी मारामारी यांमुळे मुलं बिथरतात का?

६) 'लैंगिकता' या विषयासंदर्भात पालकांमध्ये अज्ञान किंवा खूप संकुचित प्रवृत्ती असेल, तर त्याचा मुलांवर परिणाम होऊन मुलं अजून चेकाळल्यासारखी वागतात का?

७) पालकांपैकी एकाचा किंवा काही वेळा दोघांचाही दुसरा विवाह झाला असेल, तर त्याचा परिणाम या मुलांवर होतो का?

८) पौगंडावस्थेतला मुलगा / मुलगी लहानपणी दत्तक घेतलेली असेल, तर त्यातून निर्माण होणाऱ्या समस्या पालकांना हाताळता येतात का?

९) मूल नको असताना जन्माला आलेलं असल्यास पौगंडावस्थेत त्याचे परिणाम दिसतात का?

१०) दोन भावंडांत भेदभाव करून पौगंडावस्थेतल्या मुलाला दुर्लक्षित ठेवल्याची भावना पालक निर्माण करतात का?

११) दोन्ही पालक नोकरी / व्यवसायात असतील, तर त्यांच्यामध्ये अपराधीपणाची भावना येऊन या वयातल्या मुलांचे ते अति लाड करतात का?

१२) दोन्हीपैकी कोणीही पालक आपला सर्व मानसिक त्रास, चिडचिड या मुलांवर काढण्याचा प्रयत्न करतो का?

वरीलपैकी कोणत्याही समस्या पालकांना भेडसावत असतील, तर या वयातली मुलं पालकांसाठी अधिक त्रासदायक ठरतात. कारण मुलांमध्ये जे बदल घडायचे ते घडतातच; पण पालक हे बदल कळून घ्यायच्या किंवा स्वीकारायच्या मन:स्थितीतच नसतात. अशा वेळेस समुपदेशन त्यांच्यासाठी दिलासा देणारं ठरतं. या स्थितीत पालकांसाठी आणि त्यांच्या पौगंडावस्थेतल्या मुलांसाठीही पालकांनी नि:संकोचपणे समुपदेशनाचा मार्ग स्वीकारणं योग्य ठरतं आणि ते मार्गदर्शक ठरू शकतं. कारण जवळजवळ सर्वच पालकांची अशी अपेक्षा असते की, आपल्या मुलाचा / मुलीचा सर्वांगीण विकास व्हावा; पण तो नेमका कोणत्या दिशेने करावा याबद्दल ते संभ्रमित असतात. अशा वेळी या पुस्तकात मांडल्याप्रमाणे प्रत्येक बाबतीतच म्हणजे शारीरिक, मानसिक, सामाजिक, सांस्कृतिक, बौद्धिक, कलात्मक या सर्व दृष्टींनी विकास होण्याची गरज असते. त्याप्रमाणे पालकांची भूमिका या सर्व बाबतींत ठाम असेल, तर मुलांच्या व्यक्तिमत्त्व-विकासाची हमी ठरलेली असते.

यासाठी पालकत्वाचे काही प्रकार आपण बघू या. दोन्हीही पालक म्हणजे आई-वडील दोघंही एका प्रकारात मोडतील असं नाही. आईच्या पालकत्वाचा प्रकार वेगळा असू शकतो, तर वडलांचा वेगळा असू शकतो. त्याचा एकत्रित परिणाम मुलांवर होत असतो. या पालकांचं पालकत्व त्यांना मिळालेल्या पालकत्वावरसुद्धा बऱ्याच वेळेस अवलंबून असतं. समुपदेशनाच्या प्रक्रियेमध्ये आई-वडलांचं पालकत्व कशा प्रकारचं आहे, या गोष्टीची जाणीव आई-वडलांना किंवा एकात्म पालकत्व असेल, तर त्या व्यक्तीला दिली जाते. आता पालकत्वाचे (Parenting patterns) प्रकार आपण बघू –

पालकत्वाचे प्रकार

◆ **आक्रमक, अत्यंत अधिकारदर्शक पालकत्व (Authoritarian Parenting) :** या प्रकारच्या पालकांना घरात सगळे जण घाबरतात. त्यांचा चांगलाच धाक असतो. असे पालक आपल्या पोझिशनचा वापर खूपच अतिरेकी पद्धतीने करतात. सर्वकाही त्यांच्या मर्जीने व्हायला पाहिजे, असा त्यांचा हट्ट असतो. मनाविरुद्ध झालं की, मुलांना त्याचे परिणाम भोगायला लागतात. शिस्तीचा अतिरेक आणि नियमांचं काटेकोर पालन मुलांनी केलंच पाहिजे, असंच यांचं म्हणणं असतं. यांच्या अस्तित्वानेच मुलांना दबकायला होतं. अशा प्रकारच्या पालकत्वाने मुलांच्या नैसर्गिक वाढीत अडथळे येऊ शकतात. कुठलेही निर्णय

घ्यायची बंदी असल्यामुळे अशी मुलं शाय, मिळमिळीत, खूपच भावनाप्रधान, अति चिंतेने बेजार, स्वत:च्या निर्णयांबद्दल सतत शंकेखोर आणि सगळ्यांशी मिळून-मिसळून न वागणारी किंवा वाटेल तसं वेडवाकडं कृत्य करणारी होऊ शकतात. मोठी झाल्यावरसुद्धा स्वत:चे निर्णय न घेता येऊ शकणारी आणि त्यामुळे असंबद्ध व ताळतंत्र नसलेली अशी होऊ शकतात.

◆ **शरणागत पालकत्व (Permissive Parenting)** : या प्रकारचे पालक मुलांना अति स्वातंत्र्य देणारे, आवश्यक तिथे नियंत्रण न ठेवणारे, कधीकधी जास्तच काळजी घेणारे (Overprotective) आणि शक्यतो मुलांनी आयुष्यात छोटे-छोटे धोकेसुद्धा (Small risks) घेऊ नयेत, असे वर्तन असणारे असतात. असे पालक मुलांशी इतक्या अति प्रेमाने वागतात की, बऱ्याच वेळा मुले डोक्यावर चढून बसतात. अशा प्रकारचे पालक कदाचित खूप आक्रमक पालकत्व मिळालेले असू शकतात. स्वत: अनुभवलेलं खडतर किंवा कठोर आयुष्य आपल्या मुलांच्या वाट्याला अजिबात येऊ नये, अशा समजुतीमुळे ते असे असतात. अशा प्रकारच्या पालकत्वामुळे मुलं खूपच उद्धट, बेफिकीर, इतरांचा विचार न करणारी बनू शकतात. जबाबदारीची जाणीव आणि परिस्थितीशी जुळवून न घेणं, हे विशेष दोष त्यांच्यात निर्माण होतात. ती अतिशय स्वार्थी आणि आत्मकेंद्रित होऊ शकतात. त्यामुळे समाजाशी कोणत्याही प्रकारची तडजोड करणं त्यांना अवघड जातं.

◆ **तटस्थ पालकत्व (Uninvolved Parenting)** : मुलांच्या किमान गरजा, त्यांच्या वाढीसाठी लागणाऱ्या काळज्या याबाबतीत असे पालक उदासीन असतात. खरं म्हणजे, बऱ्याच वेळेस अशा व्यक्ती पालक बनण्यासाठी अजिबात तयार नसतात. त्यांची इच्छा नसताना किंवा रूढी म्हणून किंवा अपघाताने मूल झालेलं असतं आणि त्याचं पालकत्व अंगावर येऊन पडतं म्हणून ते जबाबदारी निभावतात. पण त्यात कुठेही आपल्या मुलांना वाढवण्याविषयी आवड, प्रेम, उत्सुकता नसते. बऱ्याच वेळेस असे पालक स्वत:च्याच प्रॉब्लेम्समध्ये इतके दंग असतात की, मुलांकडे लक्ष द्यायला त्यांना सवडच नसते. उलट, मुलांचं ओझंच वाटतं. ते स्वत:च्याच आयुष्याविषयी खूपच असमाधानी किंवा निराश असतात. त्यामुळे मुलांच्या वाढीसाठी आवश्यक वातावरणच ते घरात निर्माण करू शकत नाहीत. यातून मुलांच्या मनावर फार मोठा आघात होऊ शकतो. आपण कुणालाही नको आहोत, आपल्याबद्दल कोणालाही काहीही घेणं-देणं नाही, असे नकारात्मक विचार या मुलांमध्ये तयार होतात. कधीकधी ही मुलं अत्यंत आक्रमक आणि तिरस्कारवादी बनतात. आई-वडलांकडून योग्य ती दखल न घेतल्यामुळे इतरांकडून सहानभूती आणि लक्ष वेधून घेण्यात ही मुलं गर्क राहतात. कधीकधी खूप कटुता आणि उद्धटपणा दर्शवतात, तर कधी एकदम शामळू, आतल्या आत कुढणारी, उदास बनतात.

◆ **सकारात्मक पालकत्व (Authoritative Parenting)** : मुलांच्या वाढीमध्ये अशा पालकांना खरोखरीच आणि मनापासून रस असतो. मुलांची चौफेर वाढ होण्याबद्दल ते दक्ष असतात. मुलांना समजावून घेतात आणि त्यांच्यावर आपली मतं लादत नाहीत. त्यांच्यामध्ये अनावश्यक ढवळाढवळ करत नाहीत आणि तसंच सोडूनही देत नाहीत. सतत दुतर्फी संवाद सुरू असतो. अशा पालकांना मुलांच्या मर्यादा, बलस्थानं, कमकुवत स्थानं याबद्दल माहिती असते. त्यामुळे असे पालक मुलांना वस्तुस्थितीच्या पातळीवर जाणून घेतात. सगळ्यात महत्त्वाचं म्हणजे, मुलांच्या भावनांची ते कदर करतात. अपेक्षांचं ओझं मुलांवर लादत नाहीत. आवश्यक तेवढा पाठिंबा, काळजी, सहभाग घेऊन मुलांना स्वावलंबी बनायला मदत करतात. अशा पालकत्वामुळे मुलांची वाढ नैसर्गिकरीत्या उत्तम होते आणि अशी मुलं मदत करणारी, सामाजिक जाणिवा असलेली, भावनिकदृष्ट्या स्थिर, काळजी घेणारी, प्रामाणिक, आत्मविश्वासू बनतात. स्वत:चे निर्णय घेण्याची क्षमता त्यांच्यात चांगली विकसित होते. या पालकांच्या दृष्टिकोनातून मुलांचा व्यक्तिमत्त्व-विकास म्हणजे फक्त मार्क्स मिळवून यशस्वी होणं नसून त्यांचा शारीरिक, मानसिक, आर्थिक, सामाजिक, बौद्धिक, सांस्कृतिक, कलात्मक आणि क्रीडात्मक या सर्व अंगानी विकास साधण्याचा प्रयत्न असतो. म्हणजेच असे पालक रोजचं वर्तमानपत्र वाचलंच पाहिजे, वाचनाची आवड जोपासली पाहिजे, वेगवेगळ्या विषयांची माहिती मुलांना असली पाहिजे, छंद आणि कला जोपासली पाहिजे, आर्थिक व्यवहार कळले पाहिजेत, कोणत्याही खेळामध्ये प्रावीण्य मिळवायला पाहिजे अशा सर्व प्रकारच्या क्षेत्रांमध्ये विकास घडवण्याचा आग्रह धरतात; पण त्यासाठी अट्टाहास, जबरदस्ती करत नाहीत.

आता यानंतर या वयातल्या मुलांचं समुपदेशन नेमक्या कोणत्या मुद्द्यांवर केलं जातं, ते पुढच्या प्रकरणात पाहू.

पौगंडावस्थेतील मुलांचे समुपदेशन

आपण मानसिक स्व-प्रतिमेमध्ये सेजलच्या केसमध्ये पाहिले की, सेजलशी चार जिव्हाळ्याच्या गोष्टी बोलल्यावर ती खुलली आणि नंतर तिच्या पालकांशी बोलून पुढेही तिच्याशी सेशन्स सुरू ठेवली. या वयातील मुलांशी नेमक्या कोणकोणत्या विषयांवर बोलणे आवश्यक आहे, तसेच कोणकोणत्या प्रकारे मार्गदर्शन केले जाते, ते पाहू –

सेजलशी सर्वप्रथम मासिक पाळीविषयी सविस्तर बोलले गेले आणि मग पोस्टरद्वारे तिला लैंगिकतेविषयी संपूर्ण माहिती देण्यात आली.

अ) लैंगिक शिक्षण देणे – सर्वप्रथम या मुलांशी नाते प्रस्थापित करून लैंगिकतेविषयी त्यांची नेमकी काय मूल्ये (Values) आहेत हे विचारले जाते. त्याप्रमाणे त्यांना झेपेल अशा भाषेत आणि कळेल तिथपर्यंत लैंगिकतेविषयी माहिती दिली जाते. त्यामध्ये –

१) लैंगिकता म्हणजे काय?
२) स्वतःच्या लैंगिकतेचा स्वीकार कसा करावा?
३) शारीरिक आकर्षण म्हणजे काय?
४) हस्तमैथुन म्हणजे काय? स्त्री व पुरुषांमध्ये कसे केले जाते? का केले जाते?
५) स्त्री-पुरुष प्रजननसंस्थेची आणि जननेंद्रियांची पूर्ण ओळख करून दिली जाते.
६) मासिक पाळीविषयी संपूर्ण माहिती.
७) स्त्री-पुरुष संभोग व त्याचे प्रकार.
८) बाळंतपण व प्रसूती.
९) कुटुंबनियोजनाची साधने.
१०) जननसंस्थेचे आजार.
११) एच.आय.व्ही. / एड्स.

याचबरोबर मुलांच्या मनातील शंका त्यांना विश्वासात घेऊन विचारल्या जातात आणि न दुखवता त्यांचे योग्य ते निरसन केले जाते. संदर्भातील पुस्तकेही वाचायला दिली जातात. समुपदेशकाकडून इतकी मनमोकळी चर्चा केली जाते की, या मुलांना केव्हाही, कोणतीही शंका विचारता यावी.

यामध्ये फक्त शारीरिक माहिती न देता त्यांचे भावनिक, सामाजिक दृष्टिकोन काय आहेत, हे समजून माहिती दिली जाते.

ब) शारीरिक आकर्षण – या मुलांबरोबर प्रणयचेष्टा, लव्हअफेअर्स, प्रेम, मैत्री यांच्यातील फरकावर चर्चा केली जाते. कारण बऱ्याच वेळेस या मुलांना आपल्या गर्लफ्रेंड / बॉयफ्रेंडबद्दल तक्रारी असतात किंवा ब्रेकअपमुळे नैराश्य आलेले असते. तेव्हा त्यांना या चारपैकी नेमक्या कुठल्या प्रकारात आपण आहोत हे समजून घ्यायला मदत होते आणि त्याचा अर्थ उलगडत जाऊन आपला अभ्यास, करिअर यावर लक्ष केंद्रित करण्यासाठी मदत केली जाते.

क) ताणतणाव व त्याचे नियोजन – यामध्ये त्या मुलाला / मुलीला नेमके कोणते ताणतणाव आहेत, हे समजून घेतले जाते. त्याप्रमाणे मागच्या प्रकरणात दिल्याप्रमाणे त्याचे नियोजन कसे करावे, हे विविध तंत्रे शिकवून त्याबाबत मार्गदर्शन केले जाते.

ड) अभ्यासतंत्रांविषयी मार्गदर्शन – मुळातच काही वेळा अभ्यास का करावा? अभ्यास म्हणजे काय? अभ्यास कसा करावा? त्याचा पुढील आयुष्यात नेमका फायदा काय? या विषयी अनभिज्ञता असू शकते. त्यामुळे त्याबद्दल सविस्तर चर्चा करून मग अभ्यास करण्याच्या विविध पद्धतींबाबत मार्गदर्शन केले जाते. (यावर सविस्तर चर्चा आपण या पुस्तकात अभ्यासाचे महत्त्व या विषयावर केली आहेच.)

इ) व्यसने – व्यसन म्हणजे काय, नकारात्मक व्यसनांची सुरुवात या वयात कशी होऊ शकते या विषयी मार्गदर्शन केले जाते. व्यसनांविषयीची मूल्ये या विषयी त्यांच्याशी सविस्तर चर्चा करून त्यावर प्रतिबंधात्मक उपाय कोणते, याचे मार्गदर्शन केले जाते.

फ) करिअर मार्गदर्शन – यामध्ये विशेषतः दहावी व बारावीच्या मुलांना आपण पुढे नेमके काय शिकावे, पुढे जाऊन नोकरी का व्यवसाय करावा, याबाबत सविस्तर चर्चा केली जाते. जरूर पडल्यास ॲप्टिट्युड टेस्ट घेतली जाते आणि त्या मुलाचा / मुलीचा नेमका कल कुठे आहे, हे ढोबळमानाने पाहून त्याप्रमाणे मार्गदर्शन केले जाते. मुळात करिअर म्हणजे काय, त्याची सुरुवात कोठून होते, त्यासाठी काय प्रयत्न करावेत, यावर पालकांशीसुद्धा चर्चा केली जाते.

धावत्या प्रवाहासारख्या वाहणाऱ्या आजच्या तरुण पिढीच्या
जीवनात सतत जाणवणारे विविध ताण कमी करून
त्यांचं जगणं सुकर करण्यासाठी, केलेलं...

हितगूज तणावयुगातील तरुण पिढीशी

अंजनी नरवणे

टेन्शन! तणाव!
आजच्या युगाचे हे
अगदी परवलीचे शब्द.
छोट्यांपासून मोठ्यांपर्यंत,
शहरापासून खेड्यापर्यंत
'टेन्शन' हा शब्द
ज्याच्या त्याच्या तोंडी सतत असतो.

आजच्या तरुण पिढीचं जीवन तर
धावत्या प्रवाहासारखं आहे.
हा प्रवाह सतत वाहतो आहे,
थांबणं त्याला माहीतच नाही.
मग त्यातून कुटुंब, शिक्षण, व्यवसाय
या सर्वच ठिकाणी जाणवणारा ताण!

हा ताण कमी करून
तरुण पिढीचं जगणं सुकर करण्यासाठी, 'हितगूज
- तणावयुगातील तरुण पिढीशी'

Contact : ✆ 020-24476924 / 24460313
Website : www.mehtapublishinghouse.com
info@mehtapublishinghouse.com
production@mehtapublishinghouse.com
sales@mehtapublishinghouse.com

www.ingramcontent.com/pod-product-compliance
Ingram Content Group UK Ltd.
Pitfield, Milton Keynes, MK11 3LW, UK
UKHW021932200726
13853UKWH00010B/441